# ஜாதியற்றவளின் குரல்

# ஜாதியற்றவளின் குரல்

ஜெயராணி

எதிர் வெளியீடு

ஜாதியற்றவளின் குரல்
ஜெயராணி

எதிர் வெளியீடு முதல் பதிப்பு: பிப்ரவரி 2021

முந்தைய பதிப்பு: டிசம்பர் 2013

எதிர் வெளியீடு,
96, நியூ ஸ்கீம் ரோடு, பொள்ளாச்சி - 642002
தொலைபேசி: 04259 - 226012, 99425 11302

விலை: ₹ 450

Jaathiyatravalin Kural
Author: Jeyarani

Ethir Veliyeedu First Edition: February 2021

Published by
Ethir Veliyeedu, 96, New Scheme Road. Pollachi - 2
email: ethirveliyedu@gmail.com
www. ethirveliyedu. in

ISBN: 978-93-90811-07-6

Printed at Jothy Enterprises, Chennai
Cover Art: Rajesh Pencil
Cover Design: M Creative
Copyright © Jeyarani

All rights reserved. No part of this book may be reprinted or reproduced or utilised in any form or by any electronic, mechanical or other means, now known or hereafter invented, including Photocopying and recording, or in any information storage or retrieval system, without permission in writing from the Publisher.

பிறப்பின் துயரையும்
பிறவி இழிவின் துயரையும்
அழிக்கவல்ல
தம்மத்தை அளித்த
அறிவு ஆசான்
புத்தருக்கு...

# உள்ளடக்கம்

- அணிந்துரை
    - விடுதலைக்கான எழுத்து – எஸ். வி. ராஜதுரை ... 08
    - பக்குவப்பட்ட ஆய்வு – தீஸ்தா செடல்வாட் ... 21
    - தலித் இதழியல் வரலாற்றில்... – புனித பாண்டியன் ... 25
- முதற்பதிப்பிற்கான என்னுரை ... 28
- புதிய பதிப்பிற்கான என்னுரை ... 39

1. அருந்ததியர்கள் மீது திணிக்கப்படும் அசிங்கம் ... 47
2. ச்சீ... ச்சீ... இந்து மதம் வேண்டாம் ... 54
3. ஒதுக்கப்பட்டவர்களே ஒதுக்கும் புதிரை வண்ணார்கள் ... 60
4. 'சிங்காரச் சென்னைக்'காக பற்றி எரிகின்றன குடிசைப்பகுதிகள் ... 69
5. தீவிரவாதிகளாக்கப்பட்ட இஸ்லாமியர்கள் ... 76
6. உறையாத ரத்தம்: சுடுகாடாய் சங்கனாங்குளம் ... 88
7. பெண்ணியம்? ... 97
8. உரிமையை நசுக்கலாமா 'உணர்வு'? ... 109
9. ஆத்திரம் அறிவை மறைக்கலாமா? ... 115
10. கண்டனம் தண்டனையாகுமா? ... 122
11. "இந்தியனே வெளியேறு" - I ... 128
12. அநீதி அழிய... ரத்தம் சிதற பெண்கள் எழுதிய தீர்ப்பு ... 135
13. இனவெறியும் புனிதப்படுத்தப்பட்ட இனவெறியும் ... 143
14. பறிபோகும் பச்சை பூமி ... 153
15. கழுத்தறுக்கும் இந்துத்துவம்: சிதையும் தலித் தலைமுறை ... 164

| | | |
|---|---|---|
| 16. | பீடங்கள் பறிபோகின்றன: பதற்றத்தில் பார்ப்பனர்கள் | 175 |
| 17. | தேவாலயத்தில் ஜாதிவெறி! | 186 |
| 18. | கண்டதேவி குழ்ச்சி: இன்னுமா இந்துவாக இருப்பது? | 196 |
| 19. | ஆதிக்கம் – ஆபாசம் – ஆண்கள்: அமைதி காக்கலாமா பெண்கள்? | 208 |
| 20. | இருக்கவிடலாமா ஜாதியை? | 219 |
| 21 | விடுதலையென்பது... | 225 |
| 22. | பொய்யர்கள் ஆளும் பூமி | 232 |
| 23. | நீதிமன்றங்கள் பலிபீடங்களா? | 241 |
| 24. | முஸ்லிம்கள்: ஜனநாயகம் புறக்கணித்த குடிமக்கள் | 249 |
| 25. | சாந்தியை கொண்டாடுவோம் | 260 |
| 26. | குற்றவாளி பாபாவுக்கு வெண்சாமரமா? | 268 |
| 27 | "இந்தியனே வெளியேறு" - II | 275 |
| 28. | தலித் தலைவர்களுக்கு... குண்டாயிருப்பிலிருந்து ஒரு மனம் திறந்த மடல் | 284 |
| 29 | புதிரை வண்ணார்களாக்கப்பட்ட பூர்வீக வண்ணக் கலைஞர்கள்! | 292 |
| 31. | பதுக்கப்படும் நிதி: பறிபோகும் நீதி | 301 |
| 32. | உத்தப்புரம்: உடைக்க முடியாத ஜாதி | 311 |
| 33. | மாஞ்சோலை: அடிமை வாழ்வுக்கெதிரான நூற்றாண்டுப் போர் | 321 |
| 34. | கற்றது ஜாதி! | 343 |
| 35. | சேரிகள் இந்தியாவின் இழிமுகமா? | 357 |
| 36. | குழந்தைப் போராளி: ஆண்களுக்கான கண்ணாடி | 366 |
| 37. | ஊடக பயங்கரவாதம் | 376 |
| 38. | 33 சதவிகித மோசடி | 390 |

# விடுதலைக்கான எழுத்துகள்

"மக்கள் எளிதில் மறந்துவிடுவதைப் பதிவு செய்து வைப்பதுதான் வரலாற்றறிஞர்களின் முக்கியக் கடமை" என்று ஒரு சந்தர்ப்பத்தில் கூறினார் உலகப் புகழ்பெற்ற மார்க்சிய வரலாற்றறிஞர் எரிக் ஹாப்ஸ்பாம். பெரும் நிகழ்வுகள், அற்ப நிகழ்வுகள் ஆகிய இரண்டையுமே ஒன்றோடொன்று சமன்படுத்தி, எல்லாவற்றையும் கேளிக்கைக் காட்சிப் பொருட்களாக ஆக்கிவருகின்ற வாணிப ஊடகங்கள் குறிப்பாக, மின்னணு ஊடகங்கள் நாள் தோறும் பல்லாயிரக்கணக்கான பிம்பங்களைப் பார்வையாளர்களின் வாசகர்களின் மனங்களில் திணித்து கடைசியில் அவை எதுவுமே அவர்களது நினைவில் தங்காதபடி செய்துவரும் இந்தக் காலகட்டத்தில் ஹாப்ஸ்பாமின் கருத்து இன்னும் வலுப்பெறுகிறது. 'பதிவு செய்தல்' என ஹாப்ஸ்பாம் கூறுவது, அன்றாட நிகழ்வுகள் அனைத்தையும் அல்ல; மானுட வாழ்வில் பாரதூரமான தாக்கங்களை, பாதிப்புகளை ஏற்படுத்தி, நிகழ்காலத்தைக் கடந்தகால இருளுக்குள் பின்னோக்கித் தள்ளக்கூடியனவாகவோ, இன்னும் சற்று ஒளிகூட்டப்பட்ட ஓர் எதிர்காலத்திற்குள் அதை உந்தித் தள்ளக்கூடியனவாகவோ இருக்கும் முக்கிய நிகழ்வுகளைத்தான். இவைதான் 'வரலாறு' என்னும் திணைக்குள் வரக்கூடியவை. நிகழ்காலத்தின் தன்மையைப் புரிந்துகொள்ளவும், அதைவிடச் சிறந்ததோர் எதிர்காலத்தைக் கற்பிதம் செய்து பார்க்கவும், அதனை நனவாக்கத் திட்டமிடவும் உதவக்கூடியதே 'வரலாறு'.

எனவேதான், 'வரலாறு' பற்றிய அவநம்பிக்கைவாதத்தை ஏற்படுத்துவதிலோ, அதைத் திரித்துப் புரட்டுவதிலோ ஆளும்

ஒடுக்கும் சுரண்டும் சக்திகள் எப்போதும் ஆர்வம் கொண்டிருக்கின்றன. அமெரிக்க ஏகபோக முதலாளியத்தின் முக்கியப் பிரதிநிதிகளிலொருவராக இருந்தவரும் நாஜிச ஜெர்மனியுடன் நெருக்கமான தொழில், வர்த்தகத் தொடர்பு கொண்டிருந்தவருமான ஹென்றி ஃபோர்ட் "*History is bunk*" என்றார். அமெரிக்கர்களின் கொச்சைப் பேச்சு வழக்கில் "*bunk*" என்றால் 'முட்டாள்தனம்' அல்லது 'உளறல்'. "பாழாய்ப் போன ஒரு நிகழ்ச்சியை அடுத்து இன்னொரு பாழாய்ப்போன நிகழ்ச்சி தொடர்வதுதான் வரலாறு" என்பதுதான் அவரது தத்துவம்! ஏறத்தாழ இதே கருத்து இன்று எளிதில் புரிந்து கொள்ள முடியாத பூடக மொழியில் முன்வைக்கப்படுகிறது: வரலாறு என்பது அடிப்படையில் அர்த்தமற்ற, விளக்கமுடியாத எதேச்சையான தொடர் நிகழ்வுகளின் அல்லது தற்செயல் நிகழ்வுகளின் கோவை; அது நம்மால் புரிந்துகொள்ளப்படக் கூடிய நியதிகளின் ஆளுகைக்குட்பட்டதல்ல. எனவே வரலாற்றைப் புரிந்து கொள்ள முயல்வது வீண் வேலை; சமுதாய வளர்ச்சி, பண்பாடு ஆகியவற்றில் உயர்ந்த வடிவம் தாழ்ந்த வடிவம் என்பது ஏதும் கிடையாது; 'முன்னேற்றம்' என்பது காலவழக்கொழிந்த சொல்லாடல்.

ஆனால், இவை புதிய கருத்து அல்ல என்பதை காலஞ்சென்ற பிரிட்டிஷ் வரலாற்றறிஞர் ஈ.எச்.கார் எழுதிய 'வரலாறு என்றால் என்ன?' (*What is History?*) என்னும் நூலில் காண்கிறோம். இந்த நூலில், ஈ.எச்.காரால் திறனாய்வுக்கு உட்படுத்தப்படுகிற பிரிட்டிஷ் வரலாற்றறிஞர் எட்வர்ட் கிப்பன் (ரோமானியப் பேரரசு குறித்த அவரது நூல்தான் சி.என்.அண்ணாதுரையின் 'ரோமாபுரி ராணிகள்' என்னும் 'கிளுகிளுப்பு' நூலின் மூலாதாரம்). "வரலாறு என்பது மனிதகுலத்தின் குற்றங்கள், அறிவீனங்கள், அவப்பேறுகள் ஆகியவற்றின் பதிவுகள் என்பதற்கும் மேல் வேறொன்றுமல்ல" என்று கூறினார். இத்தகைய கூற்றுகளுக்கு கார் பதில் சொல்கிறார்: "வரலாற்றின் அக்கறையும் ஈடுபாடும் சமுதாயத்தில் ஏற்படும் அடிப்படையான மாற்றங்களின் நிகழ்முறையைக் கண்டறிவதாகும். இந்த அடிப்படை மாற்றங்களின் நிகழ்முறைகள் உங்களுக்கு ஒவ்வாதவை என்றால் வரலாற்றை விட்டு விடுங்கள்."

"நிகழ்காலக் கண்களின் வழியாகவே நம்மால் கடந்தகாலத்தைப் பார்க்க முடியும். அதைப் பற்றிய நமது புரிந்துணர்வைப் பெற முடியும்" என்று கருதும் கார், வரலாற்றுப் பாடத்தில் பட்டம் பெற்றவரல்லர். வரலாற்றைக் கற்கும் ஆர்வத்தை அவருக்கு

உண்டாக்கியது ரஷ்யப் புரட்சிதான். வரலாறு குறித்த பல்வேறு பார்வைகளையும் தத்துவங்களையும் தனது கூர்மையான ஆய்வுக்கும் திறனாய்வுக்கும் உட்படுத்தும் அவரது தாக்குதலுக்கான முதன்மைக் குறியிலக்காக இருப்பது பிரிட்டனில் மேலோங்கியிருந்த பட்டறிவு வாதம் (*empiricism*). வெறும் 'விவரங்களைத் திரட்டுவதற்கு மட்டும் முக்கியத்துவம் கொடுத்து, கோட்பாட்டை உருவாக்குவதன் தேவையைப் புறக்கணித்தது அந்தப் போக்கு.

"விவரங்கள் உண்மையை அப்படியே எடுத்துக்கூறுகின்றன" (*Facts speak for themselves*) என்னும் கருத்தை முற்றாக நிராகரிக்கிறார் கார்: "... வரலாற்று விவரங்கள் ஒருபோதும் "தூய்மையானவை"யாக நம்மிடம் வந்து சேர்வதில்லை. காரணம் அவை ஒரு தூய வடிவத்தில் இருப்பதில்லை. அவை எப்போதுமே அவற்றைப் பதிவு செய்பவரின் மனத்தின் மூலமாக மாறுபட்ட வடிவத்தில் வெளிப்படுத்தப்படுகின்றன (*refracted*). இக்கருத்து இன்றைய பின் நவீனத்துவ நிலைப்பாட்டிற்கு இட்டுச் சென்றுவிடக்கூடும் என்பதை முன்னுணர்ந்ததாலோ என்னவோ கார் தொடர்ந்து கூறுகிறார்: "ஒரு மலையை வெவ்வேறு கோணங்களிலிருந்து பார்க்கும்போது வெவ்வேறு வடிவங்களில் தெரிகிறது என்பதன் பொருள், புறநிலையில் அதற்கு வடிவமே இல்லை என்பதோ அல்லது அதன் வடிவங்கள் எண்ணற்றவை என்பதோ ஆகாது. மேலும், வரலாற்றுக்குக் கொடுக்கப்படும் எந்த விளக்கமும் முற்றிலும் புறநிலைத்தன்மை வாய்த்தது அல்ல என்பதன் பொருள், ஒரு விளக்கம் மற்றதொரு விளக்கத்தைப் போலவே சிறந்தது என்பதல்ல". அதாவது "உண்மை புறநிலையானதும் அதேவேளை பக்கச்சார்பு கொண்டதுமாகும்" (*Truth is objective as well as partisan*) என்னும் மார்க்சியக் கருத்துடன் கிட்டத்தட்ட முழுமையாக உடன்படுகிற கருத்தே இது.

வரலாறு பற்றிய இந்தப் பார்வை ஜெயராணியின் கட்டுரைகள் அனைத்திலும் கணிசமான அளவுக்குப் புலப்படுகிறது. 'தலித் முரசி'ன் தொடக்க நாள்களிலிருந்தே அதன் 'விசுவாசமிக்க' வாசகர்களிலொருவனாகவும் அதில் எழுதுவதற்கு வாய்ப்புப் பெற்றவனாகவும் இருந்து வந்துள்ள எனக்கு, அந்த ஏட்டில் சுயமாக எழுதுபவர்களின் நடையில் மிகவும் கவர்ச்சிகரமானவையாகப் பட்டவை யாழன் ஆதியின் கவிதைகளும் ஜெயராணி, அழகிய பெரியவன் ஆகியோரின் கட்டுரைகளும். கல்லூரிப் படிப்பு

முடிந்ததும் வருமானத்துக்கான வேலைவாய்ப்புகளைத் தேடாமல் ஒடுக்கப்பட்ட மக்களின் குறிப்பாக தலித்துகளின் பிரச்சனைகள் குறித்த தகவல்களைத் தேடி வெய்யிலிலும் புழுதியிலும் அலைந்து திரிந்து புலனாய்வுக் கட்டுரைகள் எழுதத் தொடங்கிய முதல் தலித் பெண் தமிழ்நாட்டைப் பொருத்தவரை ஜெயராணிதான் என்று கருதுகிறேன். 2001 முதல் 2011 வரை அவர் எழுதியவற்றில் நாற்பது கட்டுரைகளைத் தொகுப்பாக வாசிக்கையில், அவரது எழுத்துகளைப் படிப்பதிலுள்ள சுவாரசியம் (இது பொழுதுபோக்கு, கேளிக்கை தொடர்பான சொல்லாக இங்கு பயன்படுத்தப்படவில்லை), அவற்றிலுள்ள உயிர்த் துடிப்பு இன்னும் பன்மடங்கு கூடியுள்ளதாக உணர்கிறேன்.

சாதிப் படிநிலை அமைப்பின் குரூரத்தை, கோரத்தை அறிவுரீதியாகவும் உணர்ச்சிரீதியாகவும் முழுமையாக உணர்ந்து அதை விளக்கிய அண்ணல் அம்பேத்கருக்கே அதிர்ச்சியூட்டிய சாதியான ‘புதிரை வண்ணார்களை’ப் பற்றிய மூன்று கட்டுரைகள் இத்தொகுப்பில் உள்ளன. சாதி இந்துக்களின் கொடுமைகளுக்கான கொடூரமான எடுத்துகாட்டாகப் புதிரை வண்ணார்களின் வாழ்க்கை நிலைகளை எடுத்துக் காட்டினார் பாபாசாகேப் என்றால், எந்தத் தீண்டாமைக் கொடுமைக்குள் தலித் மக்கள் உழல்கின்றனரோ, அதே கொடுமையை அவர்கள் தங்கள் உட்பிரிவுகளில், தங்களுக்குக் கீழே உள்ள படிகளில் இருப்பவர்களுக்குச் செய்து கொண்டிருக்கும் அவலத்தை வேதனையோடு எடுத்துரைக்கிறார் ஜெயராணி. 1930களின் இடைப்பகுதியில் ஆற்றிய உரையொன்றில் அண்ணல் அம்பேத்கர் கூறியதாக நினைக்கிறேன்: “நாங்கள் மட்டுமா தீண்டாமையைக் கடைப்பிடிக்கிறோம், உங்களிடமும் அது இருக்கிறதே” என்று சாதி இந்துக்கள் தாழ்த்தப்பட்ட மக்கள் மீது சாட்டிவந்த குற்றச்சாட்டை இருவகையில் எதிர்கொண்டார் அவர்: ஒன்று, தீண்டாமை என்னும் கொடிய பழக்கத்தைத் தொற்றுநோய் போலத் தாழ்த்தப்பட்டவர்களிடம் பரவ வைத்ததே சாதி இந்துக்கள்; அப்படியிருக்க, தாழ்த்தப்பட்டவர்களைக் குற்றம் சொல்ல அவர்களுக்குத் தகுதி இல்லை என்று மண்டையில் அடித்தால் போல் ஒரு பதில்; மறுபுறம், தீண்டாமையையும் சாதியையும் ஒழிப்பதில் தாழ்த்தப்பட்டோர் மற்றவர்களுக்கு முன்னுதாரணமாகத் திகழ வேண்டும் என்னும் அறிவுரை.

அவர் பம்பாய் நகரில் குடியேறியபோது, அங்கு ஏற்கனவே தாழ்த்தப்பட்டோர் அமைப்புகள் பல இருந்தன. ஆனால் அவற்றில் பெரும்பாலானவை அவரது சொந்த சாதியான 'மஹர் சாதி' அமைப்புகள். அவரது அண்டைவீட்டார் பலரும்கூட அதே சாதியைச் சேர்ந்தவர்கள். ஆனால், அவர்களது விருப்பத்திற்கும் எதிர்பார்ப்புக்கும் மாறாக, அவர் தொடக்கத்திலிருந்தே சாதியைக் கடந்து வருவதில் ஈடுபட்டார். அதற்கான முதல் நடவடிக்கைகளிலொன்றாக 'மாங்' சாதியைச் சேர்ந்த சிறுவனைத் தத்தெடுத்துக் கொண்டார். கோவில் நுழைவுக்கான போராட்டம், பொதுக் குளத்தில் தண்ணீர் எடுப்பதற்கான அறப் போர், சுதந்திரத் தொழிலாளர் கட்சியைத் தோற்றுவித்தமை, வைசிராயின் நிர்வாகக் கவுன்சில் உறுப்பினராகப் பொறுப்பேற்றமை, பட்டியல் சாதியினர் கூட்டமைப்பு நிறுவியமை, இந்திய அரசமைப்புச் சட்ட வரைவுக் குழு உறுப்பினராகவும் பின்னர் நேரு அமைச்சரவையில் சட்ட அமைச்சராகவும் செயல்பட்டமை, பவுத்ததிற்கு மதம் மாறியமை, இறப்பதற்குச் சில நாட்களுக்கு முன் இந்தியக் குடியரசுக் கட்சி என்னும் அமைப்பை உருவாக்குவதற்கான திட்டம் தீட்டியமை ஆகிய அனைத்து நடவடிக்கைகளிலும் (அவரது எழுத்துகளிலும்) அவர் சாதி மறுப்பாளராக, சாதியை ஒழித்துக்கட்டுபவராகவே இருந்திருக்கிறார். சாதியின் நிழல்பட்ட யாருமே மானுடர் என்னும் தகுதிக்கு உரியவராக இருக்க முடியாது என்பதுதான் அவரது தத்துவத்தின், நடைமுறையின் சாரம். அவரது சிந்தனையும் செயல்களும் மனிதத்தன்மை மறுக்கப்பட்ட தலித்துகள், மனிதத்தன்மையை இழந்துவிட்ட சாதி இந்துக்கள்(சாதி இந்துவியத்தின் நச்சுப்படிந்த பிற மதத்தினர்) ஆகிய இருவரது மீட்சிக்கும் விடுதலைக்குமானவையே.

வறுமை, வேலையில்லாத் திண்டாட்டம் ஆகியவற்றைப் போக்குவதில் அண்ணல் காட்டிய அக்கறைக்கும் அவர் முன்வைத்த ஆக்கப்பூர்வமான திட்டங்களுக்கும் சிறந்ததோர் எடுத்துகாட்டாக இருப்பது, 1946இல் நடந்த மத்திய சட்டசபை, மாகாண சட்டசபைகள் ஆகியவற்றில் தனித்து நின்று போட்டியிட்ட 'பட்டியல் சாதியனர் கூட்டமைப்பு'க்கான (*Scheduled Castes Federation*) தேர்தல் அறிக்கை. பட்டியல் சாதியினர் கூட்டமைப்பு என்பது, "இந்தியாவில் உள்ள அனைத்து ஒடுக்கப்பட்ட மக்களின் நல்வாழ்விற்குமானதாகும். அதன் அடிப்படையில், கூட்டமைப்பை ஒரு சாதி அமைப்பெனக் குற்றம் சாட்ட முடியாது. கூட்டமைப்பு எல்லோரும் பங்கேற்பதாக

இல்லாது இருக்கலாம். ஆனால், அனைவரும் பணியாற்ற, ஒருங்கிணைவதற்குத் தகுதியுடைய அனைவருடனும் ஒருங்கிணைந்து செயல்படக்கூடியதே" என்று கூறியது அந்த அறிக்கை.

அந்தத் தேர்தல் அறிக்கையின் கணிசமான பகுதி விவசாயப் பிரச்சனைக்கு குறிப்பாக நிலமற்ற விவசாயத் தொழிலாளர் பிரச்சனைக்கு ஒதுக்கப்பட்டிருந்தது. விவசாயத் தொழிலாளர்களில் "பெரும்பாலானோர் தீண்டத்தகாதவர்களாகவும், பிற பிற்படுத்தப்பட்ட வகுப்பினராகவுமே உள்ளனர்" என்பதைச் சுட்டிக்காட்டிய அந்த அறிக்கை, நிலச் சீர்திருத்தம், தரிசு நில மேம்பாடு, கூட்டுப் பண்ணைகள் அமைத்தல் போன்ற நடைமுறைச் சாத்தியமானதும் ஆக்கப்பூர்வமானதுமான ஆலோசனைகளை வழங்கியது. விவசாயிகளின் செழிப்பு, காடுகளைப் பராமரிப்பதில் இருக்கிறது. காடுகளின்றி தேவையான மழைக்கு உத்திரவாதமில்லை. இதனால் இந்தியாவில் விவசாயம் மழையை நம்பிய சூதாட்டமாகவே இருந்து வந்திருக்கிறது. இனியும் இப்படியே இருக்கும். விவசாயத்திற்குப் பயன்படாத நிலங்களைக் காடுகளாக்க வேண்டும் என்னும் பகுதி, இந்தியாவில் எந்தவொரு அரசியல் கட்சிக்கும் தலைமைக்கும் இருந்திராத ஒரு தொலைநோக்குப் பார்வை, சுற்றுச்சூழல் பாதுகாப்புப் பார்வை அவரிடம் இருந்திருக்கிறது என்பதைத் தெளிவுபடுத்துகிறது. அதே போல, பிற்படுத்தப்பட்ட, தீண்டத்தகாத, பழங்குடி மக்களை கல்வி மற்றும் வேலைவாய்ப்பில் உயர்த்த, பட்டியல் சாதியினரின் கூட்டமைப்பு பாடுபடும் என்னும் உறுதி மொழியின் மூலம் இந்தியாவின் உழைக்கும் மக்கள் அனைவரையும் தழுவக்கூடிய பார்வையை அந்த அறிக்கை கொண்டிருந்தது.

அவப்பேறாக, சாதி இந்துக்களின் ஆதிக்க, ஒடுக்குமுறை மனோபாவத்திலும், தலித் சாதிகளின் படிநிலை வரிசையில் 'மேல்' நிலையிலுள்ளவர்களின் மனோபாவத்திலும் எவ்வித மாற்றமும் ஏற்படாததை வேதனையோடு விவரிக்கின்றன ஜெயராணியின் கட்டுரைகள். துப்புரவுத் தொழிலையும் தோல் பதனிடும், காலணிகள் செய்யும் தொழில்களையும் உயிர் பிழைப்புக்கான முதன்மையான வழிமுறைகளாகக் கொண்டுள்ள அருந்ததியர் குறித்த இரு கட்டுரைகளைப் படிக்கையில் கண்கள் குளமாகின்றன. 'பாரம்பரியத் தொழில்களில்' மலமள்ளுவது மட்டுமே விட்டுவைக்கப்பட்டுள்ள அந்த மக்களுக்குக் கிடைத்துள்ள மிக அற்ப சலுகையான உள் ஒதுக்கீட்டைக்கூட எதிர்க்க எப்படி மனம்

வருகிறது சில 'தலித்' தலைவர்களுக்கு என்பதைப் புரிந்துகொள்ள முடியவில்லை. 'உள் ஒதுக்கீடு' என்பது தலித் மக்களைப் பிரித்தாள்வதற்கு சாதி இந்துக்கள் கையாளும் சூழ்ச்சி என்னும் தர்க்கம் முன்வைக்கப்படுகிறது. அப்படியானால், அனைத்து சாதிகளையும் ஒன்றுபடுத்துவது ஒருபுறமிருக்கட்டும், ஒரே சாதியைச் சேர்ந்தவர்கள் ஆதிக்க சாதிகளின், வர்க்கங்களின் பல்வேறு அரசியல் கட்சிகளைச் சேர்தவர்களாகக் கூறுபட்டிருப்பதையும் ஒரே சாதியைச் சேர்ந்த ஏராளமான 'தலைவர்கள்', 'தாதா'க்கள் ஆகியோரின் செல்வாக்கின் கீழ் இருப்பதையும் களையும் நன்னோக்கங்கள் இந்த 'தலித்' தலைவர்களிடம் இருக்கிறதா என்னும் கேள்வியை எழுப்புகின்றன ஜெயராணியின் எழுத்துகள்.

காலங்காலமாக ஆதிக்க சாதியினரால் ஒடுக்கப்பட்டும் சுரண்டப்பட்டும் தாழ்த்தப்பட்டும் வந்துள்ள மக்கள் இந்த ஒடுக்குகுறை, சுரண்டல், தாழ்வு ஆகியவை சாதிப் படிநிலை அமைப்பில் சாதிக்கு சாதி அளவிலும் தன்மையிலும் வேறுபடுகின்றன (*graded inequality*) ஒட்டுமொத்த சமுதாயத்தில் அனைத்துவகையிலும் சமத்துவமும் சகோரத்துவமும் சுதந்திரமும் அடையமுடியாதபோது, குறைந்த பட்சம் உளவியல்ரீதியான ஆறுதலையும் கற்பனையான மேன்மையுமாவது அடைவதற்கு விருப்பப்படுவது இயல்பு. ஆனால், அந்த ஆறுதலையும் மேன்மையையும், பார்ப்பனிய இந்துக் கருத்துநிலைச் சட்டகத்திற்குள்ளேயே உருவாக்கிக் கொள்வதும் இந்த மேன்மைக்கு உரிமைகொண்டாட ஆதிக்கசாதிகளுடன் போட்டிபோடுவதும்தான் விபரீதம். 'ஆண்ட இனத்தவர்' என்றோ 'மூவேந்தர் பரம்பரை' என்றோ, 'விண்ணுலக வேந்தர்கள்' என்றோ, 'பூர்வத் தமிழர்' என்றோ, எந்தப் பெருமை பேசிக் கொண்டாலும், அந்தப் பெருமை 'தனக்குக் கீழ் ஒரு சாதி' என்பதோடு மற்றும் நின்று கொள்ளாது; மாறாக, 'தனக்கு மேலும் ஒரு சாதி' என்னும் விதியிலிருந்து அதனால் ஒருபோதும் தப்பிக்க இயலாது என்பதை உறுத்தி, உணர்த்திக் கொண்டேயிருக்கின்றன உத்தப்புரங்களும் கண்டதேவிகளும் குண்டாயிருப்புகளும்.

பிறப்பின் அடிப்படையிலும் சாதியின் அடிப்படையிலும் பாரபட்சம் காட்டப்படுவதை இனவாதமாகவே (*racism*) கருதப்பட வேண்டும் என்று அய். நா. அவை டர்பனில் நடத்திய மாநாட்டில்

தங்களுக்கிடையே உள்ள சாதி வேறுபாடுகளைக் கடந்து வலியுறுத்தினர் தலித் அமைப்புகளின் பிரதிநிதிகள். ஆனால், அந்த வேகமும் உணர்வும் உட்சாதிப் பிரிவுகள் தொடர்பாகக் காட்டப்படாதது மிகப் பெரும் அவலம். டர்பன் மாநாட்டிற்குச் சில மாதங்கள் கழித்து, சாதியமும் இனவாதமே என்பதை அய். நா. ஏற்றுக் கொண்டுள்ளது. பார்ப்பன ஆதிக்கம் மேலோங்கியுள்ள நேப்பாள நாட்டின் அரசு இதை ஏற்றுக் கொண்டுள்ள போதிலும் இந்தியா இன்னும் ஏற்றுக் கொள்ள மறுத்து வருகிறது.

தலித்துகளிடையே நிலவும் தீண்டாமைப் பழக்கங்கள், சாதியம் ஆகியவற்றுக்கு முகங்கொடுக்கத் தவறியதைப் போலவே, தாழ்த்தப்பட்ட மக்களிடையே இந்துத்துவ சக்திகள் வளர்ந்துவருவதைத் தடுப்பதிலும் தலித் இயக்கங்களும் தலைவர்களும் முற்றிலும் தவறிவிட்டதை, இந்துத்துவத்தின் ஒடுக்குமுறைக்கு இரையான தலித்துகளும் முஸ்லிம்களும் தனித்தனியாக நிற்பது சங் பரிவாரத்தின் வளர்ச்சிக்கே உதவும் என்று எச்சரிக்கிறார் ஜெயராணி.

அம்பேத்கர் பெரியார் என்னும் கண்ணாடியை அணிந்து கொண்டிருப்பதால் தான் கோவில் நுழைவு உரிமையை வலியுறுத்துவதற்காக, கடவுள் எதிர்ப்பையோ, தாழ்த்தப்பட்ட சாதியினர், பழங்குடியினர், பிற்படுத்தப்பட்டோரின் இட ஒதுக்கீட்டின் பொருட்டு சாதி ஒழிப்புக் கொள்கையையோ, முஸ்லிம்கள், கிறித்துவர்கள் போன்ற சிறுபான்மைச் சமூகத்தினரின் உரிமைக்குக் குரல் கொடுக்கும் பொருட்டு, அவர்களிடையே நிலவும் ஆணாதிக்கத்தையும் சாதியத்தையும் எதிர்க்காமல் இருப்பதையோ அணு அளவுகூட அவர் கைவிடுவதில்லை. அதேபோல பெண்ணுரிமையை வலியுறுத்தும், ஆணாதிக்கத்தைச் சாடும் அதேவேளை, இந்துக்களால் ஒடுக்கப்படும் தலித்துகளிடமும் முஸ்லிம்களிடமும் உள்ள பெண்ணடிமைக் கருத்துகளை அவர் மன்னிப்பதில்லை.

மணிப்பூரின் மனோரமாவிலிருந்து ஆப்பிரிக்கக் கண்டத்து சைனா வரை, ஆண்களின் உலகம் பெண்களுக்கு இழைக்கும் கொடூரங்களைப் பதிவு செய்யும், தமிழ்ப்பண்பாடு என்னும் பெயரால் ஆணாதிக்கக் கருத்துகளைப் பாதுகாக்கப் புறப்பட்ட 'கலாச்சார போலிஸார்' தொடுத்த கடுங்கணைகளிலிருந்து குஷ்புவைப் பாதுகாக்க நீளும் ஜெயராணியின் கரம், எல்லா

பெண்களையும் ஒரே 'வகையின'த்துக்குள் கொண்டுவர மறுக்கிறது. நாடாளுமன்றத்தில் 33 விழுக்காடு இடங்களைப் பெண்களுக்கு ஒதுக்குவதற்கான சட்ட முன் வரைவு, சட்டமாக்கப்பட்டால் அது ஆதிக்க சாதிப் பெண்களுக்கே பயன்படும் என்பதை நிறுவுவதற்காக மகாராட்டிர மாநிலத்தின் கயர்லாஞ்சியிலும் தமிழகத்தின் திண்ணியத்திலும் தலித்துகள் மீது நடத்தப்பட்ட மிகக் கொடூரமான வன்கொடுமைகளில் சாதி இந்துப் பெண்கள் பங்கேற்றதுடன் அவற்றுக்கு மூலகாரணமாகவும் இருந்ததை எடுத்துக்காட்டுகிறார் (2002 இல் குஜராத்தில் முஸ்லிம்கள் மீது நடத்தப்பட்ட வன்கொடுமை நிகழ்ச்சிகள் பலவற்றிலும்கூட சாதி இந்துப் பெண்கள் பங்கேற்பாளர்களாகவும் பார்த்து மகிழும் பார்வையாளர்களாகவும் இருந்தனர்).

இந்த சட்ட முன்வரைவை படித்திராத எனக்கு அது குறித்த திட்டவட்டமான கருத்துகளைக் கூற முடியவில்லை. அரசியல் சட்டத்தின்படி, அரசாங்கப் பணிகள், கல்வியிடங்கள் ஆகியன மட்டுமின்றி ஆட்சி மன்றப் பிரதிநிதித்துவத்தில் பட்டியல் சாதியினருக்கும் பழங்குடி மக்களுக்கும் ஒதுக்கீடு தரப்பட வேண்டும். எனவே நாடாளுமன்றத்தில் பெண்களுக்கு 33 விழுக்காடு இட ஒதுக்கீடு என்னும் சட்ட முன்வரைவில் மேற்சொன்ன அரசியல்சட்டரீதியான ஒதுக்கீடு பட்டியல் சாதியினருக்கும் பழங்குடி மக்களுக்கும் இருக்கிறதா, இல்லையா என்பது தெரியவில்லை. பெண்களுக்கான 33 விழுக்காடு ஒதுக்கீட்டில் பிற்படுத்தப்பட்ட, தாழ்த்தப்பட்ட வகுப்புப் பெண்களுக்கு உள் ஒதுக்கீடு இருக்க வேண்டும், இல்லாவிட்டால் மேல்சாதிப் பெண்கள் (சரத் யாதவ் கூற்றுப்படி 'கிராப்' வெட்டிக் கொண்ட பெண்கள்) மட்டுமே இந்த இட ஒதுக்கீட்டைப் பயன்படுத்திக் கொள்ள முடியும் என்று மூன்று 'யாதவ்'களும் ஓரிரு தலித் தலைவர்களும் கூறுகின்றனர்.

அரசியல் சட்டப்படி, நாடாளுமன்றத்திலோ, மாநில சட்டமன்றங்களிலோ, உள்ளாட்சி அமைப்புகளிலோ பிற்படுத்தப்பட்ட வகுப்பினருக்கு இட ஒதுக்கீடு இல்லை. ஆனால், பொதுத் தொகுதிகளில் பிற்படுத்தப்பட்ட வகுப்பைச் சேர்ந்த ஆண்கள் போட்டியிட்டு வெற்றி பெற முடிகிறது. அதே வெற்றி வாய்ப்பை அவர்கள் வீட்டுப் பெண்களுக்கும் கொடுக்கலாமே! படிப்பறிவு ஏதும் இல்லாத ராப்ரி தேவி, லாலு பிரசாத்தின்

துணைவியார் என்ற ஒரே காரணத்துக்காக பீகார் முதலமைச்சர் பதவியை வகிக்க முடிந்தது என்றால், அத்தகையவர்கள் ஏன் நாடாளுமன்ற உறுப்பினர்களாக இருக்க முடியாது? பிற்படுத்தப்பட்ட வகுப்புகளில் மேல் சாதி வகுப்புகளைச் சேர்ந்தவர்கள் அளவுக்கு படிப்பும் திறமையும் உள்ளவர்கள் இல்லை என்னும் வாதமும் ஏற்பதற்கில்லை. ஏதோ பிற்படுத்தப்பட்ட வகுப்பு ஆண்களுக்கு மட்டும் திறமையும் படிப்பும் இருக்கிறதா என்ன? மேலும், 33 விழுக்காட்டில் பிற்படுத்தப்பட்ட வகுப்புப் பெண்களுக்கு இடஒதுக்கீடு கோரும் சரத் யாதவ், முஸ்லிம்களுக்கு எந்த இட ஒதுகீடும் கூடாது என்று கூறும் பாஜகவுடன் கூட்டணி வைத்திருப்பது ஏன்?

இதே போல என் மனத்தில் சற்று நெருடலை ஏற்படுத்திய மற்றொரு கட்டுரை “பீடங்கள் பறிபோகின்றன: பதற்றத்தில் பார்ப்பனர்கள்”. மாயாவதி மாடலில் பார்ப்பன தலித் கூட்டமைப்பைத் தமிழ் நாட்டிலும் ஏற்படுத்த முனைந்த ‘சின்னவரு’க்கும் உடல் முழுக்க பூணூல் அணிந்த அசோகமித்திரன் போன்ற எழுத்தாளர்களுக்கும் ஜெயராணி முகத்தில் அறைந்தாற் போல் பதில் சொல்லியுள்ளார். இருப்பினும், தமிழ் நாட்டில் அரசியல், பொருளாதார, பண்பாட்டுத் துறைகளில் ஆதிக்கம் செலுத்தும் அல்லது முன்னணியில் இருக்கும் ஆண்கள், பெண்களின் பட்டியலில் அவர் சேர்த்துள்ள ஓரிரு பெண்களின் பெயர்கள் மைதிலி சிவராமன், மங்கை என் மனத்தில் நெருடலை ஏற்படுத்துகின்றன. அவர்களுடன் நெருக்கமாகப் பழகியவன், சொந்த வாழ்க்கையிலும் பொது வாழ்க்கையிலும் சாதியத்தைத் துடைத்தெறிவதற்காகப் போராடி அதிலிருந்து முற்றிலுமாக விடுபட்டவர்கள் என்னும் முறையில் ஜெயராணியின் பட்டியலில் அவர்கள் சேர்க்கப்பட்டிருப்பதை என் மனம் ஒப்பவில்லை.

பார்ப்பன - பார்ப்பனிய ஆதிக்கத்தின் மீது தலித்துகளுக்கு உள்ள நியாயமான கோபத்தையும் வெறுப்பையும் இக்கட்டுரையில் என்னால் பார்க்க முடிகிறது. ஆனால், அந்தக் கோபமும் வெறுப்பும் தர்க்கங்களை மீறுகையில், விபரீதமான வெளிப்பாட்டில்தான் முடியும். தலித்துகளில் ஒரு குறிப்பிட்ட சாதியைச் சேர்ந்தவர்களின் அல்லது தலைவர்களின் நேர்மையீனமான பேச்சுகளையும் நடத்தை முறைகளையும் வேறொரு தலித் சாதியைச் சேர்ந்த, சாதிமனப்பான்மையற்ற ஒருவர் விமர்சித்தாலோ,

சுட்டிக்காட்டினாலோ அதற்குப் பதிலாக, விமர்சிக்கப்படுபவரின் பண்பு நலன்களே விமர்சிப்பவருக்கும் ஏற்றிச் சொல்லப்படுவதையும் பார்க்கிறோம். ‘தலித் முரசு’க்கு ஏற்பட்ட கசப்பான அனுபவங்களே இதற்குச் சான்று. இன்னும் சொல்லப்போனால் அண்ணல் அம்பேத்கரின் அகால மரணத்துக்குக் காரணம், பிறவியில் பார்ப்பனராக இருந்த அவரது இரண்டாவது துணைவியார் சவீதா அம்மையார் என்னும் கருத்து தலித்துகளிடையே இன்றும்கூடப் பரவலாக இருப்பதுதான். இந்தக் கருத்து அண்ணலுக்கும் சேர்த்து இழுக்கு உண்டாக்குகிறது என்பதை அவர்கள் புரிந்து கொள்வதில்லையோ என்னவோ.

தலித் குடும்பத்தில் பிறந்த ஒரே காரணத்துக்காக விளையாட்டு வீராங்கனை சாந்தி மீது ஊடகங்கள் நடத்திய அவதூறுப் பிரச்சாரங்களுக்கிடையே, மு. கருணாநிதி அவருக்கு விருது வழங்கியதையும் கி. வீரமணி பாராட்டுக் கூட்டம் நடத்தியதையும் பாராட்டி எழுதும் ஜெயராணி, பெரியாரின் திராவிட மரபுக்கு உரிமை கொண்டாடும் திமுக, அஇஅதிமுக தமிழகத்தில் மாறி மாறி ஆட்சிப் பொறுப்புக்கு வந்த போது, அவை பட்டியல் சாதியினருக்கும் பழங்குடி மக்களுக்கும் சட்டப்படி கிடைக்க வேண்டிய நிதியாதாரங்கள், வேலைவாய்ப்புகள், மலமள்ளும் தொழிலை ஒழிப்பதற்கான நிதி உதவிகள் ஆகியவற்றை அவற்றைப் பெறுவதற்கு உரிமையுள்ள மக்களுக்குப் போய்ச் சேர முடியாமல் தடுத்ததையும், ‘எழில்மிகு சென்னை’, ‘சிங்கார சென்னை’ என்னும் பெயர்களின் கீழ் தலித் மக்களின் வாழ்விட ஆதாரங்களை அழித்ததையும் பதிவு செய்ய மறக்கவில்லை. “பெரியாரின் பகுத்தறிவுப் பாசறையில் வளர்ந்தவன்” என மார்தட்டிக் கொள்ளும் மு. கருணாநிதியின் பகுத்தறிவு, சாய்பாபாவின் காலடியில் சரணடைந்ததைச் சுட்டிக்காட்ட மறக்கவில்லை.

மாஞ்சோலை விவகாரம் பற்றிய நீண்டதொரு புலனாய்வுக் கட்டுரை, தலித் இயக்கங்கள் தங்களது மூல உத்திகளையும் தந்திர உத்திகளையும் வகுப்பதில் எவ்வளவு கவனமாக இருக்க வேண்டும் என்பதையும் ‘வீரப்பட்டத்தை’ நாடுவது எத்தனை பெரிய தோல்வியில், சமரசத்தில் கொண்டுபோய் விடும் என்பதையும் தெளிவுபடுத்துகிறது.

இந்தியாவிலுள்ள குடிமை உரிமை/மனித உரிமை/ஜனநாயக உரிமை அமைப்புகள், எல்லா உரிமைகளினதும் மறுப்புக்கு ஆதாரமாக உள்ள தீண்டாமை, சாதியம் ஆகியன தொடர்பான

பிரச்சனைகளிலிருந்து தமது செயல்பாடுகளையும் சிந்தனைகளையும் தொடங்கியிருக்குமேயானால் அவை ‘என்கவுண்டர் மோதல்கள்’, அரசு ஒடுக்குமுறைகள் என்பனவற்றோடு நிற்காமல், சமூக, பொருளாதார, பண்பாட்டுத் துறைகளில் நடக்கும் ஒடுக்குமுறைகள், சுரண்டல்கள் ஆகியவற்றின் மீதும் கவனம் செலுத்தும் மிகப் பெரும் மக்கள் இயக்கங்களாக வளர்ந்திருக்கும் என்று காலஞ்சென்ற மாபெரும் மனித உரிமைப் போராளி கே. பாலகோபால் கூறினார். தனது கருத்துக்கு செயல் வடிவமும் தந்து காட்டினார்.

குடிமை உரிமை/மனித உரிமை அமைப்புகள் எனத் தமிழ்நாட்டில் செயல்படும் எந்த அமைப்புடனும் ஜெயராணி தன்னை இணைத்துக் கொள்ளவில்லை என்றாலும், அவற்றின் கருத்துநிலை, நடைமுறைத் தளங்களைவிட விரிவானதும் வீச்செல்லைகள் கொண்டவையுமான பிரச்சனைகள் மீது ஓர் உண்மையான புலனாய்வு இதழியலாளராக, மனித உரிமை ஆர்வலராக, தலித்திய எழுத்தாளராக, பெண்ணிலைவாதியாகத் தன்னை நிறுவிக் கொள்கிறார் தனது எழுத்துகள் மூலம். அம்பேத்கரின் உலகளாவிய மனிதநேயப் பார்வையும் பெரியாரின் சாதி ஒழிப்பு ஆணாதிக்க எதிர்ப்பு மூட நம்பிக்கை எதிர்ப்புப் பகுத்தறிவுப் பார்வையும் ஜெயராணி விடயங்களைப் பார்க்கும், புரிந்து கொள்ளும் கோணத்தை வடிவமைக்கின்றன.

இந்து மதம், அதன் கடவுள்கள், சாதிகள் ஆகியவை முற்றிலும் ஒழிக்கப்பட்டாலொழிய தலித்துகளுக்கும் தலித் அல்லாதவர்களுக்கும் உண்மையான விடுதலை ஒருபோதும் எட்டாது என்பதும் இந்த விடுதலைக்கானப் போராட்டம் சாதி ஒழிப்பு, பெண்ணடிமைத்தன ஒழிப்பு, வர்க்கச் சுரண்டல் ஒழிப்பு, மூட நம்பிக்கை ஒழிப்பு ஆகிய நான்கு பரிமாணங்களைக் கொண்டதாக இருக்க வேண்டும் என்பதும் கிட்டத்தட்ட எல்லா கட்டுரைகளிலும் சொல்லப்படுகின்றன. சமூகத்தால் திணிக்கப்படும் எல்லாவிதமான அவமானங்களிலிருந்தும் ஒடுக்குமுறைகளிலிருந்தும் தப்பிக்க வழி தேடித் தவிக்கும் தலித்துகள், இஸ்லாம் மதத்தைத் தழுவிய நிகழ்ச்சிகள் சிலாகிக்கப்படுகின்றன.

என்ன செய்வது? சாதி ஒழிப்பு இயக்கங்களும் கம்யூனிச இயக்கங்களும் செய்யத் தவறியவை ஒருபுறமிருக்க, அவை உண்மையிலேயே சாதிக்க முயன்றவை, அந்த முயற்சியில் அவை ஈட்டிய வெற்றிகள், அம்பேத்கருக்குப் பிறகு தலித் இயக்கங்கள் நடத்திய பல்வேறு போராட்டங்கள் ஆகிய அனைத்தின் உழைப்பும்

இந்தியாவின் ஒடுக்கப்பட்ட மக்களை ஒன்று சேர்க்கக்கூடிய, அவர்களது விடுதலைக்கான சரியான பாதையைக் கட்டியமைக்கக்கூடிய வழிமுறைகளை இன்னும் தெளிவாக வரையறுத்துத் தரவில்லை; சந்தர்ப்பவாத இயக்கங்களுக்கும் தலைவர்களுக்கும் இது பிரச்சனையே அல்ல. உண்மையான விடுதலை இயக்கங்கள் இன்னும் தெளிவில்லாமல், இருளில் உழல்கின்றன. இன்னும் எண்ணற்ற போராட்டங்கள், கசப்பான அனுபவங்கள் ஆக்கப்பூர்வமான மார்க்கத்தை நோக்கிய பயணத்துக்கு உதவக்கூடும். எனினும், "விடுதலைக்கான முதல் நிபந்தனை நாம் அடிமைகளாக இருக்கிறோம் என்பதை உணர்வதுதான்" என்று சொல்லப்படுவதுபோல, நம் மீது சுமத்தப்பட்டுள்ள பல்வேறு வகை அடிமைத்தனங்களை எடுத்துரைக்கும் பணியைச் செவ்வனே செய்கின்றன ஜெயராணியின் கட்டுரைகள்!

நவ தாராளவாதப் பொருளாதாரமும் அதற்கு உறுதுணையாக உள்ள அரசியலும் பண்பாடும் இந்தியாவின் உழைக்கும், ஒடுக்கப்படும் மக்களின் - குறிப்பாக தலித்துகளின், பழங்குடியினரின் இருப்பையே கேள்விக்குட்படுத்தி வரும் இன்றைய சூழலில், ஓர் உண்மையை நாம் நினைவுபடுத்திக் கொள்ள வேண்டும்: "கற்பி, ஒழுங்கமை, கிளர்ச்சி செய்" என்னும் அம்பேத்கரின் முழக்கம் தலித்துகளால் 'தாரக மந்திரம்' போல் உச்சரிக்கப்படுகிறது. அமெரிக்காவிலும் லண்டனிலும் அவர் உயர் கல்வி கற்ற போது, அவரது ஆசான்களாக இருந்த பேராசிரியர்கள் சிலர் முனைப்போடு செயலாற்றி வந்த 'ஃபேபியன் சங்கம்' என்னும் சோசலிச அமைப்பின் முழக்கமே அது. அம்பேத்கரின் சோசலிசக் கண்ணோட்டத்தை அரசமைப்பு அவைக்கு பட்டியல் சாதியினர் கூட்டமைப்பு சார்பில் அனுப்பிய மாற்றுத் திட்டமான 'அரசும் சிறுபான்மையினரும்' என்னும் ஆவணத்தில் மட்டுமின்றி 'புத்தரும் அவரது தம்மமும்' நூலிலும்கூடத் தெளிவாகப் புலப்படுகிறது.

அம்பேத்கரின் தத்துவ தரிசனத்திலுள்ள சோசலிசக் கூறை இந்தத் தலைமுறையைச் சேர்ந்த தலித், தலித் அல்லாத இளைஞர்களுக்கு எடுத்துக்கூறும் அறிவுப் பொறுப்பை ஜெயராணி மேற்கொள்ள வேண்டும்.

எஸ்.வி.ராஜதுரை
கட்டளைரங்கநாதபுரம்
16.12.2011

# பக்குவப்பட்ட ஆய்வு!

இந்தியா ஒரு விடுதலை பெற்ற நாடாக உருவெடுத்து 60 ஆண்டுகளுக்கும் மேலாக ஆன பிறகும் ஏறத்தாழ அதே அளவு காலம் அது ஒரு மதச் சார்பற்ற, ஜனநாயகக் குடிஅரசாக இருந்த போதும் தனித்துவம் வாய்ந்த, இறுக்கமான, கொடூரமான சாதிய முறைகள் தொடர்ந்து சமூகத்தின் ஓர் அங்கமாகவே இருக்கக் கூடிய பாகுபாடாக, சில நேரங்களில் மறைமுகமாக, சில நேரங்களில் வெளிப்படையாக, எப்பொழுதுமே இந்திய சமூகத்தின் உண்மை முகத்தின் பின்னே இருக்கக் கூடியதாக இருந்து வருகிறது. வாழ்வதற்கான உரிமை, சமத்துவம், வாழ்வியல் நிலை மற்றும் கல்விக்கான உரிமைகளை முற்றிலும் மறுக்கக் கூடிய ஒன்றாக இருக்கின்ற மத நூல்கள் மற்றும் மத மரபுகளால் அங்கீகரிக்கப்பட்ட இறுக்கமான சமூகப் படிநிலை. அரசியல் சட்டத்தினால் திருத்த இயலாத, இத்தகைய பொருளாதார மற்றும் சமூகச் சுரண்டல் மூலமாக ஏற்படுத்தப்பட்ட பரம்பரை பொருளாதார அடிமைத்தனம்.

இரண்டாயிரம் ஆண்டுகளுக்கும் மேலாக நமது சொந்த மக்களை திட்டமிட்டு மனிதத்தன்மைக்கு கீழான நிலைக்குத் தள்ளுவது என்பது, பாலியல் அடிமைத்தனம் மற்றும் கொடூர, திட்டமிடப்பட்ட பாலியல் குற்றங்களையும் உள்ளடக்கியது. அதன் விளக்கங்கள் சில வகைகளில் சாதி என்பது என்ன என்பதை பிரதிபலிக்கின்றன. இந்தியா பெருமையாக தான் ஒரு ஜனநாயக நாடாக முழுமையடைந்து விட்டதாக அறிவிக்கும் போதும், இத்தகைய திட்டமிட்ட மறுப்புகளுக்கு பலியானவர்களின் மனிதத்தன்மைக்குக் கீழான நிலையில், சாதி என்றால் என்ன பொருளைத் தருகிறது என்பதை எவ்வகையிலும் இந்த குறிப்புகள் உள்ளடக்கித் தர இயலாது.

இந்திய அரசமைப்புச் சட்டத்தின் தந்தையான டாக்டர் அம்பேத்கர், காலனிய ஆதிக்கத்திலிருந்து அரசியல் விடுதலை பெறுவது மட்டுமே நம்மை விடுவித்து விடாது என்று விடுத்த எச்சரிக்கையானது தொலைநோக்குப் பார்வை கொண்டதாகும். பொருளாதார மற்றும் சமூக விடுதலை, உண்மையில் சாதி ஒழிப்பு ஆகியவை, ஆழமான சாதிய மற்றும் நிலவுடைமைச் சமூகத்தில் சமத்துவமும் விடுதலையும் ஏற்படுவதற்கு அடிப்படையான தேவைகளாகும். பல நூற்றாண்டுகளாக, சாதிக்கு எதிரான வலுவான இயக்கங்கள், இத்தகைய ஒடுக்குமுறைகளுக்கு பெரும் எதிர்ப்பை ஏற்படுத்தியுள்ளன. சீர்திருத்தம், எதிர்ப்பு ஆகியவை மகாராஷ்டிரத்திலிருந்து, தமிழ்நாடு மற்றும் கேரளா வரை, இந்த இயக்கங்கள் அனைத்தும் தனித்துவமான நோக்கமும் உருவமும் கொண்டிருந்தன. சாதிய இறுக்கத்தினை கேள்வி கேட்கும் வகையிலேயே பவுத்தம், சமணம், ஏன் சீக்கிய மதமும் கூட உருவாகின.

மகாராஷ்டிரத்தில் பல நூற்றாண்டுகளாக, துறவிகளும் சிந்தனையாளர்களும் ஆட்சியாளர்களும் மக்களும் சாதியப் படிநிலையை கேள்விக்குள்ளாக்கி வந்துள்ளனர். ஏக்நாத், நாம்தியோ அல்லது துக்காராம் போன்ற தொடக்கக்காலத்தைச் சேர்ந்த துறவிகளாக இருக்கட்டும் அல்லது ஜோதிபா புலே, சாகு மகாராஜ், சிவாஜி அல்லது அம்பேத்கராக இருக்கட்டும், அவர்கள் சொற்கள் கூர்மையானதாகவும் பல்வேறு பரிமாணங்களைக் கொண்டதாகவும் இருந்தன. அதே மகாராஷ்டிரத்தில் 29-09-2006 அன்று மாநிலத்தின் பனி கால தலைநகரான நாக்பூரிலிருந்து 120 கி. மீ தொலைவில் உள்ள கயர்லாஞ்சியில், தங்கள் நில உரிமையை கோரியதற்காகவும் தங்கள் குழந்தைகளுக்கு கல்வி அளித்தமைக்காகவும் சூரியனுக்கு கீழே தங்களுக்கு உரிமையுள்ள ஓர் இடத்திற்காக அனைத்து வகையான கசப்பான தடைகளுக்கும் எதிராக உறுதியாக நின்றதற்காகவும் ஒரு தலித் குடும்பம் மிகக் கொடூரமான துன்புறுத்தல்களுக்கு உள்ளாக்கப்பட்டு கொல்லப்படவும் முடிந்திருக்கிறது. இது கடந்த காலத்திற்கு பின்னோக்கிச் செல்வதன் அடையாளமா அல்லது தங்கள் அடிப்படை மனித உரிமைகளுக்காக தலித்துகள் தொடர்ந்து நடத்தி வரும் உறுதியான போராட்டத்திற்கான எதிர்வினையா?

கடந்த பல ஆண்டுகளாக, குறிப்பாக எண்பதுகளின் இடையிலிருந்து இந்து வலதுசாரிகளின் துணையுடன் உருவாக்கப்பட்ட உலகமயமாக்கல் கொள்கையானது, சாதிக்கும்

சாதிய ஒடுக்குமுறைகளுக்கும் எதிராகப் போராடிய பல இயக்கங்களின் மீது பாதிப்பை ஏற்படுத்தியுள்ளது. அதன் விளைவாக, இந்து ஒருங்கிணைப்பு என அழைக்கப்படும் கொள்கையானது, சாதிய ஒடுக்குமுறை மற்றும் தனிமைப் படுத்துதலுக்கு எதிரான போரை அலட்சியப்படுத்துகிறது. விசுவ இந்து பரிசத் போன்ற அமைப்புகள் ஒருபுறமும் முக்கியமாக பஜ்ரங் தள் ஆகிய அமைப்புகள் திட்டமிட்டு, 'கீழ்' சாதிகளிலிருந்து இளைஞர்களை இந்து கட்டமைப்புக்குள் கொண்டு வந்து, 'பொது எதிரி'யான கிறித்துவர்கள் மற்றும் முஸ்லிம்களுக்கு எதிராகப் போரிட வைக்க செயல்திட்டம் வகுத்துள்ளன.

நகைமுரண் என்னவெனில், முதலில் கிறித்துவமும் பின்னர் இஸ்லாமும் இந்த துணைக் கண்டத்திற்குள் நுழைந்த பிறகே ஒடுக்கப்பட்ட சாதியினர் முதன் முதலாக விடுதலையை சுவைத்தனர். நிலங்களில் உழைக்கும் ஒப்பந்தக் கூலிகளாக இருக்கட்டும் அல்லது திருவனந்தபுரத்தில் உள்ள பெண்கள் மேலாடை அணிய தடை விதிக்கப்பட்டது போன்ற சாதி அடிப்படையிலான பெண்களுக்கு எதிரான ஒடுக்குமுறைகளாக இருக்கட்டும், இத்தகைய பழக்கங்களிலிருந்து விடுதலையானது - வரலாற்று ரீதியாக - ஒப்பீட்டளவில் சமத்துவம் உள்ளதாகக் கருதப்பட்ட இஸ்லாம் அல்லது கிறித்துவத்திற்கு மதம் மாறியதனாலேயே நடந்தேறியுள்ளது. மதம் மாற்றுபவர்களின் நோக்கமும் மதம் மாறியவர்களின் நோக்கமும் பெரும்பாலும் வெவ்வேறாகவே இருந்தன. வேதனை என்னவெனில், இங்கு நுழைந்து பல நூற்றாண்டுகளுக்குப் பிறகு, ஒடுக்கப்பட்டவர்களின் அடைக்கலமாக ஒரு காலத்தில் திகழ்ந்த இந்த இரண்டு மதங்களுமே இன்று சமத்துவமின்மையையும் சாதிய ஒடுக்குமுறைகளையும் கொண்டதாக இருக்கின்றன.

மகாராஷ்டிரத்தில் நடந்த மற்றொரு நிகழ்வு இதனை வெளிப்படுத்துகிறது. சிறு வயதிலேயே விதவையான பண்டித ரமாபாய், புனேவில் வாழ்ந்த ஒடுக்கப்பட்ட பார்ப்பன விதவைகளின் குரலாக ஒலித்தார். கிறித்துவ மதத்திற்கு மாறிய இவர், இந்திய கிறித்துவ அமைப்புக்குள் இருக்கக் கூடிய அதிகாரக் கட்டமைப்பின் செயல்பாடுகளால் அம்மதத்திலிருந்தே வெளியேறினார்.

இன்றைய இந்தியாவைப் பற்றிய எந்தப் புரிதலும் அரசியல் விமர்சனப் பார்வையோடும் சாதி மற்றும் மத வெறியின் உண்மை நிலையோடும் தொடர்புடையதாகவே இருக்கிறது. 'கம்யூனலிசம்'

தென்னாசியாவில் உருவான இந்தச் சொல்லானது, மதம் மற்றும் மத அடையாளங்களை அரசியல் ஆதாயத்திற்காக தவறாகப் பயன்படுத்துவது என்பதைக் குறிக்கிறது. இத்தகைய மதவெறி என்பது பிற சமூகத்தினரை வேறுபடுத்தி, ஒரு குறிப்பிட்ட பிரிவினரின் (மதத்தினரின்) உரிமைகளைப் பிறரிடமிருந்து வேறுபடுத்தி அதனை மட்டும் பேசுவதிலேயே நீடிக்கிறது. வரலாற்றை திருத்துவதன் மூலமாகவும் தவறாக வாசிப்பதன் மூலமாகவும் உருவாக்கப்பட்ட வரலாறுகளே இதன் முக்கிய ஆயுதம். பிறரை வேறுபடுத்திப் பார்க்கும் முறைக்கு பார்ப்பனிய இந்து நம்பிக்கை பல நூற்றாண்டுகளாக அனுமதித்த சாதியே இதற்கான வலுவான சட்டப்பூர்வமான வழியாக இருக்கிறது.

பெண்களும் அவர்களின் பாலியல் உரிமைகளும் சாதி மற்றும் சமூக அடையாளங்களுக்கு பெரும் அச்சுறுத்தலாக இருந்திருக்கிறது. எனவேதான் பாலியல் வன்முறை என்பது சாதி மற்றும் சமூக கவுரவத்தின் வெளிப்பாடாக இருக்கக் கூடிய ஒரு முக்கிய ஆயுதமாகப் பயன்படுத்தப்படுகிறது. தென்னாசியா, பரவலாக சாதியால் அமைக்கப்பட்டது. குறிப்பாக கடந்த 250 ஆண்டுகளாக, மதவெறி அரசியலால் கடுமையாகப் பாதிக்கப்பட்டுள்ளது. இதுவே இந்தியத் துணைக் கண்டத்தின் பிரிவினைக்கும் முக்கியக் காரணமாக இருந்தது. சாதியை புரிந்து கொள்ளாமல் மதவெறி அரசியலைப் புரிந்து கொள்ள முடியாது.

இளம் எழுத்தாளரால் எழுதப்பட்டுள்ள இந்நூலானது, சாதி மற்றும் மதவெறி குறித்து ஒரு பக்குவப்பட்ட ஆய்வாக அமைந்திருக்கிறது. சமூக மற்றும் அரசியல் அடிப்படைகள் குறித்த ஆழமான புரிதலையும் ஆய்வையும் இது பிரதிபலிக்கிறது. இந்தியா மற்றும் தென்னாசியா ஆகிய இரண்டு இடங்களிலும் சாதி மற்றும் மத வெறியைக் கையாள - நேர் நிமிர்ந்து ஒரு போரை- இந்த உலகை எதிர்கொள்ளத் துணிவுடன் தயாராவோம்.

**தீஸ்டா செடல்வாட்**
ஆசிரியர், 'காம்பட் கம்யூனலிசம்'
மும்பை

# தலித் இதழியல் வரலாற்றில்...

மீனாமயில், செவ்வந்தி, ஜெனிபர், காவ்யா எனப்பல பெயர்களில் எழுதி வந்தவர்தான் இந்நூலாசிரியர் ஜெயராணி. பல புனைப்பெயர்களில் எழுத வேண்டும் என்று அவர் விரும்பியதில்லை. ஆனால் அவர் வணிக இதழ்களில் பணிபுரிவதால் பல பெயர்களில் எழுத வேண்டிய நிர்பந்தம். அவருடைய இயற்பெயரைவிட மீனாமயில் என்ற பெயரே 'தலித் முரசு' வாசகர்களிடையே புகழ்பெற்ற ஒன்று. பெயர் மட்டும் அல்ல; அவருடைய கூர்மையான எழுத்துகளும்தான்! மீனாமயிலின் கட்டுரையோ, கவிதையோ, ஒளிப்படமோ இல்லாத இதழ் வாசகர்களுக்கு நிறைவற்ற தன்மையையே ஏற்படுத்தும். இதழ் வெளிவந்த ஒருசில நாட்களிலேயே வாசகர்கள் தங்கள் கடிதம், தொலைபேசி வாயிலாக இதை வெளிப்படுத்தி விடுவர். அவர் தலித் முரசில் எழுதத் தொடங்கியதிலிருந்து இன்றுவரை அவர் எழுத்தின் முதல் வாசகன் என்ற வகையிலும் இதழ் ஆசிரியர் என்ற வகையிலும் நானும் அவ்வாறே உணர்ந்திருக்கிறேன்.

தமிழ் இதழியல் வரலாற்றில் நூறாண்டுகளுக்கு முன்பே பண்டிதர் அயோத்திதாசர், ரெட்டமலை சீனிவாசனார் போன்ற தலைவர்கள் தடம் பதித்துள்ளனர். தலித் இதழியலுக்கான தேவை இருப்பினும் இத்துறையில் தொடர்ச்சியாகப் பங்கேற்றோர் வெகுசிலரே. அதேபோல, நூற்றுக்கும் மேற்பட்ட தலித் இதழ்கள் வெளிவந்திருப்பினும் அவற்றின் வாழ்நாள் மிகவும் குறைவானதாகவே இருந்திருக்கிறது.

அன்றைய காலத்தில் 'தலித்' எழுத்தாக அறியப்படாவிட்டாலும் தாங்கள் பன்னெடுங்காலமாக அனுபவித்து வரும் கொடுமைகளைத்

தாம் நடத்திய இதழ்களில் தலித்துகள் பதிவு செய்தே வந்துள்ளனர். ஆனால், அவ்வெழுத்துகள் தாங்கள் நாள்தோறும் சந்திக்கும் ஜாதி - தீண்டாமைக் கொடுமைகளுக்கான மூல காரணிகளை கண்டுணர்வதாகப் பெரும்பாலும் இல்லை. அம்பேத்கரின் படங்களும் அவர் சந்தித்த துயர நிகழ்வுகள் பற்றிய குறிப்புகளும் அவர் வெளிநாடு சென்று படித்த மேற்படிப்புகள் பற்றிய பெருமிதங்களும் உலக வட்டமேசை மாநாட்டில் அவருடைய பங்களிப்புகளும் பூனா ஒப்பந்தம் பற்றிய குறிப்புகளும் காந்தியின் துரோகக் கதைகளும் இடம்பெற்ற அளவுக்கு அம்பேத்கரின் சாதி ஒழிப்புச் சிந்தனையோ, இந்து மத எதிர்ப்போ விரிவாக இடம் பெறவில்லை.

அண்ணல் அம்பேத்கரின் நூற்றாண்டு விழா கொண்டாட்டங்களுக்குப் பிறகு அவருடைய அறிவாயுதப் பரவல் நிகழத் தொடங்கிய தொண்ணூறுகளில் தலித் எழுத்துகள் தாங்கள் தாக்கப்படுவதற்கான மூல காரணிகளைத் தேடுவதில் உக்கிரம் கொள்ளத் தொடங்கின. இந்த வகையில் ஜெயராணியின் ஒவ்வொரு சொல்லும் ஜாதி ஒழிப்பைத் தன் உயிர் மூச்சாகக் கொண்டு இயங்குகின்றன. பத்து ஆண்டுகளுக்கும் மேலாக தலித் முரசில் இவர் எழுதியுள்ள கட்டுரைகள் அனைத்தும் கள ஆய்வுகளுடன் கூடிய பதிவுகளே.

குடும்பச் சூழல், பணிச்சுமை, நிதி நெருக்கடி என அனைத்தையும் பின்னுக்குத்தள்ளி களம் சென்று எழுதுவதற்கு எப்போதும் தயங்காதவர் அவர். எனவேதான் அவருடைய கட்டுரைகள் செய்திக் கட்டுரை என்ற எல்லையைக் கடந்து - நடுநிலை வகிக்காமல் - அநீதிக்கெதிராய் உயிர்ப்போடு போரிடுகின்றன. காலம் கடந்தும் அவருடைய கட்டுரைகள் நிலைத்து நிற்கும். அம்பேத்கரியலும் பெரியாரியலும் முன்னிறுத்தும் பகுத்தறிவே இவர் எழுத்தின் அடையாளம். தொல்குடி தலித் மக்களின் மனித மாண்பை மீட்டெடுப்பதற்கான வாழ்வியலை எதிரொலிக்கும் ஜெயராணியின் எழுத்து - தலித் இதழியல் வரலாற்றில் - தலித் பெண் இதழியலாளர் என்ற வகை மாதிரியின் தலை எழுத்தாய் மிளிர்கிறது. 'ஜாதியற்றவளின் குரலை' வெளியிடுவதில் 'தலித் முரசு' பெருமை கொள்கிறது!

இந்நூல் மூன்று ஆண்டுகளுக்கு முன்பே வெளிவந்திருக்க வேண்டும். ஆனால், 'தலித் முரசு' எட்டு மாதங்களுக்கு மேலாக அலுவலகம் இன்றியே செயல்பட வேண்டிய இக்கட்டான சூழல்.

அதற்குப் பிறகு பகுதிநேர கணிப்பொறியாளரை வைத்தே இரண்டு ஆண்டுகளுக்கும் மேலாக இதழ் கொண்டு வரப்பட்டதால் நூல் பணிகளுக்கு முன்னுரிமை அளிக்க இயலவில்லை. அதற்குப்பிறகு ஒரு எட்டு மாதங்களில் நிதி நெருக்கடியால் இதழையே கொண்டுவர இயலாத மோசமான நிலை ஏற்பட்டது.

இவ்வாறான நியாயமான காரணங்கள் இருப்பினும் பதிப்பாளர் தோழர் நீலகண்டன்(முதற் பதிப்பாளர்) இந்நூலுக்குரிய தாள்களை இரண்டு ஆண்டுகளுக்கு முன்பே வாங்கி வைத்து, அதைத் தற்பொழுது பயன்படுத்த முடியாத கடும் இழப்பை சந்தித்திருக்கிறார்; தோழர் ஜெயராணி தன்னுடைய இணையர் உயிரோடு இருக்கும்போதே இந்நூல் வெளிவந்துவிட வேண்டும் என மிகுந்த ஆதங்கம் கொண்டிருந்தார். இவர்களிருவருமே தலித் முரசின் நெருக்கடியான உண்மை நிலையை உணர்ந்து சகித்துக் கொண்டாலும் ஏற்பட்ட தாமதத்திற்குத் தார்மீகப் பொறுப்பேற்று, உற்ற தோழர்களிருவரிடமும் என் வருத்தத்தைப் பகிர்ந்து கொள்கிறேன்.

புனித பாண்டியன்
ஆசிரியர், 'தலித் முரசு'
சென்னை – 34

# முதற்பதிப்பிற்கான என்னுரை

இந்நாட்டின் பரந்த வெளியின் ஒவ்வொரு அடுக்கிலும் மனித மனங்களின் ஒவ்வொரு இடுக்கிலும் - மூவாயிரம் ஆண்டுகளாகப் படிமமாக உறைந்து - பண்பாடாகப் போற்றப்பட்டு, கால மாற்றத்தின் எவ்விதக் கட்டாயங்களுக்கும் உள்ளாகாமல், தழைத்தோங்கி வளர்ந்து கொண்டே இருக்கிறது ஜாதி! நாடு விட்டு நாடு போனாலும் கண்டங்கள் கடந்தாலும், பண்பாடுகள் மாறினாலும் இந்திய மனம் ஜாதியின் பிடியிலிருந்து தன்னைத் துண்டித்துக் கொள்வதில்லை. இன்னும் உண்மையாக, அது இந்து மதத்தின் சடங்குகளுக்காகவும் ஜாதி உண்டாக்கும் ஆதிக்கமேறிய கும்பல் மனப்பான்மைக்காகவும் ஏங்கித் தவிக்கிறது. சாமி என கையெடுத்துக் கும்பிடும் அடிமைக் கரங்கள் இந்நாட்டின் பண்பாட்டுச் சின்னம்! இந்தியாவின் இந்து குடிமக்கள் ஒவ்வொருவருக்கும் அடிமையென யாரேனும் இருந்தாக வேண்டும். மேல்சாதிக்கு கீழ்சாதி, ஆணுக்குப் பெண், பெரியோருக்குக் குழந்தைகள்! பிறப்பு தொடங்கி, குழந்தைமையிலிருந்து மரணம் வரை விடாமல் ஒட்டிக் கொண்டு வரும் ஒன்றை இந்தியர்களால் அடையாளம் காட்ட முடியுமென்றால் அது ஜாதியன்றி வேறில்லை! சிலர் மதங்களை மாற்றிக் கொள்கிறார்கள், சிலர் மாற்றுக் கடவுளர்களை வணங்குகிறார்கள். ஆனால் யாரேனும் ஜாதியைத் மாற்றிக் கொள்ள முடியுமா? முடியுமெனில், இந்நேரம் சூத்திரர்கள் எல்லோரும் பார்ப்பனர்களாகி இருக்க முடியுமல்லவா?

உலகமயமாக்கலின் கட்டாயம், நகரமயமாக்கலின் நெருக்கடி இவையெல்லாம் ஜாதி அதன் வீரியத்தை இழந்து வருவதைப் போன்றதொரு மாயையை உருவாக்குகின்றன. லட்சங்களைக்

கொட்டி படிக்கிற இளைஞர்கள் நவீன துறைகளுக்கு வரும்போது, அங்கே ஜாதி பார்ப்பதற்கான அவசியம் உண்டாவதில்லை என்று நம்புகிறோம். உண்மையில் தங்களின் கருப்புத் தோலாலும் ஆங்கிலம் பேச முடியாத இயலாமையாலும் நவீனத்தின் படிக்கட்டுகளில் ஏற முடியாமல் சறுக்கி விழுகின்றனர் ஜாதியால் ஒடுக்கப்பட்டவர்கள். ஊடகங்களையும் ஐடி நிறுவனங்களையும் அலங்கரிக்கும் பார்ப்பனப் பெண்டிரும் ஆடவரும், முன்னேறிய சாதியினரும் கூட்டு சேர்ந்து 'கோக்' குடிப்பதால் ஜாதி அழிந்து ஒருமைப்பாடு உருவாகிறதா என்ன? இவர்களெல்லோரும் இந்திய ஜாதிய உளவியலை எங்கு சென்றாலும் எடுத்துச் செல்கிறார்கள். பூர்வ ஜென்மப் புண்ணியத்தாலேயே இப்பிறப்பில் 'உயர்'ஜாதியில் பிறந்துவிட்ட பெருமிதத்தோடு இன்னும் ஆழமாக அவர்கள் பாகுபாட்டை நவீனப்படுத்தி எதிர்காலத்திற்கு கடத்துகின்றனர்.

"அம்மா இங்கே வா வா"வைப் போன்றதொரு பாலபாடமாக ஜாதி நம்பிக்கைகளும் பழக்கவழக்கங்களும் இவர்களுக்குள் விதைக்கப்பட - உலகின் எந்த மூலைக்குப் போனாலும் - திருமணமென்று வரும் போது கன்னிகாதானத்தை விட முடிவதில்லை. இந்தியப் பண்பாடாகவே ஜாதி சடங்குகளை இவர்கள் வெளியுலகிற்குப் பறைசாற்ற 'ஈடற்ற' இந்தியாவின் இழிமுகம், அழகியல் முகமூடி கொண்டு மறைக்கப்படுகிறது. இன்றைய தலைமுறை பார்ப்பன மற்றும் முன்னேறிய ஜாதி இளைஞர்களிடம் நாம் உணர முடிகிற ஜாதி ரீதியான வெறுப்புணர்வு அவர்களின் முப்பாட்டன் காலத்து வெறிக்கு சற்றும் சளைத்ததில்லை. ஆக, ஜாதி இங்கே வளர்ந்து கொண்டே இருக்கிறது. உலகப் பிரிவினைகள் எல்லாம் ஏதோவொரு கட்டத்தில் அதன் தன்மையை இழக்கும் போது, ஜாதி மட்டும் அதன் வீரியம் தளராமல் இருப்பது எப்படி?

பள்ளிப் பருவத்தில் நான் மிகச் சரளமாக கவிதைகள் எழுதிக் கொண்டிருந்தேன். அதைவிடவும் உரைநடை எழுதுவது எளிதானதாக எனக்கிருந்தது. நேருவையும் காந்திகளையும் பற்றி கட்டுரைகள் புனைந்து பரிசுகளையும் கைத்தட்டல்களையும் பெற்றேன். சுதந்திரப் போராட்டம் ஒன்றே மாபெரும் பிரச்சனையென்றும் ஆங்கிலேயர்களிடமிருந்து விடுதலை பெற்றுவிட்டதால் இந்நாட்டில் ஒவ்வொரு மனிதனும் சுதந்திரமாகவும் பாதுகாப்பாகவும் மரியாதையோடும் வாழ்வதாகவும் பள்ளிகளும் பாடநூல்களும் நம்ப வைத்தன. உடன்கட்டை ஏறுதல் பற்றி படித்தபோது, எவ்வளவோ முன்னேறிய

காலத்தில் இருப்பதற்காக மகிழ்ந்து கொண்டேன். ராஜாராம்மோகன்ராய் போன்றோர் மரியாதைக்குரியவர்களாக இருந்தனர். சுதந்திரப் போராளிகள் என்பதால் அன்னி பெசன்ட் அம்மையாரையும் ஜான்சிராணியையும் முன்மாதிரிகளாக மதித்துக் கொண்டிருந்த காலமது. முகலாய மன்னர்களின் படையெடுப்பு கோபமூட்டியது. கப்பம் கட்ட மறுத்து முறுக்கி நின்ற வீரபாண்டிய கட்டபொம்மனும் காட்டிக் கொடுக்கப்பட்டு தூக்கிலிடப்பட்ட ஊமத்துரையும் கலைத்தாகம் கொண்ட ராஜராஜசோழனும் கண்ணகிக்கு இழைத்த அநீதிக்காக உயிரைவிட்ட பாண்டிய மன்னனும் வரலாற்றின் நாயகர்களாகப் பெருமதிப்பைப் பெற்றிருந்தனர். சட்டமேதை என்று சுட்டிக் காட்டப்பட்ட அம்பேத்கரும் பெண்ணுரிமைப் போராளியாகச் சொல்லப்பட்ட பெரியாரும் எவ்விதப் பாதிப்பையும் என்னுள் உண்டாக்கவில்லை.

இந்திய பள்ளிகள் தன் மாணவருக்கு பயிற்றுவிக்க விரும்பும் அதிகபட்ச சமூக வரலாறு இவைதான். இந்நாட்டின் தீராதப் பிரச்சனையான ஜாதி மத வெறுப்புணர்வு பற்றியோ அதற்கெதிரான போராட்டங்கள் குறித்தோ, அதை வழிநடத்திய தலைவர்கள் பற்றியோ, ஜனநாயகம் என்பதன் முழுப் பொருளையோ அவை கற்றுத் தர விரும்புவதில்லை. மக்களால் மக்களுக்காக மக்களே தேர்ந்தெடுக்கும் ஆட்சி! இதுதான் ஜனநாயகத்திற்கான விளக்கமாக அவை பதிய வைத்தன. பேருண்மைகளை மறைப்பதன் மூலம் இந்நாடு மாணவப் பருவத்திலேயே தன் குடிமக்களுக்கு அறியாமையை விதைக்கிறது.

அறத்தை அறிவுறுத்தாத கல்வியால், ஜாதியை தன் வீடு கடந்து, ஊர் கடந்து, பணி செய்யும் இடம் தொடங்கி, நாடாளுமன்றம் கடந்து, உலகின் எந்தப் பகுதிக்குச் சென்றாலும் அங்கேயும் சுமந்து திரிகின்றனர் இந்திய குடிமக்கள். தீண்டாமை என்பது பாவச் செயல் என்ற காந்தியின் வாசகத்தை உச்சரிக்காத மாணவ உதடுகள் இருக்காது. ஆனால் இந்த பாவச் செயலை நிகழ்த்தாத, அனுபவிக்காத யாரேனும் இந்திய நாட்டில் இருக்க முடியுமா? பாடநூல்கள் பயிற்றுவிக்கும் மேம்போக்கான அல்லது திரிக்கப்பட்ட அல்லது பொய்யான வரலாற்றினை கற்றவர்களுக்கு இந்நாட்டின் அடிப்படைப் பிரச்சனையான ஜாதி ஒரு பொருட்டாகவே தெரிவதில்லை. சுதந்திரப் போராட்டப் போராளிகளாகவும் பெண்ணுரிமை வாதிகளாகவும் சாதி இந்துக்களையே துதிக்கிறோம். மன்னர்களின் ஜாதிப் பாகுபாடுகளும் உரிமை மீறல்களும்

மறைக்கப்பட்டு அவர்களின் பராக்கிரமங்கள் மட்டுமே நமக்கு படிக்கக் கிடைக்கின்றன. ஜாதி ஒரு குற்றச் செயல் என கற்பிக்கும் ஒரு களம் இங்கு இல்லவே இல்லை. அதனாலேயே வன்கொடுமைகளையும் வன்கொலைகளையும் வன்புணர்ச்சிகளையும் இந்நாட்டின் சாதி இந்துக்கள் பண்பாடாகப் போற்றுகின்றனர்.

இந்தியாவின் 110 கோடி மக்களும் முழுநேரப் பணியாக ஜாதியை வளர்க்கின்றனர். ஜாதியற்றவர்களை இங்கு நாம் கண்டறிவது சாத்தியமற்றது. இங்குள்ள மாற்று மதங்கள் இந்து வாழ்வியலை உள்வாங்கியவையாக இருப்பதால், ஜாதியை அவற்றால் அழிக்க முடியவில்லை. வேறு மதங்களுக்குச் செல்லும் இந்துக்கள், கடவுளை (கூட) துறக்கத் துணிகின்றனர்; ஆனால் ஜாதியை இழக்க விரும்புவதில்லை அல்லது முடிவதில்லை. ஒடுக்கப்பட்ட மக்களும் தங்களை ஒன்றிணைய விடாத ஜாதியின் சூழ்ச்சியை உடைத்தெறியாமல் தங்களுக்குக் கீழே இருப்பவர்களை மிதிக்க கால்களை வலுவேற்றிக் கொள்கின்றனர். இடதுசாரி சிந்தனையாளர்கள், பகுத்தறிவாளர்கள், தலித் விடுதலைக்காகப் போராடுவோர், பெண்ணியவாதிகள் என மாற்றுத் தளத்தில் இயங்கும் அறிவுஜீவிகள் ஏதோவொரு கட்டத்தில் ஜாதியோடு சமரசம் செய்து கொள்கின்றனர். இப்படியாக தன் பெருவாயைத் திறந்து எல்லோரையும் விழுங்கிக் கொள்கிறது ஜாதி! இந்தத் தொகுப்பு வேதனை மிகுந்த அந்த உண்மைகளைப் பற்றியதுதான்!

ஒரு பத்திரிகையாளராக என் பணியைத் தொடங்கியபோது நான் தொடர்பியல் மாணவியாக இருந்தேன். சாதிக் கலவரங்களையும் வன்கொடுமைகளையும் வெறுப்புணர்வையும் வாழ்வின் கவுரவ அங்கமாகக் கருதும் நெல்லையில் படித்துக் கொண்டிருந்த போதுதான் மிக பயங்கரமான தாமிரபரணிப் படுகொலைகள் நடந்தன. சமூக அமைப்பு அதில் சாதியின் இருப்பு, ஜனநாயகம், மனித உரிமைகள் பற்றின எந்தப் புரிதலும் இல்லாத சராசரி மாணவியாகவே நானும் இருந்தேன். ஆனால் அந்தப் படுகொலை என்னுள் பல கேள்விகளை எழுப்பியது. இந்நாட்டின் அதிகார வர்க்கம், காவல் துறை, சட்டம், நீதியமைப்பின் மீது ஒரு சாதாரண குடிமகளாக என் மனதில் படிந்து கிடந்த நம்பிக்கைகள் முற்றிலுமாக சிதைந்த கணம் அது. அந்தச் சிதைவிலிருந்துதான் இந்த சமூகம் பற்றின புரிதல் வளரத் தொடங்கியது.

கூலி உயர்வு கேட்டுப் போராடியதற்காகக் காவல் துறையாலேயே கொல்லப்படுவார்களா என்ற கேள்வியின் தொடர்ச்சி அது சாதிய

வெறுப்புணர்வின் நீட்சி என்ற உண்மையை புரிந்து கொண்டது. பாதிக்கப்பட்டவர்களிடம் செய்த களப்பணியும் அவர்களின் கண்ணீரும் கேள்விகளும் ஒரு பக்கமும் இந்தப் படுகொலைகளை பொது மக்கள் (தலித் அல்லாதவர்கள்) எதிர்கொண்ட விதம் இன்னொரு பக்கமும் என்னை வதைத்துக் கொண்டே இருந்தன. ஒருவரின் உயிரிழப்பு எப்படி இன்னொருவரின் கொண்டாட்டத்திற்கான காரணியாக முடியுமென என்னால் நம்பமுடியவில்லை. ஆனால் தார்மீக ரீதியாக பலரையும் அது பரவசப்படுத்தியிருந்தது. கூலிக்கான ஒடுக்கப்பட்ட மக்களின் போராட்டத்தை வெறும் போக்குவரத்து நெருக்கடியாகவே அணுகும் பொது உளவியலின் ஊற்றைக் கண்டடைவது முதலில் கடினமாக இருந்தது. சக மனிதனின் அழிவிலும் துயரிலும் மகிழ்ச்சிகொள்ளும் மனநிலை சாதியில் மட்டுமே சாத்தியப்படுகிறது என்ற உண்மையை தாமிரபரணிப் படுகொலைகள் ஆணித்தரமாக எனக்கு உணர்த்தின.

ஒரு மாணவியாகவும் நான் எளிய மனிதர்களைத் தேடியே ஓடிக் கொண்டிருந்தேன். இடைவிடாத பயணத்தில் நான் சந்தித்த பாதிக்கப்பட்ட மக்களனைவரும் தலித்துகளாகவே இருந்தனர். வாழ்வாதாரங்களின்றி, கூலிகளாக, குடிசைகளில், வன்கொடுமைகளுக்கு, இயற்கை விபத்துகளுக்கு பலியாகிறவர்களாக அவர்களையே சந்தித்தேன். அப்போது நான் எந்த பகுத்தறிவுப் புத்தகங்களையும் படித்திருக்கவில்லை. அம்பேத்கரையும் பெரியாரையும் நான் அறிந்திருக்கவில்லை. ஒடுக்கப்பட்ட மக்களுடனான தொடர்ச்சியான உரையாடல்கள் இச்சமூக அமைப்பு பற்றின அடிப்படைப் புரிதலைத் தந்தன. களப்பணி எனக்குப் புரிய வைத்தவை குறித்து அம்பேத்கரிடமும் பெரியாரிடமும் நான் விளக்கங்களையும் தீர்வுகளையும் பெற்ற போது, நான் எதைக் குறிக்கோளாகக் கொண்டு இயங்க வேண்டுமெனத் தெளிவு பிறந்தது.

சென்னையில் வெகுமக்கள் பத்திரிகைகளில் பணி செய்யும் வாய்ப்பு கிடைத்தவுடன் - குரலற்றவர்களின் குரலாகவே - என் எழுத்து இருக்க வேண்டுமென முடிவு செய்து கொண்டேன். ஆனால் வெகுமக்கள் ஊடகங்களில் அதற்கான வெளி அமையவில்லை.

'காஞ்சனை' ஆர்.ஆர்.சீனிவாசன் அவர்களின் அறிமுகத்தில் எனக்கான தளமாக 'தலித் முரசு' அமைந்தது. இலக்கற்று இருந்த நான், ஜாதிய அடுக்கின் அடிமட்டத்தில், அடிமைகளின்

அடிமைகளாக இருப்போரைத் தேடி, ஊர் ஊராக சுற்றத் தொடங்கினேன். ஒடுக்கப்பட்டவர்களைத் தேடி நான் சேரிகளுக்குச் சென்றபோது, சேரியிலிருந்தும் வெளியே தள்ளப்பட்டு வாழ்ந்து கொண்டிருந்த அருந்ததியரையும் புதிரை வண்ணாரையும் பார்த்தேன். ஒடுக்கப்பட்ட மக்களாலேயே ஒடுக்கப்படும் துயரை அவர்கள் விவரித்த வேளை, மிகவும் நுணுக்கமாக கட்டமைக்கப்பட்ட இந்த சாதிய அமைப்பைப் புரிந்து கொள்வது சற்றே குழப்பமாக இருந்தது. அடிமைகளையும் ஆற்றுப்படுத்த, அவர்களுக்குக் கீழே அவர்களுக்கும் கீழே என அடுக்குகள் உருவாக்கப்பட்டிருக்கிற உண்மை, எனக்கு வியப்பையும் அதிர்ச்சியையும் ஒருசேர அளித்தது. வேரறுக்கவே முடியாதபடி இத்தனை நுணுக்கமாக சாதியெனும் ஆதிக்கக் கருத்தியலை வடிவமைத்து அதை வாழ்வியல் நெறியாகவும் விதித்தவர்களின் மூளையில் கதிர் வீச்சுக்கு இணையான ஏதோவொரு ரசாயனமே சுரந்திருக்க முடியுமென நம்பத் தோன்றுகிறது.

இந்நாட்டின் எந்த நலனும் வளர்ச்சியும் சொகுசும் தீண்டாமல், செய்த வேலைக்கான கூலியாக பழைய உணவினை எதிர்பார்த்தபடி வீடு வீடாகச் சென்று மன்றாடிக் கொண்டிருந்த மனிதர்கள் குப்பையைப் போலவே சமூக வெளியிலிருந்து வீசியெறியப்பட்டிருந்தனர். ஆனால் அங்கு நான் சந்தித்த மனிதர்கள் உழைப்பாளிகளாக, அறிவாளிகளாக, பேச்சுத் திறன் கொண்டவர்களாக, அன்பானவர்களாக, சுகாதாரத்தைப் பேணுகிறவர்களாக, பண்பு தெரிந்தவர்களாக எல்லாவற்றிற்கும் மேலாக தங்களின் அடிமைத்தனத்தைக் கரைத்துக் கொண்டு மகிழ்ச்சியாக வாழ முடிகிற திறன் கொண்டவர்களாக இருந்தனர். ஆனால் தங்களுக்கு வரையறுக்கப்பட்ட எல்லையை விட்டு வெளிவரும் துணிவை அவர்கள் தொலைத்திருந்தனர். அவர்கள் மேல் விழுந்து அழுத்திக் கொண்டிருந்த ஜாதியையும் காலங்காலமாய் அதைச் சுமந்து கொண்டிருக்கும் வலியையும் நான் அவர்களின் கண்களில் பார்த்தேன்.

பல ஆண்டுகளுக்கு முன்னர் சாதி இந்துக்களால் பாலியல் வல்லுறவுக்கு ஆளாக்கப்பட்ட பெண்களைத் தேடி சங்கனாங்குளத்திற்குச் சென்ற போது அவ்வூரின் சிதைவையும் மயான அமைதியையும் கண்டு நான் உறைந்து நின்றேன். பேசுவதற்கு ஒரே ஒருவரைக் கூட காணவில்லை. நாடறிந்த அவமானத்தை மறைக்க வேண்டி பாதிக்கப்பட்டவர்கள் எங்கெங்கோ தொலைந்து போயிருந்தனர். பாலியல் வல்லுறவுக்கு

ஆளான ஒரு பெண்ணை மட்டுமே சந்திக்க முடிந்தது. பேச முடியாமல், முகம் புதைத்து பல மணி நேரம் அழுது கொண்டிருந்த அப்பெண்ணின் குரல் இன்றும் என்னுள் ஒலித்துக் கொண்டிருக்கிறது. தலித் பெண்கள் வெறுமனே உடல் இச்சையின் வெறிக்கு பலியாவதில்லை; அவர்கள் சார்ந்த ஜாதிக்காகவே வன்புணரப்படுகிறார்கள் என சங்கனாங்குளத்தில் கண்டறிந்தேன்.

ஒடுக்கப்பட்ட மக்களைத் தேடிப் போகும் என் பயணம் முடிவுறவே இல்லை. துயர் மிகு அனுபவமாக இருந்தாலும் நான் அவர்களின் கதைகளைக் கேட்கவும் பதிவு செய்யவும் ஆவல் கொண்டேன். ஒவ்வொரு இடத்திலிருந்து இன்னொரு இடத்திற்கான வழியைக் கண்டுபிடித்தேன். ஒவ்வொரு கட்டுரையின் முடிவும் இன்னொரு கட்டுரைக்கானத் தொடக்கமாக அமைந்தது. இந்நாட்டில் ஆதிக்கவாதிகளைவிடவும் அடிமைகள் எண்ணிக்கையில் பன்மடங்காக இருக்கின்றனர். இங்கிருந்துதான் நான் ஜாதியைப் புரிந்து கொள்கிறேன். ஆதிக்கமும் அடிமைத்தனமும் தனித்தனியான வெளியில் இயங்கவில்லை. அடிமைத்தனத்தின் ஆழம் ஆதிக்கத்தின் உயரமாக நீண்டு, பார்ப்பனியத்தின் உச்சத்தைத் தொடுவதுவரை ஜாதியின் அடுக்குகள் அளக்க முடியாததாகப் பரந்து விரிந்து கிடக்கிறது.

இந்திய தேசத்தின் எல்லா திசையிலும் ஜாதி! இவர்கள் அவிழ்த்துப் போடுவதும் எடுத்து அணிவதும் ஜாதியாகவே இருக்கிறது. ஜாதியை பிரிவினையாகக் கருதாமல் அதைக் கூட்டுணர்வாகவும் ஒற்றுமையாகவுமே எல்லோரும் நம்புகின்றனர். ஒரு குற்றத்தைக் குற்றமென நம்பவில்லை எனில் அதனால் உண்டாகும் பாதிப்புகளும் இழப்புகளும் கூட மகிழ்ச்சிக்குரியவை ஆகிவிடும். சக மக்களின் இழப்பில் மகிழ்வைக் காணும் ஜாதிய உளவியலின் அடிப்படைத் தத்துவம் இதுதான். வறுமை, ஊழல் என பரபரப்பைக் கிளப்பும் ஊடகங்களுக்கும் சரி அதை நம்பும் மக்களுக்கும் சரி, நாம் பிறக்க நேர்ந்த இந்நாட்டின் மிக முக்கியமான இழிவு ஜாதி மட்டுமே என்ற புரிதலில்லை. ஆதிக்கமாகவும் அடிமைத்தனமாகவும் எல்லோரையும் ஜாதியே ஆட்டுவிக்கிறது!

ஜாதியால் அடிமைகளாக்கப்பட்ட தலித் மக்களும் இதற்கு விதிவிலக்கல்லர். கடந்த பத்தாண்டுகளில் கிளர்ந்தெழுந்த தலித் விடுதலை என்பது உட்சாதிக் கிளர்ச்சியாக சுருங்கியதை வேதனையோடு பார்த்துக் கொண்டிருக்கிறோம். இதுதான் ஜாதி இருப்பின் வெற்றி. அடிமைகளைப் பிரித்தாளும் போது அங்கே

ஆதிக்கம் வலுவடைகிறது. இந்த சர்வாதிகாரத் தத்துவத்தை எல்லா பாகுபடுகளுமே உள்ளடக்கியிருக்கின்றன என்றாலும் ஒரு கோட்பாடாக, தர்மமாக, வாழ்வியல் நெறியாக, கடவுளின் கட்டளையாக வரையறுத்திருப்பது இந்து மதம் பெற்றெடுத்த ஜாதி மட்டுமே.

பிரிவினை இரண்டு அல்லது மூன்று பிரிவினருக்கிடையில் என்றால் அதை ஒன்றிணைப்பதற்கான சாத்தியக்கூறுகள் இருக்கின்றன. அப்படித்தான் வெள்ளையிடமிருந்து தனக்கான உரிமைகளை கறுப்பு மீட்டெடுத்தது. சிந்தித்துப் பாருங்கள் இந்தியா என்ற ஜனநாயக நாடு பிரிக்கப்பட்டிருப்பது ஆறாயிரம் ஜாதிகளால். இதில் யாரை எவரோடு இணைக்க முடியும்? இதில் எந்த இரண்டு ஜாதிகளும் சமமானதாக ஆக முடியாது. வர்ணாசிரம அடிப்படையில் அய்ந்தே அய்ந்துப் பிரிவுகளென்றாலோ, அரசமைப்புச் சட்டத்தின்படி நான்கே நான்கு வகைகள் என்றாலோ இன்னொரு ஆயிரம் ஆண்டு போராட்டத்திலேனும் பாகுபாட்டை அழித்துவிட வாய்ப்பிருக்கிறது. ஆனால் ஆறாயிரம் குழுவினருக்கு இடையில் வேரூன்றி வளர்க்கப்பட்ட வெறுப்புணர்வை எப்படி அழிப்பது? ஜாதியைக் கட்டிக் காத்தபடியே ஒருமைப்பாட்டை வளர்த்தெடுக்க இங்குள்ளவர்கள் அரும்பாடுபடுகின்றனர். பாகுபாடுகள் பண்பாடாக்கப்பட்ட சமூகத்தில் ஒருமைப்பாடு என்பது வெறும் மாயை. ஜாதிகளுக்கிடையிலான ஒற்றுமையை ஏற்படுத்திவிட்டால் பாகுபாடு அழிந்துவிடும் என்ற மாயக் கற்பனை எல்லோரையும் ஆட்டிப் படைக்கிறது. அது வெறுமனே அரசியல்தனம். சமத்துவமும் ஒற்றுமையுணர்வும் ஜாதி இணையும் போதல்ல; அது அழியும் போது தான் சாத்தியப்படும்.

இந்தத் தொகுப்பில் உள்ள கட்டுரைகள் அனைத்தும் ‘தலித் முரசு’ இதழில் வெளிவந்தவை. பத்தாண்டுகளாக வெகுமக்கள் ஊடகங்களில் பணிபுரிந்து வருகிறேன் என்றாலும் இதில் எந்த ஒன்றையும் இதே தன்மையோடு வெகுமக்கள் இதழ்களில் நிச்சயமாகப் பதிவு செய்திருக்க முடியாது. சந்தைமயமாக்கல் பெருகிவிட்டதாலேயே ஊடகங்கள் பரபரப்பிற்கு முன்னுரிமை கொடுப்பதாக நாம் நம்புகிறோம். உண்மையில் சந்தைமயமாக்கலின் தொடக்கப் புள்ளியாக ஊடகங்களே இருக்கின்றன. அரசியல், சினிமா மற்றும் குற்றச் செய்திகளை முந்திக் கொடுப்பதன் மூலம் அல்லது தனி நபர்களை துதிப்பதன் மூலம் அவற்றுக்குத் தேவை முதன்மையான இடமும் பணமும் செல்வாக்கும். இந்த நோக்கம் சாதாரணமானதல்ல, பார்ப்பனிய ஆதிக்கத்தின் தொடர்ச்சி.

போலியானவற்றைக் கட்டமைத்து அதன் பிடியில் மக்களை கட்டிவைத்து அதன் மூலம் செல்வத்தையும் செல்வாக்கையும் எல்லாவற்றிற்கும் மேலாக உயர ஓர் இடத்தையும் தக்க வைத்துக் கொள்வது ஊடகங்களின் கொள்கையெனில் அதுதான் பார்ப்பனியத்தின் கொள்கையும்.

வெறுமனே அரசியல்வாதிகளோடும் சினிமாக்காரர்களோடும் நெருக்கமாகவும் இணக்கமாகவும் இருப்பதாலேயே வானத்தில் இருந்து குதித்து வந்தவர்களைப் போல ஊடகச் செய்தியாளர்கள் வலம் வருகின்றனர். இவர்களுக்கு ஓர் உண்மை மட்டும் புரிவதில்லை. துப்புரவுப் பணியைப் போலதான் பத்திரிகைத் துறையும். ஒரு துப்புரவுப் பணியாளருக்கு இருப்பதை விடவும் சமூகப் பொறுப்புணர்வு பத்திரிகையாளர்களுக்கு இருப்பதாக நான் நம்பவில்லை. இக் கருத்தின் எல்லா அர்த்தங்களையும் உள்ளடக்கியே இந்த வாதத்தை முன் வைக்கிறேன்.

நேர்மையான சிந்தனை இங்கு மாற்றுச் சிந்தனையாகிவிட்டது. அநீதியை எதிர்ப்பவர்களை மாற்றுச் சிந்தனையாளரென அழைக்கிறோம். சமூகத்தின் சிக்கல்களை விவாதிப்பவை இங்கே மாற்று ஊடகங்களாகிவிட்டன. அப்படியெனில், இந்த பெரும்பான்மைச் சமூகமும் அதன் அரசியலும், பொருளாதாரமும் பொழுதுபோக்கும் வாழ்வியலும் நம்பிக்கையும் எத்தனை நேர்மையற்றதாக, பாகுபாடுகளைக் கொண்டாடுபவையாக இருக்கிறதென பாருங்கள். நீதியும் நேர்மையும் இங்கு மாற்றுச் சிந்தனையெனில் இந்த சமூகத்தின் நேரான சிந்தனை அநீதியும் நேர்மையின்மையும்தானே! பார்ப்பனர்களின் பிடியிலிருக்கும் வெகுமக்கள் ஊடகங்களின் நிறம் மட்டும் கறுப்பாக இருந்துவிட எந்த நியாயமும் இல்லை.

இத் தொகுப்பில் உள்ள அத்தனை கட்டுரைகளும் ஜாதியை வெறுத்து, ஜாதியற்றவளாக வாழும் எனது நிலைப்பாட்டின் பிரதிபலிப்புகள். நாம் ஒவ்வொருவரும் நம்முள் பெருமையாகவோ இழிவாகவோ சுமந்து கொண்டிருக்கும் ஜாதியைத் துறப்பதன் மூலமே அதைக் கொல்ல முடியும். ஜாதியைக் கொல்லும் அருஞ்செயலுக்கு எல்லோரையும் கூவி அழைக்கிறேன். இந்த சமூகத்தின் எல்லா தளங்களிலும் நிலைகளிலும் ஊறிப் போய்க் கிடக்கும் ஜாதியை தங்கள் மூளையிலும் ரத்தத்திலும் சுமந்து கொண்டிருக்கிறவர்களுக்கு நடுவில் இப்படி அறிவித்துக் கொள்ள வேண்டியது கட்டாயமாகிறது. இந்தப் பிரகடனம் என் மனதை

லகுவாக்குகிறது. நான் யாருக்கும் தாழ்ந்திருக்கவில்லை யாரையும் நான் தாழ்வாகக் கருதவில்லை என்ற உணர்வு சுமையற்றது. சமத்துவத்தின் எளிய மகிழ்வைப் புறக்கணித்து சர்வாதிகாரத்தின் செருக்கைச் சுமந்து திரிவோர் என் பார்வையில் நோயால் பீடிக்கப்பட்டவர்கள்.

ஜாதி என்பது பெருங்குற்றம். இங்கு தலித் மக்களின் இயல்பு வாழ்க்கை மீது பூசப்படும் ஒவ்வொரு இழிவும் குற்றமாகவே இருக்கிறது. போர்க்குற்றத்தை விடவும் வலிமைமிக்க இப் பெருங்குற்றத்தை நாள்தோறும் எல்லோருமே புரிந்து மகிழ்கின்றனர். கீழ் ஜாதிக்காரரைக் கொலை செய்யும் போது கையுறை அணிய விரும்பாத ஆதிக்கத்தின் இறுமாப்பு என்னை வெதும்பச் செய்கிறது. ஜாதிக்காக செத்தான், ஜாதிக்காகக் கொன்றான், ஜாதிக்காகப் புணர்ந்தான் என ஜாதியின் பெயரால் இங்கு நடந்தேறும் அத்துனை வன்கொடுமைகளும் வாழ்வியல் தர்மமாக நீடிக்கும் அவலம் என்னை அருவெறுப்பிற்குள் தள்ளுகிறது. என் எழுத்துகளும் பதிவுகளும் இந்த வெதும்பலிலும் அருவறுப்பிலிருந்தும் மட்டும் பிறக்கவில்லை; அவை பிளவுபட்டுக் கிடக்கும் மனித சமூகத்தை ஒன்றிணைக்கும் பேராவலிலும், பாகுபாடுகளை வேரறுக்கும் கனவிலிருந்தும் எழுந்து வருகின்றன.

அடிமைத்தனத்தை எதிர்ப்பது; ஆதிக்கத்தை ஆதரிப்பது அல்லது அடிமைத்தனத்தை ஆதரிப்பது; ஆதிக்கத்தை எதிர்ப்பது அல்லது இரண்டையும் ஆதரிப்பது என்ற சமூகநிலையே இங்கு நிலை கொண்டிருக்கிறது. இரண்டையும் எதிர்க்கிறவர்கள் எங்கே இருக்கிறார்கள்? இருக்கிறார்களெனில் நான் அவர்களோடு இணைகிறேன். சமூக நீதி என்ற ஒன்றே இலக்கு, சமூக விடுதலை என்ற ஒன்றே முழக்கம். இதில் நெகிழ்வுகளுக்கு இடமில்லை. யாருக்காகவும் எதனோடும் சமரசம் செய்து கொள்ளாத தலித் முரசோடு யாருக்காகவும் எதனோடும் சமரசம் செய்து கொள்ளாத எனது பணி தொடர்வது அதனாலேயே! இன்னும் முக்கியமாக, 'தலித் முரசு' என்ற களம் கிடைத்திருக்காவிட்டால் இவ்வளவு தீவிரமாக நான் எழுதாமலே கூட போயிருக்கலாம். ஏனெனில், சுயநலங்கள் முன்னிறுத்தப்படும் இக்காலத்தில், சமூக நீதி என்ற ஒற்றை இலக்கிற்காக யாரும் யாரோடும் தொடர்ச்சியாக செயலாற்றுவதில்லை. அதற்காக எவ்வளவோ இக்கட்டிலும் தொடர்ந்து வெளிவந்து கொண்டிருக்கும் 'தலித் முரசு'க்கு என்றும் நான் கடமைப்பட்டிருக்கிறேன்.

இயல்பாக என்னுள் இருந்த நற்சிந்தனைகளைச் செதுக்கி, சமூகம் பற்றிய புரிதலை வலுவடையச் செய்து எனக்கு வழிகாட்டியாக இருந்து கொண்டிருக்கும் தலித் முரசு ஆசிரியரும் எனது நண்பருமான புனிதபாண்டியனுக்கு தோழமை வாழ்த்துகள்.

திசையற்றுத் திரிந்து கொண்டிருந்த என்னை, 'தலித் முரசு'க்கு அறிமுகப்படுத்தி, நான் எப்படி இயங்க வேண்டுமென வழிகாட்டிய என் ஆசிரியர் ஆர். ஆர். சீனிவாசன் அவர்களை எப்பொழுதும் நெகிழ்வோடு நினைவுகூர்கிறேன்.

ஒரு பத்திரிகையாளராக அறங்களையும் நெறிகளையும் பயிற்றுவித்த என் பேராசிரியர்கள் ரவீந்திரன், நடராஜன் மற்றும் அருட்செல்வன் ஆகியோருக்கு எனது நன்றி.

இத்தொகுப்பை வெளியிடும் முயற்சியில் இந்த முன்னுரைக்காக மட்டும் பல மாதங்கள் பொறுமை காத்த நண்பர் நீலகண்டனுக்கு சிறப்பு நன்றி.

இத்தொகுப்பிலுள்ள கட்டுரைகளை எழுதிய காலகட்டத்தில் என் எந்த முயற்சிகளுக்கும் தடையாக இல்லாமல் துயர்மிகுந்த தனிமைக் காலங்களில் என்னை அரவணைத்த என் சகோதரிகள் ஜான்சி, கவுசி, மீனாவுக்கும்...

இல்லற வாழ்வு தனிநபர்களின் சமூக செயற்பாட்டை சிதைத்துவிடுகிற சூழலில், நான் எப்பொழுது வெளியே கிளம்ப வேண்டியிருந்தாலும் எழுத வேண்டியிருந்தாலும் அதனால் உண்டாகும் இடர்களை எதிர்கொள்ள தன்னை உடனே தயார்படுத்திக் கொண்டு எனக்கு வழிவிடும் கிருஷ்ணாவிற்கும்...

தாயோடு கழிக்க வேண்டிய குழந்தைமையின் தனிப்பட்டப் பொழுதுகளை விட்டுக் கொடுக்க விரும்பாமலேயே அதைச் செய்து கொண்டிருக்கும் மகள் நேயாவிற்கும்...

என்றென்றைக்குமான என் அன்பைப் பரிசளிக்கிறேன்.

**ஜெயராணி**
ஏப்ரல் 2013

## புதிய பதிப்பிற்கான என்னுரை

**ஒ**ழிக்கவே முடியாததா, ஜாதி?

ஒரு கொடூரப் பிரச்சனை அதன் தன்மை மாறாமல் அப்படியே இருப்பதைப் போன்றதொரு கொடுமை இவ்வுலகில் ஏதுமில்லை. எல்லாமே மாறும் தன்மையிலான இவ்வாழ்க்கையில் அது இயற்கைக்கு முரணானதும் கூட. சாதி அப்படிப்பட்ட ஒன்றாக - இரண்டாயிரத்து அய்நூறு ஆண்டுகளுக்கும் மேலாக - இம்மண்ணில் நீடித்துக் கொண்டே இருக்கும் அவலத்தைதான் என்னால் விளங்கிக் கொள்ள முடியவில்லை. மலக்குழிக்குள் மனிதரை இறக்குவது, மலத்தை வாயில் திணிப்பது, சிறுநீர் கழிப்பது, பிறப்புறுப்பில் மரக்கழிகளையும் இரும்புக் குழாய்களை இறக்கிக் கொல்லுவது போன்ற கற்பனைக்கும் அப்பாற்பட்ட கொடூரங்கள் எல்லாம் இம்மண்ணில் நிகழ்ந்தேறிக் கொண்டே இருக்கின்றன, முடிவற்று!

சாதியோடு இந்துக்கள் பல நூற்றாண்டுகளுக்கு முன்னர் செய்து கொண்ட இரக்கமற்றதோர் ஒப்பந்தத்தை இன்று வரையிலும் முறித்துக் கொள்ள அவர்கள் தயாராக இல்லை! பிறப்பின் அடிப்படையில் சக மனிதர்களை ஒடுக்குவதையும் ஒதுக்குவதையும் பண்பாடு என்ற பெயரில் காப்பாற்றுவதையே அவர்கள் தம் வாழ்நாள் கடமையாகவும் கவுரவமாகவும் கொண்டுள்ளனர். சுதந்திரத்திற்குப் பின்னர் இந்நாட்டை ஆண்ட எந்த கொள்கை/ தத்துவப் பின்னணியைக் கொண்ட அரசுகளும் சாதியை ஒழிக்க நினைக்கவில்லையே ஏன்?

இங்கே எவ்வளவோ வீரியமிக்க புரட்சிகர அமைப்புகள் இருக்கின்றன. ஆயுதப் போராட்டத்திலும் கிளர்ச்சியிலும்

நம்பிக்கை கொண்ட அவை சாதியை ஒழிக்கக் கோரி எந்தப் போராட்டத்தையும் நடத்தியதில்லையே, ஏன்? இந்திய சமூகம் எத்தனையோ அறிவுஜீவிகளை, மேதைகளை, தலைவர்களைப் பெற்றெடுத்திருக்கிறது. ஆனால், அவர்களால் சாதி எனும் அடிப்படைக் கோளாறை சரி செய்வதற்கு சரியானதொரு தீர்வை முன்மொழிய முடியவில்லையே, ஏன்? தீண்டாமை, வன்கொடுமைகளுக்கு தடை விதித்து அரசமைப்புச் சட்டத்தில் திருத்தங்களையும் மாற்றங்களையும் கொண்டு வர முடிந்தவர்களால் சாதியை ஒழிப்பதற்கு ஒரு சட்டம் இயற்ற முடியவில்லையே ஏன்?

நியாயப்படி, இதை யார் செய்திருக்க வேண்டும்? அதிகாரத்தில் உள்ள சாதி இந்துக்கள் தானே? ஆனால், முரணாக அதிகாரமற்ற தலித் மக்களே மீண்டும் மீண்டும் சாதி ஒழிப்பிற்காக உயிரைக் கொடுத்துப் போராடிக் கொண்டிருக்கிறார்கள்.

எந்த அநீதியும் காலப் போக்கில் தானாக அழிவதில்லை. அதை அனுபவிக்கும்/ நிகழ்த்தும் மனிதர்களின் அறவுணர்வினால் தான் அது இறுதி முடிவை சந்திக்கிறது. ஒரு தலைமுறை தொலைத்த மனித அறத்தை அடுத்த தலைமுறை சரிசெய்ய தலைப்படும் நற்செயல் வரலாறு நெடுகிலும் நடந்திருக்கிறது. ஆனால், இந்தியாவில் மட்டும் வெகு காலத்திற்கு முன்னர் நிலைநாட்டப்பட்ட சாதி எனும் அநீதி ஒவ்வொரு தலைமுறையிலும் செழித்தோங்கி வளர்கிறதெனில் அதற்கு யார் பொறுப்பு? இந்நாடு சாதியை ஒழிக்க இதுவரை என்ன செய்திருக்கிறது என ஆராய்ந்து பார்த்தால், எதுவுமே இல்லை என்பதுதான் ஏற்கவியலா உண்மை!

ஓர் அநீதி அழிப்பு என்பது இரு கை ஓசையைப் போல நிகழ்ந்தேற வேண்டியது! பாதிக்கப்படுபவரின் எதிர்ப்புணர்வுக்கும் போராட்டங்களுக்கும் இணையாக நிகழ்த்துபவரின் அறவுணர்விற்கும் மன முதிர்ச்சிக்கும் அதில் பங்கிருக்கிறது. கறுப்பர்களின் ஈடற்றப் போராட்டங்களே அவர்களின் விடுதலைக்கு வித்திட்டது எனினும் அவர்களுக்கான சமநீதி சட்டமாக்கப்பட்டதற்கும் நடைமுறைப்படுத்தப்பட்டதற்கும் காலப் போக்கில் வெள்ளைச் சமூகம் வளர்த்துக் கொண்ட அறவுணர்வும் மனிதத்தன்மையும் மனமுதிர்ச்சியும் மிக முக்கியமானக் காரணங்களாக இருந்தன.

அமெரிக்காவில் கடந்த ஆண்டு (2020) ஜார்ஜ் பிளாயிட் என்ற ஆப்பிரிக்க அமெரிக்கர் பகற்பொழுதொன்றில் வெள்ளைக் காவலரால் கழுத்தழுத்தப்பட்டு துடிதுடிக்கக் கொலை

செய்யப்பட்டதைக் கண்டித்து, அமெரிக்கா முழுவதும் நடந்த நூற்றுக்கணக்கான போராட்டங்களில் - வெள்ளைப் பொதுச் சமூகம் நிபந்தனையற்ற வகையில் - பங்கெடுத்ததைப் பார்த்தோம். ஆனால் இங்கே தலித் மக்கள் தாம் பிறக்க நேர்ந்த சாதியின் பொருட்டு ஒவ்வொரு நாளும் கொல்லப்பட்டாலும் இந்திய பொதுச் சமூகம் அந்தக் கொடூரத்திற்கு எதிராக கூட்டாகக் கிளர்ந்தெழுந்த வரலாறே இல்லை.

சாதி ஒழிப்பு என்றவுடன் அது தலித் மக்களின் பிரச்சனை என்பதாகவே பொதுச் சமூகம் புரிந்து கொள்கிறது. தலித் மக்களை சாதியின் கொடூரப் பிடியிலிருந்து விடுவிக்கப் போராடுவதாக பலரும் கற்பனை செய்து கொள்கின்றனர். உண்மையில் சாதியின் பிடியில் சிக்குண்டு கிடப்பவர்கள் தலித் மக்கள் அல்லர்; ஆதிக்க சாதியினரே! ஆதிக்க சாதியினர் சாதியின் பிடியில் சிக்கிக் கிடப்பதால்தான் அவர்கள் பல விதமான கொடூரக் குற்றங்களில் ஈடுபடுகின்றனர். அதன் காரணமாகத்தான் சாதி ரீதியான குற்றங்களுக்கு தலித் மக்கள் பலியாகின்றனர்.

பொதுவாக குற்றவாளிகளைத்தான் நாம் ஒதுக்கி வைப்போம், வெறுப்போம். ஆனால், சாதி அமைப்பில் மட்டும் குற்றங்களை நிகழ்த்துகிறவரே பெரிய மனிதராக்கப்படுகிறார். சாதியின் பொருட்டு குற்றமிழைப்பவரை இச்சமூகம் கொண்டாடித் தீர்க்கிறது. சாதிக்காகக் கொல்கிறவருக்கும் வெறுப்புணர்வைப் பரப்புகிறவருக்கும் தலைவராகும் தகுதி இந்நாட்டில் தானே உருவாகிவிடுகிறது. தலித் மக்கள் சாதியால் சாகும் போது, சாதி இந்துக்கள் சாதியால் தான் வாழ்கின்றனர். அதனால், சாதியை எக்காரணத்தைக் கொண்டும் அவர்கள் கைவிடத் தயாராக இல்லை.

"சாதியை விட்டொழியுங்கள். அது இத்தேச நலனையும் சக குடிமக்களின் அமைதியையும் சீர்குலைக்கிறது" என சாதி இந்துக்களை நோக்கி எந்த இயக்கமும் பிரச்சாரம் செய்வதில்லை. அவர்களின் மூளையைக் கழுவும் எண்ணம் யாருக்குமே வரவில்லை. இந்துக்கள் சாதியை எப்போது தங்களுடைய சொந்தப் பிரச்சனையாகக் கருதத் தொடங்குகிறார்களோ; முற்போக்கு அமைப்புகளும் அறிவுச் சமூகமும் என்று சாதி இந்துக்களின் அறவுணர்வையும் குற்றவுணர்வையும் தட்டியெழுப்பும் வகையில் செயல்படத் தொடங்குகின்றனரோ அன்றுதான் சாதியை ஒழிப்பதற்கான சாத்தியங்கள் சிறிதேனும் உருவாகும் என நம்பலாம்.

அம்பேத்கர் நூற்றாண்டுக்குப் பிறகான இந்த முப்பது ஆண்டுகளில் சாதி எல்லா வகையிலும் கூர்மைப்படுத்தப் பட்டிருக்கிறது. தலித் மக்களும் இதற்கு விதிவிலக்கல்லர்! சாதியுடனான எல்லா தொடர்புகளையும் அறுந்தெறிந்து சாதியற்றவர்களாக நிமிர்ந்து நிற்க வேண்டிய தலித்துகளே இப்போது, "தங்கள் சாதிக்கு என்ன சிறப்பு" என ஆராய்ந்து பரப்புரை செய்யத் தொடங்கியிருக்கின்றனர். 'நாங்களே பூர்வகுடி வேளாளர்கள்' எனப் பள்ளர்களும், 'நாங்களே ஆதி திராவிடர்கள்' எனப் பறையர்களும், 'நாங்கள் போர் வீரப் பரம்பரை' என அருந்ததியர்களும் தமது கடந்த கால அடையாளம் கவுரவமானது என நிலை நிறுத்தப் படாதபாடு படுகின்றனர். ஒன்றுக்கும் உதவாத இப்பழம் பெருமைகளை மீள் கட்டமைப்பு செய்வதால் சாதி ஒழிந்துவிடாது.

தலித் மக்கள் எவ்வளவுதான் இந்த சாதி அமைப்பிற்குள் தமக்கான பெருமைகளைத் தேடினாலும் - பிறவி இழிவிலிருந்து - அவர்களால் விடுபட முடியாது. ஒருவேளை தலித்துகள் நம்புவதைப் போல தமது சாதியையும் ஆதிக்க சாதியாக மாற்றிக் கொள்வது சாத்தியமெனில் என்றோ 'கீழ் சாதியினர்' என்ற பிரிவே இங்கு அழிந்து போயிருக்கும்! இந்த மண்ணில் சாதியின் தடயமே இல்லாமல் செய்ய வேண்டியவர்கள் சாதிப் பெருமையை பரப்புரை செய்து, இக்கொடிய கட்டமைப்பிற்கு உரமிட்டு மகிழ்கின்றனர்.

அதேபோல சாதிய சமூக அமைப்பால் பிறவி இழிவை சந்திக்கும் பிற்படுத்தப்பட்ட மக்கள் கிராமப்புறங்களில் தாம் நிறுவ முடிகிற சாதி அதிகாரத்தில் மயங்கிக் கிடப்பதோடு, தாம் பிறக்க நேர்ந்த சாதியை பெருமிதமாக நெஞ்சிலேந்தித் திரிகின்றனர். சாதி அமைப்பை சிதைக்கும் அறப்போர் - தலித்துகளும் பிற்படுத்தப்பட்டோரும் இந்து மதத்திலிருந்து வெளியேறுவதன் மூலமே - சாத்தியப்படும். இதில் பிற்படுத்தப்பட்டோருக்கு முன்னுதாரணமாக இருக்க வேண்டிய தலித்துகள் தமது பிறவி இழிவில் பெருமையைத் தேடும் கேடுகெட்ட செயலில் தொடர்ந்து ஈடுபடுவதுதான் சமகாலத்தின் பெரும் வேதனை.

தங்கள் மீது திணிக்கப்பட்ட சாதியின் பொருட்டு தமக்குள் ஒருவருக்கொருவர் அடித்துக் கொள்ளும் பிற்படுத்தப்பட்டோரும் தாழ்த்தப்பட்டோரும் - பார்ப்பனர்களுக்கு அதில் பங்கே இல்லை என - நம்பத் தொடங்கிவிட்ட காலமிது. ஜாதியால் கடுமையாக

பாதிக்கப்படும் இவர்கள், இந்து மத சாதி அமைப்போடு முரண்பட்டு, “நாங்கள் அதிலிருந்து வெளியேறுகிறோம்” என்று சொன்னால் அதுதான் பார்ப்பனியத்திற்கான உண்மையான நெருக்கடி. அப்படியான நெருக்கடியில் தான் நாம் பார்ப்பனர்களது ஆதி வெறுப்பின் உண்மை முகத்தைப் பார்க்க முடியும். இந்நாட்டின் பூர்வகுடிகளை சூத்திரர் என்றும் பஞ்சமர் என்றும் துண்டாடியது போக, தற்போது தலித்துகளையும் ஒன்றிணைய விடாமல் துண்டு துண்டாக்கும் வேலையை பார்ப்பனியம் செய்து வருகிறது. ‘அந்தந்த சாதிக்கு அதிகாரம்’ என்ற பார்ப்பனத் தந்திரம் மக்களை ஒன்றிணைப்பதற்கல்ல; யாரும் யாருடனும் இணைந்து விடாமல் துண்டாடுவதற்கானது. இந்நிலையில் உட்சாதி முரண்களைக் களைந்து தலித் ஒருங்கிணைப்பு சாத்தியப்பட்டால்தான் அதைத் தொடர்ந்து தலித் - பிற்படுத்தப்பட்டோர் ஒருங்கிணைப்பும் சாத்தியமாகும். அந்த ஒற்றுமையே பார்ப்பனியத்தையே எதிர்கொள்வதற்கான மிகப் பெரிய ஆயுதமாக மாறும். ஆனால், இங்கே அதற்கான தடயங்களே தென்படவில்லை.

சாதியை ஒழிக்க முடியுமா எனில் ‘முடியாது’ என்பதே கடந்த காலம் நமக்களிக்கும் உண்மையான பதில். ஆனால், சாதியிலிருந்து நம்மை நாம் விடுவித்துக் கொள்ள முடியும் என்பதையும் கடந்த காலம் நமக்கு உணர்த்துகிறது. பவுத்தத்தின் பாதையில் மக்கள் வீறுநடை போட்ட போது பார்ப்பனியம் கட்டமைத்த அத்தனை இழிவுகளிலிருந்தும் பூர்வகுடி மக்கள் விடுபட்டனர். இன்றும் கூட, தமது பிறவி இழிவிலிருந்தும் வதைகளிலிருந்தும் விடுபட நினைக்கும் யாருக்கும் அதுதான் ஒரே வழி.

இம்மண்ணின் பூர்வகுடிகள் தமது வரலாற்றிலிருந்தும் கடந்த காலத்திலிருந்தும் பெருமைப்பட ஏதாவது இருக்கிறது எனில் அது பவுத்தம் மட்டுமே. ஆனால், எதை எதையோ பெருமை என உயர்த்திப் பிடிக்கிறவர்கள் தமது பவுத்த மரபு குறித்துப் பேசுவதே இல்லை. அதை மீட்டெடுக்க எந்த ஆய்வுகளையும் மேற்கொள்வதில்லை. மாறாக இந்து மதத்திற்குள் இருந்து கொண்டு அட்டைக் கத்திகளை வீசி தானும் உயர்ந்தவரே என நிறுவப் போராடுகின்றனர். அதனால் தான் இங்கே மாற்றம் என ஒன்று உருவாகவே இல்லை. சுதந்திர இந்தியாவில் அம்பேத்கருக்கு மட்டுமே மதமாற்றத்தையே ஒரு புரட்சியாக நிகழ்த்தும் பெருந்துணிவும் பேரறிவும் இருந்தது! ஆனால், அவர் வழியில் நடப்பதாக சொல்லிக் கொள்கிறவர்களுக்கு கூட இந்து மதத்தை கைவிடுவது அத்தனை உவப்பானதாக இல்லை.

சாதி ஒழிப்பு சார்ந்த கட்டுரைகளை நான் எழுதத் தொடங்கி 20 ஆண்டுகளாகின்றன. இந்நூலில் உள்ள கட்டுரை 2001-2010 வரை எழுதப்பட்டவை. ஆனால், அதன்பின்னர் நான் எழுதிய எல்லாமே திரும்பச் செய்தல்தான். நபர்களும் ஊர்களும் மட்டுமே மாறியிருக்கும். ஆனால், சாதி நிலையானதாக அப்படியே இருப்பதை சாதி ஒழிப்பிற்காகப் போராடிய, போராடும் பலரையும் போல நானும் வெறுப்போடு பார்க்கிறேன். எந்த அரசியல், சமூகப் போராட்டங்களாலும் சாதியை அசைத்துப் பார்க்கவும் முடியவில்லை. பேரிடர் தாக்கினால்...பேரிடரிலும் சாதிவெறி என எழுத நேர்ந்தது. இதோ தற்போது கொரோனாவிற்காக ஊரடங்கு போடப்பட்டது. ஊரடங்கிலும் சாதிவெறி என எழுத நேர்ந்தது.

மீண்டும் மீண்டும் வன்கொடுமைகள், தீண்டாமைகள், புறக்கணிப்புகள், அந்த துறையில் ஒடுக்குமுறை, இந்தத் துறையில் பாகுபாடு என எழுதிக் கொண்டே இருப்பதற்கு முடிவே வரவில்லை. ஓர் அநீதியை எதிர்த்துப் போராடுவது, எதற்காக? அந்த அநீதி ஒரு சில தலைமுறைகளிலாவது ஒழிக்கப்படும் என்ற நம்பிக்கையில்தான். ஆனால், சாதிக்கு மட்டும் அத்தகைய நிலையை நாம் ஏன் உருவாக்கவில்லை? "பிரச்சனைகளைப் பேசிக் கொண்டே இருப்பது தீர்விற்கு வழி வகுக்காது. தீர்வைப் பற்றி பேசுவது மட்டுமே பிரச்சனையை ஒழிக்கும்" என்ற உண்மை எனக்கு அண்மையில்தான் விளங்கத் தொடங்கியிருக்கிறது. எனது அனுபவத்தில் விளைந்த மனப்பக்குவமாகவே இதை எடுத்துக் கொள்கிறேன்.

இந்து மதத்திற்குள் உழல நினைக்கும் யாவருக்கும் அம்பேத்கரின் வார்த்தைகளை ஓர் எச்சரிக்கையாக நினைவூட்டுகிறேன்...

"மனிதருக்கும் மனிதருக்குமான நியாயமான உறவுகளைக் கூட ஒரு மதம் மறுக்குமென்றால் அது மதம் அல்ல; வன்முறையின் வடிவம். ஒருவரை மனிதராகவே ஏற்றுக் கொள்ளாத மதம், மதம் அல்ல; நோய். விலங்குகள் தொடலாம், ஆனால் மனிதன் தொட்டால் தீட்டு என்று விரட்டும் மதம் மதம் அல்ல; கேலிக் கூத்து. ஒரு வகுப்பாரையே கல்வி கற்காதே, சொத்து சேர்க்காதே, ஆயுதம் தரிக்காதே என்று சொல்லும் மதம், மதம் அல்ல; மனித வாழ்வையே ஏளனப்படுத்தும் பகடி. படிக்காதவரை படிக்காதவராகவே இரு, வறியவரை வறியவராகவே இரு என்று கட்டாயப்படுத்தும் மதம், மதம் அல்ல; தண்டனை."

ஆம், பார்ப்பனர்களைத் தவிர இந்து மதம் எல்லோருக்குமே ஒரு கொடிய தண்டனை. அது மட்டுமல்ல அதுவொரு வலியை

மறைக்கும் போதைப் பொருள்! அதனால்தான் இழிவையும் தண்டனையையும் கூட அது கொண்டாடத் தூண்டுகிறது. பார்ப்பனர்கள் உருவாக்கிய மதத்தை அவர்களே வைத்துக் கொள்ளட்டும். ஒடுக்கப்பட்ட மக்கள் ஏன் அதில் ஆயுள் சிறைவாசிகளாக உழன்று தலைமுறைகளையும் அவ்விழிவில் தள்ள வேண்டும்? ஒடுக்கப்பட்டோருக்கு இந்து மதம் தண்டனை எனில், எது விடுதலை?

இந்தியாவில் சாதியற்ற சமத்துவ வாழ்க்கை முறை இரண்டு கால கட்டங்களில் சாத்தியமானது. ஆரியர்களின் பண்பாட்டுப் படையெடுப்புக்கு முன்பும் புத்தரின் விழிப்படைதலுக்குப் பின்பும்! பவுத்தம் வேரூன்றிய இடத்தில் எல்லாம் பார்ப்பனியமும் சாதியமும் செயலிழக்க வைக்கப்பட்டது. சாதி ஒழிப்புக்கு இதைவிட ஒரு முன்னுதாரணம் இருக்க முடியுமா? ஆனாலும் நமக்கு அறிவு வரவில்லை! இந்து மதத்தோடு மல்லுக்கட்டி, எப்படியாவது அதை சீர்திருத்தி அதற்குள் ஒரு கவுரவமான இடத்தைப் பிடித்துவிட முயல்கிறவர்களுக்கு என் ஆழ்ந்த அனுதாபங்கள்! உங்கள் கனவு ஒருநாளும் நனவாகப் போவதில்லை.

பேரன்புடன்
**ஜெயராணி**
சென்னை
27.01.2021

இந்நூலின் புதிய பதிப்பை வெளியிடும் எதிர் வெளியீடு பதிப்பகத்தின் அனுஷ் தோழருக்கு என் நன்றிகள் பல. இந்நூலின் அட்டைக்கான ஒளிப்படத்தை எடுத்த ஞானசேகர், அதை ஓவியமாக்கிய ராஜேஷ் பென்சில் மற்றும் அட்டை வடிவமைப்பு செய்த மகேஷ் ஆகியோருக்கு மகிழ்ச்சியான நன்றிகள்.

தனது மகன் கிருஷ்ணா டாவின்ஸியின் மறைவிற்கு பின்னர் என்னை மகளாக ஏற்றுக் கொண்டு அன்பு செலுத்தும் அம்மா லட்சுமிக்கு என் நெகிழ்ச்சியான நன்றிகள்.

அன்பால் என்னை அரவணைத்திருக்கும் மகள் நேயா, இணையர் சரவணன் ஆகியோரை நானும் எனது அன்பால் அரவணைத்திருக்கிறேன்.

# 1

## அருந்ததியர்கள் மீது திணிக்கப்படும் அசிங்கம்

கனவுகளை இன்னும் எத்தனை காலத்திற்குத் தொலைத்துக் கொண்டிருப்பது? மீண்டு வர முடியாத அடிமைத்தனத்தின் வலைக்குள் நசுங்கிய மீன்களாய் நூற்றாண்டின் ஆரம்பத்திலும் அதன் முடிவிலும் இன்னும் எத்தனை தலைமுறைகளை இப்படியே விட்டுச் செல்வது?

**செருப்புத்** தோலும் மலமள்ளும் அகப்பையும் இடிந்த, எரிந்த குடிசையும் கூடவே ஏமாற்றப் பெருமூச்சுகளுமே சொத்தாக... தாழ்த்தப்பட்ட மக்களே தீண்டத்தகாதவர்களாக ஒதுக்கி வைத்திருக்கும் அருந்ததியின மக்களின் வாழ்நிலை, உலகின் அத்தனை 'இய'ங்களையும் எட்டி உதைத்துக் கேள்வி கேட்பதாகவே இருக்கிறது.

சமூக எல்லைகளை உடைத்துக் கொண்டு 'நாகரிகம்' வேகமாய் வளர்ந்து கொண்டிருக்கையில் நாங்கள் எங்கே போக நாகரிகம் தேடி? என்பதுதான் செருப்புத் தைக்கும், துப்புரவுப் பணி செய்யும் தொழிலாளர்களின் விரக்தி நிறைந்த கேள்வி. ஆங்கிலேய ஆட்சியில் சென்னை தலைநகரமாக வளரத் தலைப்பட்டபோது - அதாவது தொழிற்சாலைகள், மருத்துவமனைகள், உணவகங்கள் ஆகியவை பெருகத் தொடங்கியபோது - இயல்பாகவே சாக்கடையும் கழிவுகளும் பெருகத் தொடங்கின. சரியான வடிகால் முறை இல்லாததால் மனிதக் கழிவுகள் முதற்கொண்டு எல்லா கழிவுகளையும் அகற்ற ஆட்கள் தேவைப்பட்டனர். அந்தப் பணியைச் செய்ய யாரும் தயாராக இல்லாதபோது, அருந்ததியர் மக்கள் தங்களை தயாராக்கிக் கொண்டனர். வறுமை அவர்களின் கைகளை மலக்குழிக்குள் நுழைக்கச் சம்மதித்தது.

எந்தவித வளர்ச்சியும் இல்லாத அந்தக் காலகட்டத்தில், மனிதக் கழிவை கையாலேயே வாரித் தலையில் சுமக்கும் நிலைமை உருவானது, யாரையும் அவ்வளவாக பாதிக்கவில்லை. காரணம், துப்புரவுப் பணியாளர்கள் மனிதர்களாகவே மதிக்கப்படவில்லை இன்றுவரை. விதி என்று ஏற்றுக் கொண்டு வாழப் பழகிக் கொண்டதாலும் வயிற்றுப் பாட்டுக்காக இத்தகைய பணியைச் செய்கிறோமே என்ற தாழ்வு மனப்பான்மையாலும் உரிமை,

போராட்டம், விடுதலை ஆகியவற்றில் நம்பிக்கையில்லாததாலும் தங்களைக் கீழ்மைப்படுத்தியவர்களைக் கண்டு கும்பிடு போட மட்டுமே முடிந்தது இவர்களால்.

என்றாலும் விடுதலைப் போராட்ட நேரத்தில் சமூக அக்கறை கொண்ட சில தனிநபர்கள், அருந்ததியின மக்களின் வாழ்நிலைப் பிரச்சனையைக் கையிலெடுத்தனர். ப. ஜீவானந்தம், ஏ.எஸ்.கே. அய்யங்கார், சிங்கார வேலர், பி. கருப்பண்ணன் போன்றோர் பிற தொழிலாளர்களுடன் சேர்ந்து துப்புரவுத் தொழிலாளர் பிரச்சனையையும் போராட்டங்களில் இணைத்துக் கொண்டனர். இவர்களின் முயற்சியாலேயே மாநகராட்சி துப்புரவுத் தொழிலாளர் யூனியன் தொடங்கப்பட்டது. யூனியன் அமைக்கப்பட்டவுடன் பிரச்சனையும் சற்றுத் தீவிரமடையத் தொடங்கியது.

1946 இல் ஒருவார காலம் நடைபெற்ற போராட்டத்தில் பல கோரிக்கைகள் முன்வைக்கப்பட்டன. போராட்டத்தின்போது போலிஸ் லத்தி சார்ஜ் செய்ததில் அடிபட்டு பெண் துப்புரவுத் தொழிலாளி ஒருவர் இறந்து போகிறார். ஆனால், இது குறித்து எந்த விசாரணையும் மேற்கொள்ளப்படவில்லை. மனிதக் கழிவுகளை அகற்றும் துப்புரவுத் தொழிலாளிக்கென்று கையுறையோ, சோப்போ, சீருடையோ எதுவுமில்லாமல் இருந்தது. அதே போல் கடைநிலை ஊழியராக மதிக்கப்படும் துப்புரவுப் பணியாளர்களின் ஊதியமும் சொல்லிக் கொள்கிற அளவிற்கு இல்லை.

இன்றும்கூட தொழிற்சாலை, உணவகங்கள், மருத்துவமனைகள் ஆகியவற்றிலிருந்து வெளிப்படும் கழிவுகளை அகற்றும் பணியாளர்கள், தங்கள் உயிருக்கும் உடல் நலத்திற்கும் எவ்வித உத்திரவாதமுமின்றி தான் செயல்பட்டுக் கொண்டிருக்கின்றனர். குறிப்பாக மருத்துவமனைக் கழிவுகளை அகற்றும்போது பயன்படுத்தப்பட்ட ஊசிகள், மருந்து பாட்டில்கள் போன்றவற்றால் ஏற்படும் ஆபத்திற்கு சென்னை மாநகராட்சியில் துப்புரவுப் பணியாளராக வேலை செய்த ரோசய்யா என்பவரின் மரணமே சாட்சி.

கீழ்ப்பாக்கம் புல்லாரெட்டி புரத்தைச் சேர்ந்த ரோசய்யா, ஒருநாள் கையாலே கழிவுகளை அகற்றிக் கொண்டிருக்கும்பொழுது, ஒரு ஊசி தெரியாமல் குத்திவிட்டது. சிறிது நேரத்திலேயே மயக்கம் வர விடுப்பு எடுத்துக் கொண்டு வீட்டிற்குச் சென்ற அவர் சிறிது காலத்திற்குப் பிறகு தொழு நோயால் பாதிக்கப்பட்டார். இதற்கு மேல் உன்னால் வேலை செய்ய முடியாது என்று சொல்லி இழப்பீடு

ஜெயராணி 49

தராமல் விரட்டியடித்தது நிர்வாகம். இது குறித்து நீதிமன்றத்தில் வழக்குப் பதிவு செய்யப்பட்டபோது, 'இது தொழில்முறை வியாதிப் பிரிவிலே வராது, அதனால் நஷ்டஈடு கொடுக்க முடியாது' என்று சொல்லி வழக்குத் தள்ளுபடி செய்யப்பட்டது.

இந்த மாதிரி காரணங்களாலேயே பாதிக்கப்படும் மக்கள் நீதிகேட்டுப் போராட விருப்பமிழந்து போகிறார்கள். எந்தவிதப் பாதுகாப்பு சாதனங்களும் இல்லாததால் இன்று வரை துப்புரவுப் பணியாளர்களுக்கு தோல் வியாதி தொடர்கதையாகவே இருந்து வருகிறது.

அப்புறம் துப்புரவுப் பணியாளர்களைப் பொருத்தவரை பணிப் பாதுகாப்பு, பணி நிரந்தரம் என்பதெல்லாம் வெறும் கனவுதான். நிர்வாகத்திற்குக் கட்டுப்பட்டு வராத எந்தப் பணியாளரும் உடனடியாக வேலை நீக்கம் செய்யப்படுகின்றனர். எவ்வளவோ போராட்டங்களுக்குப் பின் சில ஆண்டுகளுக்கு முன் தான் பிற அரசு ஊழியர்களைப் போல் ஓய்வூதியம், கிராஜுவிட்டி போன்றவை எல்லாம் துப்புரவுப் பணியாளர்களுக்கும் உண்டு என்ற சட்டம் கொண்டு வரப்பட்டது. என்றாலும் பணி நிரந்தரம் என்பது கேள்விக் குறியாக இருக்கின்ற சூழலில் ஓய்வூதியமும் கிராஜுவிட்டியும் கூட கேள்விக்குறிதான்.

தன் கழிவை தான் பார்க்கவே முகம் சுளிக்கும் மனித சமூகத்தின் கழிவுகளை அகற்ற சக மனிதனே துணிந்து பயன்படுத்தப்படுகிறான். வறுமையும் சமூகக் கட்டமைப்பும் அவர்களை இப்படி வாழச் சம்மதிக்கிறது. குறைந்தபட்சம் அவர்களுக்குரிய பணிப் பாதுகாப்பையும் முன்னுரிமைகளையும் ஊதியத்தையும் உரிமையையும் காக்கும் பொறுப்பையாவது அரசு கருத்தில் எடுத்துக்கொள்கிறதா? சக மனிதர்கள் தான் கண்டுகொள்கிறார்களா? நாளொன்றுக்கு வெறும் 81 ரூபாய் ஊதியம் கழிவுகளின் நாற்றத்தைத் தாங்க ஆண், பெண் என்ற பேதம் பார்க்காமல் அனைவரும் மது குடித்தே ஆக வேண்டிய கட்டாயம். குடித்ததில் எஞ்சியது வீட்டிற்கு. பின் பிற செலவுகளுக்கு? குறிப்பாக குழந்தைகளின் படிப்பிற்கு?

முன்பு போல் இல்லாமல் 'தோட்டியின் மகன் தோட்டியாகவே இருக்க வேண்டும்' என்ற மனநிலையிலிருந்து துப்புரவுப் பணியாளர்கள் ஓரளவுக்கு வெளிவந்து விட்டார்கள். தங்கள் பிள்ளைகளாவது படித்து உயர் பதவிகளுக்கு வர வேண்டும் என்ற மனநிலை அவர்களிடையே உருவாகியிருக்கிறது.

குஜராத் மாநிலத்தைப் போல் மனிதக் கழிவுகளை மனிதர்களே அகற்றும் கொடுமைக்கு தமிழகத்தில் இன்னும் தீர்க்கமான முடிவு காணப்படவில்லை. தற்பொழுது துப்புரவுப் பணியிலும் தனியார்மயமாக்கலின் தொல்லை. தனியார்மயமாதல், எல்லா துறை ஊழியர்களைப் போலவும் இவர்களையும் ஆபத்திலேயே தள்ளுகிறது. சென்னை மாநகராட்சி தற்பொழுது நிறைய மண்டலங்களைத் தனியாருக்கு விற்று வருகிறது. போதுமான வருமானத்தையோ, வேறு அரசாங்க சலுகைகளையோ அரசிடமிருந்து இனி எதிர்பார்க்க முடியாது. சென்னை மாநகராட்சி தாரை வார்க்கும் துப்புரவு ஊழியர்கள் அனைவரும் மீண்டும் அதே அடிமைத்தனம் மிகுந்த வாழ்க்கைச் சூழலுக்குத் தள்ளப்படுகின்றனர்.

தனியார் துறையில் இம்மக்களுக்கு எந்தவித வேலை உத்திரவாதமோ, ஓய்வூதியமோ, கிராஜுவிட்டியோ கிடையாது. தற்பொழுது மாதம் தொகுப்பூதியமாக ரூ. 2,500 வழங்கப்படுகிறது. ஒரு நாள் பணிக்கு போகவில்லை என்றாலும் ரூ. 300 அபராதத் தொகை கட்ட வேண்டுமாம். இப்படியாக இன்னும் இழுபறியில் தான் போய்க் கொண்டிருக்கிறது, யாருமே அக்கறை கொள்ளாத துப்புரவுப் பணியாளர்களின் நிலை.

அருந்ததியின மக்களின் குறிப்பிடத்தக்க மற்றொரு பிரிவினர் செருப்புத் தைக்கும் ஊழியர்கள். முன்பெல்லாம் செருப்புத் தைக்கும் தொழில் ‘ஓகோ’வென்றிருந்தது. இப்பொழுது திரும்பிய பக்கமெல்லாம் லெதர் கம்பெனிகள். அவை எந்திரங்களை வைத்துக் கொண்டு வந்து குவிக்கும் லட்சக் கணக்கான செருப்புகளுக்கு மத்தியில் ஒரு தொழிலாளி உட்கார்ந்து உட்கார்ந்து தைக்கும் செருப்பிற்கு ‘மவுசு’ குறைந்தல்ல, அழிந்தே போய்விட்டது.

இதற்குக் காரணம், செருப்புத் தைப்பது அருந்ததியின மக்களின் குலத் தொழில். அதைப் பிற மக்கள் தங்கள் அதிகாரத்தாலும் பண பலத்தாலும் தத்தெடுக்கத் தொடங்கி நீண்ட நாட்களாகி விட்டது. வேறு எந்தத் தொழிலுக்கும் பழக்கப்படுத்தப்படாத சூழலில் எப்பொழுதாவது விற்பனையாகும் ஒரு ஜோடி, இரண்டு ஜோடி செருப்பின் சொற்ப வருமானத்தில்தான் போய்க் கொண்டிருக்கிறது இவர்களின் வாழ்க்கை.

அதனால் அடிப்படைத் தேவைகளான உணவு, உடை, இருப்பிடம் ஆகியவை இம்மக்களுக்கு எட்டாத ஒன்றாக இருக்கிறது. சென்னை பெரம்பூர் பகுதியில் வசிக்கும் அருந்ததியின

மக்களின் குடிசைகள் எரிந்து சாம்பலாகி நீண்ட நாட்களாகிவிட்ட சூழலிலும் இன்னும் வீடு கட்டித்தராமல் அரசு இழுத்தடித்துக் கொண்டிருக்கிறது.

அப்படி அரசு மனமுவந்து கட்டித் தந்த வீடுகளைப் பார்க்கையில், 'இது உண்மையில் மக்கள் வசிப்பதற்காகக் கட்டித் தரப்பட்ட வீடு தானா?' என்ற சந்தேகம் வருகிறது. அந்தளவிற்கு நெருக்கடியான சூழலில் இருக்கின்றன அரசின் குடியிருப்புகள். அந்த வீடுகளும் இன்னும் செங்கல் மட்டும் வைக்கப்பட்ட நிலையிலேதான் இருக்கின்றன. அடுத்து, பத்தாயிரம் பணம் கொடுத்தால்தான் பூசித்தருவோம் என்ற பிடிவாதம் வேறு. அமைச்சர்களுக்கும் எம்.எல்.ஏ.-க்களுக்கும் ஏக்கர் கணக்கில் வளைத்துப் போட்டு வசதி செய்து கொடுக்கும் அரசு, அதில் கொஞ்சம் அக்கறையையாவது அடிப்படை வசதிகள்கூட கிடைக்கப் பெறாத மக்கள் மீது காட்டுவது அவசியம்.

செருப்புத் தைக்கும் தொழிலுக்கென்று கூட்டுறவு வங்கிகளும் இல்லாததால் தோல் வாங்கவோ, செருப்பு விற்கவோ முடியாத நிலையில் மிகவும் சிரமப்பட்டுக் கொண்டிருக்கின்றனர் இம்மக்கள். அதுபோல் அருந்ததியர்களுக்கென்று தனி வாரியம் எதுவும் இல்லாததால் எந்த முன்னுரிமைகளும் கிடைக்காமல் மிகவும் ஒதுக்கப்பட்ட நிலையில் வாழ்ந்து வருகின்றனர்.

தமிழ் நாடு தோல் அபிவிருத்திக் கழகத்தில் பாரம்பரியர்களான அருந்ததியர்களுக்கு எந்தவித இடஒதுக்கீடோ, பணி வாய்ப்போ இல்லை. உண்மையில் உட்கார்ந்து உட்கார்ந்து தோல் பற்றி பாடம் படிப்பவர்களை விடவும் - பிறந்தது முதல் அதிலேயே இருந்து அதைப் பார்த்துப் பார்த்தே வளரும் அருந்ததியினருக்கு - தோலின் அத்தனை நுணுக்கங்களும் தெரிந்திருக்கும்.

'தற்பொழுது தோல் அபிவிருத்திக் கழகம் நட்டத்தில் ஓடிக் கொண்டிருக்கிறது, காரணம் தோல் பற்றி ஒன்றுமே தெரியாதவர்கள் எல்லாம் அங்கே பணிபுரிகின்றனர். நிறைய பொறுத்தாயிற்று. இனி தீவிரவாதிகளாக மாறினால்தான் அரசு கண்டு கொள்ளும் என்றால் அதைத்தான் செய்ய வேண்டும்' என்று பகிரங்கமாகவே குற்றம் சாட்டுகிறார், அருந்ததியர் சாதியைச் சேர்ந்த விஜயகுமார் என்ற சட்டக் கல்லூரி மாணவர்.

நாற்பத்தைந்து வயதான ரங்கநாதன், தனது அய்ந்து வயதிலிருந்தே செருப்பு தைக்கும் தொழில்தான் பார்த்து வருகிறார். நிறைய ஓட்டைகள் விழுந்து போன தன் ஓலைக் குடிசையில் 30

ஆண்டுகளுக்கும் மேலாக வசித்து வரும் அவர் சொல்கிறார்: "நாங்கள் எல்லாம் எங்க போறது. எங்களுக்கு வேற எந்தத் தொழிலும் தெரியாது. அப்படியே வேற தொழிலுக்குப் போனாலும், நீங்க சக்கிலியனுங்க தான போய் உங்க குலத் தொழில பாக்க வேண்டியதுதானன்னு சொல்றாங்க. என் பசங்க யாரும் படிக்கலை. எல்லோரும் கூலி வேலைக்குதான் போகிறார்கள். இந்தத் தொழிலை விட முடியாமத்தான் பிடிவாதமா பார்க்கிறேன். மற்றபடி இதுல சுத்தமா லாபம் இல்லை" என்றார்.

சக்கிலியர் என்று அழைக்கப்படும் அருந்ததியர் மக்கள் செருப்புத் தைக்கும் தொழிலை விட்டோ, துப்புரவுப் பணியை விட்டோ வேறு வேலை பார்க்கக் கூடாது என்றால், வேறு யாரும் இவர்களுக்குப் போட்டியாக வரக் கூடாது என்ற நியதியும் பொருந்தும் தானே!

அருந்ததியர் மக்களின் அதிமுக்கியமான பிரச்சனைகளில் ஒன்று, அவர்களுக்கென்று அரசியல் பிரதிநிதிகள் யாருமில்லை என்பதுதான். இதுவரை எந்தக் கட்சியிலும் எந்தவொரு பொறுப்பிற்கும் அவர்கள் அனுமதிக்கப்படவில்லை. இதனால் தங்களிடம் குவிந்து போய் கிடக்கும் குறைகளைச் சொல்ல ஆளின்றி இம்மக்கள் தாங்கள் தனித்துவிடப்பட்டதாகவே உணர்கின்றனர். போராட்டமே வாழ்க்கையான நிலையிலும் போராட வழியில்லாமல் அதை வழி நடத்த ஆளில்லாமல் இருக்கின்றனர் இம்மக்கள்.

'தலித்' என்ற சொல் முழுக்க முழுக்க அருந்ததியினருக்குத்தான் பொருந்தும். காரணம், தலித் என்ற சொல்லுக்குள் ஒளிந்து கிடக்கும் உட்சாதி ஆதிக்கங்களுக்கு பலியாவது இவர்கள் தான். இன்னும், அடிப்படை உரிமைகள் கூட முழுமையாக கிடைக்கப் பெறாத நிலையில் செருப்புத் தைத்து வறுமையிலும் உயிரைப் பணயம் வைத்து மலக்குழியிலும் வாழ்க்கையைத் தொடரும் இம்மக்களின் அடுத்த தலைமுறையாவது விடுதலை பெற வேண்டும். ●

*- சனவரி 2001*

# ■2

## "ச்சீ... ச்சீ... இந்து மதம் வேண்டாம்"

இந்து மதத்தில் இருந்து நாங்கள்
என்ன பயனைக் கண்டோம்? எல்லாக்
கொடுமைகளையும் அது எங்கள் மீதுதான் திணிக்கிறது.
அதனால் தான் நாங்கள் மதம் மாறத் துணிந்தோம். மதம்
மாறினால் குறைந்த பட்சம் சாதிக் கொடுமையிலிருந்தாவது
தப்பிக்கலாம்தானே...

**சுற்றிலும்** வறண்ட நிலங்களைக் கொண்ட சாலை, குடிநீர், மின் விளக்கு, சுடுகாடு, வீடு என்று எந்த வசதியும் இல்லாத - வழக்கப்படி எம்.எல்.ஏ. எட்டிப் பார்க்காத - சாதாரண கிராமம்தான் மதுரை மாவட்டத்திலிருக்கும் எஸ். கீழப்பட்டி. தலித் மக்கள் வசிக்கும் இந்தக் கிராமத்தின் பெயர் அண்மையில் பத்திரிகைகளில் அடிபட்டதற்கான காரணம் - கலவரமோ, மனித உரிமை மீறலோ, பாலியல் வன்முறையோ அல்ல; மதமாற்றம்தான்.

முழுக்க முழுக்க விவசாயக் கூலிகளாக இருக்கும் கீழப்பட்டி மக்கள், மழை ஏமாற்றி விவசாயம் பொய்த்ததால் இன்று ஒரு வேளை சாப்பாட்டிற்கும் வழியின்றி கஷ்டப்படுகிறார்கள். பக்கத்து கிராமங்களுக்கு வேலைக்குப் போனால் சாதியையும் சுமந்து கொண்டுதானே போக வேண்டும். இதனால் இரட்டை டம்ளரில் ஆரம்பித்து பல்வேறு தீண்டாமை ஒடுக்குமுறைகளை நாள்தோறும் இம்மக்கள் சந்திக்கிறார்கள்.

சுமார் 3,000 பேர் வசிக்கும் இக்கிராமத்தில் பிழைப்பதற்கான எந்த வசதியும் இல்லாததால் தங்கள் மண்ணை விட்டு மக்கள் இடம்பெயர்ந்து வேறு ஊர்களுக்குப் போகத் தொடங்கி விட்டார்கள். 30 குடும்பங்களுக்கும் மேல் தீப்பெட்டித் தொழிற்சாலைகளை நம்பி சிவகாசிக்குப் போய் சேர்ந்தது, சமீபத்திய எடுத்துக்காட்டு. கீழப்பட்டியில் இருக்கும் கூடலிங்கம் என்பவரின் கீழ் 20 பெண்கள் தீப்பெட்டி ஒட்டி பிழைப்பை நடத்துகிறார்கள். 1,500 பெட்டி ஒட்டினால் 10 ரூபாய் கிடைக்கிறது. இது தவிர கூலி வேலை. அதைத் தவிர ஒன்றுமில்லை.

நிரந்தர வறுமையோடு பல இல்லாமைகள். அதோடு ஜாதி ஒடுக்குமுறை. இயற்கையும் தன்னை உயர்ந்தவர்கள் என்று தூக்கிப்

பிடித்துக் கொள்ளும் மனித சமூகமும் சேர்ந்து சதி செய்ய, யோசித்து யோசித்து இம்மக்கள் ஒரு முடிவுக்கு வந்திருக்கின்றனர்.

அதன் விளைவாகவே, இந்து மதத்திலிருந்து வெளியேறினால் சாதிக் கொடுமைகளிலிருந்து விடுதலை பெறலாம் என்ற எண்ணம் இந்த கிராம மக்களுக்கு வந்ததற்குக் காரணமாக இருந்த தர்மராஜ் என்ற முகமது அனீபா என்பவரை இங்கே குறிப்பிட்டுச் சொல்லியாக வேண்டும். தற்பொழுது 21 வயது நிரம்பிய முகமது அனீபா, 8 ஆம் வகுப்புப் படித்துக் கொண்டிருக்கும்போது சக மாணவர்களுடன் சாப்பிடுவதற்கு அமர்ந்திருக்கிறார். அப்பொழுது அவரின் வகுப்பாசிரியர் வந்து "நீ அவர்களுடன் சேர்ந்து சாப்பிடக் கூடாது" என்று சொல்ல, ஏன் என்று கேட்டிருக்கிறார். "நீ தாழ்த்தப்பட்ட இனத்தைச் சேர்ந்தவன்" என்று ஆசிரியர் கூறவே சாப்பிடாமல் எழுந்து வீட்டிற்கு வந்தவர், அடுத்து பள்ளிக்கூடம் பக்கமே போகவில்லை.

அதுவரை துளியும் அறிந்திராத சாதி பற்றியும் அதன் கொடுமைகள் பற்றியும் சிந்தித்து அனுபவித்து தெரிந்து கொண்ட பிறகு குரானைப் படிக்கத் தொடங்கியிருக்கிறார். இசுலாம் மதம் தனி மனிதனுக்கான அங்கீகாரத்தைக் கொடுக்கிறது என்று முடிவெடுத்து, மதுரைக்கு வந்து இசுலாமிய இயக்கத்தை மதமாற்றத்திற்காக நாடியிருக்கிறார்.

தர்மராஜ் முகமது அனீபாவாக மாற முடிவெடுத்தவுடன் மெல்ல மெல்ல தன் உறவினர்களிடம் இந்து மதத்தில் தான் சாதியிருக்கிறது, சாதி தான் நம்முடைய இந்த அவல வாழ்விற்குக் காரணம் என்பதையும் இசுலாத்தில் சாதிப் பாகுபாடு இல்லை என்பதையும் விளக்கியிருக்கிறார். அதன் விளைவாகவே, 1994இல் 35 பேர் இசுலாத்தைத் தழுவியிருக்கிறார்கள். தற்பொழுது 5.1.2001 அன்று 26 பேர் மதம் மாறியிருக்கிறார்கள்.

"இந்து மதம் எங்களை காலத்திற்கும் தீண்டத்தகாதவர்களாகவே வைத்திருப்பதால் இசுலாத்திற்கு மாற நாங்கள் அனைவரும் முடிவு செய்தோம்" என்கிறார் கீழப்பட்டி, பஞ்சாயத்துத் தலைவர் மூர்த்தி.

"இந்து மதத்தில் இருந்து நாங்கள் என்ன பயனைக் கண்டோம். எல்லாக் கொடுமைகளையும் அது எங்கள் மீதுதான் திணிக்கிறது. தாட்கோ, மானியக் கடன் என்று எவ்வளவோ இருந்தாலும்கூட அது எதுவும் எங்களுக்குக் கொடுக்கப்படுவதில்லை. அதனால்

தான் நாங்கள் மதம் மாறத் துணிந்தோம். மதம் மாறினால் குறைந்த பட்சம் சாதிக் கொடுமையிலிருந்தாவது தப்பிக்கலாம் தானே?" என்கிறார்.

19.01.2001 அன்று ஒட்டுமொத்தமாக எல்லோரும் மதம் மாறுவதாக முடிவு செய்யப்பட்டிருந்தது. கடைசி முயற்சியாக, அடிப்படை வசதிகளை நிறைவேற்றித் தரச் சொல்லி மாவட்ட ஆட்சித் தலைவரை அணுகியிருக்கிறார்கள். வைக்கப்பட்ட பத்து கோரிக்கைகளில் சாலை, தண்ணீர்த் தொட்டி, சுடுகாட்டுப் பாதை, சுகாதார நிலையம் ஆகிய நான்கு வசதிகளையும் மார்ச் மாதத்திற்குள் செய்து கொடுப்பதாகச் சொன்னதால் மதம் மாறும் எண்ணத்தைத் தள்ளிப் போட்டிருக்கிறார்கள்.

மதமாற்றம் என்ற பெயரில் மேலோட்டமாகப் படர்ந்திருக்கும் இந்தப் பிரச்சனையின் பின்னணியில் நிரந்தர வறுமை, இல்லாமை, சாதி ஒடுக்குமுறை என்று வாழ்வின் கசப்புகளை மட்டுமே அறிந்த மக்களின் மன அழுத்தங்கள் புகைந்து கொண்டிருப்பதை நான் உணர வேண்டும்.

"மாட்டுக்கு போடுறதுக்காக பக்கத்து கிராமங்களுக்கு கோரைப்புல்லை பிடுங்கப் போனால் ஆதிக்க சாதிக்காரங்க போலிஸ்ல புடுச்சிக் கொடுக்கறாங்க. போலிஸ்காரங்களும் என்ன ஏதுன்னு விசாரிக்காமல் திருட்டு கேஸ்ல உள்ளே வைக்கறாங்க. போன வாரம்கூட அஞ்சு பொம்பள பிள்ளைகளை புடிச்சிட்டுப் போயிட்டாங்க. தாழ்த்தப்பட்டவங்களா பொறந்துட்டோம், நாங்க என்ன செய்ய முடியும்?" என்கின்றனர் வேலம்மாளும் எலிசபத் ராணியும். இவர்கள் இருவரும் அண்மையில் இசுலாத்திற்கு மாறியவர்கள். தங்களுக்கு சூட்டப்பட்ட இசுலாமியப் பெயர்கள்கூட இவர்களுக்கு நினைவில் இல்லை.

1974இல் கட்டிக் கொடுக்கப்பட்ட தொகுப்பு வீடுகள் எப்பொழுது இடிந்து விழுமோ என்கிற நிலையில் அதுவும் இல்லாதவர்கள் மக்கிப்போன கூரை வீடுகளில் ஓட்டு கேட்க வந்த எம். எல். ஏ. தளபதி, இன்று வரை ஊர்ப் பக்கம் வரவில்லை. அடிப்படை வசதிகள் செய்து கொடுக்காததாலும் தாழ்த்தப்பட்டவர்களாக அனுபவிக்கும் கொடுமைகளால் தான் - தாங்கள் இசுலாத்திற்கு மாறுகிறோம் என்று பத்திரிகைகளில் செய்தி வெளியிட்டும்கூட, எம். எல். ஏ. வந்து பார்க்கவில்லை.

எம். எல். ஏ. வைப் பற்றி பேச்செடுத்தாலே கீழப்பட்டி மக்கள் கொதித்துப் போகிறார்கள். "நாங்களெல்லாம் அழிஞ்சிட்டோமான்னு பார்க்கத்தான் அந்தாளு வருவார். பக்கத்துல இருக்கற கல்லுப்பட்டிக்கு வரார்; இங்க வரமாட்டேங்கிறார். அப்படி என்னங்க நாங்க மோசமா போயிட்டோம்?" என்பதுதான் கீழப்பட்டி மக்களின் கேள்வி.

இசுலாமியக் கடவுள் மீது கொண்ட நம்பிக்கையினாலோ, இந்து கடவுளின் மீது நம்பிக்கை இழந்ததாலோ இம்மக்கள் மதம் மாறவில்லை என்பதையும் கடவுளுக்கு இங்கு வேலையில்லை என்பதையும் புரிந்து கொள்ள வேண்டும். இது, முழுக்க முழுக்க ஒடுக்கப்பட்ட மக்களின் மனப் போராட்டம். இந்து மதம் கட்டிக் காக்கும் சாதியக் கட்டமைப்பின் கொடூரங்களான - தீண்டாமை, கலவரம், வறுமை என்று பல்வேறு பிரச்சனைகளும் இந்த மக்களைத் தாக்கியதால் எடுக்கப்பட்ட 'பழிவாங்கல் முயற்சி'தான் இந்த மதமாற்ற முடிவு. இந்த பழிவாங்கல் முயற்சிகள் தங்களை அடிமைத்தளையில் இருந்து மீட்டெடுக்கும் என்று மக்கள் உறுதியாக நம்புகிறார்கள்.

மூட நம்பிக்கையின் முழு உருவமாக இருக்கும் மதத்தையும் அதன் கடவுளையும் தங்களின் விடுதலைக்கான வழியாகப் பயன்படுத்திக் கொள்ள தலித் மக்கள் தெரிந்து கொண்டு விட்டார்கள். "இந்து மதத்தில் தாழ்த்தப்பட்டவராக இருந்து தீண்டாமையை அனுபவிப்பதைவிட, இசுலாத்திற்கு மாறி சுயமரியாதையோடு வாழறது சரிதானே? இங்கே பிழைக்க வழியில்லாம நாங்க வேற ஊருக்குப் போனா சாதிய கேட்டு குடிக்கத் தண்ணிகூட கொடுக்க மாட்டேங்கறாங்க. இதே இசுலாமியர்கள் என்றால் சாதிப் பிரச்சனை இல்லை. அதனால்தான் இந்த முடிவுக்கு வந்தோம்" என்கிறார் பெருமாள் ராஜா.

சாதி ஒடுக்குமுறை என்பது எவ்வளவு கொடூரமானது என்பதை அதற்குள் இருந்து அனுபவித்தவர்களால் மட்டுமே முழுமையாக உணர முடியும். 'போன பிறவியில் செய்த பாவம் தான் இந்தப் பிறவியில் தாழ்த்தப்பட்டவராகப் பிறந்து விட்டோம்; அடுத்த பிறவியிலாவது வேற சாதியில் பிறக்க வேண்டும்' என்ற இயலாமை முடிவுகள் விதியாக ஏற்றுக் கொள்ளப்பட்டதற்கு ஆதிக்க சாதியினரின் புத்திசாலித்தனமான கற்பித்தல்தான் காரணம்.

ஜாதி - பாவம் புண்ணியம் சம்பந்தப்பட்ட விஷயமல்ல என்பதை உணர்ந்த கீழப்பட்டி மக்கள், கூடவே வறுமையும்

நெருக்கிப் பிடிக்க தற்பொழுது மதம் மாற முடிவு செய்துள்ளனர். வாயே திறக்காமல் இந்து மதக் கொடுமைகளை ஏற்றுக் கொண்டிருந்தவர்கள், வாழ்வியல் வசதிக்கு மதத்தின் தேவையை உணர்ந்து மாறத் தொடங்கியிருக்கிறார்கள். அதையும் கடந்து மதம் என்பது வெறும் மாயை என்பதை உணர்ந்து தங்களைக் கட்டிப் போட்டிருக்கும் சாதி மதச் சங்கிலிகளை உடைத்து வெளிவரும் நாள் வெகுதொலைவில் இல்லை என்றே தோன்றுகிறது. ●

– பிப்ரவரி 2001

# 3

## ஒதுக்கப்பட்டவர்களே ஒதுக்கும் புதிரை வண்ணார்கள்!

'வண்ணான் வராத வீடு விளங்காது'
என்ற பழமொழியோடு தான் சலவைத்
தொழிலாளர்களின் அடிமைத்தனம் ஆரம்பமாகியது.
விரும்பினாலும் விரும்பாவிட்டாலும் வீடு வீடாகச்
சென்று துணி எடுத்தாக வேண்டும்.

**கிராமப்** புறங்களைப் பார்த்தால் தலித் மக்களின் குடியிருப்புகள் தான் ஊருக்கு வெளியிலோ, ஒதுக்குப் புறமாகவோ ஒதுக்கி வைக்கப்பட்டிருக்கும். சமூகத்தின் சாதியக் கட்டமைப்பைப் போற்றிப் பாதுகாக்கும் உயர் சாதியினர் என்று அழைத்துக் கொள்பவர்களின் ஆதிக்கம் அது. அதை மாற்றத்தான் போராட்டங்களை ஆரம்பித்திருக்கிறோம்.

முழுமையான புரிதல் இல்லாத அந்தப் போராட்டங்களைக் கொஞ்சம் நிறுத்திவிட்டு, தலித் மக்கள் அதிகமுள்ள ஊர்களைத் திரும்பிப் பார்த்தோமென்றால் அங்கேயும் ஊருக்கு வெளியே பனை ஓலை வேயப்பட்ட குடிசைகளைப் பார்க்கலாம். அவை தீண்டாமையின், சாதி வேற்றுமையின் கொடுமைகள் அனைத்தையும் முழுமையாக அனுபவித்த தலித் மக்களே தீண்டத்தகாதவர்களாக ஒதுக்கி வைத்திருக்கும் புதிரை வண்ணார்களுடையவை.

துணிகளை சலவை செய்வதுதான் வண்ணார்களின் குலத் தொழில். வண்ணார்களிலே மூன்று பிரிவுண்டு. நாடார்களுக்குத் துணி வெளுப்பவர்கள் 'பணிக்கர்' என்றும், தேவர்களுக்கு வெளுப்பவர்கள் 'மூப்பர்' என்றும், தலித் மக்களுக்கு வெளுப்பவர்கள் 'புதிரை வண்ணார்கள்' என்றும் அழைக்கப்படுகின்றனர். இதில் பணிக்கர், மூப்பர் இருவருக்கும் சலவை செய்வது, இஸ்திரிபோடுவது என்ற இரண்டே வேலைதான்.

புதிரை வண்ணார்களின் நிலைமை வேறு. பிற சாதியினருக்கு முடிவெட்டுதல், வெட்டியான் வேலை செய்தல், மேளம் அடித்தல், பந்தல் போடுதல் போன்ற வேலைகளைச் செய்யும் தலித் மக்களுக்குத் துணி வெளுப்பதோடு சேர்த்து மேற்சொன்ன எல்லா வேலைகளையும் புதிரை வண்ணார்களே செய்கின்றனர்.

இப்படி அநியாயத்துக்கு வேலை செய்யும் இம்மக்களுக்கு கூலியாக பணம் எதுவும் கொடுக்கப்படுவதில்லை. தினமும் வந்து மிஞ்சிய சாப்பாட்டை வாங்கிக் கொண்டு போக வேண்டுமென்பது ஊர்க்கட்டுப்பாடாகவே இருந்து வந்திருக்கிறது. சில இடங்களில் நிலைமை மாறியிருந்தாலும்கூட, இன்னும் வண்ணார்கள் சாப்பாட்டிற்காக பிறர் வீட்டு வாசலில் நிற்பது முற்றிலுமாக மாறிவிடவில்லை. அப்படி சோறு கேட்க நேரிடும் போது வெளிப்படும் சலிப்புக் குரலை திருநெல்வேலி மாவட்டம் காருக்குறிச்சியை சேர்ந்த சரோஜாவிடம் கேட்கமுடிந்தது. அவர் கூறும்போது,

"சோறு கேட்கப் போனால் இப்பதான் வடிச்சிருக்கோம் அப்புறம் வா என்பார்கள்; அப்புறம் போனால் இப்பதான் சாப்பிட்டுக் கொண்டிருக்கின்றோம் அப்புறம் வா என்பார்கள்; அப்புறம் போனாலும் சோற்றில் தண்ணீர் ஊற்றிவிட்டோம் நாளைக்கு வா என்று சொல்வார்கள். வண்ணாத்திதானன்னு மதிக்கிறதேயில்ல. மானங்கெட பேசுறாங்க. அதனாலேயே இப்பல்லாம் சோறு வாங்கப் போறதில்லை" என்றார்.

"வண்ணான் வராத வீடு விளங்காது" என்ற பழமொழியோடு தான் சலவைத் தொழிலாளர்களின் அடிமைத்தனம் தொடங்கியது. விரும்பினாலும் விரும்பா விட்டாலும் வீடு வீடாகச் சென்று துணி எடுத்தாக வேண்டும். மூட்டை மூட்டையாக வந்து சேரும் அழுக்குத் துணிகளை வெளுக்க தினக் கூலி எதுவும் கொடுக்கப்படுவதில்லை. ஆறு மாதத்திற்கு ஒரு முறை அறுவடை நேரங்களில் 16படி நெல் கொடுக்கப்படுகிறது. 16 படியில் ஆறு படி சொத்தையாக இருப்பதை இம்மக்கள் கேள்வி கேட்க முடியாது. துவைப்பதற்கு சோப்பு, நீலம் போன்றவை வாங்குவதற்குக் கூட பணம் கொடுக்கப்படுவதில்லை.

இவர்கள் சலவை செய்வது தவிர முடிவெட்டுதல், சவரம் செய்தல், பந்தல் போடுதல் போன்ற வேலைகளை தலைமுறை தலைமுறையாக செய்து வருகின்றனர். இப்பணிகளிலிருந்து விலகி வந்து படித்து, நல்ல வேலையில் இருக்கும் ஒரு சிலரும்கூட 'வண்ணானாகவே' அடையாளப்படுத்தப்பட்டு, மரியாதையில்லாமல் நடத்தப்பட்டும் வருகின்றனர்.

மாமண்டூரை சேர்ந்த அருள்தாஸ் முதுகலைப் பட்டம் படித்திருக்கிறார். சலவைத் தொழிலாளர் மேம்பாட்டிற்காக சங்கம்

தொடங்கி அதில் தீவிரமாக ஈடுபட்டும் வருகிறார். தன் மீது திணிக்கப்படும் தீண்டாமையின் வடிவம் பற்றி கூறுகையில், 'எம். ஏ. படிச்சிருக்கேன்னு யாரும் என்னைப் பார்ப்பதில்லை. எவ்வளவு நல்லா பேசினாலும் என் வீட்டில் சாப்பிடத் தயங்குகின்றனர். சங்கத்தில் இருந்து கொண்டு வேலை செய்றதுனால, வண்ணானுக்கு இவ்வளவு திமிராயிடுச்சு என்றெல்லாம் பேசுகிறார்கள்' என்றார்.

அருள்தாஸ் வேலை பார்க்கும் சங்கத்தின் முயற்சியினால் விழிப்புணர்வு பெற்ற செங்கல்பட்டு மாவட்டத்தில் இருக்கும் கீழவலம் கிராமத்தைச் சேர்ந்த மக்கள், 1993 ஆம் ஆண்டு ஜூன் 13 ஆம் நாளை மனித உரிமை நாளாகக் கொண்டாடினார்கள். அப்போது தீண்டாமை பற்றி வீதி நாடகம் போடப்பட்டது. இதற்கு தலித் மக்களிடம் இருந்து பெருத்த எதிர்ப்பு வந்திருக்கிறது. வண்ணான்கள் தங்களை அசிங்கப்படுத்துவதாகக் கருதிய தலித் மக்கள், மறுநாள் ஊருக்கு வெளியே இருக்கும் சலவைத் தொழிலாளர்களின் குடிசைகளைச் சுற்றி கருவேலம் முட்களை வெட்டிப்போட்டு சிறைப்படுத்தியிருக்கிறார்கள்.

பிறகு மாவட்ட ஆட்சித் தலைவருக்கு செய்தி போய் இம்மக்கள் விடுவிக்கப்பட்டிருக்கிறார்கள். அதன் பிறகும்கூட சலவைத் தொழிலாளர்களின் விவசாயப் பயிர்களுக்கு தண்ணீர் பாயவிடாமல் பிரச்சனை செய்திருக்கிறார்கள்.

இனிமேல் சலவைத் தொழில் செய்வதில்லை என்று கீழவலம் மக்கள் முடிவெடுத்தபோது, இரவு பதினோரு மணிக்கு ஊர் பஞ்சாயத்து கூட்டப்பட்டது. அங்கு வண்ணார்கள் தங்கள் நிலையை தெளிவாகக் கூற, அப்போதைய சட்ட மன்ற உறுப்பினர் குப்புசாமியின் உத்தரவின் பேரில் சலவைத் தொழிலாளர்களை தலித் மக்கள் அடித்திருக்கின்றனர். போலிஸ் வந்து சமாதானப்படுத்திவிட்டுப் போனது. அன்றிலிருந்து இன்றுவரை கீழவலம் சலவைத் தொழிலாளர்கள் அந்த வேலையைச் செய்வதில்லை.

தென் மாவட்டங்களைப் பொருத்தவரை, சலவைத் தொழில் செய்ய முடியாது என்று இதுவரை யாரும் சொல்லவில்லை. காரணம், அங்குள்ள கிராமங்களில் ஊருக்கு இரண்டு குடும்பங்கள்தான் இருக்கின்றன. இவர்களால் முன்னூறு குடும்பங்களுக்கு மேலிருக்கும் தலித் மக்களைப் பகைத்துக் கொண்டு

வாழ முடியாது. இதைப் பலரும் வெளிப்படையாகவே ஒத்துக் கொள்கின்றனர்.

இம்மக்களுக்கு இருக்கும் முக்கியமான பிரச்சனை சாதிச் சான்றிதழ்தான். அரசாங்க அட்டவணைப்படி, பொதுவாக சலவைத்தொழிலாளர்கள் அனைவரும் மிகவும் பிற்படுத்தப்பட்டோர் பிரிவில் வருகின்றனர். தலித் மக்களுக்கு துணி வெளுக்கும் புதிரை வண்ணார்கள், தாழ்த்தப்பட்டோர் பிரிவில் இடம் பெறுகின்றனர். பிற சாதி சலவைத் தொழிலாளர்கள் தங்களைப் புதிரை வண்ணார்களாக சொல்லி சாதிச் சான்றிதழ்கள் வாங்கிக் கொள்வதால் உண்மையிலேயே எந்தவித உரிமையும் இல்லாமல் வாழ்ந்து வரும் புதிரை வண்ணார்களுக்கு சாதிச் சான்றிதழ் கிடைக்காமல் போகிறது. புதிரை வண்ணார் என்ற சாதியே இல்லையென்று அதிகாரிகள் கூறுவதாக நிறைய மக்கள் குற்றம் சாட்டினர்.

சலவைத் தொழிலை விட்டு விட்ட மக்களுக்கு சாதிச் சான்றிதழ் கிடைக்காமல் போவதற்கான இன்னொரு காரணமாக தலித் மக்களே இருக்கின்றனர். இவர்கள் புதிரை வண்ணார்கள்தான் என்பதை உறுதிப்படுத்த தலித் மக்கள் சாட்சியம் அளிக்க வேண்டும். "தங்களுக்கு வெளுக்க மாட்டேன் என்று மறுத்து விட்ட வண்ணானுக்கு நாங்க எப்படி பரிந்துரைப்பது" என்ற கோபத்தில் தலித் மக்கள் சாட்சியம் அளிக்க முன்வராததால் இம்மக்களுக்குச் சாதிச் சான்றிதழ் கிடைப்பதில்லை.

அரசாங்க சலுகைகளை நம்பி எட்டாம் வகுப்பு வரை படித்துவிடும் ஒரு சிலர்கூட சாதி சான்றிதழ் கிடைக்காததால் படிப்பைத் தொடர முடியாமல் நிறுத்திவிட்டு, மீண்டும் தங்களுக்கு தெரிந்த ஏதாவது ஒரு தொழிலில் தங்களைத் திணித்துக் கொள்கின்றனர். தங்களைப் பழங்குடியினர் பிரிவில் சேர்க்கச் சொல்வதுதான் புதிரை வண்ணார்களின் முக்கிய கோரிக்கையாக இருக்கிறது.

அடிப்படை வசதிகள் என்று பார்த்தால் குடியிருக்கும் வீடு தொடங்கி எந்தவித வசதியும் இல்லாமல்தான் இம்மக்கள் வாழ்ந்து வருகிறார்கள். சொந்த நிலப் பட்டாவோ, அரசாங்கத்தின் தொகுப்பு வீடோ இம்மக்களுக்குக் கிடைக்கவில்லை. கிராமத்தின் ஒதுக்குப்புறமாக இருப்பதால் சாலை வசதியும் இல்லை.

புதிரை வண்ணார்களைப் பொருத்தவரை, அவர்களுக்கு இருக்கும் ஒரேயொரு ஆறுதல், தீண்டாமை முன்பு போல் தீவிரமாக இல்லை என்பதுதான். முன்பெல்லாம் தலித் மக்களின் கிணற்றில் தண்ணீர் எடுக்கவோ, தெருவில் செருப்புப் போட்டு நடக்கவோ முடியாது. இன்னும் தென் மாவட்டங்களில் அச்சம்பட்டி, வடக்கு புதூர், செம்பூர் மாதிரியான சில கிராமங்களில் நிலைமை மாறவில்லை.

முன்பு மாதிரி இல்லை என்று சொல்லப்பட்டாலும்கூட திருமணம், சாவு போன்ற நிகழ்ச்சிகள் தவிர, தலித் மக்கள் வீட்டுக்குள் வண்ணார்கள் நுழைய அனுமதிக்கப்படுவதில்லை. வண்ணார்களுடன் ரத்த சம்பந்தம் செய்து கொள்வதை தலித் மக்கள் இழுக்காகவே நினைக்கின்றனர்.

காலம் எவ்வளவோ மாறிவிட்ட நிலையிலும் இன்றும் சோறு கேட்டு வாசலில் நிற்க விரும்பாத மக்கள் அங்கீகாரமும் சுயமரியாதையும் கோரி மதம் மாறத் தொடங்கியிருப்பது இன்னொரு சமூக மாற்றம். செங்கல்பட்டு மாவட்ட மங்கள மாமண்டூரில் 33 குடும்பங்கள் கிறித்துவ மதத்தையும் காயல்பட்டிணத்தில் சில குடும்பங்கள் இசுலாத்தையும் தழுவியிருக்கிறார்கள்.

"எங்கள் மக்கள் ஊருக்கு இரண்டு குடும்பமாக சிதறிக் கிடப்பதால் எங்களால் இந்த சாதியக் கட்டமைப்பை எதிர்த்து ஒன்றுமே செய்ய முடியவில்லை. சாதிக்கு இந்து மதம்தான் காரணம். தொப்பி போட்டு போனால் சாதியைக் கேட்க மாட்டார்களென்றால் நான் தொப்பி போட்டுக் கொண்டு, ஒரு இசுலாமியனாகத் தயாராக இருக்கிறேன். மதமாற்றமும் கலப்பு மணமும்தான் எங்களின் பிரச்சனைக்கான தீர்வாக இருக்க முடியும். இந்துவாகப் பிறந்தேன்; சாகும்போது இசுலாமியனாகத்தான் சாவேன்.

நான் அனுபவித்த சாதிக் கொடுமைகளை என் மகனும் அனுபவிக்க அனுமதிக்க மாட்டேன். நிச்சயமாக நான் கடவுளைத் தேடி இசுலாத்திற்குப் போகவில்லை. சமூக அங்கீகாரமும் இசுலாத்தில் கிடைக்கிறது. என்னைப் பொருத்தவரை இசுலாம் மதமல்ல; மார்க்கம். காரணம், அது எல்லா மனிதனையும் சமமாக மதிக்கிறது" என்று தனது கோபங்களை பேசி முடித்தார், பெயர் வெளியிட விரும்பாத அரசு ஊழியர் ஒருவர்.

இவர்களுக்கு இருக்கும் இன்னொரு பிரச்சனை, வன்கொடுமைத் தடுப்புச் சட்டம். புதிரை வண்ணார்களுக்கு தலித் மக்களிடம் இருந்துதான் பிரச்சினை. ஒரு தலித் இன்னொரு தலித்தை அடிமைப்படுத்தினால் அது வன்கொடுமைத் தடுப்புச் சட்டத்தின் கீழ் வராது. இதனால் எங்காவது அத்துமீறல் நடந்தால்கூட புகார் கொடுக்க முடியாமல் இம்மக்கள் திணறுகின்றனர். தங்களுக்கு இழைக்கப்படும் அநீதிகளையும் வன்கொடுமைத் தடுப்புச் சட்டத்தின் கீழ்க் கொண்டு வர வேண்டும் என்பது இவர்களின் இன்னொரு கோரிக்கை.

வாக்குரிமை பற்றி பேசவே தேவையில்லை. இவர்கள் யாருக்கு என்ன ஓட்டுப் போட வேண்டும் என்பதை எண்ணிக்கையில் அதிகமாக இருக்கும் மக்கள்தான் தீர்மானிக்கிறார்கள். தேர்தல் சமயத்தில் வரும் தலைவர்களிடம் தங்கள் குறையைச் சொன்னால், ‘உங்க ரெண்டு ஓட்டு முக்கியமா? 300 ஓட்டு முக்கியமா?’ என்று கேட்கிறார்களாம். ஆக, இம்மக்களுக்கு வாக்குரிமையும் இல்லை.

புதிரை வண்ணார்களுக்கென்று ஆங்காங்கே ஒரு சில சங்கங்கள் செயல்பட்டு வருகின்றன. தற்பொழுது அவற்றால் அரசாங்கத்திடமிருந்து இஸ்திரிப் பெட்டி வாங்கித் தருவது போன்ற வேலைகளை மட்டுமே செய்ய முடிகிறது. தென்மாவட்டங்களில் உள்ள சங்கங்களின் நிலையும் இதுதான். இன்னும் விடுதலை உணர்வைக்கிளப்பிவிடும் பணியை சங்கங்கள் முன்னெடுக்கவில்லை.

பல போராட்டங்களுக்குப் பிறகு, அன்மையில்தான் சலவைத் தொழிலாளர்களுக்கென்று வாரியம் உருவாக்கப்பட்டது. இதில் சலவைத் தொழில் செய்பவர்கள் மட்டுமே உறுப்பினராக முடியும். இந்தத் தொழிலே வேண்டாம் என்று விவசாயக் கூலிகளாகவோ, கட்டட வேலைக்கோ போனவர்கள் இந்த வாரியத்தில் உறுப்பினராக முடியாது. அந்தந்த தொழிலுக்கான வாரியத்திலும் உறுப்பினராக முடியாது. இதனால் உழைத்து வாழ விரும்பிய மக்கள் எல்லாவித நலனும் மறுக்கப்பட்ட நிலையில் அரசு மற்றும் பொது மக்களின் ஒடுக்குமுறைக்குள்தான் வாழ வேண்டியிருக்கிறது.

‘தீண்டாமைக்குள் தீண்டாமை’ ‘அடுக்கப்பட்ட மூட்டையில் அடி மூட்டை’ என்றெல்லாம் தங்களை அடையாளப்படுத்திக் கொள்கின்றனர் இம்மக்கள். எண்ணிக்கையில் மிகச் சிறுபான்மையினராக இருக்கும் இவர்கள், பொருளாதார ரீதியில் மிகவும் பின் தங்கி இருப்பதாலும், தலித் மக்கள் பிறருக்குச் செய்யும்

வேலைகள் அனைத்தையும் இவர்கள் தலித் மக்களுக்குச் செய்வதாலும் 'தாழ்த்தப்பட்ட' என்ற பிரிவுக்குள் வரும் பள்ளர், பறையர், அருந்ததியர் மக்களே இவர்களை ஒதுக்கி வைத்திருக்கின்றனர்.

சட்டம் மட்டும் ஒழித்திருக்கும் தீண்டாமையையும் அடிமைத்தனத்தையும் சமூகம் ஒழிக்க வேண்டும் எனில் புதிரை வண்ணார் போன்று எண்ணிக்கையில் குறைவாகவும் பொருளாதாரத்தில் பின்தங்கியும் சமூக ரீதியாக ஒடுக்கப்பட்டும் இருக்கும் மக்கள் அடையாளம் காணப்பட்டு அங்கீகரிக்கப்பட வேண்டும்.

பிற சாதியினர் தங்களை அடிமைப்படுத்துவதை உணர்ந்து போராட்டத்தில் இறங்கியிருக்கும் தலித் மக்கள், முதலில் தங்களை சரிசெய்து கொள்ள வேண்டிய கட்டாயம் இருக்கிறது. இன்னொருவரை அடிமைப்படுத்தி விட்டுத் தனக்கான விடுதலைக்கு மட்டும் குரல் கொடுப்பது, எவ்வளவு கேவலமானது? அப்படியே தலித் மக்களுக்கு விடுதலை கிடைத்தாலும் அது சமூக விடுதலையாக இருக்காது. மாற்றம் வேரிலிருந்து வர வேண்டும். அப்பொழுது தான் ஒட்டுமொத்த சமூக விடுதலை என்பது சாத்தியமாகும்.

இல்லையென்றால் போராடிப் பெறும் எந்த வெற்றியுமே நிலைக்காது என்பதை தலித் மக்கள் உணர வேண்டும். முதலில் தான் விலங்கு பூட்டி வைத்திருக்கும் மக்களை விடுவித்து அவர்களையும் இணைத்துக் கொண்டு தன் விலங்கை உடைக்கப் போராடுவதே சரி.

தன்னை யாரும் அடிமைப்படுத்தி விடக்கூடாது என்பதில் தெளிவாகஇருக்கும்யாரும்தானும்யாரையும்அடிமைப்படுத்திவிடக் கூடாது என்பதிலும் தெளிவாக இருக்க வேண்டும். இந்த சாதியக் கட்டமைப்புதான் எல்லாவற்றிற்கும் காரணம். அதை உடைக்கும் போராட்டத்தில் ஒடுக்கப்பட்ட மக்கள் எல்லோரையும் இணைத்துக் கொள்வதே சரி. "என்னை யாருமே சாதி வித்தியாசம் பார்த்து ஒதுக்கக் கூடாது, ஆனால் நான் மட்டும் சாதிபார்த்து மக்களை அடிமைப்படுத்துவேன்" என்ற சிந்தனை உள்ள யாரும் சமூக விடுதலைப் போரில் பங்கேற்பதற்கான தகுதியை இழந்து விடுகிறார்கள். இது தொடர்பாக தலித் மக்கள் இன்னும் நிறைய மாறியாக வேண்டும் என்றே தோன்றுகிறது.

ஜெயராணி

'நாங்கள் தலித் மக்களோடு இணைந்து போராடத் தயாராக இருக்கிறோம். ஆனால், வண்ணானை இணைத்துக் கொள்ள அவர்களுக்குத் தான் தயக்கமாக இருக்கிறது' என்று நிறைய இளைஞர்கள் வேதனைப்படுகிறார்கள். இதற்கு சமூக விடுதலை பற்றி பேசும் தலித் தலைவர்கள் என்ன சொல்லப் போகிறார்கள்?

– மார்ச் 2001

# 4

## 'சிங்காரச் சென்னை'க்காகப் பற்றி எரிகின்றன குடிசைப்பகுதிகள்!

'டைடல் பூங்கா' வளர்ந்து விட்ட தமிழகத்தில் இன்றும் கழிப்பிட வசதி செய்து கொடுக்கப்படவில்லை. வடிகால் வசதியில்லாததால் குடிசைப்பகுதிகள் எப்பொழுதும் கூவம் நதியின் குடியிருப்பாகவே இருக்கின்றன.

**உலக** அரசியலோ, உலகமயமாக்கலோ, தேர்தல் பரபரப்போ எதுவுமே பாதிக்காத உலகம் இவர்களுடையது. விடிந்தால் எழுந்து இருக்கிற கஞ்சியைக் குடித்து, கல்லுடைக்கவோ, மண் சுமக்கவோ சென்று, இருட்டிய பிறகு வீடு திரும்பி, காசிருந்தால் சோறு பொங்கி, உண்டு, இரண்டாம் கட்ட சினிமாவுக்குப் போய் ரஜினிக்காகவோ, விஜய்காகவோ விசிலடித்து, களைப்புத் தட்ட, கொசுக்களுடன் அரைகுறையாக உறங்கி, இப்படிப் போய்க் கொண்டிருக்கும் இவர்களின் வாழ்க்கையில் மிகச் சாதாரணமாக பூகம்பங்கள் தோற்றுவிக்கப்படுகின்றன - இருக்கும் ஒரே உடைமையான குடிசைகளை எரித்துச் சாம்பலாக்கும் தீ விபத்துகள் வடிவில்!

சென்னை வியாசர்பாடி, சிந்தாதிரிப்பேட்டை, பெசன்ட் நகர், அன்னை சத்யா நகர் போன்ற குடிசைப் பகுதிகள் திடீரென பற்றி எரிவதும் அதில் அப்பாவி மக்களின் உயிர்களும் உடைமைகளும் பறிபோவதென்பது சாதாரண நிகழ்வாகி விட்டது.

கே. கே. நகர் அம்பேத்கர் காலனி தலித் மக்கள் என்றும்போல்தான் 2.1.2001 அன்றும் கட்டட வேலைக்குப் போய்விட்டிருந்தார்கள். பிற்பகல் 2.15 மணியளவில் திடீரென குடிசைப்பகுதியின் நான்கு புறமும் தீப்பிடித்து எரியத் தொடங்கியது. காவல் துறைக்கும் தீயணைப்புத் துறைக்கும் செய்தி போய் அவர்கள் வந்து சேர்வதற்குள் எல்லாம் முடிந்து போயிருந்தது. ஆயிரத்திற்கும் மேற்பட்ட குடிசைகளும் கூடவே இரண்டு குழந்தைகளும் கருகிச் சாம்பலாயின.

மக்களின் கவனமின்மையே இந்த சம்பவத்திற்குக் காரணம் என்று காவல் துறை தரப்பிலும் அதன் நீட்சியாக பத்திரிகைகளிலும் சொல்லப்பட்டது. ஆனால், உண்மை அதுவல்ல என்கின்றனர் சம்பவத்தை நேரில் பார்த்த சிலர்.

"விபத்து என்றால் ஒரு பக்கத்திலிருந்துதானே தீப்பிடிக்கும்; அதெப்படி நான்கு புறமிருந்தும் திடீரென தீப்பற்றி எரியும்? இது நிச்சயம் சதிதான்" என்கின்றனர். மக்களின் சந்தேகத்தை உறுதி செய்யும் வகையில் சில விஷயங்களும் நடந்திருக்கிறது. அம்பேத்கர் காலனியிலிருந்து 30 அடி தூரத்தில் தீயணைப்பு நீரேற்று நிலையம் இருக்கிறது. 200 அடி தூரத்தில் காவல் நிலையம் இருக்கிறது. இருந்தும் அவர்களால் பெரிதாக ஒன்றும் சாதித்து விட முடியவில்லை. தீப்பற்றத் தொடங்கிய 20 நிமிடத்திலேயே சம்பவ இடத்திற்கு வந்ததாகவும் அப்பொழுதே தீயணைப்பு வண்டிகள் வந்துவிட்டன என்றும் இன்ஸ்பெக்டர் ராஜேந்திரன் கூறினாலும்கூட, தீயணைப்பு வண்டி பழுதடைந்து விட்டதாகச் சொல்லி, ஒரு மணி நேரம் தாமதமாக வந்ததாகவே மக்கள் தெரிவிக்கின்றனர். குடிநீர் வாரியத்திலிருந்து வந்த மூன்று வண்டிகளும் சாலைக்கு அந்தப் பக்கமாகவே நின்றிருக்கின்றன.

நிலைமை கைமீறிப் போனதாலும் நெருப்பு அந்தப் பகுதி முழுவதையும் ஒட்டுமொத்தமாக ஆக்கிரமித்ததாலும் சூடு தாங்க முடியாமல் மக்கள் அனைவரும் சாலைக்கு ஓடி வந்துள்ளனர். தீப்பிடித்து எரியத் தொடங்கி 20 நிமிடங்களுக்கு மேலாகியும் போக்குவரத்து தடை செய்யப்படாமல் இருந்ததால் ஆத்திரமடைந்த மக்கள் தீயணைப்பு வண்டியின் மீதும் பேருந்தின் மீதும் கற்களை எடுத்தெறிந்த பிறகே போக்குவரத்து தடை செய்யப்பட்டிருக்கிறது. எனினும் எல்லாமும் அழிந்து போய் அந்த இடமே தரைமட்டமானது.

அம்பேத்கர் காலனியின் மய்யப் பகுதியில் குடியிருந்த மோகன் என்பவரின் இரண்டு குழந்தைகளை (ஒன்றரை வயது மற்றும் பிறந்து ஆறு மாதங்களான) கருகிய நிலையில் தூக்கி வந்து தெருவில் போட்டுக் கதறினர். மோகனின் மனைவியும் தீக்காயங்களுடன் கீழ்ப்பாக்கம் அரசு மருத்துவமனையில் அனுமதிக்கப்பட்டுள்ளார். மோகன் வீட்டிலிருந்து தான் தீ பரவியது என்பதை அப்பகுதி மக்கள் மறுக்கின்றனர். வேலைக்குச் சென்று விட்டு சுமார் ஏழு மணியளவில் வீடு திரும்பிய மோகன், இருந்த உறவுகளை இழந்துவிட்ட அதிர்ச்சியிலிருந்து இன்னும் மீளவில்லை. "என்னோட குடும்பமே அழிஞ்சு போச்சு, இந்த நிலைமை யாருக்கும் வரக்கூடாது அரசாங்கம் இந்த இடத்திலேயே எங்களுக்குத் தீப்பிடிக்காத வீடு கட்டித்தரணும்" என்றார் மோகன்.

சுமார் அய்ந்து ஏக்கர் நிலப்பரப்பில் அமைந்துள்ள அம்பேத்கர் காலனி, காஞ்சிபுரத்தை சேர்ந்த வேலு முதலியார் என்பவருக்கும் மாநகராட்சிக்கும் சொந்தமானது. அந்த நிலம் அவர்களுக்குத்

தேவைப்பட்டதால் முறையான மாற்று ஏற்பாடு செய்யாமல், அடிக்கடி பாஸ்பரசைத் தூவ முனைந்திருக்கின்றனர். அப்பகுதி மக்களே அவர்களைக் கண்டுபிடித்து பலமுறை விரட்டியடித்ததாகச் சொல்கின்றனர்.

குடிசை வாரியச் சட்டப்பிரிவு 17இன் படி, நிலம் யாருக்குச் சொந்தமானதாக இருந்தாலும் அது என்ன விலைக்குப் போகுமோ அந்த விலையைக் கொடுத்து அரசாங்கமே அந்த நிலத்தை வாங்கிக் கொள்ள வேண்டும். மக்களுக்குச் சரியான மாற்று ஏற்பாடு செய்யும் வரை அவர்களை அகற்றக் கூடாது. ஆனால் என்ன நடக்கிறது?

நியாயப்படி பார்த்தால், அம்பேத்கர் காலனி நிலத்தை அரசு வாங்கிக் கொண்டிருக்க வேண்டும். ஆனால், வெயிலுக்குப் பற்றிக்கொள்ளும் பாஸ்பரசைத் தூவ அதுவே துணை போய், இறந்த குழந்தைகளுக்கு 15 ஆயிரம் ரூபாய் இழப்பீடு கொடுத்து பிரச்சனையை முடித்துவிட்டதாக அரசு கருதுகிறது.

131ஆவது வட்ட விடுதலைச் சிறுத்தைகள் அமைப்பாளர் சூரிய மூர்த்தி, சம்பவத்திற்குப் பின்னால் நிறைய அரசியல் காரணங்கள் இருக்கின்றன என்கிறார். அந்த ஏரியா கவுன்சிலருக்கும் இதற்கும் தொடர்பிருப்பதாக மக்கள் சந்தேகிக்கின்றனர். "நிலம் தொடர்பாக கவுன்சிலருக்கும் மக்களுக்கும் அடிக்கடி தகராறு ஏற்பட்டிருக்கிறது. இங்குள்ள மக்கள் அனைவரும் விடுதலைச் சிறுத்தைகள் அமைப்பில் இருப்பதை தாங்கிக் கொள்ள முடியாமல் தான் இப்படி செய்து விட்டார்கள்" என்கிறார் சூரியமூர்த்தி.

சந்தேகத்தை வலுக்கச் செய்யும் வகையில், கவுன்சிலர் மறுநாள் வரை மக்களை வந்து பார்க்கவே இல்லை. இளைஞர்கள் போய் அவரை அழைத்தபோது நிலைமை புரியாமல், 'உங்கள் ஓட்டு எனக்குப் பெரிதல்ல' என்று அரசியல் பேசியிருக்கிறார்.

நகராட்சி ஆணையரும் கலெக்டரும் வந்து பார்வையிட்டு உணவுக்கு ஏற்பாடு செய்கிறோம் என்று உறுதியளித்துச் சென்றனர். ஆனால், அதற்கு முன்பே விடுதலைச் சிறுத்தைகளின் அமைப்பாளர் திருமாவளவன் வந்து இடத்தைப் பார்வையிட்டு வேண்டிய உதவிகளைச் செய்துவிட்டுச் சென்றிருக்கிறார். பிறகு வந்த பால்வளத் துறை அமைச்சர் சுந்தரம், தற்காலிக 'டெண்ட்' அமைத்துத் தருவதாக வாக்களித்துள்ளார். மாநகராட்சிக்குச் சொந்தமான இடத்தில் இப்படியொரு பெரிய தீ விபத்து நடந்தும்கூட மேயர் ஸ்டாலின் தலைகாட்டவில்லை என்ற கோபம் மக்களுக்கு இருக்கிறது.

## 2001 இல் நிகழ்ந்த தீ "விபத்து"கள்!

| நாள் | இடம் | பத்திரிகை கணக்குப்படி எரிந்த குடிசைகள் |
|---|---|---|
| 12. 01. 2001 | எண்ணூர் | 80 குடிசைகள் |
| 14. 02. 2001 | சிந்தாதிரிப்பேட்டை | 100 குடிசைகள் |
| 14. 02. 2001 | மூலக்கொத்தளம் | 10 வீடுகள் + ஜெபக்கூடம் |
| 15. 02. 2001 | சிந்தாதிரிப்பேட்டை | 20 வீடுகள் |
| 27. 02. 2001 | செம்பியம் சாந்தி நகர் | 30 வீடுகள் |
| 15. 03. 2001 | ஜாபர்கான் பேட்டை | 50 வீடுகள் |
| 02. 04. 2001 | அம்பேத்கர் காலனி | 1000 குடிசைகள் |

மொத்தம் 2,500 குடிசைப் பகுதிகள் இருக்கின்றன. 1999இல் குடிசை மாற்று வாரியத்தின் அப்போதைய இயக்குநராக இருந்த ஸ்வரண் சிங் என்பவரின் ஆணைப்படி கணக்கெடுப்பு நடந்தது. ஆனால், அது இன்று வரை வெளியிடப்படவில்லை.

தி.மு.க. அரசும் சரி, அ.தி.மு.க. அரசும் சரி குடிசைகளை அகற்றுவதிலேயே குறியாக இருந்தன என்பதற்கு இது போன்ற 'மர்ம விபத்து'களே எடுத்துக்காட்டாகும். 1988இல் ஆளுநர் ஆட்சி நடந்தபோது அப்போதைய ஆளுநர் அலெக்சாண்டர், சென்னையின் முக்கிய பகுதிகளில் இருக்கும் குடிசைகளை அழிக்க வேண்டும் என்ற சட்டத்தைக் கொண்டு வந்தார். அதை நடைமுறைப்படுத்தும் விதமாக (1991 - 96) ஜெயலலிதா ஆட்சியின் போது 'எழில்மிகு சென்னை' என்ற ஏமாற்றுத் திட்டம் உருவாக்கப்பட்டது. எழில் மிகு சென்னையை உருவாக்கும் லட்சியத்தின் முக்கிய நோக்கமாக குடிசைகளை அழித்து விட வேண்டும் என்ற வெறி இருந்தது. அதன் விளைவாக லயோலா கல்லூரி அருகேயுள்ள, இடம் மற்றும் அடையாறு உள்ளிட்ட 7 குடிசைப்பகுதி மக்கள் வேளச்சேரிக்கு தூக்கி வீசப்பட்டனர்.

கோட்டைக்கு முன் இருக்கும் அன்னை சத்யா நகர் குடிசைப் பகுதி நிலம் பொதுப்பணித் துறைக்குச் சொந்தமானது. அந்நிலம் அரசுக்குத் தேவைப்படுவதாகக் கூறி அம்மக்களை அகற்ற முற்பட்டனர். அப்பொழுது 'தமிழ்நாடு குடிசை வாழுநர் சங்கம்' தலையிட்டு, மக்களைத் திரட்டி போராட்டம் நடத்தியதால் 1992

ஆம் ஆண்டு உயர் நீதிமன்றத்தில் நீதிபதியாக இருந்த கனகராஜ், முறையான அறிவிப்பு இல்லாமல் மக்களை அகற்ற முனைந்ததாக சொல்லி அரசின் மனுவை தள்ளுபடி செய்தார். அதனால் இன்றுவரை அந்த இடத்திலிருந்து மக்களை அகற்ற முடியாமல் அரசு திணறுகிறது.

ஜெயலலிதா ஆட்சி முடிந்து கருணாநிதி ஆட்சிக்கு வந்தபோது, ‘சிங்காரச் சென்னை’ என்ற பலகையைத் தூக்கிக் கொண்டு வந்தது. அதனுடைய முக்கிய நோக்கமும் குடிசைப் பகுதி மக்களை அகற்றி ஊருக்கு ஒதுக்குப்புறமாக தூக்கிப் போடுவதிலேயே இருந்தது. மக்களை அழித்து விட்டு வெறும் பாலங்கள், பெரிய பெரிய கட்டடங்களைக் கொண்டு சிங்காரச் சென்னையை உருவாக்கி விடலாம் என்று மேயர் ஸ்டாலினுக்கு யார் தான் சொல்லிக் கொடுத்தார்களோ தெரியவில்லை. குடிசைப் பகுதிகள் அடிக்கடி பற்றி எரிவதன் பின்னணி இதுதான். அரசே துணிந்து இப்படி செய்வதால் விபத்தே ஏற்பட்டாலும் கூட, அதை சந்தேகத்தோடுதான் மக்கள் பார்க்கின்றனர்.

குடிசைப் பகுதி மக்களுக்கு தி.மு.க. அரசு செய்த ஒரே நல்ல செயல், 1971இல் குடிசை மாற்று வாரியச் சட்டத்தை உருவாக்கியதுதான். வேறு எந்த மாநிலமும் செய்யாததை தமிழகம் தான் செய்தது. ஆனால், சட்டத்தின் விதிமுறைகளை தமிழ் நாடு தவிர எல்லா மாநிலங்களும் ஒழுங்காகப் பின்பற்றுகின்றன என்பதுதான் இன்றைய நிலை.

இச்சட்டப்படி, அரசு குடிசைப் பகுதிகளை அங்கீகரித்து, அடிப்படை வசதிகள் செய்து கொடுத்து, முழுப்பாதுகாப்பும் கொடுத்திருக்க வேண்டும். ஆனால், நிலைமை எப்படியிருக்கிறது என்பது குடிசைப் பகுதி பக்கம் ஓட்டு கேட்பதற்கு மட்டுமே போகும் அரசியல் தலைவர்களுக்கு தெரிந்திருக்க வாய்ப்பில்லைதான்.

உணவு, உடை, இருப்பிடம் இது மூன்றுமே கேள்விக்குறிதான் இம்மக்களுக்கு. தண்ணீர், மின்சாரம் எல்லாம் தவணைமுறையில் தான் கிடைக்கிறது. ‘டைடல் பூங்கா’ வளர்ந்து விட்ட தமிழகத்தில் இன்றும் கழிப்பிட வசதி செய்து கொடுக்கப்படவில்லை. வடிகால் வசதியில்லாததால் குடிசைப் பகுதிகள் எப்பொழுதும் கூவம் நதியின் குடியிருப்பாகவே இருக்கின்றன. இத்தனையையும் சமாளித்துக் கொண்டு இருந்தாலும் சிறுகச் சிறுகச் சேமித்ததையெல்லாம் அள்ளிக் கொண்டு போக பற்றிக் கொள்கிறது தீ? இந்தத் தீ விபத்தில் பெரும்பாலும் குழந்தைகளே பலியாகின்றனர்.

தீ விபத்துகள் வாழ்க்கையின் ஓர் அங்கம் போல் ஆகிவிட்டதால் மக்களுக்கும் அது சாதாரணமாகி விட்டது. ஒரு நாள் கதறிவிட்டு மறுநாள் வேலைக்கு கிளம்பி விடுகின்றனர். இது தானே தேவை அரசுக்கும் அரசியல்வாதிகளுக்கும்.

சில மாதங்களுக்கு முன் தமிழக அரசு, ஆண்டுக்கு 16 ஆயிரம் வீடுகள் கட்டிக் கொடுக்க வேண்டும் என்ற சட்டத்தை இயற்றியுள்ளது. அது எந்தளவிற்கு சாத்தியம் என்று தெரியவில்லை. தேவகவுடா பிரதமராக இருந்தபோது 'தேசிய குடிசைக் கொள்கை' என்ற சட்டத்தை உருவாக்கினார். அதன்படி, 262 கோடி ரூபாய் எல்லா மாநிலங்களுக்கும் பகிர்ந்தளிக்கப்பட்டது. அதை வைத்துக் கொண்டு தமிழக அரசு என்ன செய்தது என்று இதுவரை அறிவிக்கவில்லை.

குடிசை மாற்று வாரியம் பரந்த மனப்பான்மையோடு கட்டித்தரும் பத்துக்குப் பத்து என்று குடியிருப்பில் வசிப்பதை விடவும் குடிசைகளிலேயே இருந்து விடலாம் போல! வெறும் செங்கலை வைத்து மேலே கல்நார் கூரை மட்டுமே அது போட்டுக் கொடுக்கும். பணம் இருப்பவர்கள் தாங்களே பூசி, மீதி வேலையை முடித்துக் கொள்ள வேண்டும்.

"தமிழா தமிழா இது நமக்கு வசந்த காலம்" என்கிறது 'சன்' தொலைக்காட்சி; "தமிழா இது நியாயமா?" என்கிறது 'ஜெயா' தொலைக்காட்சி. இரண்டு அரசுகளுமே உண்மைத் தமிழர்களான குடிசைப் பகுதி மக்களுக்கு சாதகமாக இல்லை என்பதுதான் உண்மை.

குடிசைவாசிகள் நம்பும் தலித் அரசியல் கட்சிகளும் இந்த இரு தலைகளின் வால்களாகவே இருந்தாக வேண்டிய கட்டாயம்! குடிசைப்பகுதி மக்களின் நிலைமை மாற, எந்த அரசியல் கட்சியும் இதுவரை குரல் கொடுத்ததாகத் தெரியவில்லை. தீ 'விபத்துகள்' தொடர்கின்ற சூழலில் இனியும் தலித் அரசியல் தலைவர்கள் வாய் மூடி இருந்தால் எரிந்து கருகிய பிணங்களின் மேல் உட்கார்ந்து கொண்டு - அரசியல் பிரதிநிதித்துவம் தேடுவதாகவே எடுத்துக் கொள்ள வேண்டியிருக்கும். •

- மே 2001

# 5

## 'எழில்மிகு சென்னை' என்ன செய்யப் போகிறதோ?

பரபரப்பான தேர்தல் நாள் மே 10. புது ஆட்சியைத் தேர்ந்தெடுக்கப் போகிறோமே இருக்காதா? ஓட்டேரி குடிசைப் பகுதி மக்களுக்கும் அதே பரபரப்பு. வாக்களிக்க அனைவருமே போய் விட்டிருந்த சூழலில், ஆளில்லாத ஒரு வீட்டின் கூரை திடீரென தீப்பிடித்து எரிந்தது. அந்நேரம் பார்த்து காற்றும் சுழன்றடிக்க, தீ மாடியிலிருந்து குடிசைகளுக்குப் பரவி, கீழே விழுந்து, நெருப்பு கம்புகளிலும் பற்றி கீழ் வீடுகளும் எரிந்து, சில நிமிடங்களில் இடமே கருத்து வெற்றிடமானது.

வீட்டிலிருந்து ஒரு சிலர் தப்பித்து வெளியே ஓடிவந்தனர். அதில் 65 வயது முதியவர், மின்சாரம் பாய்ந்து அங்கேயே இறந்தார். மகள்களின் திருமணத்திற்கு சேர்த்து வைத்த நகை, பணம், புடவைகள், பிள்ளைகளின் படிப்புச் சான்றிதழ்கள், சிறுகச் சிறுக சேமித்து வைத்த உண்டியல் பணம், தாலியை அடகு வைத்து வாங்கிப்போட்ட அரிசி, பருப்பு, தொலைக்காட்சிப் பெட்டி, தையல் எந்திரம், பீரோ, கட்டில் என்று எல்லாமும் சாம்பலாகி விட்டது.

ஓட்டேரி மக்கள் 45 ஆண்டுகளாக இங்கு வசித்து வந்தார்கள். இதுவரை ஒரு சின்ன விபத்தைக் கூட அவர்கள் சந்திக்கவில்லை. அவர்களின் உடைமைகளையும் சேமிப்புகளையும் தைரியமாக குடிசை வீட்டிற்குள்ளேயே வைத்ததன் விளைவு, இன்று எல்லாவற்றையும் இழக்க வேண்டிய நிலை. எல்லா தீ விபத்துகளைப் போலவும் இதுவும் அரசியல் சதிதான் என்று சிலர் கூறுகின்றனர்.

சம்பவம் நடந்து நிறைய நேரமாகியும் பத்திரிகைகள் கூட வராதது மக்களுக்குப் பெரும் அதிருப்தியை ஏற்படுத்தவே, சில நாளிதழ்களின் அலுவலகங்களுக்குத் தொலைபேசி மூலம் தொடர்பு கொண்டிருக்கின்றனர். முதல் தகவல் அறிக்கை பதிவு செய்து,

| மே 2001 இல் நடந்த தீ விபத்துகள் ||  |
|---|---|---|
| நாள் | இடம் | எரிக்கப்பட்ட குடிசைகளின் எண்ணிக்கை |
| மே 22 | அமைந்தகரை | 50 குடிசைகள் |
| மே 10 | ஓட்டேரி | 25 குடிசைகள் + முதியவர் பலி |
| மே 16 | சார்பனா மேடு வேலூர் | 600 குடிசைகள் |
| மே 19 | சோழவரம் | 25 குடிசைகள் |

போலிஸ் தகவல் கொடுக்காமல் அந்தப் பக்கம் வரமோட்டோம் என்று 'சமூக அக்கறையுள்ள' ஒரு நாளிதழ் அலுவலகத்தின் பொறுப்புமிக்க செய்தியாளர் பதிலளித்துள்ளார்.

இது போன்ற விபத்து நடக்கையில் காவல் துறையின் மெத்தனப் போக்கு இல்லையென்றால் எப்படி? ஒரு மணி நேரம் தாமதமாக வந்து குடிநீர் வண்டியும் உள்ளே போக முடியாது என்று காவல் துறை வெளியே நிற்க வைத்துள்ளது. விபத்திற்குப் பின்னும்கூட ஒரு காவலர்கூட சம்பவ இடத்தில் இல்லை. இதனால் இரண்டு நாட்கள் கழித்தும் அதே இடத்தில் தீப்பிடித்தது.

மறுநாள், தி.மு.க. பிரமுகர் புரசை ரங்கநாதன் சம்பவ இடத்தைப் பார்வையிட வந்தபோது, துணைக்கு வந்த செய்தியாளர்கள் அப்பொழுதும் மக்களிடம் விசாரிக்கவில்லை. விளைவு, பாதிக்கப்பட்ட சுமார் 125 குடும்பத்தின் மொத்த உடைமைகளும் வெறும் அய்ம்பதாயிரம் ரூபாய் மட்டுமே தேறும் என்ற செய்தி வெளியாகிறது.

'குடிசைகளுக்குள் என்ன இருந்துவிடப் போகிறது?' என்று அந்த செய்தியாளர்கள் நினைத்திருக்கக் கூடும்! யாருமே கண்டுகொள்ளவில்லை என்று வருத்தப்பட்டுக் கொண்டிருந்த நிலையில், விடுதலைச் சிறுத்தைகள் அமைப்பாளர் திருமாவளவன் மக்களைச் சென்று பார்த்து 5,000 ரூபாயும் கூடவே சேலை, வேட்டி, தையல் எந்திரம், குடம் போன்றவற்றை வழங்கிய பிறகுதான் மக்கள் ஓரளவிற்கு சமாதானமாகி இருக்கின்றனர்.

இதுவரை 'சிங்காரச் சென்னை'க்காக எரிந்த குடிசைகள் இனி 'எழில்மிகு சென்னை'க்காக எரியாமல் இருந்தால் சரி.

– சூன் 2001

# ■6
# தீவிரவாதிகளாக்கப்பட்ட முஸ்லிம்கள்

தலித் மக்கள் சாதி ரீதியாக ஒடுக்கப்படுகின்றனர். முஸ்லிம்கள் மத ரீதியாக ஒடுக்கப்படுகின்றனர். இவர்கள் இருவரும் ஒன்றிணைந்து விடக்கூடாது என்பதில் இந்து மத வெறியர்கள் தெளிவாக இருக்கின்றனர்.

**பரம்பரை** பரம்பரையாக நீங்கள் முதுகு வளைய கும்பிடு போட்டிருக்கிறீர்களா? ஊர்க் கோயிலில் உங்களுக்கு அனுமதி மறுக்கப்பட்டிருக்கிறதா? இரட்டைத் தம்ளரில் நெளிந்து போன அலுமினிய தம்ளர் உங்களுடையதா? பறையடிக்கவும் பிணம் தூக்கவும் மலமள்ளவும் வற்புறுத்தப்படுகின்றீர்களா? பெரிய வீட்டுப் பிள்ளைகள் நாக் கூசாமல் 'வாடா போடா' என்று அழைக்க, நீங்கள் அவர்களுக்கு 'அய்யா' என்று மரியாதை கொடுத்திருக்கிறீர்களா?... உங்கள் வீட்டுப் பெண்கள் பாலியல் வல்லுறவிற்கு உள்ளாகியிருக்கிறார்களா? இந்த அனுபவங்கள் இல்லையென்றாலோ, அதையெல்லாம் கண்டு கொள்ளவே இல்லையென்றாலோ இந்து மதம் உங்களை சுகப்படுத்தும்; அதனால் மதமாற்றம் பெருங்குற்றமாக உங்களுக்குத் தெரியக்கூடும்.

மேற்சொன்ன அடிமைத்தனம் அனைத்தையும் அனுபவிக்கும் தலித் மக்கள், அடிமைத்தனத்தை போதிக்கும் இந்து மதத்தை விட்டு வெளியேறுவது உங்களுக்கு அயோக்கியத்தனமானதாகப்படலாம். ஆனால், அதற்காக இங்கு யாரும் வருத்தப்படப் போவதில்லை.

தலித் மக்கள் இசுலாத்தைத் தழுவுவதென்பது, இன்று நேற்று நடக்கிற விஷயமில்லை. நபிகள் நாயகத்தின் தோழர்கள் 'சிலை வணக்கம் கூடாது', 'ஓரிறை வழிபாடு', 'உலக மனிதர்கள் அனைவரும் சமமானவர்களே' - போன்ற கொள்கைகளோடு - உலகமெங்கும் கரையோரப் பகுதிகளில் இறங்கினார்கள். வியாபாரம் தான் முஸ்லிம்களின் முக்கியக் குறிக்கோளாக இருந்ததே தவிர, குற்றம் சுமத்தப்பட்டபடி மதப்பிரச்சாரத்தை அவர்கள் செய்யவில்லை. ஆனால், மார்க்கக் கொள்கைகளுக்கேற்ப வாழ்ந்து காட்டினர். அதுவரை பின்பற்றி வந்த மதத்தின் மீது விமர்சனங்களையும் கேள்விகளையும் எழுப்பியவர்களுக்கு

முஸ்லிம்களின் வாழ்க்கை முறை சரியாகப் பட்டதால், இசுலாத்தைத் தழுவத் தொடங்கினர்.

மிகச் சிலராக வந்திறங்கிய முஸ்லிம்கள், நாளடைவில் எண்ணிக்கையில் வளர்ந்ததற்குக் காரணம், இங்கிருந்தவர்கள் இசுலாத்தைப் புரிந்து கொண்டு மதம் மாறியதுதான். தவிரவும் வெள்ளையர்களைப்போல் வியாபாரம் என்ற பெயரில் கிடைத்ததையெல்லாம் சுரண்டி எடுத்துக் கொண்டு முஸ்லிம்கள் ஓடி விடவுமில்லை; யாரையும் அடிமைப்படுத்தவுமில்லை.

அதனால் பிறவி முஸ்லிம்களை விடவும் இந்து சாதியக் கட்டமைப்பில் இருந்து விலகி, இசுலாத்தைத் தழுவியவர்களே பெருமளவில் இன்று இருக்கின்றனர். அதனால் முஸ்லிம்களின் சொந்த மண் இந்தியாவாகிறது.

முஸ்லிம்கள் யாருடனும் வேற்றுமை பாராட்டாததால் இந்து - முஸ்லிம் ஒற்றுமை அன்றைய நாட்களில் திடமாக இருந்தது. வெள்ளையர்கள் இந்தியாவிற்கு வந்த போது இந்து - முஸ்லிம் ஒற்றுமை அவர்களின் ஆதிக்கத்திற்கு இடைஞ்சலாக இருந்தது. இந்துக்களையும் முஸ்லிம்களையும் பிரித்தால் மட்டுமே நினைத்தது நிறைவேறும் என்று வெள்ளையர்கள் திட்டமிட்டுக் காய்களை நகர்த்தத் தொடங்கினர்.

அதன் விளைவாக, இந்துக்களுக்கு எதிரானவர்களாக முஸ்லிம் மன்னர்களும் மக்களும் சித்தரிக்கப்பட்டனர். அதனால் இந்துக்களில் பலர் வெள்ளையர்களுக்கு சொறிந்து விடத் தொடங்கிய பிறகுதான் வெள்ளையர்கள் இருப்பு இங்கே நிரந்தரமாயிற்று. இரண்டு நூற்றாண்டுகளாக விதைக்கப்பட்ட இந்து - முஸ்லிம் பிரிவினை, வெள்ளையர்கள் இங்கிருந்து துரத்தியடிக்கப்பட்ட பிறகு கூட இந்திய - பாகிஸ்தான் பிரிவினையின் மூலம் பகைமை நிரந்தரமாக்கப்பட்டது. வெள்ளையர்கள் விட்டுச் சென்ற ஆதிக்கத்தை இந்துக்கள் கையிலெடுத்துக் கொண்டு, இன்றுவரை சிறுபான்மையினரான முஸ்லிம்களைச் சூறையாடுவதென்பது சாதாரண நிகழ்வாகிவிட்டது.

முஸ்லிம்கள் தங்கள் சொந்த மண்ணிலேயே அந்நியர்களாகப் பார்க்கப்பட்டனர்; இந்து மதவெறியர்களால் முஸ்லிம்கள் தீவிரவாதிகளாக்கப்பட்டனர்; முஸ்லிம்கள் அனைவரும் அஞ்சி வாழக்கூடிய நிலையை இந்துத்துவவாதிகள் ஏற்படுத்தினர்; திட்டமிட்டு முஸ்லிம்களின் வரலாறு திரிக்கப்பட்டது.

பாடப்புத்தகங்கள் விடுதலைப் போரில் பங்கெடுத்த முஸ்லிம்களைப் புறக்கணித்துப் பொய் பேசின. எந்நேரமும் ஆயுதங்களுக்கே பதில் சொல்ல வேண்டியிருந்ததால், முஸ்லிம்கள் 'தாங்கள் இந்தியர்கள் தான்' என்பதை நிரூபிக்க நேரமில்லாமல் போயிற்று. அதனாலேயே சமூக ரீதியாகவும் அரசியல் ரீதியாகவும் தங்களுக்கான அங்கீகாரத்தைப் பெற முஸ்லிம்களுக்கு அவகாசமில்லை.

இன்றைய சூழலில், முஸ்லிம்களுக்கு பல முக்கியப் பிரச்சனைகள் இருக்கின்றன. இவை அனைத்துமே இந்துத்துவவாதிகளால் உருவாக்கப்பட்டவை தான். ஒன்று, முஸ்லிம்கள் அந்நியர்களாகவும் தீவிரவாதிகளாகவும் ஆக்கப்பட்டனர். இந்தியாவைப் பொருத்தவரை, வாழ்வதற்கான உரிமை என்பதே அவர்களுக்கு கேள்விக்குறியாக இருக்கிறது. அவ்வப்பொழுது ஆயிரக்கணக்கானோர் ஆர்.எஸ்.எஸ்., இந்து முன்னணி போன்ற இந்துத்துவா அமைப்புகளின் ஆயுதங்களுக்கு இரையாகின்றனர். எதிர்த் தாக்குதலுக்கு ஆயுதத்தைக் கையிலெடுத்த முஸ்லிம்களுக்கு 'தீவிரவாதிகள்' என்ற இணைப்பெயர்.

இரண்டாவது பிரச்சனை கல்வி, வேலைவாய்ப்பில் தனி இடஒதுக்கீடு இல்லாதது. இங்கு வாய்ப்பில்லாததால் தான் முஸ்லிம்கள் பிழைப்பு நாடி வேறு நாடுகளுக்குச் செல்ல வேண்டிய சூழல். இதனால் வெளிநாட்டிலிருந்து நிறைய பணம் கிடைக்கிறது. ஆயுதங்கள் கிடைக்கிறது என்ற குற்றச்சாட்டுகளையும் சுமக்க வேண்டியிருக்கிறது.

மூன்றாவது, வழிபாட்டுத்தலங்களின் பாதுகாப்பின்மை, மசூதிகள் தொடர்ச்சியாக இடிக்கப்படுவதன் மூலம் முஸ்லிம்களின் வழிபாட்டு உரிமைகள் பறிக்கப்படுகின்றன. பாபர் மசூதி இடிக்கப்பட்டதும் அதைத் தொடர்ந்து நடந்த கலவரங்களில் ஏராளமானோர் உயிரிழந்ததும் இன்னும் வட மாநிலங்களில் மசூதிகள் இடிக்கப்பட்டு வருவதும் முஸ்லிம்களுக்கு எத்தகைய வலியை ஏற்படுத்தியிருக்கும் என்பதை இந்துத்துவவாதிகளால் உணர முடியவில்லை. அத்தனை மக்களின் உணர்வுகளை நசுக்கி 'இது என் வாழ்வின் பொன்னாள்' என்று அத்வானியால் சொல்ல முடிகிறதென்றால், எத்தகைய வெறியை இந்துத்துவவாதிகள் கொண்டிருக்கிறார்கள் என்பது தெளிவாகிறதல்லவா? அதோடு விநாயகசதுர்த்திகளும் ரதயாத்திரைகளும் வன்முறையைத் தோற்றுவித்து பல உயிர்களை பலிவாங்குவது, இந்துக் கடவுளுக்கான காணிக்கையாகவே பார்க்கப்படுகிறது.

முஸ்லிம்களைப் பொருத்தவரை, அரசியல் பிரதிநிதித்துவம் வெறும் கண் துடைப்பாகவே இருக்கிறது. இன்று வெற்றிக் கூட்டணியாக தலைதூக்கியிருக்கும் 'மதச்சார்பற்ற கூட்டணிக்கு' அடித்தளம் போட்டது, தமிழக முஸ்லிம் முன்னேற்றக் கழகம்தான். கடந்த 1999 சூலை நான்காம் நாள் 'முஸ்லிம்கள் வாழ்வுரிமை மாநாட்டை த.மு.மு.க. நடத்தியது. அதில் ஜெயலலிதா, மூப்பனார் உள்ளிட்ட அனைத்துத் தலைவர்களும் பங்கேற்றனர். கல்வி, வேலைவாய்ப்பில் கேரளா, கர்நாடகம் போன்ற மாநிலங்களைப் போல தனி இடஒதுக்கீடு வழங்கப்படவேண்டும்; அதிக எண்ணிக்கையில் முஸ்லிம்களைத் தேர்தலில் நிறுத்த வேண்டும் என்ற 2 நிபந்தனைகளை த. மு. மு. க. விதித்தது. ஜெயலலிதா ஒத்துக்கொண்டதாக எழுதி கையெழுத்துப் போட்டுக் கொடுத்தும் கூட நிலைமை என்னவாயிற்று? முஸ்லிம்களை ஊறுகாயைப் போல் பயன்படுத்திக் கொள்ளும் கலை எல்லா அரசியல்வாதிகளுக்குமே தெரிந்திருக்கிறது.

கடந்து நாற்பதாண்டுகளாக தி.மு.க. வை ஆதரித்து வந்ததற்கு பதிலாக தனியாக ஒரு கட்சியை உருவாக்கி இருந்திருந்தால்கூட, இன்று ஒரு வலுவான அரசியல் அடித்தளம் முஸ்லிம்களுக்கு ஏற்பட்டிருக்கும்.

இன்று முஸ்லிம்களுக்கு எதிராகத் தொடரும் வன்முறைகளுக்கு சரியான தீர்வு காண முடியாமல் போவதற்கு இதுவும் ஒரு காரணம். வெறும் மூன்று சதவிகிதமே இருக்கும் பார்ப்பனர்களால் அத்தனைத் துறையையும் ஆக்கிரமித்து அரசியல் அதிகாரத்தையும் கைப்பற்றி எல்லா மக்களையும் அடிமையாக நடத்த முடிகிறது என்றால், சிறுபான்மையினரும் தலித் மக்களும் சரியாக திட்டமிடவில்லை; இல்லை என்றால் அதற்கான முயற்சிகளை சரியாக மேற்கொள்ளவில்லை என்றே எடுத்துக்கொள்ள வேண்டியிருக்கிறது. இந்துத்துவவாதிகள் முஸ்லிம்களை ஏன் குறிவைத்துத் தாக்குகிறார்கள் என்பது எல்லோருக்குமே தெரிந்த விஷயம். இந்து மதத்தைத் தவிர வேறு எந்த மதமும் வளர்ந்து விடக்கூடாது என்பதில் அவர்கள் தெளிவாக இருக்கிறார்கள்.

ஆர்.எஸ்.எஸ்., விஸ்வ இந்து பரிஷத் போன்ற அமைப்புகள், சிறுபான்மையினர் மற்றும் தலித் எதிர்ப்பு விஷயங்களுக்கு ஒன்று கூடி விடுகின்றன. ஆனால், நம்மில் ஒரு பொது கண்டனக் கூட்டத்திற்கு ஆள் திரட்டுவதென்பது, பெரும் மலையைப் புரட்டுகின்ற விஷயமாக இருக்கிறது. 'அவர் வந்தால் இவர்

வரமாட்டார். அந்த அமைப்புக்கும் நமக்கும் ஒத்துப் போகாதே'... இப்படி யோசிக்கிறோம் நாம். எப்படி உருவாக்குவது, இந்து மதவாதிகளுக்கெதிரான சமூக மாற்றத்தை?

இசுலாத்தில் வலியுறுத்தப்படும் சமத்துவத்தைக் கண்டு தலித் மக்கள் அதிகளவில் இசுலாத்தைத் தழுவுகின்றனர். எங்கே இசுலாம் இந்தியாவில் வேரூன்றி விடுமோ என்ற பயம்தான் இந்து மத வெறியர்கள் இப்படி நடந்து கொள்வதற்கும் காரணமாக இருக்கிறது.

இந்து மதம் வர்ணாசிரம முறையைக் கட்டிக்காத்து சாதியை வலியுறுத்துகிறது. இந்துக் கடவுளர்களில் ஒருவர் ஊருக்கு நடுவிலும் இன்னொருவர் ஊருக்கு வெளியிலும் நிறுத்தப்படுகின்றனர் (கடவுளர்களுக்கே இந்த நிலை!). இசுலாத்தில் ஒரேயொருவர்தான் கடவுள். அந்தக் கடவுளும் மனிதர்கள் எல்லோரும் சமமானவர்கள் என்கிறார். சாதியின் கொடுமையை அனுபவித்த தலித் மக்கள் இதை உணரும் போதுதான் இந்து மதத்தை விட்டு வெளியேறி இசுலாத்தைத் தழுவுகின்றனர்.

1981 இல் உலகப் பார்வையை தன் பக்கம் திருப்பிய மீனாட்சிபுரம் தலித் மக்கள், இசுலாத்தைத் தழுவியதற்குக் காரணம் இந்த உணர்தல்தான். கீழக்கரையைச் சுற்றியுள்ள சுமார் நாற்பத்தைந்து கிராம மக்களும் இசுலாத்தைத் தழுவியதற்குக் காரணமும் இந்தப் புரிதல்தான்.

இருபது ஆண்டுகள் ஆகிவிட்ட நிலையில் மீனாட்சிபுரம், கீழக்கரை ஆகிய பகுதியில் வசிக்கும் முஸ்லிம்கள் (தலித்தாக இருந்து இசுலாத்தைத் தழுவியவர்கள்) வாழ்க்கை நிலை எப்படியிருக்கிறது என்பது குறித்து மீனாட்சிபுரத்தைச் சேர்ந்த முகமது பாரூக் என்பவர் கூறுகையில், 'இசுலாத்தில் சாதிப் பாகுபாடு இல்லைங்கறத தெரிஞ்சு தான் மதம் மாறினோம். இன்று வரை முஸ்லிம்களும் எங்களை வித்தியாசமாக நடத்தவில்லை. தொழுகைக்குப் போனால் எங்களுக்குப் பின்னால் வந்தவர்கள் பிறவி முஸ்லிம்களாக இருந்தால் கூட, எங்கள் பாதங்களில் தலை வைத்துதான் தொழுகின்றனர். இது, இந்து மதத்தில் தலித்தாக இருந்தால் முடியுமா? எங்களுக்கு வேண்டியது சமூக அங்கீகாரம். அது இசுலாத்தில் கிடைக்கிறது' என்றார்.

என்றும்போல் இம்மக்களின் பொருளாதாரமும் அடிப்படை வசதிகளும் மோசமாகவே இருக்கிறது என்றாலும் சமூக அங்கீகாரம் கிடைக்கிறதே என்கின்ற திருப்தியை பார்க்க முடிகிறது.

இசுலாத்திலும் பாகுபாடு இருக்கிறது என்ற குற்றச்சாட்டு ஒரு சாராரிடம் இருக்கிறது. முஸ்லிம்களில் ராவுத்தர், மரைக்காயர், சாய்பு, பாய், லெப்பை போன்ற பிரிவுகள் இருப்பதாகக் கூறப்படுகிறது. இவை, இந்து மதத்தில் இருப்பது போல் பார்ப்பனர், செட்டியார், முதலியார் போன்ற சாதிப் பெயர்கள் இல்லை. அவரவர் வணிக வழக்குக்கேற்ப முஸ்லிம்களை இப்படியும் அழைக்கின்றனர். இதில் லெப்பை என்றழைக்கப்படுபவர்கள் ராவுத்தர், மரைக்காயர் போன்றவர் வீடுகளில் பெண்ணெடுக்க முடியாது என்ற கருத்தும் நிலவுகிறது. மீனாட்சிபுரத்தைப் பொருத்தவரை, இந்த எல்லைகளைக் கடந்து ராவுத்தர், மரைக்காயர் வீடுகளில் பெண்ணெடுத்து, பெண் கொடுத்துள்ளார்கள்!

கீழக்கரையில் இசுலாத்தைத் தழுவிய தலித் மக்களுக்கும் முஸ்லிம்களுடனான உறவு சுமுகமாகவே இருக்கிறது. ஆனால், மதம் மாறாத தலித் மக்களிடம் முஸ்லிம்கள் எந்த கொடுக்கல் வாங்கலும் வைத்துக் கொள்வதில்லை. இசுலாம் எந்தப் பாகுபாட்டையும் அனுமதிக்கவில்லை என்றாலும் கூட, முஸ்லிம்கள் அதை சரியாக நடைமுறைப்படுத்த முடியவில்லையோ என்ற நெருடல் இருக்கத்தான் செய்கிறது.

கவிஞர் இன்குலாப் சொல்வது போல், 'இசுலாம் சரியாகத்தான் இருக்கிறது. ஆனால், முஸ்லிம்களால் பரந்த மனப்பான்மையோடு வேறுபாடுகளைக் களைந்து இருக்க முடியவில்லையோ' என்ற சந்தேகம் எழுகின்றது.

அண்மையில் கீழக்கரை அருகேயுள்ள காஞ்சிராங்குடியில் வாழும் முஸ்லிம்கள், மேலவலசை கிராம தலித் மக்களின் குடியிருப்புகளை அடித்து நொறுக்கி அவ்வூர்ப் பெண்களைக் கட்டையாலும் கற்களாலும் தாக்கியுள்ளனர். அதோடு சாதிப்பெயரையும் சொல்லி அசிங்கமாகத் திட்டியுள்ளனர். காஞ்சிராங்குடியில் ஆட்டோ ஓட்டும் ஒரு தலித் இளைஞர், முஸ்லிம் அழைத்து வர மறுத்ததற்காக, குடிபோதையில் இருந்த முஸ்லிம்கள் அந்த கிராமத்தையே அழிக்கும் அளவிற்குத் துணிந்துள்ளனர்.

மேலவலசை மக்கள் தற்பொழுது காஞ்சிராங்குடி பக்கம் போகவே பயந்து எந்த வேலையும் இல்லாமல் அன்றாடத் தேவையையே பூர்த்தி செய்ய முடியாமல் மிகவும் சிரமப்பட்டு வருகின்றனர். இந்தப் பூசல் ஏற்படுவதற்கு முன்பு வரை எந்தப்

பாகுபாடும் இல்லாமல் ஒற்றுமையாக வாழ்ந்து வந்ததாக மேலவலசை கிராம தலித் மக்கள் ஒத்துக் கொள்கின்றனர்.

திடீரென ஏற்பட்ட தனி மனிதப் பிரச்சனையை சாதிக் கலவரமாக்கிய முஸ்லிம்களின் அடிமனதில் பாகுபாடு, வேற்றுமை இருக்கிறது என்று தான் மேலவலசை கிராம மக்கள் எடுத்துக் கொள்ள நேர்ந்திருக்கும். இசுலாத்தைப் பின்பற்றி அய்ந்து நேரமும் தொழுகை நடத்தும் முஸ்லிம்கள் இந்த சம்பவத்திற்கு என்ன பதில் சொல்லப் போகிறார்கள்?

அதோடு, மதம் மாறுகிற தலித் மக்கள் மசூதியில் கீழ் நிலை வேலைகளைத்தான் செய்கின்றனர், இசுலாத்திற்கு மாறினாலும் மசூதியில் பிணம் தூக்கவே அனுமதிக்கப்படுகின்றனர் என்ற குற்றச்சாட்டும் இருக்கத்தான் செய்கிறது. கீழக்கரை 'புதிய தமிழகம்' கட்சியின் நகரச் செயலாளர் தர்மலிங்கம், கீழக்கரையில் இசுலாத்திற்கு மாறிய தலித் மக்களின் நிலை மோசமாக இருப்பதாகவே தெரிவித்தார்.

கீழக்கரையை சேர்ந்த முபாரக் என்பவர் கூறுகையில், '90 சதவிகிதம் முஸ்லிம்கள் இசுலாத்தைப் பின்பற்றவில்லைதான். முஸ்லிம்களிலும் எல்லா விதமான தவறுகளையும் செய்பவர்கள் இருக்கத்தான் செய்கிறார்கள். அதை மாற்றுவதற்கான முயற்சியை இசுலாத்தைப் புரிந்து கொண்டவர்கள்தான் மேற்கொள்ள வேண்டும்' என்றார்.

முஸ்லிம்கள் மீது என்ன குற்றம் சாட்டலாம் என்று காத்திருக்கும் இந்துத்துவவாதிகளுக்கு இது போன்ற சம்பவங்கள் பெரிய பலமாகும். அதே சமயம் சமூக அங்கீகாரம் வேண்டி இசுலாத்தைத் தழுவும் தலித் மக்களுக்கும் காஞ்சிராங்குடி சம்பவம் பெரிய அவநம்பிக்கையாக இருக்கும். தலித் மக்கள் சாதிரீதியாக ஒடுக்கப்படுகின்றனர். முஸ்லிம்கள் மத ரீதியாக ஒடுக்கப்படுகின்றனர். இவர்கள் இருவரும் ஒன்றிணைந்து விடக்கூடாது என்பதில் இந்து மத வெறியர்கள் தெளிவாக இருக்கின்றனர். அதையும் மீறி தலித் மக்கள் பெருமளவில் இசுலாத்தைத் தழுவுகின்றனர். ஒடுக்குமுறையை அழிப்பதற்குத் துணை நிற்பதற்காகவாவது முஸ்லிம்கள், இசுலாம் சொல்கிற நெறிகளைப் பின்பற்றினாலே போதும்.

இந்து மதம் என்ற இறுகிய மண்ணின் பிடியில் இறுகிப் போய்கிடக்கும் விதைகளான தலித் மக்கள், ஏதோ ஓர் உந்துதலில் அசைந்து மண்ணை முட்டி மேலெழும்புவதென்பது

## இஸ்லாம் பெண்களை அடிமைப்படுத்துகிறது?

இசுலாம் பெண்களை அடிமைப்படுத்துகிறது என்றால் துணிந்து எந்த முஸ்லிம்களும் ஒத்துக்கொள்ள மாட்டார்கள் மற்ற மதங்களுடன் ஒப்பிடும் போது இசுலாம் கல்வியுரிமை, மறுமணம் செய்து கொள்வதற்கான உரிமை, சொத்துரிமை போன்றவற்றைத் தருகிறது என்று வாதிட்டாலும் கூட, இசுலாம் சில கட்டளைகளின் மூலம் பெண்களை நிச்சயம் அடிமைப்படுத்துகிறது. 'பர்தா' ஒரு விஷயமே அல்ல. பர்தா பாலியல் ரீதியாக நிறைய பிரச்சனைகளைத் தவிர்க்கிறது என்று முஸ்லிம் பெண்களே வாதிடுகின்றனர்.

இங்கு மீண்டும் பெண்கள் தங்கள் உடல் மீது கவனமாக இருக்க வேண்டும் என்பது வலியுறுத்தப்படுகிறது. பெண் என்பவள் உடலாகப் பார்க்கப்படும் சூழல் என்றைக்கு மாற்றப்படுகிறதோ அன்றுதான் அவள் மீதான போதையும் தெளியும். இசுலாம் நளினமான, அதிர்ந்து பேசக்கூடாத, வெளி ஆண்களிடம் முகம் காட்டாத பெண்களாகத்தான் இருக்கச் சொல்கிறது. இந்து மதம் கூட பெண்களை இப்படித்தான் வைத்திருக்கிறது.

காயல்பட்டினத்தில் இருக்கும் 'ஆயிஷா சித்தியாக்கா பெண்கள் கல்லூரி'யில் பெண்களுக்கு இசுலாமிய மதக்கல்வி சொல்லித் தரப்படுகிறது. அதோடு பட்டப்படிப்பிற்கும் இக்கல்லூரியே வழிவகை செய்து தருகிறது. பத்தாண்டுகளுக்கு முன்பு இக்கல்லூரி ஆரம்பிக்கப்பட்டது. இங்கு வரும் பெண்களுக்கு வரதட்சணை வாங்கக்கூடாது என்பதும் 'மகர்' வாங்கித்தான் திருமணம் செய்து கொள்ள வேண்டும் என்பதும் சொல்லித் தரப்படுகிறது.

அதோடு சாதி, மத பேதம் கூடாது என்பதும் வலியுறுத்தப்படுகிறது. இக்கல்லூரிப் பெண்கள் கிராமங்களுக்குச் சென்று தலித் மக்களைச் சந்தித்துப் பேசுகின்றனர் (குடும்பத்தை எதிர்த்து). வெவ்வேறு சாதிகளிலிருந்தும் இசுலாத்தைத் தழுவிய மாணவிகள் பழைய சாதி உணர்வுகளைக் களைந்து ஒரே சமூகமாக இருக்கின்றனர் என்றாலும் கூட, இசுலாம் பெண்களை அடிமைப்படுத்துகிறது என்ற கருத்தை மட்டும் ஒப்புக் கொள்ள மறுக்கின்றனர்.

சாதாரணமானதல்ல! சமூக அங்கீகாரம் எதிர்பார்த்தும் தீண்டாமைக் கொடுமையிலிருந்து விடுபட வேண்டியும் மதமாற்றம் செய்து கொண்டபின்பும் கூட, அங்கு எதிர்பார்த்த சமூக அங்கீகாரம் கிடைக்காமலோ, மீண்டும் அடிமைத் தனம் திணிக்கப்படுகிற சூழலோ ஏற்படுமானால் நிச்சயம் மதமும் பொய்; கடவுளும் பொய் என்ற கருத்தை மக்கள் ஏற்றுக் கொள்வதை யாராலும் தடுக்க முடியாது.

### இளைஞர்களை சிந்திக்க விடுங்கள்...!

'காஷ்மீர் - இந்தியாவின் காசோவா' என்ற கட்டுரையை செய்தி மடலில் எழுதியதற்காக, 'இந்திய இசுலாமிய மாணவர் இயக்க'த்தைச்

சேர்ந்த ஷமீமுல் இசுலாம் என்பவர் அய். எஸ். அய். உளவாளி என்று குற்றம் சுமத்தப்பட்டு கைது செய்யப்பட்டார். காஷ்மீரில் முஸ்லிம்கள் படும் துயரங்கள் பற்றி சில நாளேடுகளில் வெளிவந்த செய்திகளைக் குறிப்பிட்டு அக்கட்டுரையை ஷமீமுல் இஸ்லாம் எழுதியிருந்தார். அவர் கைது செய்யப்பட்டதைத் தொடர்ந்து பத்திரிகைகளும் தொலைக்காட்சிகளும் அவரை தீவிரவாதியாகவும் தேசவிரோதியாகவும் சித்தரித்தன.

இது, காயல்பட்டிணம் முஸ்லிம்களைப் பெரிதும் புண்படுத்தியது. இன்னும் ஷமீமுல் இஸ்லாம் விடுதலையாகாதது குறித்து அவரின் தந்தை சாகுல் இப்படிக் கேட்கிறார்: "இந்தியாவை மிகப்பெரிய ஜனநாயக நாடு என்று கூறுகிறோம். ஆனால், ஜனநாயகத்தைக் கட்டிக்காக்கிற நாடாக இது இல்லை. நீ சொல்லக் கூடிய ஒவ்வொரு வார்த்தையின் கடைசி எழுத்து வரைக்கும் நான் எதிர்க்கிறேன்; ஆனால் அப்படி சொல்லக் கூடிய வார்த்தையில் உனக்கிருக்கின்ற உரிமையை முதலுரிமை கொடுத்துக் காப்பேன். இது தான் ஜனநாயகம். இங்கு என்ன நடக்கிறது?

"தேசப்பிதாவைக் கொன்று, தேசியக் கொடியை எரித்து, தேசிய கீதத்தை அவமதித்து, தேசப் படத்தையும் கால்களுக்கடியில் போட்டு மிதித்து, தேச தியாகிகளையெல்லாம் என்ன சொல்ல முடியுமோ அதைச் சொல்லி கொச்சைப்படுத்தி, ஆகஸ்டு 15 அன்று செங்கோட்டையில் கொடியேற்றக்கூடிய கொடுமை இந்த நாட்டில் தான் நடக்கிறது.

"என் மகன் சமூக சேவை செய்பவர். இளைஞர்கள் சில நல்ல சமூக மாற்றங்களைக் கொண்டு வருவதற்கான வேலைகளை செய்கிறார்கள். அது முப்பது வயதிற்குரிய வேகம்; அதைச் செய்யவிடுங்கள். அதைத் தடுக்கப் போய்தானே ஆயுதங்களைத் தூக்கி கொண்டு தீவிரவாதியாகிறான். அதனால் ஜனநாயக உரிமையைப் பறிக்காதீர்கள்" என்றார்.

தற்பொழுது ஓராண்டு கடந்துவிட்ட நிலையில் ஷமீமுல் இஸ்லாம் தீவிரவாதியாக சிறையில் இருக்கிறார். இது போல் நிறைய முஸ்லிம்கள் ஜனநாயக உரிமை மறுக்கப்பட்ட நிலையில் தீவிரவாதிகளாக சித்தரிக்கப்படுகிறார்கள். •

- சூன் 2001

# 7

## உறையாத ரத்தம்:
## சுடுகாடாய் சங்கனாங்குளம்

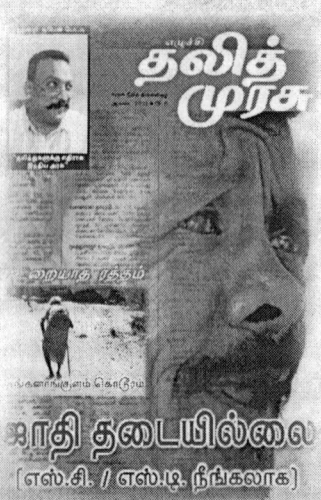

பெண்களை வெறும் உடலாகப் பார்க்காதீர்கள் என்கிற வாதங்கள் தீவிரமடைந்து வருகின்றன. தலித் பெண்கள் வெறும் 'பெண் உறுப்பாக' மட்டுமே பார்க்கப்படுகின்றனர். எப்பொழுதும் கட்டிக்காக்கப்படும் தீண்டாமை, பாலியல் வல்லுறவின்போது மட்டும் எங்கே போகிறது என்று தெரியவில்லை.

**காலம்** மிக மோசமானது. எப்பொழுதும் மிக சாமர்த்தியமாக அது அநீதிகளை மறைத்து விடுகிறது. குறிப்பாக, தலித் மக்கள் அதிலும் பெண்கள் மீது மிக அழுத்தமாகத் தொடரப்படும் வன்கொடுமைகள், சமூக எதார்த்தங்களாகவே பார்க்கப்படுகின்றன. அதோடு சக பெண்ணின் வலியைப் பெண்களே புரிந்து கொள்வதில்லை. பெண்கள் அனைவரும் சாதி, மத எல்லைகளைக் கடந்து ஒன்றிணைய வேண்டிய தேவை அதிகரித்து வருகிறது. அதற்கான முயற்சிகள் அவசரப்படுத்தப்படவில்லை என்றால் விளைவுகள் மோசமாக இருக்கும் என்பது மட்டும் இங்கே வலியுறுத்தப்படுகிறது.

வீட்டில் அனைவரும் வேலைக்குப் போயிருந்த ஒரு மதிய நேரம். 16 வயதே நிரம்பிய மஞ்சுளா, தன் வீட்டில் தன் தம்பிகள் முன் வைத்தேதுடிக்கத்துடிக்க பாலியல் வல்லுறவிற்குஉட்படுத்தப்பட்டார்.

கணவர் மணிக்கு மதிய உணவு எடுத்துக் கொண்டுபோன ராஜ செல்வம், தோட்டத்தின் பம்புசெட் அறையில் வைத்து அதே கொடுமைக்கு ஆளானார். எதிர்த்துக் கேட்கப் போன மணியும் அன்று இரவே கொலை செய்யப்பட்டார்.

ஜெபமணி, பிரேமா, வசந்தா, புஷ்பம், கிரேஸ், சொர்ணம், அந்தோணியம்மாள், வசந்தி, சாந்தா உள்ளிட்ட 17 பெண்கள் தாங்கள் பாலியல் வல்லுறவுக்கு ஆட்பட்டதாக பகிரங்கமாக அம்பலப்படுத்தினர்.

"மனசுக்குள்ள குழி தோண்டி புதைச்சு வச்சிருக்கேன், தயவுசெஞ்சு அந்த சம்பவத்தை ஞாபகப்படுத்தாதீங்க…" நினைவுகளில் கீறலைப் பதித்த கடந்த காலத்தை நினைவுபடுத்தத் திராணியற்று கதறி அழுகிறார் மஞ்சுளா.

இருபது ஆண்டுகள் கடந்துவிட்ட நிலையில் இந்தத் தலைமுறையினருக்கு மறைக்கப்பட்ட அநீதிகளை ஞாபகப்படுத்த வேண்டியதன் அவசியத்தை உணர்ந்து, 1980களில் மத்திய அரசின் கவனத்தைத் திருப்பிய சங்கனாங்குளம் என்ற அந்த சிறிய கிராமமும் அங்கு வசித்த தலித் பெண்கள் சந்தித்த பிரச்சனைகளும் இப்பொழுது நினைவுபடுத்தப்படுகின்றன.

திருநெல்வேலி மாவட்டம் வள்ளியூர் அருகேயுள்ள சங்கனாங்குளம், தற்பொழுது வசிக்க யாருமற்ற நிலையில் சிதிலமடைந்து கிடக்கிறது. முன்பு 200 தேவர் குடும்பங்களும் 40 தலித் குடும்பங்களும் வசித்த ஊர் அது. நிலவுடைமையாளர்கள் எல்லோரும் தேவர்களாக இருப்பதும் தலித் மக்கள் அவர்கள் நிலங்களில் கூலி வேலை பார்ப்பதும் புதிய செய்தியல்ல. அதனால் தேவர்கள் தங்களால் இயன்ற ஆதிக்கம் அனைத்தையும் தலித் மக்கள் மீது ஏவினர் என்பதையும் சொல்லித் தெரிய வைக்க வேண்டியதில்லை.

சங்கனாங்குளத்தில் தேவர்களுக்கு மத்தியில் பிளவு இருந்தது. அப்போதைய பஞ்சாயத்துத் தலைவராக இருந்த வாலிபால் மாடசாமித் தேவர், தம்பி சங்கரத்தேவர் ஆகியோர் ஒரு பிரிவாகவும் டி. ஏ. கே. லட்சுமணத் தேவர், செல்லதுரைத் தேவர் ஆகியோர் இன்னொரு பிரிவாகவும் இருந்து வந்தனர்.

லட்சுமணத் தேவரின் தோட்டம் அனைத்தும் தலித் மக்களின் கவனிப்பிலேயே இருந்தது. லட்சுமணத் தேவரால் தலித் மக்களுக்கு எந்தப் பிரச்சனையும் இல்லாத காரணத்தாலும் வேலை செய்வதற்கு சுதந்திரமும் அதற்கேற்ற கூலியும் நியாயமாகக் கிடைத்ததாலும் பெரும்பாலும் லட்சுமணத்தேவரிடம் வேலை செய்யவே பல தலித் குடும்பங்கள் விரும்பின.

வாலிபால் மாடசாமித் தேவர் வகையறாவினர் சாராயம் காய்ச்சுவதையே முக்கியத் தொழிலாகக் கொண்டிருந்ததால் தலித் மக்கள் அவரிடம் வேலை செய்ய முன்வரவில்லை. ஏற்கனவே சாதி வெறியில் தலித் மக்களை சித்ரவதை செய்த வாலிபால் மாடசாமித் தேவர் குடும்பத்திற்கு இது பெரும் எரிச்சலைக் கிளப்பியது. இரண்டு தேவர் குடும்பங்களுக்கு இருந்த பகை நாளுக்கு நாள் அதிகரிக்க, பாதிப்பு தலித் மக்களை வந்தடைந்தது.

தலித் மக்களின் காலனி மாடசாமித் தேவரின் தோட்டத்தை ஒட்டி இருந்ததால் நினைத்த நேரம் காலனிக்குள் புகுந்து தலித்

பெண்களை பாலியல் வல்லுறவுக்கு ஆட்படுத்துவது அவர்களுக்குப் பொழுதுபோக்காகவே ஆகிவிட்டது. எல்லாம் தங்கள் விதி என்று ஏற்றுக் கொண்டு விட்டதைப் போல் தலித் மக்கள் தேவர் சமூகத்தினரின் ஆதிக்கத்திற்கும் அயோக்கியத்தனத்திற்கும் எந்த எதிர்ப்பும் தெரிவிக்கவில்லை; தெரிவிக்க முடியவில்லை.

பிரச்சனை, ராஜசெல்வம் விஷயத்தில்தான் தீவிரமடைந்தது. ராஜசெல்வத்தின் கணவர் மணி சங்கரத் தேவரின் தோட்டத்தில் கூலி வேலை செய்து வந்தார். ஒருநாள் கணவருக்கு சோறு எடுத்துக்கொண்டு போன ராஜசெல்வத்தைக் கண்டவுடன் சங்கரத் தேவர், மணியை சிகரெட் வாங்கி வர அனுப்பி விட்டு, ராஜசெல்வத்தை பம்புசெட் அறைக்கு இழுத்துச் சென்று பாலியல் வல்லுறவுக்கு ஆளாக்கி இருக்கிறார்.

கூடவே, "நடந்ததை வெளியில் சொன்னால் உன் குடும்பம் மொத்தத்தையும் அழித்து விடுவேன்" என்று மிரட்டியுமிருக்கிறார்.

இதனால் வீடு வந்து சேரும் வரை ராஜசெல்வம் மணியிடம் நடந்ததை சொல்லவில்லை. வீட்டிற்கு வந்த பின் தாயிடமும் மணியிடமும் விஷயத்தைச் சொல்ல ஆத்திரமடைந்த மணி, சங்கரத் தேவரை நேரில் சந்தித்து நியாயம் கேட்க தோட்டத்திற்குச் சென்றிருக்கிறார். இரவு வெகு நேரமாகியும் மணி வரவில்லை. திரும்பி வரும்போது அவருக்கு உயிருமில்லை.

சங்கரத் தேவரும் அவரின் ஆட்களும் மணியின் பிரேதத்தை வீட்டில் போட்டுவிட்டு, தவறி கிணற்றில் விழுந்து விட்டதாக சொல்லியிருக்கின்றனர். மணியின் உடம்பில் பல இடங்களில் அடிபட்டதற்கான காயங்கள் இருந்ததால் பிரேதத்தைப் பெற்றுக் கொள்ள ராஜசெல்வம் மறுத்துவிட்டார். பின் சங்கரத் தேவரும் அவரின் ஆட்களுமே பிணத்தை எரித்திருக்கின்றனர். கிராம அதிகாரியின் உதவியுடன் இந்தக் கொலை மறைக்கப்பட்டதோடு அது விபத்தாகவும் சித்தரிக்கப்பட்டது.

தான் மட்டும்தான் பாலியல் வல்லுறவுக்கு ஆட்பட்டிருக்கிறோம் என்ற அச்சத்தில் பிரச்சனையை யாரும் பகிர்ந்து கொள்ளவில்லை. பாதிக்கப்பட்டவர்களின் எண்ணிக்கை நாளுக்கு நாள் அதிகரிக்க, விஷயம் மெதுவாகப் பகிர்ந்து கொள்ளப்பட்டது. "நானும், நானும்" என்று கணக்கிட்ட போது வயது வித்தியாசம் இல்லாமல் பாட்டிகள் முதல் எல்லா வயது பெண்களும் பாலியல் வல்லுறவிற்கு உள்ளாகியிருப்பது தெரிய வந்தது.

ஜெயராணி

அதன் பிறகு இவ்விஷயம் பரவலாகப் பேசப்பட்டது. இதைக் கேள்விப்பட்ட அப்போதைய எம். எல். ஏ. ஜான் வின்சென்ட் சங்கனாங்குளத்திற்கு நேரில் சென்று பார்வையிட, 17 பெண்கள் அவரை கோயிலுக்குள் அழைத்துச் சென்று நடந்த கொடுமைகளைச் சொல்லி அழுதிருக்கின்றனர்.

பிரச்சனையின் தீவிரத்தை முழுமையாகப் புரிந்து கொண்ட ஜான் வின்சென்ட், திருநெல்வேலியில் நடந்த மாவட்ட வளர்ச்சி மன்றக் கூட்டத்தில் சங்கனாங்குளத்தில் பெண்கள் இவ்வளவு கஷ்டப்பட்டுக் கொண்டிருக்கிறார்கள். அதை கவனிக்காமல் எப்படி மாவட்டத்தை வளர்க்கப் போகிறீர்கள் என்று கோபமாக பேசிவிட, மறுநாள் பத்திரிகைகளில் இது தலைப்புச் செய்தியானது.

அதற்கப்புறம் யார் யாரோ சங்கனாங்குளத்திற்குப் படையெடுத்தார்கள். பல அரசியல் கட்சிகள், அமைப்புகள் கண்டன அறிக்கைகளும் ஆர்ப்பாட்டங்களும் நடத்தத் தொடங்கின. தலித் காலனிக்கு பாதுகாப்பிற்கு போடப்பட்ட போலிசும் தேவர்களும் இணைந்து கொண்டு தலித் மக்களைத் தொடர்ச்சியாகத் தாக்கினர். கிராம அதிகாரி உள்பட எல்லோருமே தேவர்களாகவும் தேவர்களுக்கு ஆதரவாளர்களாகவும் இருந்ததால் தலித் மக்களுக்குப் பிரச்சனை அதிகரித்ததே தவிர குறைந்த பாடில்லை. வேலை எதுவும் இல்லாததால் பத்து நாட்களுக்கும் மேல் சோறு தண்ணீர் இல்லாமல் பட்டினியாகக் கிடந்து தவித்திருக்கிறார்கள்.

தாங்கள் இனி உயிர் பிழைப்பதே கடினம் என்று தலித் மக்கள் முடிவுக்கு வந்த போது, அதுவரை தங்களுக்கு உழைத்துக் கொட்டிய மக்களுக்காக லட்சுமணத் தேவரும் செல்லதுரைத் தேவரும் இந்த நேரத்தில் களமிறங்குகிறார்கள். அப்போதைய கலெக்டராக இருந்த ஆறுமுகத்தை சந்தித்து தங்கள் ஊர் நிலைமையை விளக்கி முதலில் தலித் மக்களுக்கு அரிசி வழங்க ஏற்பாடு செய்யப்பட்டது.

லட்சுமணத் தேவர் தி.மு.க. மாவட்டச் செயலாளராக இருந்ததால் பிரதமர் இந்திரா காந்திக்கு தகவல் தெரிவிக்கப்பட்டு பாதிக்கப்பட்ட பெண்கள் பிரதமரை நேரில் சந்தித்து மனு கொடுத்தனர். உடனடியாக ஓர் உண்மையறியும் குழுவை இன்றைய மத்திய அமைச்சராக இருக்கும் ராம்விலாஸ் பாஸ்வான் தலைமையில் சங்கனாங்குளத்திற்கு அனுப்பி வைத்தது மத்திய அரசு. சங்கனாங்குளத்தில் பெண்களுக்கு நேர்ந்ததை அப்படியே விளக்கி அறிக்கையை தாக்கல் செய்தது அந்தக் குழு.

தேவர் சமூகத்திற்கு அவப்பெயர் வந்து விடுமோ என்று அலறியடித்து ஓடி வந்த இந்திரா காங்கிரஸ் அமைச்சர் ஆர்.வி. சாமிநாதன், "ஊருக்கு ரெண்டு முக்கந்தன் இருந்தால் இதுபோன்ற தவறுகள் நடப்பது இயல்பு. இதைப்போய் பெரிதுபடுத்தலாமா? எந்த ஊரில் இது நடக்கவில்லை" என்று பேசியதோடு, எம்.எல்.ஏ. ஜான் வின்செண்ட் மீது நடவடிக்கை எடுக்க வேண்டும் என்று அறிக்கையும் விடுத்தார்.

அந்த நாட்களில் வறட்சி தலை விரித்தாடியதால் தென் மாவட்டத்திற்கு சுற்றுப் பயணம் வருவதாக இருந்த இந்திரா காந்தி அப்படியே சங்கனாங்குளத்திற்கு வரப்போவதாக அறிவிக்கப்பட, மாநில அரசு சுதாரித்துக் கொண்டது. முதலமைச்சர் எம்.ஜி.ஆர். அவசரப் பயணமாக சங்கனாங்குளம் வந்து சேர்ந்தார். அதே கோயிலில் வைத்து பெண்கள் நடந்ததை சொல்லியழ, எம்.ஜி.ஆரும் அழுதிருக்கிறார். சங்கனாங்குளத்தை விட்டு வெளியே வந்த முதல் வேலையாக, கலெக்டர் ஆறுமுகத்தை இடமாற்றம் செய்கிறார். அதோடு நிலைமையை இந்த அளவிற்கு வளரவிட்டு வேடிக்கை பார்த்த அதிகாரிகள் பணியிடை நீக்கம் செய்யப்படுகிறார்கள்.

அவசரமாகக் கூடிய சட்டசபைக் கூட்டத்தில் நடந்த எல்லா குற்றத்திற்கும் கிராம அதிகாரிகள் துணை போனதால், "தமிழகத்திற்கு கிராம அதிகாரிகளே வேண்டாம்" என்ற மிக முக்கிய தீர்மானம் நிறைவேற்றப்பட்டு தமிழகம் முழுவதும் கிராம அதிகாரிகள் பணிநீக்கம் செய்யப்பட்டார்கள். இதற்கிடையில் அமைச்சர் ஆர். வி. சாமிநாதனை இந்திரா காந்தி காங்கிரஸ் கட்சியை விட்டு நீக்குகிறார். இவ்வளவும் நடந்த பிறகு உயர் நீதிமன்ற நீதிபதி ராமமூர்த்தி தலைமையில் ஒரு கமிஷன் நியமிக்கப்படுகிறது.

திருநெல்வேலியில் முதல் சுற்று விசாரணையை முடித்து சென்னை தேவநேயப் பாவாணர் நூலக அரங்கத்தில் இரண்டாம் கட்ட விசாரணை நடந்தது. பாதிக்கப்பட்ட மக்கள் சார்பில் (கருணாநிதி கைது செய்யப்பட்டபோது பரபரப்பாகப் பேசப்பட்ட) இப்போதைய நீதிபதி அசோக்குமார் வாதாடினார். எத்தனையோ சாட்சிகள், எத்தனையோ உண்மைகள், பொய்கள், குமுறல்கள் முடிந்து தீர்ப்பும் வெளியானது.

மணியை சங்கரத் தேவர் அவர் தோட்டத்தில் அடித்துக் கொன்றதை நேரில் பார்த்ததாக சாட்சிகள் இருந்தும் நாங்கள் பாலியல் வல்லுறவு செய்யப்பட்டோம் என்று அத்தனைப் பெண்களும் கதறி அழுதும்கூட, குற்றம் நிரூபிக்கப்படவில்லை

என்று சொல்லி குற்றவாளிகள் நிரபராதிகளாக்கப்பட்டனர். குற்றத்திற்குத் துணைபோன அதிகாரிகள் மீது நடவடிக்கை எடுக்கப்பட்டது.

பாதிக்கப்பட்ட மக்கள் இனிமேல் தேவர்களிடம் வேலை பார்க்க முடியாது என்பதால் அவர்கள் சுயதொழில் புரிவதற்கென்று ஒரு கூட்டுறவுப் பண்ணையை அரசு ஏற்படுத்தித் தர வேண்டும் என்று தீர்ப்பில் குறிப்பிடப்பட்டது. இப்பொழுது அந்தப் பண்ணையின் கட்டடமும் அதற்குள் நாலைந்து ராட்டைகளும் உபயோகிப்பவர் யாருமற்றுக் கிடக்கிறது. இவை அனைத்தும் பத்திரிகைகளில் வெளிவந்த புளித்துப் போன செய்திகள். அதன்பின் சங்கனாங்குளம் தலித் மக்கள் என்ன ஆனார்கள் என்பதைப் பற்றி நினைத்துப் பார்க்கக்கூட ஆளில்லை.

இத்தனைப் பிரச்சனைகளுக்குப் பிறகும் சங்கனாங்குளத்தில் தொடர்ந்து வசிக்க முடியாது என்பதால் பெரும்பாலான தலித் மக்கள் ஊரை காலி செய்து கொண்டு வேறு ஊர்களுக்குப் போய்விட்டார்கள். தாங்கள் பாலியல் வல்லுறவு செய்யப்பட்டோம் என்று ஒப்புக் கொண்டதால், திருமண வாழ்க்கை அந்த 17 பெண்களுக்கும் கேள்வியானது. சொந்தத்திலேயே இரண்டாம் தாரமாக பெரும்பாலானோர் மணமுடித்தாக வேண்டிய கட்டாயத்திற்குத் தள்ளப்பட்டனர்.

பாதிக்கப்பட்டவர்களில் ஒருவரான மஞ்சுளா, தன் அக்கா கணவர் காசியை திருமணம் செய்து கொண்டார். "பொம்பளையா பிறந்தாலே கஷ்டம்; அதிலும் தாழ்த்தப்பட்ட சாதியில் பொறந்துட்டா உசிரோடவே இருக்கக் கூடாது" என்று இன்னும் விரக்தி மீளாமல் பேசுகிறார்.

மணியை சங்கரத் தேவர் அடித்துக் கொன்றதை நேரில் பார்த்த சாட்சியான மஞ்சுளாவின் கணவர் காசிக்கு பழைய கோபம் இன்னும் தீயாகவே இருக்கிறது. "இந்த சாதியில பொறந்த எல்லா பெண்களுக்குமே மத்த சாதிக்காரங்ககிட்ட இருந்து பிரச்சனை இருக்கத்தான் செய்கிறது. ஆனால், அன்னைக்கு நமக்கேன் வம்புன்னு எல்லோரும் ஒதுங்கிப் போனாங்களே தவிர யாரும் உதவலை. இதனாலதான் நாங்க தோத்துட்டோம். எங்க நிம்மதியே போய் இப்ப எங்க ஊரே சுடுகாடாய் கிடக்கு" என்று பாதிப்பு துளியும் மாறாமல் பேசுகிறார்.

ஆனால், வெறிவந்த போதெல்லாம் பெண்களை வேட்டையாடிய சங்கரத்தேவர், தற்பொழுது இரண்டாம் திருமணம் செய்து

கொண்டு நாகர்கோயிலில் நிம்மதியாக வாழ்ந்து வருவதாகத் தகவல்.

உண்மையை மறுதலிக்கும் நிராதரவு கணங்களையே தலித் பெண்களுக்கு இந்த சாதிச் சமூகம் சொந்தமாக்கியிருக்கிறது. எத்தனையோ அவமானங்களை அள்ளித் தெளித்தும் சங்கனாங்குளம் தலித் பெண்களுக்கு இன்று வரை தீர்வு கிடைக்கவில்லை. குற்றவாளிகள் தப்பித்து விட்டார்களே என்ற கோபத்தைவிட "தான் பாலியல் பலாத்காரம் செய்யப்பட்டவள்" என்ற குற்றவுணர்ச்சி இன்றும் அவர்களை நொடிக்கு நொடி கொன்று போடுகிறது. இந்த சமூகத்தின் ஆண்கள் மிக சாமர்த்தியமாக பெண்கள் மீது திணித்துவிட்ட 'சாபக்கேடு' இது. ஆண்கள் செய்யும் தவறுகளுக்கெல்லாம் பலியாவதும் புழுங்கிச் சாவதும் பெண்கள்தான்.

சாதாரணமாகவே பெண்கள் அனைவரும் வீட்டில், உறவில், நாட்டில், வெளியில், வேலையில் என எல்லா வகையிலும் ஒடுக்கப்படுகிறார்கள். தலித் பெண்கள் என்று வரும்போது, இந்த ஒடுக்குமுறை நூறுமடங்கு அதிகரிக்கிறது என்பதை எத்தனை பேரால் ஏற்றுக்கொள்ள முடியும் என்பது தெரியவில்லை. வர்க்கம், சாதி, பாலினம் என்று மூன்றுமே மும்முனை ஆயுதங்களாக தலித் பெண்களைத் தாக்குகிறது. எப்பொழுதும் கட்டிக்காக்கப்படும் தீண்டாமை, பாலியல் வல்லுறவின் போது மட்டும் எங்கே போகிறது என்று தெரியவில்லை.

இதனாலேயே இந்தியாவில் ஒரு நாளில் சராசரியாக மூன்று தலித் பெண்கள் பாலியல் வல்லுறவுக்கு உள்ளாகின்றனர். சிசு கொலையாகட்டும், பாலியல் வல்லுறவாகட்டும், வரதட்சணைக் கொடுமையாகட்டும், குடும்ப வன்முறையாகட்டும்... எல்லா பெண்களுமே பாதிப்படைகிறார்கள் என்றாலும்கூட, எண்ணிக்கையில் தலித் பெண்களே அதிகம் இருப்பது கவனத்திற்குரியது.

தலித்தியம், பெண்ணியம் ஓரளவிற்கு வளர்ந்துவிட்ட நிலையில், தலித் பெண்ணியத்திற்கான அடித்தளமே வலிமையாக இடப்படவில்லை என்பது வேதனை.

சங்கனாங்குளம் போல் இன்னும் எத்தனையோ ஊர்களில் தலித் பெண்கள், ஆதிக்க ஆண்களின் அக்கிரம வெறிக்கு பலியாகிக் கொண்டிருக்கின்றனர். அவை யாருமே கவனிப்பாரற்ற நிலையில்

கிடப்பதைப் பார்த்தால், "உண்மையிலேயே தலித் பெண்கள் மீதான தாக்குதல் என்பது காற்றடிப்பது போல், மழை பெய்வது போல் இயற்கையான ஒன்றுதான்" என்ற வாதத்தை வலுப்படுத்தவே செய்கிறது.

நாங்களும்தான் தினந்தோறும் கஷ்டப்படுகிறோம். கணவரிடம் அடிபடுகிறோம், பணியிடங்களில் சீண்டப்படுகிறோம் என்று நினைக்கும் பெண்களுக்கு ஒன்றேயொன்றை தெளிவுபடுத்த வேண்டியிருக்கிறது. சாதி ஒன்றையே காரணமாக்கி பாலியல் வல்லுறவு செய்யப்படும் கொடுமை, தலித் பெண்களுக்கு மட்டுமே நிகழ்கிறது. அழைத்தவுடன் ஆண்களின் ஆசைக்கு இணங்க மிக வன்மையாக அவர்கள் மட்டுமே கட்டாயப்படுத்தப்படுகிறார்கள்; மீறுபவர்கள் கொலை செய்யப்படுகின்றனர்.

பெண்களை வெறும் உடலாகப் பார்க்காதீர்கள் என்கிற வாதங்கள் தீவிரமடைந்து வருகின்றன. தலித் பெண்கள் வெறும் 'பெண் உறுப்பாக' மட்டுமே பார்க்கப்படுகின்றனர். அதனாலேயே கம்யூனிஸ்டுகள் எதிர்பார்க்கிற வர்க்க வேறுபாடுகள் அழிந்த பின்னும் தலித் மக்கள் எதிர்க்கிற சாதி ஒழிந்த பின்னும்கூட பெண்கள், குறிப்பாக தலித் பெண்கள் விடுதலைகோரி இன்னொரு நூற்றாண்டுப் போராட்டத்திற்குத் தயாராக வேண்டியிருக்கும் என்றே நினைக்கத் தோன்றுகிறது. ●

– ஆகஸ்ட் 2001

8

# பெண்ணியம்?

மதங்களின் பொறுக்கித் தனங்களைப் பேசத்தயங்கும், கடவுள்களை எதிர்க்கத் துணியாத யாராலும் பெண்ணடிமைத் தனத்தை இம்மியளவுகூட நகர்த்திப் பார்க்க முடியாது.

**உலகின்** எந்த அடிமைத்தனத்திற்கும் ஆட்படாத, எவ்வித ஒடுக்குமுறையையும் சகித்துக் கொள்ளாத ஒரு பெண்ணின் எழுத்துகளைதான் நீங்கள் படிக்க முனைந்திருக்கிறீர்கள். நான் சுதந்திரத்தை மட்டுமே அடையாளமாகக் கொண்டவள். எந்தச் சூழ்நிலையிலும் யாருக்கும் அடங்கிப் போவதையோ, யாரையும் அடக்கி ஆள்வதையோ, வாழ்வின் ஒரே அவமானமாகக் கருதுகிறவள். அதிகார குரலுக்கோ, அடிதடிக்கோ, உணர்வுபூர்வமான அச்சுறுத்தலுக்கோ சற்றும் சுருங்கிவிடாதபடி மிக மிக திடமாக மூளையையும் உடலையும் செதுக்கி வைத்திருக்கிறேன். பெண் என்ற முறையில் என் உடல் குறித்தோ அதன் உறுப்புகள் குறித்தோ எவ்வித பயமோ, எரிச்சலோ, வேதனையோ, தாழ்வு மனப்பான்மையோ எனக்கில்லை. குறிப்பாக அகங்காரம், கோபம், பொறாமை, கூச்சம், நாணம் போன்றவற்றின் எச்சமாக என்னை 'நான்' சுமந்து திரிவதில்லை. சுமையில்லாத மனமும் உடலும் இருப்பதாலேயே என்னால் சிரிக்க முடிகிறது... மிக சத்தமாக... மிக மிக சத்தமாக எத்தகைய வளைவுக்குள்ளும் நெளிந்து வெளியேறவும் நீள்கோடுகளில் நீண்டு மீளவும் வட்டங்களுக்குள் வளைந்து சுற்றவும் நான் கற்றது பிரச்சனைகள் நிறைந்த இவ்வுலகத்திடமிருந்து. தன்னைச் சுதந்திரமாக வைத்துக் கொள்கிறவர்கள், பிறரின் சுதந்தரத்தில் தலையிடாமல் இருப்பார்களானால் அங்கு சமத்துவம் இருக்கும் என்பது என் நம்பிக்கை. இனி...

**ஏட்டுச் சுரைக்காய்...**

நான் இங்கு பகிர்ந்து கொள்ளப் போகும் செய்தி, பெண்ணியம் பேசும் பெண்களுக்கும் ஆண்களுக்கும் கோபத்தையும் எரிச்சலையும் கொடுக்கலாம். அதற்காக கவலைப்பட்டு பயனில்லை. பெண்ணியத்திற்கும் இன்றைய பெண்ணியவாதிகளுக்கும் எந்தத்

தொடர்புமில்லைஎன்பதேநான் கண்ட உண்மை. அடிமைத்தனத்தின் எந்த சாயலுக்கும் துணை போகாததும் உரிமைகள் மறுக்கப்படும்போது தட்டிக் கேட்பதுமே ஒரு நல்ல பெண்ணியவாதியின் கொள்கையும் கடமையும். இது, வாழ்வனுபவத்திலிருந்து தானாக மேலே வர வேண்டும். இங்கு பலருக்கு பெண்ணியம் குறித்த 'புத்தக அறிவே' அதிகம்.

புத்தகங்களிலிருந்து நாம் பெறும் தகவல்கள், மேற்கோள்களுக்கு மட்டுமே பயன்படுகின்றன என்கிற பட்சத்தில் பலர் பெண்ணியம் பற்றி பேசுவதிலும் எழுதுவதிலும் மட்டுமே குறியாக இருக்கிறார்கள். வாழ்வனுபவமாகவும் சமூகப் பெரு மாற்றத்திற்கான உந்து சக்தியாகவும் இருக்க வேண்டிய பெண்ணியம் வறண்ட கொள்கையாகவும் வெற்றுத் தத்துவமாகவும் ஆகிப்போனது அப்படித்தான். பெரியார் எந்த புத்தகங்களைப் படித்து விதவை மறுமணத்திற்கும் தாலிக்கெதிராகவும் பெண்களின் சுயமரியாதைக்காகவும் குரல் கொடுத்தார் சொல்லுங்கள்? சமஉரிமை பற்றியும் பெண் விடுதலை பற்றியும் நான்கு (தரமான) புத்தகங்களை கற்றுத்தேர்ந்தவர்கள் தங்களைப்பெண்ணியவாதிகளாக அடையாளப்படுத்திக் கொள்கிறார்கள். அதனாலேயே அவர்களின் குறுகிய மனப்பான்மை பல நேரங்களில் அதிர்ச்சியளிப்பதாக இருக்கிறது.

பெண்ணியச் சிந்தனையும் பெண்ணியவாதிகளும் ஒரு பக்கம் அதிகரித்தாலும் பெண்ணடிமைத்தனம் மட்டும் இந்த சமூகத்தில் ஏன் அழியவில்லை? தான் அடிமையில்லை என்று சிலிர்த்துக் கொள்கிறவர்கள் அடிமைத்தனத்தின் எந்தச் சுவடும் உங்கள் மீது படியவில்லையா என்று உற்றுப் பாருங்கள். சாதி, மதம், பொருளாதாரம், கடவுள், உடல் என எதில் மயங்கிக் கிடந்தாலும் தன்னை சுதந்திரப் படுத்திக் கொள்ள இயலாது.

எந்த சமூக மாற்றத்திற்கான விதையும் முதலில் தன்னிலும் தன் வீட்டிலுமே ஊன்றப்பட வேண்டும். எங்கோ பெரிய சமூக மாற்றத்திற்கு கனவு காண்கிறவர்கள், தன் வீடுகளில் முடங்கிக் கிடக்கிற அடிமைகளைப் பற்றி கவலைப்படுவதில்லை. விடுதலை பற்றிய தெளிவு பிறந்த மறுகணமே வீட்டைவிட்டு வெளியேறி முழங்கத் துடிக்கிறவர்கள், உள்ளே முடங்கிக் கிடக்கும் பெண்களுக்கு சுதந்திரத்தின் சுகத்தையும் நலனையும் கற்பிக்கத் தவறிவிடுகிறார்கள். வெறும் கொள்கையளவில் மட்டுமே விடுதலையுணர்வை சுமப்பவர்களால் இந்த சமூகத்திற்குப் பெரிய நலன் ஏதும் விளைந்துவிடப் போவதில்லை.

பெண்ணடிமைத்தனமே மற்ற எல்லா அடிமைத்தனங்களும் முளைத்து நிற்பதற்கான ஆணிவேர். அதை அறுத்தெறிந்தால் மற்றவை தானாக அழியும். தொழிலாளர்களின் உரிமைகளுக்காகப் போராடும் கம்யூனிஸ்டுகளும் சரி, தலித் விடுதலை பேசுகிறவர்களும் சரி, யாருமே பெண் விடுதலை பற்றின ஆழமான போராட்டங்களை முன்னெடுப்பதில்லை. ஒரு கம்யூனிஸ்ட் ஆண் அதிகபட்சம் தன் மனைவிக்கு, தோழர்களுக்கு சமைத்துப் போடும் அல்லது தொழிலாளர் கூட்டங்களுக்கு கொடி பிடிக்கும் உரிமையை மட்டுமே அளிக்கிறார். தலித் விடுதலை பேசுகிறவர்கள் அதைக்கூட செய்வதில்லை.

சாதி அடக்குமுறையை சகிக்க முடியாத ஒருவராலேயே பெண்ணடிமைத்தனத்தின் வேதனையைப் புரிந்து கொள்ள முடியவில்லை என்றால் என்ன செய்வது? தலித் பெண்கள் பாலியல் வன்முறைக்கு ஆளானால் அதைப் பெரிய சாதிப் பிரச்சனையாக ஆக்குகிறவர்களுக்கு உண்மையில் பாலியல் ரீதியான உச்சபட்ச அடக்குமுறையாக அது உறைப்பதில்லை. காரணம், தினம் தினம் கணவனிடமிருந்து மனைவி சந்திக்கும் பாலியல் தாக்குதல்கள், கணவனின் உரிமைகளாகவும் மனைவியின் கடமைகளாகவுமே இருக்கின்றனவே அதனால்.

தலித் பெண் விடுதலைக்கு குரல் கொடுக்காத, அவர்களின் தனித்பிதுவமான பிரச்சனைகளை உணர முடியாதவர்கள் பெண்ணியம் மட்டுமல்ல, எந்த விடுதலையையும் பேசத் தகுதியற்றவர்கள். எல்லோருக்கும் அடிமையாக இருப்பதுதான் கசக்கிறதே தவிர, அடிமைப்படுத்துவது சுகமான ஒன்றாக இருக்கிறது. ‘ஏய்’ என்று குரல் கொடுத்தால் ஓடிவர ஓர் அடிமை வேண்டும் என்பதாலேயே ஆண்கள் பெண் விடுதலை பற்றிப் பேசுவதில்லை. அப்படிப் பேசுகிறவர்களின் வீட்டு அடுக்களைகளில் பெண்களே பாத்திரம் தேய்த்துக் கொண்டிருக்கிறார்கள். ஒரு பணக்காரன் வீட்டிலும், பார்ப்பான் வீட்டிலும் தலித் வீட்டிலும் ஏழை வீட்டிலும் பெண்தானே அடிமையாக இருக்கிறாள். ஏன்?

சென்னையில் குடியிருக்கும் அறிவுஜீவி ஒருவரின் வீட்டிற்குச் சென்றபோது அப்படியொரு காட்சியை காண நேர்ந்தது. பெரியார் பற்றியா? அம்பேத்கர் கருத்தரங்கமா? பெண்ணியமா? சாதியமா? கூப்பிடு அவரை என்கிற அளவிற்கு மிகப்பெரிய சிந்தனைவாதி, ஆய்வாளர், எல்லா ‘இஸ’ங்களையும் கற்றுத் தேர்ந்தவர் (புத்தகங்கள் வாயிலாக) ஆயிரம் பக்கங்களுக்கு ஒரு நூல் வெளியிட

எழுதிக்கொடுங்கள் என்றால், பல ஆய்வுகளை மேற்கொண்டு எழுதித் தள்ளுவார். அவரின் ஆழமான அறிவைப் பார்த்து புளங்காகிதமடைந்து, ஒரு கூட்டமே பின்னால் சுற்றிக் கொண்டிருக்கும்.

ஒருமுறை நண்பரோடு அவர் வீட்டுக்குச் சென்றபோது, அய்ந்தாறு பேருடன் உட்கார்ந்து தீவிர விவாதத்தில் ஈடுபட்டிருந்தார். ஏதாவது சாப்பிடுகிறீர்களா? கேட்டவர் சட்டென்று திரும்பி, 'காபி கொண்டு வா' என்று குரல் கொடுத்தார். அவரின் குரல் வந்த அடுத்த பத்தாவது நிமிடத்தில் அடக்க ஒடுக்கமாக 'குடும்பப் பெண்' என்று அழைக்கப்படுகிற பாங்கோடு ஒரு பெண் வெளியே வந்தார். எனக்கு அதிர்ச்சியாக இருந்தது. இவர் உட்கார்ந்து, உட்கார்ந்து விடுதலை பேசுவதற்கு ஒரு பெண் அடுக்களையில் உழல வேண்டுமா என்ன? நூறு ஆண்களுடன் பெண்ணியம் பற்றி விவாதிப்பதற்கு பதிலாக - அவர் - ஒரேயொரு பெண்ணுக்கு குறிப்பாக மனைவிக்கு விடுதலை உணர்வூட்டி சுதந்திரமாக வாழ வழிவிடுவதே நேர்மை. மகள்களுக்கு சுதந்திரம் கற்பிக்கும் ஆண்கள் மனைவிக்கு அதைச் செய்ய விரும்புவதில்லை.

ஏன் தெரியுமா? நேரத்திற்கு பசியாற்றவும் உடல் நிலையை கவனித்துக் கொள்ளவும் வீட்டைப் பராமரிக்கவும் இன்னும் இன்னும் சேவைகள் செய்ய ஆண்களுக்கு கூலி இல்லாத அடிமைகள் வாழ்நாள் முழுவதும் தேவையாக இருக்கிறார்கள். கருணையே வடிவான தாயாகவும் காலடியில் கிடக்க மனைவியாகவும் பெண்கள் தயார் செய்யப்படுவது அதற்காகத்தான். தாலி கட்டிய ஒரே காரணத்திற்காக தன் கனவுகளை கணவனோடு சுருக்கிக் கொள்ளும் மனைவிகள் மனதில் விடுதலை உணர்வை விதைக்க எந்த ஆணுக்காவது துணிவிருக்குமா? இருந்திருந்தால் நிலைமை இவ்வளவு மோசமாகியிருக்காது.

பெண்ணியம் பற்றிய பல நூல்களை வெளியிட்டிருக்கும் அவர், தன் வீட்டில் பிள்ளையாருக்கு அடைக்கலம் கொடுத்திருக்கிறார் என்று கேள்விப்பட்ட பின் அவர் நூல்களைத் தொட மனசு வரவில்லை. தன்னை தீண்டத்தகாதவர்களாக, கோழையாக, அடிமையாக உடல் என்ற வட்டத்திற்குள் சுருக்கத் துணைபோன கடவுள்களுக்கு எப்படித்தான் இவர்கள் பணிந்து போகிறார்களோ தெரியவில்லை.

'பெண்கள் அடக்கமானவர்களாக, அதிர்ந்து பேசாதவர்களாக இருக்க வேண்டும்' என்ற இந்துத்துவ கோட்பாட்டை இன்று பிற

மதக்காரர்கள் பின்பற்றுகிறார்கள். ஆண்களுக்குத் தேவை ஒன்றுதான். வீடுகளில் அவர்களுக்கு சேவை செய்ய ஓர் அடிமை வேண்டும். அதற்கு சாதகமாக எந்த மதம் சொல்கிறாதோ அதைப் பின்பற்றுவதே அவர்களுக்கு சுகம் தரும். அப்படித்தான் இன்று பெரும்பாலான பெண்களும் சொந்த கருத்தற்றவர்களாக, சிந்திக்கத் தகுதியற்றவர்களாக, ஆண்களின் இச்சைகளுக்கு அடங்கிப் போகிறவர்களாக வாழ்ந்து மடிகிறார்கள்.

மதங்களின் பொறுக்கித்தனங்களைப் பேசத் தயங்கும் கடவுள்களை எதிர்க்கத் துணியாத யாராலும் பெண்ணடிமைத் தனத்தை இம்மியளவுகூட நகர்த்திப் பார்க்க முடியாது. பெண்ணியம் பேசுகிறவர்கள் பெரியாரின் துணிச்சலிலும் புரிதலிலும் பாதியைப் பெற்றிருந்தாலும் இன்று பெண்களின் நிலை இவ்வளவு மோசமாகியிருக்காது.

ஜனநாயகம் பேசும் பெண்கள் அமைப்பைச் சேர்ந்த ஒருவர், 'நாங்கள் குடும்ப அமைப்பிற்கு எதிரானவர்கள் அல்ல. தாலி கட்டிக் கொள்வதும் சாமி கும்பிடுவதும் அவரவர் சொந்த விருப்பம். அதில் நாங்கள் தலையிட முடியாது' என்று சொன்னபோது எனக்கு சிரிப்புதான் வந்தது. மேற்சொன்னவற்றை எதிர்க்காமல் பெண் விடுதலை சாத்தியமாகும் என்று எப்படி இவர்கள் நம்புகிறார்கள்? அப்படிப் பார்த்தால் வரதட்சணை கேட்பதும் பாலியல் வன்முறைக்கு உட்படுத்துவதும் கருக்கொலையும் சிசுக் கொலையும் அவரவரின் சொந்த விருப்பத்தின் பேரில் தானே நடந்தேறுகிறது.

மத நம்பிக்கையோ கடவுள் வழிபாடோ அது ஒருவரின் தனிப்பட்ட நம்பிக்கை என்று வாதிட வருகிறவர்களுக்கு ஒவ்வொருவரின் தனிப்பட்ட நம்பிக்கையே சமூகத்தை உருவாக்குகிறது அல்லது சீரழிக்கிறது என்பது என் பணிவான கருத்து. அதை மட்டும் எப்படி தட்டிக் கேட்கிறார்கள்? இந்து மத எதிர்ப்பின்றி வைக்கப்படும் பெண் விடுதலை வாதங்கள், நோயின் மூலமறியாமல் செய்யப்படும் சிகிச்சை போன்றது. அதனால் தீர்வு உண்டாகாது. பெண்ணியவாதிகளும் பெண்கள் அமைப்புகளை சேர்ந்தவர்களும் சிந்தித்துப் பாருங்களேன்.

**கஷ்ட காலம்**

பெண்ணடிமைத்தனத்தைப் போற்றிப் பாதுகாக்கும் வேலையை இந்து மதம் செவ்வனே செய்கிறது. பெண்களுக்கெதிரான வரதட்சனை, ஈவ்டீசிங், கருக்கொலை, சிசுக்கொலை, பாலியல்

வன்முறை போன்ற பிரச்சனைகளுக்கு மூலம் இந்து மதம். அதுதான் பெண்களை பலவீனமானவர்களாக உணர வைத்தது. அதுதான் பெண் என்றாலே உடல், அழகு, தீட்டு என்ற முட்டாள்தனமான கோட்பாடுகளை வளர்த்தது.

இந்த சமூகத்தில் எத்தனை பெண்கள் கடவுளுக்கும் அவர் சொந்தக் காரர்களுக்கும் அடிமையாகிக் கிடக்கிறார்கள்? தீவிர கடவுள் மறுப்புச் போராட்டத்தையோ, இந்துமத எதிர்ப்பு வாதத்தையோ முன்னெடுத்துச் செல்ல பெண்ணியவாதிகள், பெண்கள் அமைப்புகள் தயங்குவதேன்? 'ஏதோ முடிந்த அளவுக்கு பெண்ணியம் பேசுகிறோம். அதற்கு மேல் ஒன்றும் செய்ய முடியாது. கடவுள் விஷயமாச்சே! கண்ணை தோண்டிட்டா' என்ற பயம் உள்ளுக்குள் இருப்பதால்தான் பெண்ணியம் பற்றி நூல்களும் கவிதைகளும் எழுதுகிறவர்களால் கடவுளை ஒட்டுமொத்தமாகப் புறக்கணிக்க முடியவில்லையோ என்னவோ?!

**'ஆண்மை'யை காப்பியடிக்காதீங்க!**

பதவியும் அதிகாரமும் பொருளாதார விடுதலையும் 'எப்படி சாதி அடையாளங்களை போக்காதோ அதேதான் பெண்ணடிமைத்தனத்திற்கும். எவ்வளவு உயர் பதவியில் இருந்தாலும் 'கேவலம் பொம்பள' என்ற உணர்வு ஆண்களிடமும் அவர்களை சந்தித்தோ, சந்திக்காமலோ உயர் பதவிகளுக்கு வரும் பெண்கள், ஆண்களின் அதே தீய சிந்தனைகளை இரவல் வாங்கிக் கொள்கிறார்கள். ஆண்கள் செய்யும் அரசியல் சூழ்ச்சிகள், தந்திரங்களைப் பின்பற்றியே மேலே வருகின்றனர். ஈகோ, அதிகார மனோபாவம் போன்றவற்றைப் பெற்று தலை நிமிர்ந்து 'ஆண்'தனமாக நடந்து கொள்ளும் பெண்கள் ஒரு காலமும் முன் மாதிரியாகத் திகழ முடியாது. இன்று அரசுப் பதவியில் இருக்கும் பெண் அதிகாரிகளும் அப்படியே (என்பது ஊரறிந்த ரகசியம்). தலித் விடுதலையில் ஆர்வம் கொண்ட யாருமே ஒரு தலித் ஏதோவொரு துறையில் சாதித்து மேலே வருவதை தட்டிக் கொடுத்து ஊக்கப்படுத்தவே செய்வார்கள். ஆனால், பெண் விடுதலை பேசும் பெண்களுக்கு மட்டும் அந்த ஆரோக்கியமான சிந்தனை இல்லை.

பெண்கள் கேள்வி கேட்பதை ஆதிக்க மனோபாவம் சுமந்த பெண்களே ஏற்றுக் கொள்வதில்லை. உடலளவில் தங்களை சுதந்திரப்படுத்திக் கொள்ளும் பெண்கள், சிந்தனை அளவில் இன்றும் குறுகிய வட்டத்துக்குள் தான் இருக்கிறார்கள். அத்தகைய

மேம்போக்கான பெண்ணியவாதிகளால் இன்னொரு பெண் மேலே வருவதை சகித்துக் கொள்ள முடியாது. ஆண்களைப் போல் ஆதிக்க சுதந்திரத்தில் திளைப்பதல்ல பெண்ணியம். அடிமைத் தனத்தின் சின்ன தலையிடலைக்கூட பெண்ணியம் ஏற்றுக் கொள்ளாது. தமிழக முதல்வரில் தொடங்கி உயர் பதவிகளில் இருக்கும் பல பெண்கள் ஆண்களைப் போலவே நடந்து கொள்கிறார்கள். அவர்களால் பெண் சமூகத்திற்கு மிஞ்சிமிஞ்சிப்போனால் மகளிர் காவல் நிலையங்களையும் பாலியல் உடற்கூராய்வு வகுப்புகளையும் தவிர...

### கொல்லத் துடிக்குது மதம்

உலகப் பெண்கள் அமைப்புகளின் விடை தெரியாத பதற்றமாகத் தொடர்ந்து கொண்டிருக்கிறது அமினா லாவல் என்ற நைஜீரிய பெண்ணின் மரண தண்டனை. முப்பது வயதான அமினா திருமணமாகாத நிலையில் குழந்தை பெற்றதுதான் அவர் செய்த குற்றம். ஆப்பிரிக்க நாடான நைஜீரியாவில் கிறித்துவர்களும், இஸ்லாமியர்களும் சம அளவில் வாழ்கின்றனர். சில மாநிலங்களில் இஸ்லாமிய மதச் சட்டமான 'ஷரியத்' நடைமுறையில் உள்ளது. கடுமையான மரண தண்டனைகள் கொண்ட இந்தச் சட்டத்திற்கு கிறித்துவர்கள் கடும் எதிர்ப்பு தெரிவித்தனர் என்றாலும் ஷரியத் நடைமுறைக்கு வந்தது.

காட்ஸினா மாநிலத்தின் சின்ன கிராமத்தில் பிறந்த அமினா 14 வயதில் திருமணமாகி, விவாகரத்தானவர். வறுமையான குடும்பம், அதிகம் படிக்கவில்லை. அமினா கருவுற்றது தெரிய வந்தவுடன் ஊர்க்காரர்கள் அவரைப் பிடித்துக் கொண்டு போய் உள்ளூர் நீதிமன்றத்தில் நிறுத்துகிறார்கள். அப்போது அவருக்காகப் பேசுவதற்கு ஒரு வழக்குரைஞர் கூட இல்லை. 'குழந்தைக்கு இவன் தான் தந்தை' என்று அமீனா கைகாட்டிய நபர் அதைத் திட்டவட்டமாக மறுக்க, போதிய ஆதாரமில்லை என்ற அடிப்படையில் அவன் விடுதலை செய்யப்பட்டான். 'அமீனா தகாத உறவு (!) வைத்திருந்ததற்கான சாட்சியாக அவள் குழந்தை இருப்பதால் வேறு யாரும் குற்றத்தை மறுக்கவோ, நிரூபிக்கவோ தேவையில்லையாம். திருமணத்தை மீறி 'தகாத' உறவு கொள்பவர்களை கல்லால் அடித்துக் கொல்ல ஷரியத் சட்டம் வலியுறுத்துகிறது. அதன்படி கடந்த ஆண்டு மார்ச் மாதம் அமினாவிற்கு மரண தண்டனை வழங்கப்பட்டது.

'இஸ்லாமியப் பெண்களுக்கு பாடம் புகட்டி' நைஜீரிய

எல்லைக்குள் முடிந்து போகவிருந்த அமினாவின் சோகம் உலகத்தின் பார்வைக்கு வந்தது. உலக அழகிப் போட்டியை நடத்தி நைஜீரியாவை சுற்றுலாத் தளமாக்கிவிட கனவு கண்ட அரசு, போட்டியில் பங்கேற்கும் பல நாடுகளின் கோரிக்கையான அமினாவின் விடுதலையைப் பரிசீலித்து மரண தண்டனையை தள்ளி வைத்தது. அழகிப் போட்டியையும் நபிகள் நாயகத்தையும் கிண்டலடித்து நைஜீரியப் பெண் நிருபர் எழுதிய கட்டுரை, அங்கிருக்கும் மதவாதிகளை உசுப்பிவிட பெரும் கலவரம் வெடித்தது. நூற்றுக்கணக்கானோர் உயிரிழந்தனர். அழகிப் போட்டி மிக பாதுகாப்பாக லண்டனுக்கு மாற்றப்பட்டது. நைஜீரிய அரசின் சுற்றுலா கனவு தகர்க்கப்பட்ட நிலையில் அமினாவின் மரண தண்டனை மீண்டும் உறுதியாகியிருக்கிறது. உலக மனித உரிமை இயக்கங்களும் பெண்கள் அமைப்புகளும் அமினாவிற்காக உரிமை குரல் கொடுக்க, தன் ஒரு வயது மகள் வாஸலாவின் எதிர்காலம் பற்றிய கவலையில் இருக்கிறார் அமினா.

மனித நாகரிகம் வளர்ந்துவிட்டதாகக் கருதப்படும் இந்த உலகில்தான் இது மாதிரியான கொடூரங்கள் நடந்தேறுகின்றன. ஆண்களால் உருவாக்கப்படும் சட்டங்களும் மதக் கோட்பாடுகளும் பெண்களைக் கட்டுப்பாட்டுக்குள் வைப்பதற்கான ஆயுதங்களாகவே பயன்படுத்தப்படுகின்றன. கடவுள், மதத்தின் பெயரால் பெண்கள் மீது திணிக்கப்படும் அநியாயங்களை எவ்வளவு காலம் வேடிக்கைப் பார்க்கப் போகிறோமோ? அமினாவின் குற்றமாகக் கருதப்படும் தகாத உறவு ஓர் ஆண் இல்லாமல் நடந்திருக்க முடியுமா? ஒளிந்து கொண்டிருக்கும் அந்தக் குற்றவாளியை கண்டுபிடிக்கவோ, தண்டிக்கவோ துப்பின்றி குழந்தை தன்னுடையது என்பதை நேர்மையாக ஏற்று அதன் எதிர்காலம் குறித்துக் கவலைப்படும் ஒரே காரணத்திற்காக, அமினாவை பலியாக்குவதை 'நியாயமுள்ள எந்த (ஆண்) கடவுள்' ஏற்றுக் கொள்ளும் என்பது தெரியவில்லை.

பெண்களுக்கெதிரான வன்முறை உலக நியதியாகிக் கிடக்கிறது. உச்சகட்ட கொடுமைகள் நடக்கும் எங்கும் மதத்திற்கும் கடவுளுக்கும் அதிக பங்கிருப்பது மறுக்க முடியாதது. 'பர்தா அணிய வேண்டும், வீட்டை விட்டு வெளியில் வரக்கூடாது, மீறினால் மரண தண்டனை' என்று இஸ்லாம் தன் ஆதிக்கங்களை பெண்கள் மீது திணிக்கிறது.

மதம், மனித இனத்தை ஒழுங்குபடுத்த உருவாக்கப்பட்டது என்று வரிந்து கட்டுபடுவர்கள் இதற்கென்ன பதில் வைத்திருக்கிறார்கள்.

எந்த மதமும் பெண்களை அடிமை வட்டத்திற்குள் சுழலவே வற்புறுத்துகிறது. அதனாலேயே ஆண்கள் அதை ஆதரிக்கிறார்கள். இந்த 'ஜென்ம'த்தில் பெண்ணாகப் பிறந்தது 'முன்னால் செய்த வினை' என்று பெண்களை நம்ப வைத்ததுதான்.

'பெண் வெறும் உடல், அவள் ஆண்களின் ஆசைகளைத் தீர்க்கப் பிறந்தவள். அவர்களை மீறி தனித்து இயங்க பெண்ணால் முடியாது அப்படி மீறும் பெண்களை கடவுள் மன்னிக்க மாட்டார்' என்ற அழுக்கான மடமைகளை மிக நுட்பமாக 'வாழைப் பழத்தில் ஊசி ஏற்றுவது போல' எல்லோர் மூளையிலும் விதைத்து விட்டிருக்கிறது. ஆதிக்கங்களை நம்பிக்கைகளாக இந்த மதங்கள் வளர்த்து விட்டிருக்கின்றன. மீள முடியாத, முட்டாள்தனமான அந்த நம்பிக்கைகளின் எச்சங்கள், இன்றைய பெண்ணியவாதிகளிடமும் இருப்பதாலேயே இவ்வளவும் எழுத நேர்ந்தது.

ஏதோவொரு வகையிலாவது விடுதலையின் அவசியத்தை உணர்ந்த நாம் மிகக் கவனமாக இருந்தால்தான் நம்மைப் பார்த்தோ பின்பற்றியோ வளரும் அடுத்த தலைமுறை, அடிமைத்தனத்தை அவமானமாகக் கருதும்.

**நடமாடும் நகை ஸ்டாண்ட்!**

இன்றைய குழந்தைகள் பாலியல் அச்சுறுத்தலோடு வளரும் சூழலில் உடல் பற்றிய பழைய புழுத்த கோட்பாடுகள் கொண்ட பெண்களால் - ஆண்களால் நாளை அவர்கள் எப்படிப்பட்ட பெண் சமூகமாக உருவெடுப்பார்கள் என்று நினைக்கவே அச்சமாக இருக்கிறது. 'பொம்பளப் புள்ளையா அடக்க ஒடுக்கமாக இரு' என்ற மிரட்டலுக்கு பாட்டிக்கு பாட்டி அம்மாவுக்கு அம்மா என பரம்பரை முழுவதும் விதிக்கப்பட்ட கட்டுப்பாடு இன்றும் அதன் நீட்சியாக நாளையும் தொடரும். மிக வன்மையாக, 'பெண் பலவீனமானவள், பருவமடைவதும் திருமணமும் தாய்மையுமே அவளின் தகுதிகள். குடும்பத்தைப் பராமரிப்பதும் கணவனுக்கான தன் அழகைப் பாதுகாப்பதும் துன்புறுத்தப்பட்டாலும் வீட்டு வாசலை தாண்டாததுமே பத்தினித்தனம்' என்று விடாமல் போதிக்கப்படுகிறது. ராமாயண சீதையும் சிலப்பதிகார கண்ணகியும் நளாயினியுமாக இந்து மதம் சொல்லிக் கொடுத்த அடிமைப் பெண்களை எடுத்துக்காட்டாகக்கொண்டு வாழும் 'பத்தினி'கள் இங்கு அதிகம்தான். அவ்வளவு வியாக்கியானம் பேசும் வள்ளுவர்கூட பத்தினி சொன்னால் மழை பெய்யெனப் பெய்யும் என்கிறாரே! இங்கு பத்தினிகள் இல்லையா, இல்லை வள்ளுவர்

பொய் சொன்னாரா? தெரியவில்லை மழை மட்டும் பெய்ய மறுக்கிறது.

குடும்பத்தை, கணவனை எதிர்த்து பெண் ஒரு வார்த்தை பேசிவிடக்கூடாது என்பதுதான் இந்து மதமும் அதன் ஆண்களும் வலியுறுத்துவது. இதைத்தான் நாம் பாடத்திட்டமாக வைத்துக் கொண்டாடுகிறோம். இந்த கேடுகளைப் படித்து வளரும் குழந்தைகள் எந்தக் கருத்தியலோடு வளர்வார்கள்? அவர்களைக் காப்பாற்ற வேண்டிய பெண்ணடிமைத் தனத்தை வலியுறுத்தும் புராணங்களும் இதிகாசங்களும் தடை செய்யப்பட வேண்டும். வருங்காலத் தலைமுறைக்கு நாம் செய்யும் மிகப் பெரிய நன்மை அதுவே!

பெண்ணின் அடக்கம் அழகு சம்பந்தப்பட்ட புடவையிலும் நகையிலும் எனக்கு உடன்பாடில்லை. நீளமான கூந்தலில் தொடங்கி, நெற்றியில் பொட்டு, உடல் அனுமதித்த எல்லா பாகங்களிலும் நகைகளைப் பூட்டி அலங்கார தேவதைகளாக வலம் வருவது பெண்களுக்கும் அதை ரசிக்கும் ஆண்களுக்கும் அவசியமானதாக இருக்கிறது. அணிகலன்களும் முகப் பூச்சுகளும் போட்டு தன்னை அலங்கார தேவதையாக காட்டிக் கொள்வதை பெண்கள் அவமானமாகக் கருத வேண்டும். நீண்ட கூந்தலும் எட்டுமுழ சேலையும் நெற்றிப் பொட்டும் தாலியும் ஆண்களால் பெண்களுக்கு வழங்கப்பட்ட அடிமைச் சின்னங்கள். தன் உடலையும் அதன் அழகையும் பற்றி எந்நேரமும் சிந்தித்துக் கொள்ளும் பெண்களில் எத்தனை பேர் தன் ஆரோக்கியத்தில் அக்கறையெடுத்துக் கொள்கிறார்கள்? பெண்களை அழகாக இருக்கத் தூண்டும் அயோக்கியர்கள் ஆரோக்கியத்தை ஒட்டுமொத்தமாக அழிக்கவே பார்க்கிறார்கள். அதனால் தான் மாதத்திற்கு அய்ந்தாறு ‘பேர் அண்ட் லவ்லி’ பாக்கெட் வாங்க அனுமதியிருக்கும் பெண்களுக்கு, தான் விரும்பும் ஆரோக்கியமான உணவை சாப்பிட உரிமை மறுக்கப்பட்டிருக்கிறது.

இந்த அடிமைச் சின்னங்கள் பெண்களுக்கான பெண்மையை கட்டிக் காக்கின்றன. தன் பெண்மையையும் மென்மையையும் வெளிப்படுத்த விரும்பும் எந்தப் பெண்ணும் அடிமைச் சின்னங்களை அள்ளி அள்ளிப் போட்டுக் கொள்வாள். தன்னை அழகுப் பதுமைகளாகக் காட்டிக் கொள்வது பலருக்கும் போதையாக இருக்கிறது.

தமிழகக் காவல் துறையில் உள்ள பெண் அதிகாரிகளில் ஒருவரை சந்திக்க அவர் அலுவலகத்திற்குச் சென்றேன். கதவைத் திறந்தபோது, 'ஏதோ கோயிலுக்குள் நுழைந்து விட்டோமோ' என்று எனக்கு சந்தேகம். சிறுவயதில் தமிழ் திரைப்படங்களில் நான் பார்த்த அம்மன்களில் ஒன்று தலையில் கிரீடமும் கையில் சூலாயுதமுமின்றி உட்கார்ந்திருந்ததைப் போல் உணர்ந்தேன். பெரிய ஜிமிக்கிகள், பளபள மூக்குத்தி, நீளமான கூந்தல், பெரிய பொட்டு என்று இடத்திற்கு தொடர்பில்லாத மேக் அப்புடன் இருந்தது என்னை என்னவோ செய்தது. காவல் துறை அதிகாரி என்றாலும் அவர் பெண் தானே என்று நீங்களோ, அவரோ கேட்கக் கூடும். அதைத்தான் இவ்வளவு நேரம் பேசிக் கொண்டிருக்கிறேன். எங்கு இருந்தாலும் எப்படி இருந்தாலும் பெண் தன் அடிமை அடையாளங்களை விட்டுக் கொடுக்காமலிருக்கப் பழக்கப்பட்டிருக்கிறாள்.

என் கவலையெல்லாம் என்னவென்றால் காவலர்களுக்கு பாலியல் உடற்கூறு வகுப்பு நடத்தும் இவர்கள் பல பெண் காவலர்களுக்கு முன் மாதிரிகளாக விளங்குவார்களா? செயின் போடாதீர்கள், ஜிமிக்கி போடாதீர்கள், முடியை வெட்டுங்கள் என்று வகுப்பெடுப்பதற்கு முன் இவர்கள் கழற்றி வைக்க வேண்டுமா இல்லையா? 'ஊருக்கு உபதேசம்' எப்படி அல்லது எத்தனை நாளைக்குச் செல்லுபடியாகும்? எந்தப் பெண், தன் 'பெண்மை' அடையாளங்களைத் துறந்து முன் வருகிறாளோ அவளுக்கே பெண் விடுதலை பேசுவதற்கான தகுதியிருக்கிறது என்று பொருள். 'மதிப்பிற்குரிய' காந்தி சொன்னாரே! "என்று ஒரு பெண் உடல் முழுவதும் நகை பூட்டி இரவில் பயமின்றி, சுதந்திரமாக நடக்க முடிகிறதோ, அன்றுதான் பெண்களுக்கு விடுதலை கிடைத்ததாக ஏற்றுக் கொள்ள முடியும்" என்று. அவருக்குத் தெரிந்த பெண் விடுதலை அதுதான். பெரியாரும் சொன்னார், 'நகை ஸ்டாண்டாக உலா வரும் பெண்கள் சுதந்திரமானவர்களாக இருக்க முடியாது' என்பதை உரக்க வலியுறுத்தி மீண்டும் மீண்டும்...

நான் பெரியார் பக்கம். நீங்கள்?  ●

– மார்ச் 2003

# 9

## உரிமையை நசுக்கலாமா உணர்வு?

தாய் பெயரை முன்னெழுத்தாகப் போட்டால் தந்தை யாரென்ற குழப்பம் வந்துவிடுமாம். அதனால் கடமைகளில் இருந்து தந்தை தப்பித்துவிட நேருமாம்; ஒழுக்கமற்ற சமூகம் உருவாகுமாம். என்ன சப்பைக் கட்டு இது?

தாய் பெயரை முன்னெழுத்தாகப் போடும் சட்டம் நடைமுறைக்கு வந்ததிலிருந்து நிறைய ஆண்களுக்குத் தூக்கம் தொலைந்திருக்கும் என்ற சந்தேகத்தை உறுதி செய்திருக்கிறது - 'உணர்வு' *(மே 9 -15, 2003)* பத்திரிகையின் *'தலைப்பெழுத்தால் மாறுமோ தலையெழுத்து'* என்ற தலையங்கம். மிக சாமர்த்தியமாக (அதை அறிவுப்பூர்வமான அலசல் என்று அவர்களே நம்புகின்றனர்) ஆணாதிக்க 'உணர்வு'களை நியாயப்படுத்தியிருக்கிறது அவ்வேடு. விளக்கங்களுக்கு போவதற்கு முன் ஒரு சின்ன வேண்டுகோள். இதைப் படிக்கும் யாருக்கும் ஆதிக்க / அடிமைத்தன சிந்தனைகள் இருந்தால் அதைத் தற்காலிகமாகவாவது கழற்றி வைத்து விடுங்கள். இல்லையென்றால், இதிலுள்ள ஒவ்வொரு வார்த்தையும் பெரும் அவச்சொல்லாகத் தெரிவதைத் தடுக்க முடியாது.

மிகமிகமுட்டாள்தனமாகவும்திட்டமிட்டுபுத்திசாலித்தனமாகவும் - பெண்களுக்கு எதிராக இந்த சமூகத்தில் / உலகத்தில் ஏதேதோ கொடுமைகள் நடந்தேறுகின்றன. நாள் முழுக்க குடும்பத்தைப் பராமரித்து, கணவன், குழந்தைகளை கவனித்து, துணி துவைத்து, வீடு பெருக்கி, பாத்திரம் கழுவி சமையலும் செய்து வைக்கும் பெண்களை 'வீட்டுல சும்மாதான் இருக்கா' (கொஞ்சம் நாகரிகமாக 'அவுஸ் ஒயிப்') என்று சொல்லும் போதும், பாலியல் கொடுமையில் சிக்கி உயிர் பிழைக்கும் பெண்களை 'கெட்டுப் போனவ' என்று குற்றம் சுமத்தும் போதும், பாலியல் தொழிலில் ஈடுபடும் பெண்களை 'விபச்சாரி' என்று பட்டம் கட்டிப் புறக்கணிக்கும்போதும் இந்தச் சமூகத்தின் நாக்குகள் கூசுவதில்லை.

ஏதோவொரு மதத்தை தீவிரமாக ஆதரிக்கும் எல்லோருக்கும் பெண்களின் பிரச்சனைகள் வெறும் வேடிக்கையாக மட்டுமே இருக்கின்றன. எந்த மதமாவது பெண் விடுதலை பற்றியோ உரிமை

பற்றியோ பேசியிருக்கிறதா? மதவாதிகள் யாரேனும் அதை மாற்ற முயன்றிருக்கிறார்களா? இந்த மாதிரியான கேள்விகளின் கனத்த வட்டத்துக்குள்ளேதான் பெண் உழன்று கொண்டிருக்கிறாள்.

மிக மிக பலம் வாய்ந்த ஒருவருடன் ஒண்டிக்கு ஒண்டி மோத முடியவில்லை. ஆனாலும் வெற்றி பெற வேண்டும், அடிமைப்படுத்தியாக வேண்டும். என்னதான் வழி? ரொம்ப சுலபம். பலசாலிகளை தனக்கு பலமே இல்லை என்று நம்ப வைப்பது. தாங்களே உருவாக்கிக் கொண்ட கடவுள்களும் மதங்களும் ஆண்களுக்குத் துணை நிற்க பெண்களை பலமற்றவர்களாக்க பெரும் சூழ்ச்சி வலை பின்னப்பட்டது. பெண் தனித்தியங்க முடியாதவள், ஒரு பொருளைப் போல பாதுகாக்கப்பட வேண்டியவள், அவளுக்கு எந்நேரமும் யாராவது துணையிருக்க வேண்டும் என்றுதானே இஸ்லாமும் சொல்கிறது. பெண் விடுதலை பற்றி அவ்வளவு அக்கறையோடு எழுதியிருப்பவர்களுக்கு இந்த அடிமைத்தனமான கருத்துகளை எதிர்க்கத் துணிவிருக்குமா?

'பத்து மாதம் சுமந்து குழந்தையைப் பெற்றெடுத்து அதை வளர்த்து ஆளாக்குவதில் தாயின் பங்கே மிகுதி' என்று சொல்லியிருக்கிறீர்கள். நல்லவேளை அதையாவது ஏற்றுக் கொண்டீர்களே! 'இனிஷியல்' என்பது குழந்தையின் பாதுகாப்பு தொடர்பான அங்கீகாரம், தந்தையை விடவும் தாயே குழந்தையின் உடல் / மன வளர்ச்சிக்குப் பாதுகாப்பாக இருக்கிறாள்.

இனிஷியல் முறை உருவான காலத்தில் பெண்கள் வேலைக்குப் போகவும் பொருளீட்டி குடும்பத்தைத் தாங்கவும் அனுமதிக்கப்படவில்லை. அவர்களுக்கு சமூக பொருளாதார சுதந்திரம் மறுக்கப்பட்டிருந்தது என்ற உண்மையே இந்த மாதிரி உரிமைகளைப் பெண்களிடமிருந்து தட்டிப் பறித்தது. இன்று அந்த நிலைமை மாறி வரும் நேரத்தில் உங்கள் வாதங்கள் எப்படி சரிப்பட்டு வரும்?

ஆண்கள் குடித்து சீரழிய, வீட்டையும் கவனித்துக் கொண்டு கூலி வேலைக்கும் போய் எத்தனைப் பெண்கள் குடும்பத்தைக் காப்பாற்றுகிறார்கள். அவர்களைப் பற்றியெல்லாம் நீங்கள் கேள்விப் பட்டதில்லையா? கோயில்கள், மசூதிகள், ஆலயங்களைவிட்டு வெளியே வந்து பெண்களின் நிஜ வாழ்க்கையை கவனித்துப் பாருங்கள். மதநூல்கள் கூறும் அறிவுரைகளைக் கண்ணாடியாக அணிந்து அதன் வழியாக பெண்களைப்

பார்ப்பதும் கட்டுப்படுத்துவதும் எத்தனை காலத்துக்குச் செல்லுபடியாகும்?

தாய் பெயரை முன்னெழுத்தாகப் போடாததால் பெண்ணினத்துக்கு எந்த நட்டமும் இல்லை என்றும் தந்தை பெயரைப் போடாவிட்டால் பிள்ளை மீதான பொறுப்புகளிலிருந்து தந்தை நழுவிக் கொள்ளக்கூடும் என்றும் கூறுகிறீர்கள். இது அபத்தமாக இல்லை? இனிஷியல் போட்டால்தான் நான் தந்தை இல்லையென்றால் ஊரைவிட்டு ஓடிப் போவேன் என்று ஆண் சொல்லக்கூடுமானால், பிரச்சனை யாரிடத்தில்? நீங்கள் எதிர்க்க வேண்டியது பெண்களுக்கு கிடைக்கும் குறைந்தபட்ச உரிமைகளை அல்ல; தவறு செய்வதற்கு சாக்குகளைத் தேடும் ஆண்களை.

மனைவியின் 'கற்பொழுக்க'த்தின் மீது எனக்கு அசைக்க முடியாத நம்பிக்கை இருக்கிறது என்று கணவன் தன் இனிஷியல் மூலமாக வாக்களிக்கிறானாம். அப்படியென்றால் கணவனின் 'கற்பொழுக்க'த்துக்கு சாட்சி கேட்டு மனைவி எந்த சுவற்றில் முட்டிக்கொள்ள வேண்டும்? அதையும் விளக்கி இருக்கலாமே! ஆண்களின் உடல் அமைப்பு சாதகமாக அமைந்ததால், ஒழுக்கம் ('கற்பு') பற்றி அவர்கள் கவலைப்பட வேண்டியதில்லை, நிரூபிக்க வேண்டியதில்லை. அப்படித்தானே?

குழந்தைக்குத் தந்தை பெயரை 'இனிஷியலாக' போடுவதும், அதைத் திரும்பத் திரும்ப கூப்பிடுவதும் இது என் குழந்தைதான் என்ற நம்பிக்கையை அதிகரிக்கும் என்ற மனோதத்துவ கருத்தையும் பெருமிதத்துடன் கூறியிருக்கிறார்கள். எத்தனை வீட்டில், இனிஷியலோடு பிள்ளையை அழைக்கிறார்கள்? "மு. ஹமீது இங்க வா" என்றோ "செ. நூர்ஜகான் எப்படி இருக்கிறாய்" என்றோ விசாரித்துக் கொள்கிறார்களா என்ன?

'உறவு, அன்பு, நம்பிக்கை போன்றவற்றை விட, தாலி, இனிஷியல் போன்ற அற்பக்காரணங்களுக்காகவே ஆண் தன் உறவை கட்டிக் காக்கிறான். அது இல்லையென்றால் அவன் மனைவி, குழந்தையை விட்டு ஓடிப்போவான்' என்று சொல்லிக் கொள்வது வேடிக்கையானதில்லையா? சின்னச் சின்ன காரணங்களுக்கெல்லாம் வழிதவறிப் போகும் ஓர் ஆண், தந்தையாக இருந்தால் என்ன ஓடிப்போனால் என்ன?

சரி, அப்படிப் பெண்ணை ஏமாற்றி விட்டு ஓடிப்போகிறவன் மீது உங்களால் மத ரீதியாக நடவடிக்கை எடுக்க முடியாது என்பதை ஒப்புக் கொள்கிறீர்களா?

தாய் பெயரை முன்னெழுத்தாகப் போட்டால், தந்தை யாரென்ற குழப்பம் வந்துவிடுமாம் ஆனால், கடமைகளில் இருந்து தந்தை தப்பித்துவிட நேருமாம், ஒழுக்கமற்ற சமூகம் உருவாகுமாம். என்ன சப்பைக் கட்டு இது? தாய் பெயரை மட்டும் முன்னெழுத்தாகப் போட்டால் ஒழுக்கச் சரிவுகள் அதிகரிக்கும் என்றும் தந்தை பெயர் தெரியாத தலைமுறையே உருவாகும் என்றும் வருத்தப்படும் உங்களுக்கு ஒன்றை நினைவுபடுத்த வேண்டும்.

'தலாக்' என்று ஒரு சட்டம் வைத்திருக்கிறீர்கள். அந்த ஒற்றை வார்த்தை, முஸ்லிம் பெண்களை எந்த அளவுக்கு பாடுபடுத்துகிறது; எத்தனைப் பெண்களின் திருமண பந்தம், வாழ்க்கை இதனால் நாசமடைந்திருக்கிறது. அறுபது வயதில் மனைவிக்கு 'தலாக்' சொல்லிவிட்டு பேத்தி வயது பெண்களைத் திருமணம் செய்து கொள்கிறார்கள் சில முஸ்லிம் ஆண்கள். அது ஏன் உங்களுக்கு உறைக்கவில்லை? இதை எந்த ஒழுக்கத்தில் சேர்ப்பீர்கள்? நம்பிக்கை துரோகமும் ஏமாற்றுவதும் ஒழுக்கக் கேடில்லையா? 'தலாக்' முறையை ஒழுங்குபடுத்தியிருந்தால் ஒருவேளை முஸ்லிம் சமூகத்துப் பெண்களின் 'தலையெழுத்து' ஓரளவுக்காவது சரியாகி இருக்குமோ? இதுபற்றி வாய் திறங்களேன் பார்க்கலாம்.

இந்தச் சட்டத்தை ஆதரிக்கிற முற்போக்காளர்களை கேலி செய்திருக்கிறீர்கள். இந்து மதத்தின் ரவுடித்தனத்தை எதிர்த்துச் செயல்படும் முற்போக்காளர்களாகத் தெரிகிறவர்கள், பெண்ணுரிமை பேசும்போது மட்டும் பிற்போக்காளர்களாகி விடுகிறார்களா?

தேடித் தேடி இப்படி பொய் சொல்வதற்குப் பதிலாக 'பிறந்தவுடன் அப்பா பெயரோடு திருமணம் ஆனவுடன் கணவன் பெயரோடும் ஒட்டிக் கொண்டுதான் பெண் வாழ வேண்டும்; ஆண்களிடமிருந்து இனிஷியலை எடுத்துக் கொள்ளவே பெண்ணுக்கு அனுமதியிருக்கிறது; அவர்களுக்கு இனிஷியல் வழங்கும் உரிமையில்லை' என்று பச்சையாக சொல்லிவிட்டுப் போயிருக்கலாம். பெண்களின் முகத்துக்கு 'பர்தா' போட்டு விட்டு, ஆண்களின் மூளைக்கு அதைப் போட்டுக் கொண்டீர்களா என்ன? அதை விலக்கி விட்டு வெளியே வந்து இந்த சமூகத்தில் பெண்களின் நிலையை ஆராய்ந்து பாருங்கள்.

ஆபாசப் படங்களைத் திரையிடும் திரையரங்குகளை இழுத்து மூடவும் ஆபாச சுவரொட்டிகளை அகற்றவும் முதியோர் காப்பகங்களில் தமது பெற்றோரை அனாதையாக விட்டுச்

செல்வோர் மீது நடவடிக்கை எடுக்கவும் வலியுறுத்தும் உங்கள் நல்லெண்ணம் புரிகிறது. அதற்கும் தாய் பெயரை இனிஷியலாக்குவதற்கும் எந்தத் தொடர்பும் இல்லை. எந்தெந்த வழிகளிலெல்லாம் பெண்களுக்கு அங்கீகாரம் கிடைக்கிறதோ அதையெல்லாம் வாசல் திறந்து வரவேற்க, 'உணர்வி'ன் பேராதரவையும் எதிர்பார்க்கிறோம். பெண்கள் சம உரிமை கண்ட சமூகம் மட்டுமே உருப்படும், வளர்ச்சியடையும் என்பதை ஞாபகப்படுத்த வாய்ப்பளித்திருக்கிறீர்கள்.

கடைசியாக, குழந்தை பெற்று குடும்ப வாழ்வில் ஈடுபட்டுள்ள பெண்களிடம் கருத்துக் கேட்டிருந்தால் ஜெயலலிதா இவ்வாறு சட்டம் கொண்டு வந்திருக்க மாட்டார் என்கிறீர்கள். அதுசரி, இந்தத் தலையங்கத்தை எழுதுவதற்கு முன் குறைந்த பட்சம் உங்கள் வீட்டுப் பெண்களிடமாவது கருத்துக் கேட்டீர்களா? •

– ஜூன், 2003

# 10

# ஆத்திரம் அறிவை மறைக்கலாமா?

தலித் விடுதலைக்காகப் பாடுபடுகிறோம் என்றால், சாதியை ஆதரிப்பதாக அர்த்தமாகுமா? சிறுபான்மையினர் ஒடுக்கப்படுவதை எதிர்க்கிறோம் என்றால், மதவாதத்தை ஆதரிப்பதாக அர்த்தமாகுமா?

**ஜாதி,** மதம், கடவுள் என ஆதிக்கத்தின் அடிமைத்தனத்தின் எந்த வடிவத்தை ஆதரிப்பவர்களாலும் பெண்களின் உடல், மனம், உரிமை, தேவை போன்ற பிரச்சனைகளைத் துளியளவும் புரிந்து கொள்ள முடியாது.

'அபத்த முரசு கொட்டலாமா தலித் முரசு' (ஜூன் 27, ஜூலை 3, 2003) என்ற 'உணர்வின்'ன் எதிர்வினையைப் படித்தபோது - ஆச்சர்யமோ, அதிர்ச்சியோ எழாததன் காரணம் இதுதான். மதம் என்ற கூட்டுக்குள் நின்று கொண்டு பெண்ணின் வாழ்நிலையை நிர்ணயிக்கிறவர்களிடம் பெண்களுக்கு ஆதரவான கருத்தை எப்படி எதிர்பார்க்க முடியும்?

முஸ்லிம்களின் பெண்ணடிமைத்தனம் பற்றிய நமது கேள்விகளுக்கு சரியான விளக்கமளிக்காமல், 'அபத்தம்; முட்டாள்தனம்; அய்யோ அம்மா' என்று 'உணர்வு' கூக்குரலிடுவது வருத்தமளிக்கிறது. இரண்டு பக்கங்கள் முழுக்க வார்த்தைக்கு வார்த்தை, வரிக்கு வரி ஆணாதிக்கக் கருத்துகளை இறைத்து விட்டிருக்கும் 'உணர்வு', சென்ற இதழ் தலித் முரசில் வெளிவந்திருக்கும் நமது மறுப்பை மீண்டும் படித்துப் பார்ப்பது உகந்தது. 'உணர்வின்' சமீபத்திய பிதற்றல்களுக்கும் பதில் அதிலேயே இருக்கிறது என்றாலும் ஆணாதிக்கம், மதவாதம் எந்த வடிவத்தில் வெளிப்பட்டாலும் அதை எதிர்க்க வேண்டிய தார்மீகப் பொறுப்புணர்ந்து மேலும் சில விளக்கங்களை முன் வைக்கிறோம்.

'தாய் பெயரை முன்னெழுத்தாகப் போடுவதால் தந்தை தன் பொறுப்புகளிலிருந்து நழுவிக் கொள்ளக் கூடும்' என்ற கருத்து மீண்டும் வலியுறுத்தப்பட்டிருக்கிறது. இந்தச் சட்டத்தை தமிழக அரசு நடைமுறைப்படுத்துவதற்கு சில மாதங்களுக்கு முன்பு குஜராத் அரசு, பல பெண்கள் அமைப்புகளின் பரிந்துரையின் பேரில்தான்

இதே சட்டத்தை நிறைவேற்றியது. பாலியல் வன்முறைக்கு ஆட்பட்ட, கணவனால் புறக்கணிக்கப்பட்ட, ஏமாற்றப்பட்ட, கணவனை இழந்த பெண்களின் குழந்தைகளைப் பள்ளியில் சேர்க்கும் போது 'இனிஷியல்' பெரும் பிரச்சனையாகிறது. எவ்வளவு துன்பங்கள், வறுமை, அவமானங்களுக்கு மத்தியிலும் குழந்தையை வளர்த்துவிட விழையும் தாயின் பெயரை 'இனிஷியலா'கப் போட சட்டம் கொண்டுவர வேண்டும் என்பதுதான் அந்தப் பரிந்துரைகளில் முக்கியமானது.

ஆக, 'உணர்வி'ன் வாதப்படி, 'இனிஷியல்' உரிமை தாய்க்கு வழங்கப்பட்டதால்தான் தந்தை (அதாவது ஆண்) பொறுப்புகளிலிருந்து தப்பிப்பான்' என்றில்லை. ஏற்கனவே பொறுப்புகளிலிருந்து நழுவிக் கொண்ட நிலையில் குழந்தையின் எதிர்காலம், பாதுகாப்பைக் கருத்தில் கொண்டே இந்தச் சட்டம் கொண்டு வரப்பட்டது என்பதைத் தெளிவுபடுத்த விரும்புகிறோம். (உடனே 'தலித் முரசு' இந்து வெறி பிடித்த மோடி அரசுக்கு ஆதரவாகக் குரல் கொடுத்துள்ளது என்று 'உணர்வு' எழுதிவிடக் கூடும். சாதி / மதவாதத்தை எந்தளவுக்கு நாம் எதிர்க்கிறோமோ, அதே அளவு பெண்ணடிமைத்தனத்தையும் எதிர்க்கிறோம். அது எந்த மதத்தில் யாரால் இழைக்கப்பட்டாலும் கண்டனத்துக்குரியதே)

'வீட்டு வேலைகள் முழுவதையும் பெண்கள் தலையில் சுமத்தும் ஆணாதிக்கப் போக்கை மறுதலித்த முதல் மார்க்கம் இஸ்லாம்' என்கிறீர்கள். ஆனால், நடைமுறை அப்படியா இருக்கிறது? இஸ்லாம் சொல்கிறபடி அய்ந்து வேளையும் தொழுகை செய்கிறவர்கள், காலையில் எழுந்தவுடன் காபி போட்டுக் கொடுத்து பாத்திரங்கள் கழுவி, சமையல் முடித்து துணி துவைத்து காயப்போட்ட பிறகுதான் வெளியில் கிளம்புகிறீர்களா என்ன? இந்து மதத்தைச் சேர்ந்த பெண்கள் எப்படி அடுப்பங்கரையில் உழல்கிறார்களோ, அதே மாதிரிதான் முஸ்லிம் பெண்களும் பாடுபடுகிறார்கள். அதற்குதான் சொன்னோம் மதங்களை விட்டு வெளியே வந்து திறந்த மனதுடன் இந்த சமூகத்தில் பெண்களின் வாழ்நிலை எப்படி இருக்கிறது என்று பாருங்கள். அதைச் செய்ய 'உணர்வு'க்குத் துணிவிருக்கிறதா?

'பாலியல் பலாத்காரம் செய்யும் பயங்கரவாதிகளுக்கு மரண தண்டனை என்ற இஸ்லாமியச் சட்டம் ஏட்டில் மட்டும் இல்லாமல் அரபு நாடுகளில் நடைமுறையிலும் இருக்கிறதாம்'... அப்படியா? அய்தராபாத்திற்கு வந்து 10 வயதிற்கும் உட்பட்ட சிறுமிகளைத்

திருமணம் செய்து கொண்டு கடத்திப்போகிற அந்த அரபுக் கிழங்களுக்கு எதிராக அரபு நாட்டில் நடைமுறையில் இருக்கிற இஸ்லாமியச் சட்டம் என்ன நடவடிக்கை எடுத்திருக்கிறது? சொல்லுங்கள், நீங்கள் யார் பக்கம்? பணக்கார அரபுக் கிழவனின் பக்கமா? அந்த ஏழை முஸ்லிம் குழந்தையின் பக்கமா?

அமீனா லாவல் என்ற நைஜீரியப் பெண்ணை, உங்கள் இஸ்லாமியச் சட்டம் படுத்துகிற பாட்டைத்தான் உலகமே பார்த்துக் கொண்டிருக்கிறதே. இவன்தான் என்னை ஏமாற்றியவன் என்று அமீனா கைகாட்டிய பிறகும் அதற்கு ஆதாரமில்லை என்று சொல்லி கல்லால் அடித்துக் கொல்ல ஆணையிட்டது, உங்கள் இஸ்லாமியச் சட்டம்தானே?

ஒழுக்கம் என்பது உடல் தொடர்பானதாக உங்கள் மதம் சொல்லலாம். ஆனால், மனிதம்? ஏற்கனவே 'தலாக்' மூலம் கணவனால் ஏமாற்றப்பட்ட அமீனா, எந்த நம்பிக்கையில் கருவுற்றிருப்பாள்? இவன் தன்னை ஏமாற்றி ஓடுவான் என்று தெரிந்தா உயிர்பறிபோகக் கூடிய அந்த ஆபத்துக்குத் துணிந்தாள்? வாய்ப்புக் கிடைக்கும் போதெல்லாம் பெண்களை ஏமாற்றுவதோடு, உங்கள் சட்டங்களில் இருக்கும் ஓட்டைகள் வழியாக வசதியாகத் தப்பித்துக் கொள்ளும் ஆண்களுக்கு எடுத்துச் சொல்லுங்கள் இவ்வளவு அறிவுரைகளையும்.

மனிதம் மறுக்கப்படும் எந்த மதமும் மக்களுக்கானதல்ல; அது ஏற்கக் கூடியதல்ல என்பதே எங்கள் வாதம் (இத்தனை அவமானங்களுக்குப் பிறகும் அமீனா வாழ நினைப்பது, தன் மரணத்துக்கே காரணமாகிவிட்ட மகளுக்காக மட்டும்தான். தாய் பெயரை 'இனிஷியலாக'ப் போடுவது தவறா சொல்லுங்கள்)

'விபச்சாரத்துக்குப் பாலியல் தொழில் என்று கவுரவப் பெயர் சூட்டி வக்காலத்து வாங்குகிறதாம் 'தலித் முரசு'. தலித் விடுதலைக்காகப் பாடுபடுகிறோம் என்றால், சாதியை ஆதரிப்பதாக அர்த்தமாகுமா? சிறுபான்மையினர் ஒடுக்கப்படுவதை எதிர்க்கிறோம் என்றால் மதவாதத்தை ஆதரிப்பதாக அர்த்தமாகுமா? நாம் அக்கறைப்படுவது பாலியல் தொழிலை எப்படி செவ்வனே வளர்த்தெடுப்பது என்பது பற்றியல்ல. வறுமை, குடும்பச் சூழல், ஏமாற்றி விற்கும் தரகர்கள் என எத்தனையோ காரணங்களால் உடலை விற்றுப் பிழைக்கிற நிலைக்குத் தள்ளப்படும் அந்தப் பெண்கள் பற்றிதான்.

'விபச்சாரி' என்ற சொல் பெண்களை இழிவுபடுத்தும் கேவலமான சொல் என்று தெரிந்தும் (?!) பல இடங்களில் அழுத்தி உச்சரிக்கிறீர்கள். காசு கொடுத்து சுகம் தேடி அலையும் ஆண்களை செருப்பால் அடிக்கிற மாதிரி என்ன பெயர் வைத்திருக்கிறீர்கள்? 'பெண்ணை போகப் பொருளாக்கி ஆண்கள் பணம் கொடுத்து அனுபவிக்கின்ற கேடு கெட்ட தொழில்தானே' ... ஆமாம், நாங்கள் மறுக்கவில்லை. எல்லாவற்றுக்கும் காரணமான ஆண்களை நீங்கள் சாடவில்லையே? என்றாவது பாலியல் தொழில் செய்யும் பெண்களை சந்தித்து அவர்களின் சோகங்களைக் கேட்டிருக்கிறீர்களா?

கேளுங்கள். குடும்பத்தின் மேல் கொஞ்சமும் அக்கறையில்லாத குடிகாரக் கணவன், நண்பனிடம் பணம் வாங்கிக் கொண்டு கணவனே விற்ற கொடுமை, வேலை வாங்கித்தருவதாக கூட்டிக் கொண்டு போய் விபச்சார விடுதியில் விற்ற நண்பர்கள் / உறவினர்கள், மூன்று குழந்தைகளைக் கொடுத்துவிட்டு இன்னொரு திருமணம் செய்து கொள்ள, வாழ வழி தெரியாமல் விழுந்தவர்கள் எத்தனை கதைகள் வேண்டும் உங்களுக்கு? ஆண்களின் துணையில்லாமல் பெண்கள் தானாக விபச்சாரத்தில் ஈடுபடுவதுபோல் சொல்கிறீர்களே? ஆண்களின் வக்கிர உணர்வுதானே பல பெண்களைப் பாலியல் தொழிலாளர்களாக்கியது. ஆண்களின் பொறுப்பற்ற பொறுக்கித்தனத்தின் விளைவு தானே இது.

அடுத்ததாக 'தலாக்'. திருமணம் என்பது பிரிக்கவே முடியாத பந்தம், ஆயிரம் காலத்துப் பயிர் என்ற இந்து மதத் தத்துவத்தை 'தலித் முரசு' ஆதரிப்பதாகச் சொல்லியிருக்கிறீர்கள். திருமணம் என்பது பெண்ணும் ஆணும் ஒருவர் மீது மற்றொருவர் வைக்கும் நம்பிக்கை என்பதுதான் எங்கள் எண்ணம். 'தலாக்' சட்டத்தால் முஸ்லிம் பெண்கள் பாதிக்கப்படுகிறார்கள் என்ற கருத்துக்கு சரியான விளக்கத்தை 'உணர்வு' அளிக்கவில்லை.

'தலாக்' என்பது மணவிலக்கு உரிமையாம். எந்த ஊரில் பெண் 'குலா' வாங்கியிருக்கிறாள்? 'தலாக்' உரிமை பெண்களுக்கானது என்றால் ஏன் முஸ்லிம் பெண்கள் ஆங்காங்கே அதற்கெதிராகப் போர்க்கொடி தூக்கியிருக்கிறார்கள். நடைமுறை எப்படி இருக்கிறது? பல முஸ்லிம் ஆண்களின் வாழ்க்கை இஸ்லாத்திற்கு எதிராகத்தானே இருக்கிறது? வரதட்சணை வாங்குகிற, வட்டிக்கு விடுகிற, சாராயக் கடை நடத்துகிற, இன்னும் இஸ்லாம் சொல்லுகிற

ஒழுக்க விதிகளுக்கு எதிராக வாழ்கிற எத்தனை ஆண்களை - ‘ஜமாத்’தை விட்டுத் தள்ளி வைத்திருக்கிறீர்கள்?

ஆனால், ‘தலாக்’ விஷயத்தில் மட்டும் ஏனிந்தப் பிடிவாதம்? அது முஸ்லிம் ஆண்களுக்கு லாபமானது என்பதனால்தானே?

இஸ்லாத்தை இந்து மதத்தோடு ஒப்பிட்டுப் பேசும் மோசடியை ‘தலித் முரசு’ ஒருபோதும் செய்யாது. இந்து மதம் அடிமைத்தனங்களின் மொத்த வடிவம்; சமத்துவமின்மையின் குறியீடு. அதை சுவடில்லாமல் அழிக்க வேண்டும் என்பதைத் தவிர அதுபற்றிப் பேசுவதற்கு ஒன்றுமில்லை. இஸ்லாம் அப்படியில்லை. முஸ்லிம் ஆண்களின் பெண்களுக்கெதிரான போக்கை நாம் சுட்டிக் காட்டினோம் - அவற்றை நிவர்த்தி செய்ய ‘உணர்வு’ முயல வேண்டும் என்ற நோக்கத்தில் அதைப் புரிந்து கொள்ளாமல், இஸ்லாம் பெண்களுக்கு வழங்கியிருக்கும் உரிமைகளை வரிசைப்படுத்தியிருக்கிறீர்கள்! அதற்குப் பதில் முஸ்லிம் பெண்களை ஏமாற்றிய முஸ்லிம் ஆண்கள் எத்தனைப் பேரை நீங்கள் சட்டத்திற்கு உட்பட்டு தண்டித்திருக்கிறீர்கள் என்கிற பட்டியலை வெளியிட்டிருக்கலாம்.

இங்கு நாம் விவாதத்துக்கு எடுத்துக் கொண்டிருக்கிற விஷயம், மதத்தால் விளைந்த பெண்ணடிமைத்தனத்தைப் பற்றி தானே ஒழிய - மதம் / சாதி பற்றியல்ல. தீண்டாமைக் கொடுமைகளிலிருந்து விடுபவதற்கான சரியான வழியைத் தேர்ந்தெடுத்துக் கொண்டதால் தன்மானத்தோடும் சமூக அந்தஸ்தோடும் முஸ்லிம்கள் வாழ்கின்றனர். எந்த முஸ்லிமுக்கும் எந்த சாதி இந்துவுக்கும் தனிக் குவளை வைக்க முடியாது; தீண்டாமையைத் திணிக்க முடியாது. முஸ்லிம் ஆண்களின் மூளை தன்மானத்தோடு வாழ்நிலையை அமைத்துக் கொள்ளக் கூடியது என்ற கருத்து பதிவு செய்யப்பட்டிருக்கிறது.

இது யாரைக் காயப்படுத்த என்று நன்றாகவே புரிந்தாலும் அந்தத் தன்மானத்துக்கு வாழ்த்துச் சொல்கிறோம் (இஸ்லாத்திற்குள் ஜாதி பார்ப்பதில்லை என்பது உண்மைதான். ஆனால், ஒரு தலித்தை சாதி இந்து பார்ப்பது போல் முஸ்லிம்களும் பார்ப்பதை மறுக்க முடியுமா?). இந்து மதத்தைத் துறந்து தலித்துகளும் அப்படி மார்தட்டிக் கொள்ள, தலித் மக்கள் முன்னெடுக்கும் எல்லா போராட்டங்களுக்கும் முஸ்லிம்களின் ஆதரவைக் கோரும் அதே நேரத்தில், பெண் விடுதலைக்கானப் போராட்டங்களிலும் மதம் என்ற சுயநலத்தைத் துறந்து முன்வர அழைப்பு விடுக்கிறோம்.

'முஸ்லிம்கள் மீது இந்து வெறியர்களின் அவதூறு, வன்முறை' - இவற்றைக் கண்டித்து தொடர்ச்சியாக எழுதுகிற தலித் முரசை 'பிற்போக்கு முரசு' என்கிறது 'உணர்வு', 'இஸ்லாம் சாதிகள் அற்ற மதம்; அதனால் இஸ்லாத்திற்கு மாறுங்கள்' என்று தலித் மக்களுக்குப் பரிந்துரைக்கிற தலித் முரசை 'மூட முரசு' என்கிறது 'உணர்வு'. அப்படி எனில் இவையெல்லாம் பிற்போக்குத்தனமான, மூடக் கருத்துகளா?

ஆத்திரம் அறிவை மறைக்கிறது! •

– சூலை 2003

# 11

## கண்டனம் தண்டனையாகுமா?

தாழ்த்தப்பட்ட சாதியினராகவோ, பழங்குடியினராகவோ உள்ள ஒருவரை குறிப்பிட்ட வேட்பாளருக்கு வாக்களிக்காதிருக்குமாறோ, வாக்களிக்குமாறோ கட்டாயப்படுத்தினால் அவர் ஆறு மாதம் முதல் அய்ந்தாண்டுவரை சிறைத் தண்டனையும் அபராதமும் விதித்துத் தண்டிக்கப்படுவார்.

**மனித** உரிமை மீறலுக்கும் காவல் துறைக்கும் எப்பொழுதும் அப்படியொரு நெருக்கம் இருந்து வந்திருக்கிறது. நாளுக்கு நாள் அதிகரித்து வரும் காவல் துறையின் அத்துமீறல்களும் காவல் மரணங்களும் காவல் நிலையங்களில் பாலியல் வன்முறையும் காவல் துறை மீது இருக்க வேண்டிய மரியாதை மொத்தத்தையும் அழித்துவிட்டன. அதனாலேயே காவலர்களுக்கு மனித உரிமை பற்றி வகுப்புகள் எடுக்க வேண்டிய சூழல் உருவாகி இருக்கிறது. தொடரும் காவல் துறையின் அட்டூழியங்கள் குறித்து யாருமே கவலைப்படாத சூழலில் அண்மையில் காவல் துறையின் பொய் வழக்கைக் கண்டித்து ஒரு தீர்ப்பு வெளியாகியிருக்கிறது.

1996 அக்டோபரில் நடந்த ஊராட்சி மன்றத் தேர்தலில் வேலூர் மாவட்டம் செஞ்சியில் மட்டும் பத்திற்கும் மேற்பட்டோர் போட்டியிட்டார்கள். அதில் வெங்கடேசன் என்பவர் மரம் சின்னத்தில் சுயேச்சையாகப் போட்டியிட்டார். தேர்தலுக்கு முதல் நாள் இரவு தலித் மக்களின் குடியிருப்புப் பகுதிக்கு வந்து தலைக்கு 10 ரூபாய், மஞ்சள், குங்குமம், தாலிக்கயிறு, ஜாக்கெட் துணி ஆகியவற்றைக் கொடுத்து தயவுசெய்து ஓட்டுப்போடுங்க என்று பணிந்து சென்றிருக்கிறார்.

ஆனால், தேர்தலில் அவர் வெற்றி பெறவில்லை. வெங்கடேசனின் கோபம் தலித் மக்கள் மீது திரும்பியது. சாதிப் பெயரைச் சொல்லி அசிங்கமாகத் திட்டியதோடு விடாமல், "நான் கொடுத்த ஜாக்கெட் துணியைத்தானே போட்டிருக்கீங்க, கழட்டுங்கடி" என்று பெண்களை மரியாதையில்லாமல் பேசியிருக்கிறார்.

ஆத்திரமடைந்த தலித் மக்கள், மறுநாள் அதிகாலையிலேயே பஞ்சாயத்து அலுவலகம் முன்பு வெங்கடேசன் கொடுத்த பணத்தையும் பொருட்களையும் குவித்துப் போட்டு சுற்றி நின்றனர்.

இதுவரை எந்தப் பிரச்சனையும் இல்லை. சாதிக் கலவரம் ஏதும் மூண்டு விடுமோ என்ற அச்சத்தில் காட்பாடி காவல் நிலையத்திலிருந்து 7 வேன்களில் காவல் துறையினர் வந்து இறங்கினர். பிரச்சனை தொடங்கியது. அந்த நேரம் வேலூர் ஊரிஸ் கல்லூரியில் ஆங்கிலத் துறை பேராசிரியராகப் பணிபுரியும் அய். இளங்கோவன், தன்னுடைய நண்பரைப் பார்க்க செஞ்சி வந்திருக்கிறார். தற்பொழுது இளங்கோவன் தமிழ்நாடு பல்கலைக் கழக ஆசிரியர் சங்கத்தின் மாநிலத் துணைத் தலைவராகவும் சென்னை பல்கலைக்கழகத்தின் கல்விக் குழு உறுப்பினராகவும் இன்னும் சில பொறுப்புகளையும் வகித்து வருகிறார். இருபதாண்டுக் காலமாக பொதுவாழ்க்கையில் ஈடுபட்டுவரும் இளங்கோவன், வேலூர் மாவட்டத்தில் நிறைய போராட்டங்களை முன்னின்று நடத்துபவர் என்பதால் காவல் துறைக்கு அவர் மீது தனிப்பட்ட கோபம் இருந்து வந்திருக்கிறது.

எப்போது பழிவாங்கலாம் என்று காத்திருந்த காவலர்கள், பேராசிரியர் இளங்கோவனை வழிமறித்து "யாருடா நீ, எங்கடா போற?" என்று மரியாதை இல்லாமல் பேசியதோடு லத்தியை வைத்துக் கடுமையாக அடிக்கத் தொடங்கினர். பெரும்பாலும் கிராம நிர்வாக அதிகாரிகள் அதிகார வர்க்கத்திற்குத் துணைபோவதுதானே வழக்கம். இங்கும் அப்படித்தான் காவல் துறையின் எல்லா அத்துமீறலுக்கும் கிராம நிர்வாக அதிகாரி நரசிம்மன் துணை நின்றிருக்கிறார்.

உடல் முழுவதும் காயங்களுடன் இளங்கோவன் காவல் வண்டியில் தள்ளப்பட்ட நிலையில் அவர் வைத்திருந்த 'டி. வி. எஸ். சேம்ப்' வண்டியும் 1,700 ரூபாயும் அந்த இடத்திலேயே பறிபோனது. யார் இவர்? எதற்காக இத்தனை காவலர்கள் சேர்ந்து தாக்குகிறார்கள் என்று எதுவுமறியாத கிராமத்து மக்கள் சிலர் வந்து தடுத்ததற்காக அவர்களையும் அடித்து வலுக்கட்டாயமாக வண்டியில் ஏற்றியுள்ளனர்.

பெட்டிக் கடைக்காரர், 'கரண்ட் பில்' கட்ட வந்தவர்கள், பேருந்துக்காகக் காத்திருந்தவர்கள், ரேஷன் கடைக்கு வந்தவர்கள் என்று கண்ணில் பட்டவர்கள் 94 பேர் அந்த இடத்திலேயே கைது செய்யப்பட்டனர். இதில் 63 பேர் தலித் மக்கள். எதற்காக வண்டியில் ஏற்றுகிறீர்கள் என்று கேட்டதற்கு லத்தேரியில் ஒரு விசாரணையிருக்கிறது; அதை முடித்து விட்டு அனுப்பி விடுகிறோம் என்று சொல்லியிருக்கிறது போலிஸ்.

லத்தேரி காவல் நிலையத்திற்கு அழைத்து வரப்பட்டவுடன் பேராசிரியர் இளங்கோவனை அடித்து, கழிப்பறையை கழுவச்செய்துள்ளனர். பின்னர் விருதம்பட்டு காவல் நிலையத்திற்கு அனைவரும் கொண்டு செல்லப்பட்டனர்.

குற்றவியல் நடுவர் முன்பாக 'ஆஜர்' படுத்தப்பட்டபோது பேராசிரியர் இளங்கோவன், தனது காயங்களையும் கிழிந்த சட்டை, லுங்கியையும் காட்டி தான் தாக்கப்பட்டதை விளக்கியுள்ளார். அவர் கேட்டுக்கொண்டதற்கிணங்க அரசு மருத்துவமனையில் சிகிச்சைக்கு அனுப்ப உத்தரவிடப்பட்டது. ஆனால், காவலர்கள் அதைக் கண்டுகொள்ளாமல் வேலூர் மத்திய சிறையில் அவரை அடைத்துள்ளனர்.

அந்த ஒரு நாள் முழுவதும் அவருக்குத் தண்ணீரோ உணவோ வழங்கப்படவில்லை. பேராசிரியர் இளங்கோவனுடன் விசாரணைக்கென்று அழைத்துச் செல்லப்பட்ட அந்த 94 பேரும் எந்தக் காரணத்திற்கு என்று தெரியாமலேயே ஒரு வாரம் வரை சிறையில் அடைக்கப்பட்டனர். எந்தத் தவறும் செய்யாத தலித் மக்கள் மீதும் பேராசிரியர் இளங்கோவன் மீதும் இந்திய தண்டனைச் சட்டப் பிரிவு 147, 148, 144, 353, 560 மற்றும் 307 குற்றவியல் சட்டம் 7(1)(எ)இன் கீழ் வழக்குப் பதிவு செய்யப்பட்டுள்ளது.

மூன்று நாட்களுக்குப் பிறகு பிணையில் வெளிவந்த பேராசிரியர் இளங்கோவன், முதல் வேலையாக 94 பேரையும் பிணையில் எடுக்கும் முயற்சியில் இறங்கினார். நிபந்தனை பிணையில் வெளிவந்த அனைவரும் ஆகஸ்ட் 2001இல் விடுதலையாகும் வரை லத்தேரி காவல் நிலையத்திலும் பேராசிரியர் இளங்கோவன் பனமடங்கி காவல் நிலையத்திலும் தினமும் கையெழுத்துப் போட்டு வந்துள்ளனர். அது மட்டுமல்லாமல் இதுவரை நடந்த 48 வாய்தாவிலும் 94 பேரும் தவறாமல் கலந்து கொண்டுள்ளனர்.

காவல் துறை எந்தவித ஒழுங்கும் இல்லாமல் பேராசிரியர் இளங்கோவனை பழிவாங்க வேண்டும் என்பதற்காக மட்டுமே இந்த நாடகத்தை அரங்கேற்றியது. யாரென்று தெரியாமலேயே 94 பேரையும் கைது செய்ததால் அப்பா குற்றம் செய்ததற்கு மகனையே சாட்சியாகவும் கணவனுக்கு சாட்சியாக மனைவியையும் போட்டுள்ளனர். இதில் இன்னொரு வேடிக்கை என்னவென்றால் கைதானவர்கள் பெயர்களே சாட்சிப் பட்டியலில் இருந்ததுதான்!

இதற்கிடையில் விசாரணை நடத்தச் சொல்லி தேசிய மனித உரிமை ஆணையத்திற்குப் பலமுறை கடிதம் எழுதியும் எந்தப்

பலனும் இல்லை. பாதிக்கப்பட்டவர்களுக்கு பதில் எழுதாமல், மீண்டும் காவல் துறையையே விசாரிக்கச் சொல்லி கடிதம் போட்டது மனித உரிமை ஆணையம்.

"எந்தத் தவறும் செய்யாமல் சிறையில் அடைக்கப்பட்டோம். அய்ந்து ஆண்டுகளாக நாங்கள் அனைவரும் கோர்ட்டுக்கும் காவல் நிலையத்துக்கும் அலைந்துள்ளோம். இது மனித உரிமை மீறல் இல்லையா?" என்று கேட்கிறார் பேராசிரியர் இளங்கோவன்.

ஒருவாரம், பத்து நாள் ஜெயிலில் இருந்த தன் வீட்டு ஆண்களை பிணையில் வெளியே எடுக்க பெண்கள் படாதபாடு பட்டுள்ளனர். கூலித் தொழிலாளர்களான அவர்களை பண்டம் பாத்திரம், நகைகளை அடகு வைத்து வெளியே எடுத்துள்ளனர்.

வழக்கை விசாரித்த நீதிபதி துரை சண்முகம், தனது தீர்ப்பில், "சம்பவ இடத்தில் பேராசிரியர் இளங்கோவன் காவல் துறையினரால் அடித்துத் தாக்கப்பட்டதால் அதைக் கேட்க வந்த பொதுமக்கள் அனைவரையும் (நாயுடு + தலித் மக்கள்) கைது செய்து வழக்குத் தாக்கல் செய்யப்பட்டது கண்டிக்கத்தக்கதாகும். எதுவுமே நடைபெறாமல் இருக்கும்போது, அரசு ஊழியர்கள் பணியினை செய்யவிடாமல் தடுத்ததாகவும் கொலை செய்ய முயற்சி செய்ததாகவும் எதிரிகள் (பேராசிரியர் இளங்கோவன் + செஞ்சி கிராம மக்கள்) மீது முதல் தகவல் அறிக்கை தாக்கல் செய்தது கண்டிக்கத்தக்கதாகும்."

"அரசுத் தரப்பில் 95 நபர்கள் மீது வழக்கு தொடுத்து விசாரணை முடித்து, குற்ற அறிக்கை தாக்கல் செய்து அதன் பின்பு எதிரிகளை வரவழைத்து இது நாள் வரை நீதிமன்றத்தில் வழக்கு நடத்திட தீர்ப்பு அரசுத் தரப்பிற்கு பாதகமாக வந்திருப்பது பயனற்றதாகும். காலம்தான் விரயம் ஆனதே தவிர வேறு ஒன்றும் நடைபெறவில்லை."

இவ்வாறாக, காவல் துறையினரின் மனித உரிமை மீறலை கடுமையாகக் கண்டித்துள்ளார்.

மேலும் இன்னொரு முக்கியமான செய்தியையும் இங்கு பதிவு செய்தாக வேண்டியிருக்கிறது. வழக்கமாக தேர்தல் நேரத்தில் தான் அரசியல் வாதிகளுக்கு மக்கள் மீது பெருத்த அக்கறையும் இரக்கமும் வரும். அதன் விளைவாக ஏதோ தங்களால் முடிந்த அளவிற்கு தலைக்கு நூறோ, இருநூறோ கொடுப்பது அரசியல் நாகரிகமாகவே ஆகிவிட்டது. அவ்வளவு ஏன்? கல்லூரிகளில் நடக்கும் சேர்மன்

தேர்தல்களில் கூட இது தொடர்கிறது என்றால் முன்பணத்திட்டத்தின் தீவிரத்தைப் புரிந்து கொள்ளலாம்.

ஆனால், மக்களுக்கும் அரசியல்வாதிகளுக்கும் சாதாரணமாகி விட்ட இந்த லஞ்சமுறை 'எஸ். சி. / எஸ். டி. வன்கொடுமைத்தடுப்புச் சட்ட'த்தின் கீழ் குற்றமாகும்.

சாதிப் பெயரைச் சொல்லி திட்டுவதில் தொடங்கி, ஏவிவிடப்படும் பெரிய பெரிய வன்முறை வரை - எல்லாவற்றிற்குமே வன்கொடுமைத் தடுப்புச் சட்டம் தண்டனை வைத்திருக்கிறது. தலித் மக்கள் மீதான வன்முறை என்பது துளியும் குறைந்திடாத சூழலில் ஒவ்வொருவரும் வன்கொடுமைத்தடுப்புச் சட்டத்தைப் புரிந்துகொண்டு அதன் கீழ் நடவடிக்கை எடுக்கப் போராட வேண்டியதன் அவசியம் அதிகரித்து வருகிறது. செஞ்சி தலித் மக்கள் தற்பொழுது இழப்பீடு கேட்டும் காவல் துறை மீது நடவடிக்கை எடுக்கக் கோரியும் வன்கொடுமைத் தடுப்புச் சட்டத்தின் கீழ் வழக்கு பதிவு செய்திருக்கின்றனர் என்பது இதற்கொரு முன்னுதாரணம்.

இது தவிர ஒரு தலித் படித்து பட்டம் பெற்று உயர் பதவிக்கும் பொறுப்பிற்கும் வந்தாலும் கூட அவர் சாதியை வைத்தே மதிப்பிடப்பட்டு அதன்படியே கீழ்தரமாகவும் நடத்தப்படுவார் என்பதையே பேராசிரியர் இளங்கோவனிடம் காவல் துறை நடந்து கொண்ட விதம் தெளிவுபடுத்துகிறது. இதன் மூலம், பொருளாதாரமும் கல்வியும் தலித் மக்களை தற்சார்பு நிலைக்கு கொண்டு வருமே தவிர, சாதி வட்டத்திற்குள்ளிருந்து வெளிக்கொண்டுவராது என்பது நிரூபணமாகிறது.

- ஆகஸ்ட் 2003

# 12

## "இந்தியனே வெளியேறு"-I

உரிமைகளோடு வாழ்வதன் அவசியத்தை உணர்ந்துவிட்ட மக்கள் அதற்கெல்லாம் கலங்குவதில்லை; தங்கள் போராட்டங்களைக் கைவிடுவதில்லை. பல உயிர்களைக் காவு கொடுத்தேனும் உரிமையை மீட்டெடுத்ததாக வரலாறுகள் உணர்த்துகின்றன. வடகிழக்கு மக்களின் போராட்டங்கள் தொடர்வது அந்த நம்பிக்கையில்தான்...

நான் அமைதியை நேசிக்கிறேன்... ஆனால் நீதிக்கான உரிமைதான் நம் முதல் தேவை. நீதிதான் அமைதிக்கான அடித்தளம்.

– இரோம் சர்மிளா

**இங்கே...** சதை தின்னும் மிருகங்கள், நேர்த்தியான சீருடை அணிந்திருக்கின்றன. கைகளில் ஏந்தியிருக்கும் துப்பாக்கிகளை விடவும் உடலில் பதுக்கி வைத்திருக்கும் அந்த ஆயுதம் படுபயங்கரமானது. மனிதாபிமானமோ, நாகரிகமோ இன்றி எந்தப் பெண் உடலையும் அது பலாத்காரத்திற்கு காவு கேட்கும். யார் வீட்டுக் கதவையும் எட்டி உதைத்து திறந்து உடல்களை வேட்டையாடும் ஆணாதிக்க அதிகாரத்திமிர் ஒன்றுதான் அவர்களின் அடையாளம்.

நாட்டையும் மக்களையும் பாதுகாக்கத்தானாம் ராணுவம்! உரிமைகளை மீட்கப் போராடுபவர்களை ஒடுக்கவும் மக்களின் விடுதலை வேட்கையைத் தடுக்கவும் நியமிக்கப்பட்ட மனித எந்திரங்கள். அதிகார வர்க்கத்தின் குறி திரும்புகிற பக்கமெல்லாம் இவை உங்களை வேட்டையாட ஓடிவரும்.

ராணுவம், போலிஸ் என்றவுடன் விறைத்து நின்று வீரவணக்கம் செலுத்தும் இந்திய தேசாபிமானிகளே! தங்களை நிர்வாணமாக்கி, இந்திய ஆயுதப் படையினரின் அட்டூழியங்களைத்தோலுரித்திருக்கும் மணிப்பூர் பெண்களிடம் கேளுங்கள்... அம்மா, சகோதரி, மகள் என யாரையும் விட்டுவைக்காத பாலியல் வன்முறையின் கொடூரத்தைப் பற்றி கதை கதையாய் சொல்லுவார்கள்...

உயிரை உலுக்கும் நிர்வாணப் போராட்டத்தின் மூலம் தங்களின் தீராத கோபத்தையும் நீங்காத சோகத்தையும் உலகிற்கு உணர்த்த முற்பட்டிருக்கின்றனர் மணிப்பூர் பெண்கள்.

சூலை 10, 2004 அன்று இரவு நடந்த கொடுமைதான் மணிப்பூர் பெண்களை நிர்வாணப் போராட்டத்துக்கு துணிய வைத்தது. தங்ஜம் மனோரமா தேவி என்ற 32 வயதுப் பெண்ணை தேடி வந்த ராணுவ 'வீரர்' கள் சிலர், வீட்டில் உறங்கிக் கொண்டிருந்த மனோரமாவை தரதரவென்று இழுத்துப் போட்டு அடித்துத் தாக்கியதோடு, அந்த ராத்திரி வேளையில் விசாரணைக்கென்று அழைத்துப் போனார்கள். மறுநாள் அதிகாலை மனோரமாவின் பிணம் பக்கத்து கிராமத்தில் கண்டெடுக்கப்பட்டது. உடம்பு முழுக்க பலாத்காரத் தடயங்கள், புல்லட் துளைகள். தங்கள் உடல் வெறியைத் தீர்த்துக் கொள்ள அந்தச் 'சீருடைக் குற்றவாளி'கள் மனோரமாவுக்கு கொடுத்த பட்டம்: 'தீவிரவாதி'.

'அங்கீகரிக்கப்பட்ட அயோக்கியர்'களாக ஆயுதப் படையினர் தங்கள் மீது நிகழ்த்தும் தொடர் வன்முறைகளைக் கண்டு கொதித்துப் போன மணிப்பூர் பெண்கள் 'ராணுவத்தை எங்கள் மண்ணைவிட்டு வெளியேற்று' எனப் போராட்டத்தில் குதித்தனர். "இந்திய ராணுவம் எங்கள் சதையைத் தின்கிறது" "இந்திய ராணுவம் எங்களைப் பாலியல் வன்முறை செய்கிறது" என்று தங்கள் உடைகளைக் களைந்து வெற்றுடம்புடன் 'அசாம் ஆயுதப் படைப்பிரிவு' அலுவலகத்தின் முன்பு ஆர்ப்பாட்டம் செய்தனர். மணிப்பூர் பெண்களின் சீற்றம் பலரது செவிகளை அறைந்தது. அந்தக் காட்சி பல கண்களை உறுத்தியது. மணிப்பூர் அரசு நீதிமன்ற விசாரணைக்கு ஆணையிட்டிருப்பதோடு இந்திய ராணுவத்தை வெளியேற்ற மத்திய அரசை வலியுறுத்த வேண்டிய நிர்பந்தத்துக்கும் ஆளாகியிருக்கிறது.

உள் விசாரணையை அறிவித்திருக்கும் நிலையிலும் மணிப்பூர் பெண்கள் போராட்டத்திலிருந்து பின்வாங்கவில்லை. 'எங்கள் சதைகளைத் தின்னும் இந்திய ராணுவத்தைத் திருப்பி அழைக்கும் வரை போராட்டத்தைக் கைவிட மாட்டோம்' என்கிறார்கள். மனோரமாவின் மரணம் மணிப்பூர் பெண்களுடைய போராட்டத்தின் தொடக்கமுமல்ல முடிவுமல்ல.

மணிப்பூர் மட்டுமல்ல, அசாம், அருணாச்சலப் பிரதேசம், மேகாலயா, நாகலாந்து, மிசோரம், திரிபுரா என வடகிழக்கு

மாநிலங்கள் அனைத்திலும் ராணுவத்தைக் குவித்துப் போட்டு, பொது மக்களின் வாழ்வுக்கும் உரிமைக்கும் அச்சுறுத்தலை ஏற்படுத்தியிருக்கிறது இந்திய அரசு. பழங்குடியின மக்கள் அதிகம் வசிக்கும் இந்த மாநிலங்கள் மற்ற இந்திய மாநிலங்களிலிருந்து அனைத்து ரீதியிலும் தனித்துவம் வாய்ந்தவை. மக்களின் தோற்றம், பண்பாடு, பழக்க வழக்கங்கள், தொழில், வாழ்க்கை முறை என சமூகப் பொருளாதார புவியியல் ரீதியாக இந்தியாவோடு எந்தத் தொடர்பும் இல்லாதவை. பிரிட்டிஷ் காலனி ஆதிக்கத்திலிருந்து இந்தியா சுதந்திரமடைந்தபோது இவை இந்திய நிர்வாகத்தின் கீழ் மாநிலங்களாக இணைக்கப்பட்டன. இந்த வடகிழக்குப் பிரதேசங்களுக்குப் பெருமளவிலான சுயாட்சி அதிகாரத்தை வழங்கி, 'இந்த மாநிலங்களை விருப்பத்துக்கு மாறாக இந்திய யூனியனோடு இணைக்க இயலாது; இந்தப் பிரதேசங்கள் தனித்துப் பிரிந்து போக விரும்புகிறபோது அப்படிச் செய்ய உரிமை இருக்கிறது' என்று தீர்மானம் நிறைவேற்றப்பட்ட பிறகுதான் இணைப்பு நிகழ்ந்தது.

ஆனால், ஆட்சியதிகாரம் கைமாறிய பிறகு இந்தத் தீர்மானம் மதிக்கப்படவில்லை. மக்களின் விருப்பமின்றி வலுக்கட்டாயமாக அசாம், இந்திய யூனியனோடு இணைக்கப்பட்டது. அடுத்தடுத்த ஆண்டுகளில் பிற பிரதேசங்களுக்கும் அதுதான் நேர்ந்தது. பழங்குடியின மக்களின் தனித்துவ மதம், மொழி, வாழ்க்கை முறை எல்லாமே கேள்விக்குறியானது. அவர்கள் இந்து மதத்தைத் தழுவ நிர்பந்திக்கப்பட்டனர். ஆனால், தங்கள் அடையாளங்களைத் தொலைக்க பழங்குடியின மக்கள் சம்மதிக்கவில்லை.

வடகிழக்கு மாநிலங்களில் நிறைந்து வழிந்த இயற்கை வளங்கள் அங்கு வாழ்கிற மக்களின் கையை விட்டு நழுவிப் போயின. எங்கிருந்தோ வந்த பன்னாட்டு நிறுவனங்களும் சுயநல அரசியல்வாதிகளும் வளங்களைச் சூறையாட காய்கறிகள்கூட பொதுமக்கள் கைக்கு எட்டாக் கனியாகிப் போயின. திணிக்கப்படும் நிர்பந்திக்கப்படும் வன்முறைகளுக்கு எதிராக மக்கள் இயக்கமாகக் கிளர்ந்தெழுந்தனர். எங்கெல்லாம் இந்தக் கிளர்ச்சி எழுந்ததோ அவை பதற்றமான பகுதிகளாக முத்திரை குத்தப்பட்டன. அங்கு இந்திய ராணுவப் படை முகாமிட்டது. அடக்குமுறையின் வாயிலாக அடிப்படை உரிமைகளையும் மனித உரிமைகளையும் நசுக்கிக் கொன்றது ராணுவம்.

இதற்காக சிறப்புச் சட்டங்களை இயற்றி, இந்திய ராணுவத்துக்கு பல சிறப்பு உரிமைகளையும் வழங்கியிருக்கிறது அரசு. 'ஆயுதப்படை (சிறப்பு அதிகாரங்கள்) சட்டம் 1958'இன்படி, பாதுகாப்புப் படையினர் எங்கு வேண்டுமானாலும் தேடுதல் வேட்டை நடத்தி 'வாரன்ட்' இல்லாமல் யாரை வேண்டுமானாலும் கைது செய்யலாம்; முன்னெச்சரிக்கை விடுக்காமலே சுட்டுக் கொல்லலாம். அப்படி செய்யும் ஆயுதப் படை வீரர் விசாரணையை சந்திக்க நேர்ந்தால் அவருக்கான எல்லா பாதுகாப்பையும் மாநில அரசு வழங்கும்.

இந்தச் சட்டம் தரும் ஊக்கத்தில் ராணுவத்தினர் நிகழ்த்தும் அட்டூழியங்களின் விளைவே கணக்கிலடங்கா 'என்கவுன்டர்' கொலைகள், காவல் நிலைய மரணங்கள், பாலியல் வன்முறைகள், சித்ரவதைகள், சட்டத்துக்குப் புறம்பான கைது, மிரட்டல் எல்லாம். 2004 பிப்ரவரியிலிருந்து மட்டும் சுமார் 20 இளம் ஆண்களும் பெண்களும் வெவ்வேறு சூழல்களில் ராணுவத்தினரால் கொல்லப்பட்டிருக்கின்றனர். இதுபோல எத்தனையோ சட்டங்கள், ராணுவ அடக்குமுறைக்கு சாதகமாக இருக்கின்றன.

மக்கள் புரட்சி இயக்கங்களை ஒடுக்க, ராணுவம் இன்று வரை முழுவீச்சோடு செயல்பட்டு வருகிறது. அதற்கு இந்தச் சட்டங்கள் பக்க பலமாக நிற்கின்றன. எல்லா வகையான வன்முறையும் அடக்குமுறையும் பெண்களின் உடலைத்தானே குறி வைத்திருக்கின்றன? அசாமோ, மணிப்பூரோ இதற்கு விதிவிலக்கல்ல. எந்த ராணுவ வீரனும் ஒரு வீட்டுக்குள் தன்னிச்சையாய் நுழைந்து, எந்தப் பெண்ணை வேண்டுமானாலும் தன் வெறிக்கு இரையாக்க முடியும். முடிகிறது.

கணக்கிலடங்கா பெண்களும் பலியாகிவிட்ட நிலையில் இன்னும் ராணுவம் திமிரோடு திரிகிறதென்றால், அதற்குக் காரணம் அந்தச் சட்டங்கள். அவற்றைத் திரும்பப் பெற வலியுறுத்தி பல ஆண்டுகளாக மனித உரிமை அமைப்புகளும் பெண்களும் பொது மக்களும் எத்தனையோ போராட்டங்களை நடத்தி வருகின்றனர். எதற்கும் பலனில்லை. மணிப்பூரைச் சேர்ந்த இளம் கவிஞரும் போராளியுமான இரோம் சர்மிளா சாகும் வரை பட்டினி கிடக்கும் போராட்டத்தை அறிவித்து மூன்றாண்டுகளுக்கு மேலாகிவிட்டது. மாநில அரசு வலுக்கட்டாயமாக மாட்டிவிட்ட 'ட்யூபோடு' இன்றும் போராட்டத்தைத் தொடர்கிறார். மேலும், இரண்டு அமைச்சர்கள் மற்றும் 7 சட்டமன்ற உறுப்பினர்கள், ஆகஸ்ட்

15க்குள் இச்சட்டத்தைத் திரும்பப் பெறாவிடில் தாங்கள் பதவி விலகப் போவதாக அறிவித்துள்ளனர்.

மக்களால், மக்களுக்காக, மக்களே உருவாக்கிய ஜனநாயகத்தில் இது மாதிரியான அயோக்கியத்தனங்கள் எப்படி சாத்தியம்? இந்தியா என்ற ஒரு குடையின் கீழ் மக்களை வலுக்கட்டாயமாக உட்கார வைத்து, இந்தியர் என்ற உணர்வில் மிதக்கவிட்டு ஆதாயம் தேடும் சுயநல, மதவாத அரசுகளும் அரசியல்வாதிகளும் ராணுவ அடக்குமுறையை வேடிக்கை பார்ப்பதில் ஆச்சர்யமில்லை. ஒரு பக்கம் தனி நாடு கேட்டு காஷ்மீர் மக்கள் போராடுகின்றனர். இன்னொரு பக்கம் வடகிழக்கு மக்கள் 'நாங்கள் இந்தியர்கள் அல்லர்' என்று முழங்குகின்றனர். மற்றொரு பக்கம் தலித்துகளும் சிறுபான்மையினரும் வன்கொடுமைகளுக்கு எதிராக ஆர்த்தெழுகின்றனர். அப்புறம் யாருக்காகத்தான் இந்த இந்திய வேஷம்?

இந்தியாவின் பெரிய பலமே ஜனநாயகம்தான் என்று சிலிர்த்துக் கொள்கிறவர்கள், வடகிழக்கு மாநில மக்கள் படும் துன்பங்களை உற்று நோக்க வேண்டியது அவசியம். மக்கள் விரும்பாத, மக்களுக்கு நலன் தராத, மக்களின் உரிமைகளைப் பாதிக்கிற எதுவுமே ஜனநாயகமாக இருக்க முடியாது. இந்த உடை, உணவு, வாழ்க்கை முறை, மதம் எனக்கு வேண்டாம் அல்லது வேண்டும் என்று மறுக்கும் உரிமை ஒவ்வொரு குடிமகனுக்கும் உண்டு. இந்திய தேசிய உணர்வை வைத்து யாரோ அடையப் போகும் லாபத்துக்காக அசாமியர்களும் காஷ்மீரிகளும் தலித்துகளும் சிறுபான்மையினரும் ஏன் அல்லல்பட வேண்டும்? பாசமாக வளர்த்த மகன் வீட்டை விட்டு வெளியேற விரும்பினால் அதைத் தடுக்கப் பெற்றோருக்கு உரிமையில்லாதபோது இந்திய உணர்வால் எந்த நலனையும் அடையாத, மத - சாதி, அரசியல் மற்றும் சமூக ரீதியாகப் பிரித்து வைக்கப்பட்டுள்ள ஒடுக்கப்பட்ட மக்கள், இந்தியா என்ற கூட்டுக் குடும்பத்தை விட்டு வெளியேற நினைப்பதில் என்ன தவறு இருக்க முடியும்?

எந்நேரமும் ராணுவம் நம்மை நோட்டம் விடும்; நினைத்தால் அடிக்கும் / உதைக்கும் / பலாத்காரம் செய்யும் / விரும்பினால் சுட்டுக் கொல்லும் என்ற சூழலில் வாழ்வதைப் போன்ற கொடுமை ஏதேனும் இருக்கிறதா? வடகிழக்கு மக்கள் இத்தனை ஆண்டுகளாக அதை அனுபவித்து வருகின்றனர். உரிமைகள் மீறப்படுகிற

இடத்தில் புரட்சிகள் வெடிப்பதும் அங்கெல்லாம் ஆதாயம் தேடும் அதிகார வர்க்கத்தோடு கைகோர்த்து, அரசு அடக்குமுறையை நடைமுறைப்படுத்துவதும் வாடிக்கையாகி விட்டது. உரிமைகளோடு வாழ்வதன் அவசியத்தை உணர்ந்துவிட்ட மக்கள் அதற்கெல்லாம் கலங்குவதில்லை, தங்கள் போராட்டங்களைக் கைவிடுவதில்லை. பல உயிர்களை காவு கொடுத்தேனும் உரிமையை மீட்டெடுத்ததாக வரலாறுகள் உணர்த்துகின்றன. வடகிழக்கு மக்களின் போராட்டங்கள் தொடர்வது அந்த நம்பிக்கையில்தான்!

காலங்கள் பல கடந்தாலும் உயிர்கள் பல இழந்தாலும் அடக்குமுறைக்கு எதிராக மன உறுதியோடு போராடும் மணிப்பூர் பெண்கள், மனித உரிமைகளை மீட்டெடுத்து உண்மையான ஜனநாயகத்தை நிலைநாட்டுவார்கள். அவர்களின் அண்மைக்கால போராட்டமே அதற்குச் சான்று.

- ஆகஸ்ட் 2004

# 13

# அநீதி அழிய...
# ரத்தம் சிதற
# பெண்கள் எழுதிய தீர்ப்பு

மக்களை ஒடுக்க அரசு உருவாக்கிய தவறான சட்டம், மணிப்பூர் பெண்களை நிர்வாணமாக சாலையில் இறங்க வைத்தது. சட்டம் தன் கடமையில் இருந்து தவறியதால் நாக்பூர் பெண்கள் இன்று கொலை செய்தவர்களாகி இருக்கின்றனர். மணிப்பூரோ, நாக்பூரோ - பெண்கள் வைராக்கியத்துடன் உரசிப் போட்ட தீக்குச்சி - கிளர்ச்சியைப் பற்றியெறிய வைத்திருக்கிறது.

**பங்கஜம்** மனோரமா தேவியின் பலாத்கார மரணத்துக்கு நீதி கேட்டு, நிர்வாணப் போராட்டத்தின் வாயிலாக மணிப்பூர் பெண்கள் ஏற்படுத்திய அதிர்வு இன்னும் அடங்காத நிலையில் தங்கள் உடல்களை வேட்டையாடி மேய்ந்த ஒரு கொடூரனை நீதிமன்ற அறைக்குள்ளேயே வெட்டிக் கொன்று, தங்களை ஆயுதங்களால் அடையாளம் காட்டியிருக்கின்றனர் நாக்பூர் பெண்கள்.

கொலைக் குற்றத்துக்காக காவல் துறை அய்ந்து பெண்களை மட்டும் கைது செய்ய, அதை எதிர்த்து "நாங்களும்தான் அந்தக் கொலையை செய்தோம். எங்களையும் கைது செய்யுங்கள்" என்று அய்நூறு பெண்கள் சரணடைய முன்வந்தனர். இது, பெண்களின் புரட்சிக் காலம் போலும்! மணிப்பூரை போலவே நாக்பூர் பெண்களின் இந்தப் போராட்டமும் உலகின் கவனத்தை ஈர்த்திருக்கிறது.

நாக்பூர் கஸ்தூர்பா நகரைச் சேர்ந்த அடித்தட்டு பெண்கள் தண்டித்த அந்தக் குற்றவாளியின் பெயர் அக்கு (யாதவ்). கொலை, கொள்ளை, கடத்தல், அடிதடி, பாலியல் பலாத்காரம் என எல்லா விதமான வன்முறைகளையும் இழைத்துவிட்டு, சுதந்திரமாக சுற்றிக் கொண்டிருந்த உள்ளூர் ரவுடி அவன். ஆள் பலம், பணபலம், அதிகார பலம் நிறைந்திருந்ததாலோ என்னவோ, படுபயங்கரமான குற்றங்கள் செய்த போதும் அக்கு (யாதவ்) சட்டத்தின் பிடிக்குள் வரவில்லை. இதுவரை இருபத்து நான்கு வழக்குகள் அவன் மீது பதிவாகியுள்ளன. பதினான்கு முறை கைது செய்யப்பட்டும் இவன் ஒரு முறைகூட தண்டிக்கப்படவில்லை. அக்கு தப்பிக்கிற அளவுக்கு பணமும் அதிகாரமும் சட்டத்தின் ஓட்டைகளைப் பெரிதாக்கின.

தனது பதினைந்து ஆண்டுகால 'கிரிமினல்' வரலாற்றில் நாற்பது பெண்களை பலாத்காரம் செய்து சிதைத்திருக்கும் நிலையில் அக்கு (யாதவ்) மேல் ஒரு பலாத்கார வழக்குகூட இதுவரை பதிவு செய்யப்படவில்லை. பத்து வயது சிறுமியாக இருக்கட்டும், நாற்பது வயது பெண்மணியாக இருக்கட்டும், அக்கு நினைத்தால் யாரை வேண்டுமானாலும் வீடு புகுந்து தூக்கிக் கொண்டு போய் சீரழிக்க முடியும். கர்ப்பிணிகளைக்கூட இந்தக் கொடூரன் விட்டு வைக்கவில்லை. பெற்றோர் முன்னிலையில் மகளை பலாத்காரம் செய்வது போன்ற கொடுமைகள் சகிக்க முடியாத அளவுக்கு எல்லை தாண்டின. இதை யாரும் தட்டிக் கேட்க முடியாது. கேட்டவர்களின் உயிருக்கு உத்திரவாதம் இல்லை.

அக்கு (யாதவ்) வருவதற்கான அறிகுறி தெரிந்தால்கூட, மக்கள் பயத்தோடு வீட்டுக்குள் ஓடி கதவைத் தாழிட்டுக் கொள்வர். 2004 சூலை மாதம் கஸ்தூர்பா நகர்வாசி ஒருவரின் வீட்டுக்குள் புகுந்த அக்கு, அவரை நிர்வாணமாக்கி பிறப்புறுப்பில் சிகரெட்டால் சுட்டு, அவர் வேதனையில் துடிப்பதை மகளைப் பார்க்கச் செய்ததோடு, மனைவியை நடனமாடச் சொல்லி ரசித்திருக்கிறான். அக்குவிற்கு முடிவைத் தேடித் தந்த கடைசிக் கொடுமை இதுதான்.

"இந்தப் பகுதியில் வசிக்கிற பெண்கள் மற்றும் சிறுமிகளின் வாழ்க்கையை அக்கு சீரழித்தான். பணத்தைக் கொள்ளையடிப்பது, தாக்குவது, கொலை செய்வது என எதற்கும் அவன் பயப்படவில்லை. கைதான கொஞ்ச நாளில் ஜாமினில் வெளியே வந்து மறுபடியும் எங்களை மிரட்டுவான், அடிப்பான், நாசம் பண்ணுவான். அவன் கொடுமையைத் தாங்க முடியாமல்தான் கொலை செய்ய முடிவு செய்தோம்" - ஒருமித்த குரலில் ஒப்புதல் வாக்குமூலம் அளித்துள்ளனர் கஸ்தூர்பா நகர் பெண்கள்.

ஒரு திருட்டு வழக்கு விசாரணைக்காக 13. 8. 2004 அன்று அக்கு (யாதவ்) நீதிமன்றத்துக்கு அழைத்து வரப்பட, அதற்காகக் காத்திருந்தனர் இருநூறு பெண்களும் சில ஆண்களும். சேலைத் தலைப்பால் முக்காடு போட்டிருந்த அந்தப் பெண்களின் கைகளில் மிளகாய்ப் பொடி, கூரிய கத்தி, அரிவாள் மற்றும் கற்கள். நீதிபதியின் வருகைக்காக நீதிமன்ற அறைக்குள் மூன்று காவலர்களுக்கு மத்தியில் அக்கு காத்திருக்க கதவு ஜன்னலை உடைத்து கும்பலாக உள்ளே நுழைந்தனர். முதலில் மிளகாய்ப் பொடியை வீசியெறிந்து எல்லோரையும் செயலிழக்கச் செய்த பிறகு, உயிர் போகிற வரை

ஜெயராணி 137

கத்தியாலும் கற்களாலும் அவனைத் தாக்கிவிட்டு அந்த மக்கள் கண்ணிமைக்கும் நேரத்தில் தப்பியோடினர்.

அதில் அய்ந்து பெண்களை மட்டும் காவல் துறை கைது செய்ய, கொந்தளித்து எதிர்ப்புத் தெரிவித்தனர் கஸ்தூர்பா நகரை சேர்ந்த எல்லா பெண்களும். "நாங்கள் எல்லோரும் சேர்ந்துதான் அந்தக் கொலையை செய்தோம். அய்ந்து பேரை மட்டும் கைது செய்வது நியாயமில்லை. தண்டனை கொடுப்பதென்றால் எல்லோருக்கும் கொடுங்கள்; எல்லோரையும் கைது செய்யுங்கள்" என்று அய்நூறு பெண்களும் சரணடைய முன்வர அதிர்ந்து போனது நீதித்துறை. அதைத் தொடர்ந்து அய்ந்து பெண்களும் ஜாமினில் விடுதலை செய்யப்பட்டனர். அக்கு (யாதவ்) மரணத்தையும் அய்ந்து பெண்களின் விடுதலையையும் திருவிழாவைப் போல கொண்டாடித் தீர்த்தது கஸ்தூர்பா நகர்.

"குற்றவாளிகளைத் தண்டிப்பதற்கு சட்டம், நீதிமன்றம் எல்லாம் இருக்கும்போது இந்தப் பெண்கள் சட்டத்தை மதிக்காமல் அதைத் தங்கள் கையிலெடுத்துவிட்டனர். நாம் நாகரிகமான சமூகத்தில் இருக்கிறோமா?" என்று பல நிலைகளிலிருந்தும் கண்டனக் குரல்கள். ஆனால், கஸ்தூர்பா நகர்ப் பெண்கள் கலங்கவில்லை. "அக்கு (யாதவ்) பெயிலில் வெளியே வந்து எங்களை பலாத்காரம் செய்துவிடுவேன் என்று மிரட்டினான். அதனால்தான் நாங்கள் திட்டம் போட்டோம். போதும் எல்லாமே போதும் என்று முடிவெடுத்து அவனைத் தீர்த்துக் கட்ட முடிவு செஞ்சோம். பயந்து சாவதைவிட ஒரேயடியாக முடிவெடுப்பது சரி என தோன்றியது. நாங்கள் செய்தது கொலை அல்ல; தற்காப்பு நடவடிக்கை. அக்கு (யாதவ்) எங்களுக்கு இழைத்த அத்தனைக் கொடுமைகளுக்கும் இதுதான் நீதி" என்கிறார்கள் அப்பெண்கள்!

அக்கு யாதவால் தாங்கள் படும் துன்பங்கள் பற்றி எத்தனையோ முறை காவல் துறையிடம் முறையிட்டிருக்கின்றனர். போராட்டம் நடத்தியிருக்கின்றனர். ஒரு பத்திரிகையாளர் சந்திப்பை நடத்தி, பிரச்சனைகளை விளக்கியிருக்கின்றனர். ஆனால், எதற்கும் பலனில்லை. எந்த நேரம் யார் பலாத்காரம் செய்யப்படுவோமோ, கொலை செய்யப்படுவோமோ என்ற பயம், உரிமைகளைக் கேள்விக்குள்ளாக்கிய நிச்சயமற்ற வாழ்க்கை, கண்முன் நடக்கும் கொடுமையைத் தட்டிக் கேட்க முடியாத இயலாமை. இவை எல்லாமும் மனதின் ஆழத்தில் தேங்கி வெறியாக வெளிப்பட்டிருக்கிறது.

வீடு, குடும்பம், பிழைப்பு என்றிருக்கும் சாதாரணக் குடிமக்கள்தான் கஸ்தூர்பா நகர் பெண்களும். கொள்கை, கோட்பாடு என்ற சித்தாந்தங்களுக்கு அப்பாற்பட்டவர்கள். பெண் விடுதலை, உரிமை என்பதெல்லாம்கூட அவர்களின் புரிதலுக்கு அப்பாற்பட்டது. மிளகாய்ப் பொடியை குழம்பு வைப்பதற்கும், கத்தியை காய் நறுக்குவதற்கும் மட்டுமே பயன்படுத்தியவர்கள். ஆனால், அவற்றைக் கொண்டே ஓர் உயிரை எடுக்கத் துணிகிற அளவுக்கு நாக்பூர் பெண்களுக்கு அந்த நிர்பந்தம் ஏன் உண்டானது?

நாக்பூர் பெண்கள் செய்தது சரியா தவறா என்ற வாதத்துக்கே இங்கு இடமில்லை. எந்த உயிருக்கும் இருக்கிற, இருக்க வேண்டிய எதிர்ப்புக் குணம்தான் அது. ஆண்டுக் கணக்கில் அனுபவித்து வந்த கொடுமையின் தீவிரமே அவர்களை இந்தளவுக்குத் தூண்டியிருக்கிறது. ஒவ்வொரு முறை, ஒவ்வொரு பெண்ணும் பலாத்காரம் செய்யப்படுவதை அருகிலிருந்து பார்க்க நேர்ந்த அந்த இயலாமையின் மன உளைச்சலுக்கு யார் எதைக் கொடுத்து ஈடுகட்டுவது? பலாத்காரம் என்பது கொலையை விடவும் மோசமான வன்முறை அல்லவா? பலாத்காரத்துக்கு உட்படும் எந்தப் பெண்ணுக்கும் வலு இருந்தால் நிச்சயம் அந்தக் கொடூரன் கொலை செய்யப்படுவது உறுதி. அது முடியாமல் போவதாலேயே இந்தியாவில் ஒரு மணி நேரத்துக்கு ஒரு பெண் பாலியல் வன்முறையால் சிதைக்கப்படுகிறாள் மிகச் சாதாரணமாக.

நாக்பூர் பெண்களைக் கைகாட்டி குற்றம் சுமத்துவது நம் சட்டம் மற்றும் நீதித் துறையின் பலவீனத்தையே உணர்த்துகிறது. பதினைந்து ஆண்டுக்காலம் 24 கிரிமினல் வழக்குகள் பதிவு செய்யப்பட்ட ஒருவனுக்குக் குறைந்தபட்ச தண்டனைகூட கொடுக்காமல் சுதந்திரமாக உலவவிட்டது யார் தவறு? சட்டம் தன் கடமையைப் புறக்கணிக்கிறபோது பாதிக்கப்பட்டவர்கள் அதைக் கையிலெடுக்கத்தான் செய்வார்கள். இதை நாம் வெட்கத்தோடு ஒப்புக்கொண்டுதான் ஆக வேண்டும்.

சட்டப்படியான மரண தண்டனையே வேண்டாம்; அது மனித உரிமைக்கு எதிரானது என்று நாம் வலியுறுத்திக் கொண்டிருக்கையில் நாக்பூர் பெண்கள் வழங்கியிருப்பதும் மரண தண்டனைதானே? அது மட்டும் சரியா? - மனித உரிமைக் கோணத்தில் இந்தக் கேள்வியும் எழாமல் இல்லை. ஒன்றை நாம் புரிந்து கொள்ள வேண்டும். நாக்பூர் பெண்களின் இந்தக் கோபம் பொதுவழி அல்ல;

அது சிறப்பு வழி. எல்லோராலும் எல்லா சூழலிலும் அந்த வழியில் பயணிக்க முடியாது.

உண்மையைச் சொல்ல வேண்டுமானால் சட்டப்பூர்வமான மரண தண்டனையைத்தான் உடனடியாக நீக்கியாக வேண்டும். பொய் சாட்சிகள், ஆதாரங்களின் அடிப்படையில் யாரை வேண்டுமானாலும் கைது செய்யலாம், குற்றவாளியாகச் சித்தரிக்கலாம், மரண தண்டனை கிடைக்கச் செய்யலாம் என்பதை வரலாறு உணர்த்துகிறது. பணம் மற்றும் அதிகாரத்தால் கட்டப்பட்டிருக்கும் இந்த உலகத்தில் பெரும்பாலும் இல்லாதவர்களும் ஏழைகளுமே மரண தண்டனைக்கு பலிகடாவாகின்றனர். சட்டத்தின் பலன்களும் நலன்களும் அடித்தட்டு மக்களின் குறிப்பாக அடித்தட்டு மக்களின் கைகளை விட்டு வெகுதொலைவில் இருக்கின்றன. அதிகார வர்க்கம் தன் அத்தனை அயோக்கியத்தனங்களையும் நிறைவேற்றும்; அதற்கு பெரும்பாலும் சட்டமும் ஒரு கருவியாக இருக்கிறது என்பதே வேதனையான உண்மை.

மற்றபடி மணிப்பூர், நாக்பூரை போல மக்கள் கிளர்ச்சியையும் தீர்ப்பையும் தடுத்து நிறுத்த வேண்டுமெனில் சட்டமும் அரசும் அதிகார வர்க்கமும் தன் அத்தனை ஓட்டைகளையும் அடைத்து, அத்தனை அழுக்குகளையும் துடைத்து பரிசுத்தமானால்தான் உண்டு. அடக்குமுறை, வன்முறையின்றி, அடிமைத்தனமின்றி, ஆதிக்கமின்றி சமூகம் சரியாக இருந்தால் மக்களும் சரியாக இருப்பார்கள்.

இல்லையென்றால் இதுபோல பாதிக்கப்பட்ட மக்கள் கிளர்ந்தெழுவதையும் வன்முறையில் ஈடுபடுவதையும் தடுக்க முடியாது.

மக்களை ஒடுக்க அரசு உருவாக்கிய தவறான சட்டம், மணிப்பூர் பெண்களை நிர்வாணமாக சாலையில் இறங்க வைத்தது. சட்டம் தன் கடமையில் இருந்து தவறியதால் நாக்பூர் பெண்கள் இன்று கொலை செய்தவர்களாகி இருக்கின்றனர். மணிப்பூரோ, நாக்பூரோ பெண்கள் வைராக்கியத்துடன் உரசிப் போட்ட தீக்குச்சி மக்கள் போராட்டமாகி கிளர்ச்சியைப் பற்றியெறிய வைத்திருக்கிறது. தங்கள் உரிமைகளைக் குழி தோண்டிப் புதைத்துவிட்டு, அரச பயங்கரவாதத்துக்கும் அதிகார வர்க்கத்துக்கும் எதிரான போராட்டத்தில் பெண்கள் வெளிப்படுத்தியிருக்கும் ஒருமித்த

பிடிவாதம், ஒழுங்கு, ஒற்றுமை, விடாமுயற்சி எல்லாமே எல்லோருக்குமே பாடம்.

உண்மையான மக்கள் போராட்டம் எப்படி இருக்க வேண்டும் என்பதற்கான முன்மாதிரியை மணிப்பூர் பெண்கள் உருவாக்கிக் கொடுத்திருக்கிறார்கள். அதே போல, "எங்களை, எங்கள் மகள்களை இனி யாரும் பலாத்காரம் செய்ய முடியாது. அக்கு (யாதவ்) வழியைப் பின்பற்ற நினைக்கும் அயோக்கியர்கள், இனி ஒன்றுக்கு இரண்டு முறை யோசிக்க வேண்டும். மிளகாய்ப் பொடிதான் இனி எங்கள் ஆயுதம்" என்ற வார்த்தைகள் மூலம் நாக்பூர் பெண்கள் உணர்த்தும் செய்திகளும் ஏராளம். நீதி மறுக்கப்படுகிற இடத்தில் புரட்சி வெடிக்கும்; புரட்சி ஓங்குகிற இடத்தில் உரிமைகள் பூக்கும். அதற்கான விலையை பாதிக்கப்பட்டவர்கள் தவிர யாரும் நிர்ணயிக்க முடியாது.

கடுமையான எதிர்ப்புகளுக்கு மத்தியிலும் நாக்பூர் பெண்களுக்கு பல நிலையிலிருந்தும் ஆதரவுகள் குவிந்திருக்கின்றன. அதற்காக மகிழ்ச்சியடையலாம். "அக்கு யாதவின் கொலையை தற்காப்பு நடவடிக்கையாகக் கருதி நீதிமன்றம் இந்தப் பெண்களை தண்டனையிலிருந்து விடுவிக்க வேண்டும்" என்று தேசிய பெண்கள் ஆணையத் தலைவர் பூர்ணிமா அத்வானி கூறியுள்ளார். பல பெண்கள் அமைப்புகளும் வழக்குரைஞர்களும் பெண்ணுரிமைவாதிகளும் பக்கபலமாக துணை நிற்கின்றனர். ஆனாலும் ஒரு கொலையைச் செய்யும் நிலைக்குத் தள்ளப்பட்டுவிட்ட இந்தப் பெண்களின் நிகழ்காலமும் எதிர்காலமும் கேள்விக்குறியாகி நிற்கிறதே அதற்கென்ன பதில்? வீட்டு வேலை செய்தும் கூலி வேலை செய்தும் பிழைப்பு நடத்தி வந்தவர்களுக்கு இப்போது அந்த வேலையும் கிடைக்கவில்லை. என்னதான் நியாயம் கற்பித்தாலும் ஒரு கொலைகாரியை வேலைக்கு அமர்த்தி சம்பளம் கொடுக்குமளவுக்கு மக்களின் மனம் பரந்து விரிந்து கிடக்கிறதா என்ன?

வீட்டு வேலை செய்துவந்த ஆஷா பட்டீல் என்பவர், அக்குவை கொலை செய்தவர்களில் ஒருவர். 'நான் ஒழுங்காக வேலை செய்றதில்லனு காரணம் சொல்லி திடீரென வேலையை விட்டு நிறுத்திவிட்டனர். ஆனால், அக்கு யாதவை கொலை செஞ்சதுதான் காரணம் என நான் நினைக்கிறேன். நாங்கள் அதே மாதிரி அவர்கள் வீட்டிலும் நடந்து கொள்வோம், தேவையில்லாத பிரச்சனை என

ஜெயராணி 141

பயப்படுகின்றனர்' என்று வேதனையோடு சொல்கிறார். ஆஷாவைப் போல பல பெண்கள் வேலையிலிருந்து தூக்கியெறியப் பட்டிருக்கிறார்கள்.

தங்களுக்கெதிரான கொடுமைகளை பெண்கள் எதிர்த்துப் பேசினாலோ தட்டிக் கேட்டாலோ, 'அடங்காப்பிடாரி' என ஒதுக்கி வைக்கும் இந்த சமூகம் கொலை செய்த பெண்களை எப்படி அங்கீகரிக்கும்? நாக்பூர் பெண்களின் துணிச்சலைப் பாராட்டி வந்து குவியும் வாழ்த்துகள் எல்லாம் ஏழை வீட்டுப் பண்டிகை மாதிரிதான். ஒரு சில நாட்களில் பளபளப்பு குறைந்துவிடும். அதன் பிறகு அடுப்பெரிய என்ன வழி? அரசும் வெற்றிக்கொண்டாட்டத்தில் பங்கேற்ற பெண்கள் அமைப்புகளும் தீவிரமாக சிந்திக்க வேண்டிய சிக்கல் இது. தங்கள் வாழ்க்கையைப் பணயம் வைத்து அநியாயத்துக்கு எதிரான தீர்ப்பை எழுதியிருக்கும் நாக்பூர் பெண்களின் பெயர்களை வரலாறு நிச்சயம் உச்சரிக்கும்.

ஆனால் ஒடுக்கப்பட்ட சமூகத்தின் அத்தனை அடக்குமுறைகளையும் தாங்கி, கொலைகாரர்களாக ஒதுக்கி வைக்கப்பட்டதையோ, உரிமைகள் மறுக்கப்பட்ட கண்ணீர்க் கதைகளையோ, ஒரு வேளை சோற்றுக்கு அல்லாடி பசியோடு கழித்த கடும் பொழுதுகளையோ வரலாறு சொல்லாது. சாதிவெறியும் பெண்களுக்கெதிரான வன்கொடுமைகளும் மண்டிப்போன ஒரு சமூகத்தில் வேறென்ன நீதியை நாம் எதிர்பார்த்துவிட முடியும்? ●

– செப்டம்பர் 2004

# 14

## இனவெறியும் புனிதப்படுத்தப்பட்ட இனவெறியும்

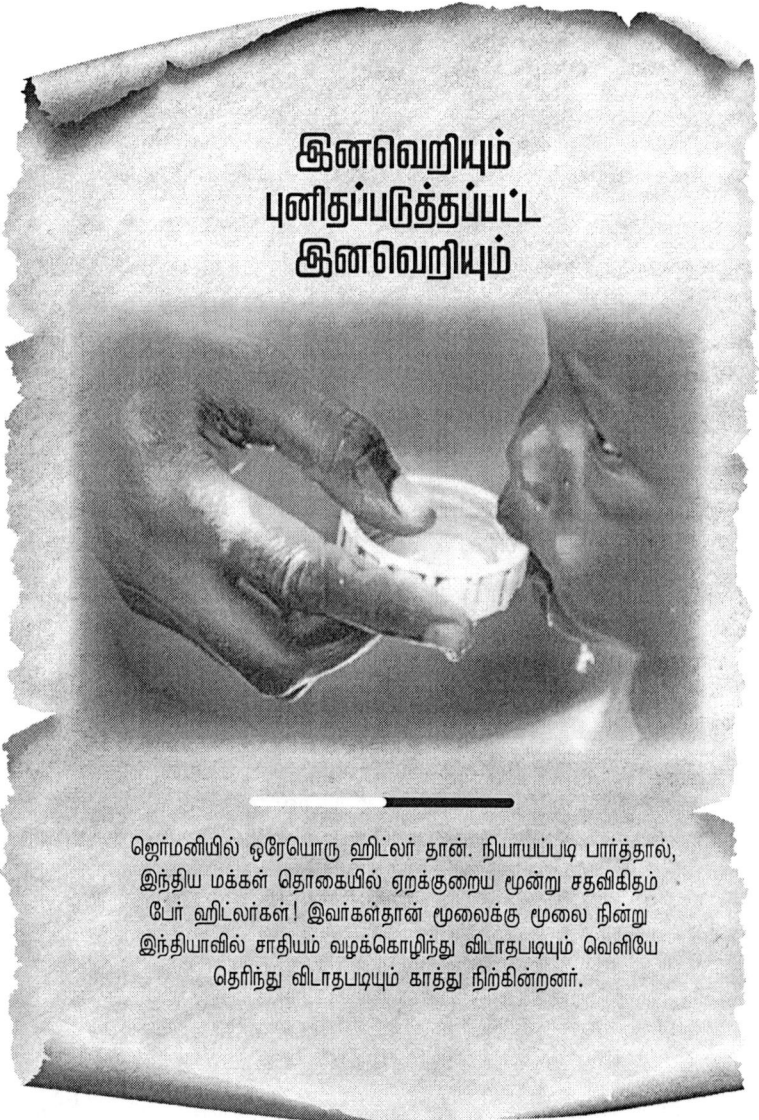

ஜெர்மனியில் ஒரேயொரு ஹிட்லர் தான். நியாயப்படி பார்த்தால், இந்திய மக்கள் தொகையில் ஏறக்குறைய மூன்று சதவிகிதம் பேர் ஹிட்லர்கள்! இவர்கள்தான் மூலைக்கு மூலை நின்று இந்தியாவில் சாதியம் வழக்கொழிந்து விடாதபடியும் வெளியே தெரிந்து விடாதபடியும் காத்து நிற்கின்றனர்.

**உலகமே** போர்க்களமாக இருண்டு போய் கிடக்கிறது. புவி முழுவதையும் தன் குடும்பத்துக்கு, ரத்தப் பிறப்புகளுக்கு எழுதிக் கொடுத்துவிடும் வேட்கை வெறியாகிப் போனதால் உயிர்களை வேட்டையாடியும் பசி தணியாமல் மனிதன் அலைகிறான். இனம், மதம், சாதி, பணம், பாலினம் என ஏற்றத் தாழ்வுகளுக்கான காரணங்களை உருவாக்கி கொடியவை நிகழ்த்துகிறான். அதிகாரத்தை நிலைநாட்டவும் வளங்களை வேட்டையாடியும் தான் மட்டும் சுகமாக வாழவும் அடிமைத்தனத்தை வளர்த்தெடுக்கவும் ஆயுதங்களால் அரங்கேற்றப்படும் அநியாயங்கள், நாகரிகம் வளர்ந்துவிட்ட இந்தக் காலத்திலும் சற்றும் குறைந்தபாடில்லை. இனவெறிக் கொடுமை இந்த அதிகார மனநிலையின் உச்சம்.

உலகின் எந்த மதமும் அங்கீகரிக்காத இனவெறியை - இந்தியாவின் இந்து மதம் மட்டும் - சாதியத்தின் வழி கொண்டாடுகிறது. ஜாதி கடவுளின் ஆணை என்றும் வர்ணாசிரமம் புனிதம் என்றும் அந்த 'தர்மத்தை' மீறுகிறவர்கள் 'பாவி'கள் என்றும் வெறும் பொய்களை புனித விதிகளாக உருவாக்கி வைத்திருக்கிறது பார்ப்பனியம். ஆளும் வர்க்கமும் அரசும் அய்க்கிய நாடுகள் அவையும் சொல்கிறபடி ஜாதி - இனவெறி அல்லதான்; இந்தியாவைப் பொருத்தவரை அது 'புனிதப்படுத்தப்பட்ட இனவெறி' - *Sanctified Racism!*

கடவுளுக்குக் கட்டுப்பட்ட இந்தியர்கள் சாதிக்கு எதிரான வலுவான போராட்டத்தை எடுக்கத் துணியாததன் காரணம் இதுவே. இனப்பாகுபாட்டின் அடிப்படையில் பார்க்கப்படும் கறுப்பர்களின் கண்ணீரைத் துடைக்க உலகமே கை நீட்டுகிறது. அவ்வளவு ஏன்! மிருகங்களுக்குக்கூட 'புளூகிராஸ்' என்ற பெயரில்

உலகளாவிய பாதுகாப்பு வளையம் போடப்பட்டிருக்கிறது. ஆனால், சாதிக் கொடுமையால் அணுஅணுவாக துன்புறுத்தலுக்கு ஆட்படுத்தப்படும் தலித் மக்களின் போராட்டத்திற்கான ஆதரவு உள்ளூரிலும் இல்லை; உலகளவிலும் இல்லை.

ஆப்பிரிக்காவின் மிகப் பெரிய நாடான சூடானின் டர்பர் *(Durfar)* பகுதி வெந்து கொதிக்கிறது. உலகின் 'சாபங்கள்' அனைத்தையும் தங்கள் மீது வரித்துக் கொண்ட பழங்குடி கறுப்பின மக்கள், இன்னொரு நூற்றாண்டுக்கான கண்ணீரோடும் கதறும் கைக்குழந்தைகளோடும் வாழ்ந்த இடத்தைவிட்டு இடம் பெயர்கின்றனர். பாரம்பரியத்தின் வேர்களான கறுப்பர்களுக்கு ஒவ்வொரு முறையும் நேரும் அதே கொடுமைதான் டர்பர் மக்களையும் தாக்கியிருக்கிறது.

பழங்குடிக் கறுப்பர்களின் அடையாளங்களை அழித்துவிடத் துணிந்த அரேபியர்கள் ஆயுதங்களோடு மண்ணில் இறங்க, நிம்மதியும் மகிழ்ச்சியும் சொல்லிக் கொள்ளாமல் வெளியேறிவிட்ட வேதனை பிறந்த குழந்தையின் முகத்திலும் அப்பட்டமாகப் பிரதிபலிக்கிறது. இனப்பாகுபாடு எனச் சொல்லப்படும் அதே உச்சகட்ட மனிதகுல இழுக்கு, மனிதப் புழக்கத்திலிருந்து துடிக்கத் துடிக்க நறுக்கெனத் துண்டிக்கப்படும் இனப்பாகுபாட்டுக் கொடுமை கறுப்பர்களுக்குப் புதிதல்ல. ஆனால், ஒரே மூச்சில் எழுபதாயிரம் உயிர்களை வேட்டையாடி, பத்து லட்சம் மக்களை மண்ணைவிட்டே துரத்தியடித்திருக்கும் அதிகார வர்க்கத்தின் அயோக்கியத்தனம் இன்று உலகையே உலுக்கியிருக்கிறது.

அரேபிய முஸ்லிம்கள் வெறுப்பை உமிழும் அளவுக்கு சூடான் பழங்குடி இன முஸ்லிம்கள் என்ன செய்தனர்? இத்தனைக்கும் அரேபியர்கள் வேட்டையாடும் பழங்குடி கறுப்பர்களும் ஒரே மதத்தைச் சேர்ந்தவர்களே. டர்பரை பொருத்தவரை, அரேபிய இஸ்லாமியர்களும் பழங்குடி கறுப்பு மக்களும் மக்கள் தொகையில் சரிசமமாக வாழும் பகுதி அது. இருபதாம் நூற்றாண்டுக்கு முன்பு டர்பரில் அடிமை வியாபாரம் சூடுபிடித்து நடந்தபோது வியாபார ரீதியாக இருவரும் மோதிக் கொண்டனர்.

கறுப்பர்களுக்கு விவசாயமே முதன்மையான தொழில். அரேபியர்கள் ஆடுமாடு மேய்ப்பவர்களாக இருந்தனர். நிலம் மற்றும் நீர் வளங்களைத் தக்க வைத்துக் கொள்ள சூடானில் இருவருக்குள்ளும் மோதல் தொடர்ந்தது. பொருளாதார ரீதியான

இந்தச் சண்டை வலுப்பெற்று, இனப்பிரச்சனையாக வடிவெடுத்தது - 1956இல் சுதந்திரத்துக்குப் பிறகுதான். சூழ்ச்சிகள் பல செய்து சூடான் அரசின் ஆட்சியிலும் அதிகாரத்திலும் தங்களை அதிகளவில் நிறைத்துக் கொண்ட அரேபியர்களுக்கு டர்பர் பழங்குடி மக்கள் மேலிருந்த பாரம்பரிய கசப்பு அவ்வப்போது வெடிப்பதும் வீறிடுவதுமாகவே காலம் நகர்ந்தது. அதுவொரு ராணுவ சர்வாதிகார ஆட்சியாகவே மக்களைத் துன்புறுத்தியது.

சுதந்திரம் பெற்ற ஆறே ஆண்டுகளில் அரேபியர்களுக்கும் முஸ்லிம் அல்லாத ஆப்பிரிக்க மக்களுக்கும் இடையில் போர் மூண்டது. அடுத்த இருபதாண்டுகள் வரை போர்க்காலப் பதற்ற நிலையில் மக்கள் அல்லலுற்றனர். அடக்கப்பட்ட, புறக்கணிக்கப்பட்ட கறுப்பின மக்களின் உரிமைகளுக்காகப் புரட்சிகர இயக்கங்கள் தோன்றின. நீதி மற்றும் சமத்துவ இயக்கம் ‘சூடான் மக்கள் விடுதலைப் படை’ என்ற பெயரில் ஆழ வேரூன்றிய அந்தப் புரட்சிகர இயக்கங்கள் தங்கள் இன மக்களின் உரிமைகளுக்காக குரல் கொடுத்தன. 2003இல் நடந்த அமைதிப் பேச்சுவார்த்தையின்படி, அரசு வரிப்பணத்தை குறிப்பாக எண்ணெயிலிருந்து கிடைக்கும் பணத்தை புரட்சிகர இயக்கங்களுடன் பகிர்ந்து கொள்வது என ஒப்பந்தம் போடப்பட்டது. ஆனால், அதிலும் சுமூகமான முடிவேற்படவில்லை. கறுப்பர்களின் மக்கள் தொகைக்கு ஏற்றவாறு நலன்களை ஒதுக்குங்கள் என்ற நியாயமான கோரிக்கை முன்வைக்கப்பட்டது. அதற்கும் அரேபிய ஆட்சியாளர்கள் செவிமடுக்கவில்லை.

மக்களுக்குள் பாகுபாடுகளைக் களைய வேண்டிய அரசே பயங்கரவாதத்துக்கு உரமிட்டது. ‘ஜன்ஜாவிட்’ என்ற பெயரில் அரேபிய இளைஞர்களுக்கு வன்முறை பயிற்றுவிக்கப்பட்டது. அதை அரசு மறுத்தாலும் இரண்டுக்கும் உள்ள பிணைப்பை எத்தனையோ ஆதாரங்கள் அம்பலப்படுத்துகின்றன. ஆளும் அரசே தெருவில் இறங்கி மக்களை வெட்டிச் சாய்த்தால் உலக நாடுகளின் கண்டனத்திற்கு உள்ளாக நேரிடும் என்பதால் இனவெறி பிடித்த அரேபியர்களுக்குத் தீனிபோட்டு வன்முறையைப் பழக்கியது அரசு.

குதிரை முதல் ஹெலிகாப்டர் வரை, வீச்சரிவாள் முதல் வெடிகுண்டுகள் வரை அனைத்தையும் தயாராக வைத்திருந்த ‘ஜன்ஜாவிட்’ வன்முறையாளர்கள், ராணுவத்துக்குரிய

‘ஒழுங்கோடு’ம் திட்டமிடலோடும் கறுப்பர்களைத் தாக்கி விரட்டத் தொடங்கினர். புரட்சிகர இயக்கங்களை ஒழிக்க களமிறங்கிய ‘ஜன்ஜாவிட்’, எந்தவித அறிவிப்புமின்றி சாதாரண மக்கள் மீது போர் தொடுத்தது. நிராயுதபாணிகளாக நின்ற பொது மக்கள் மீது வன்முறை பாய்ந்ததில் ஒரே மாதத்தில் ஆயிரக்கணக்கான உயிரிழப்புகள்; லட்சக்கணக்கானோர் விரட்டியடிக்கப்பட்டனர்.

புரட்சியாளர்களுக்கும் அரசுக்கும் நடக்கும் சாதாரண அரசியல் பிரச்சனை மட்டுமல்ல இது என்பதை திட்டமிட்டு தொடுக்கப்பட்ட அந்த வன்முறையே காட்டிக் கொடுத்தது. இனப்பாகுபாட்டின் அடிப்படையில் பழங்குடிக் கறுப்பின மக்கள் மூர்க்கமாகத் தாக்கப்பட்டனர். அரேபியர்களின் கிராமங்களில் வன்முறையின் சுவடுகூட படியாதபோது, அரேபியர் அல்லாதோரின் கிராமங்கள் மட்டும் சிதைக்கப்பட்டிருப்பதாக அய்.நா. கூறியுள்ளது. “அதிகாலை நான்கு மணிக்கு அவர்கள் குதிரை, ஒட்டகம் மற்றும் வாகனங்களில் வந்தனர். அவர்களின் தலைக்கு மேலே இரண்டு எலிகாப்டர்கள் பறந்து வந்தன. என் கிராமத்தில் அய்ம்பது பேரைக் கொன்றனர். என் அப்பா, பாட்டி, மாமா, என் இரண்டு தம்பிகள் எல்லோரும் செத்துவிட்டனர். அவர்கள் பழங்குடிக் கறுப்பர்கள் உயிர் வாழ்வதை விரும்பவில்லை’ என்று மிரட்சியோடு விளக்குகிறார் இட்ரிஸ் அபு மவுசா என்ற 26 வயது டர்பர் விவசாயி.

டர்பரின் பழங்குடிக் கறுப்பினக் குடும்பங்கள் எல்லோருக்குள்ளும் இதே குமுறல் இருக்கிறது. பெண்களின் நிலை இன்னும் பரிதாபம். கறுப்பினப் பெண்களை ‘ஜன்ஜாவிட்’ வன்முறையாளர்கள் பலாத்காரம் செய்வதை சுற்றி நின்று வேடிக்கை பார்த்தனராம் அரேபியப் பெண்கள். எத்தனை இது கொடுமை! போரின் முடிவில் சுமார் மூன்றரை லட்சம் மக்கள் வன்முறை மற்றும் நோயால் இறக்கக்கூடும் என்கிறது ‘சர்வதேச நெருக்கடி குழு’ *(International Crisis Group)*.

கறுப்பின மக்கள் தங்களோடு வாழ்வதை களங்கமாகக் கருதிய அரேபியர்கள், அவர்களை நாட்டைவிட்டு விரட்டியடிப்பதன் மூலம் தங்கள் இனத்தைத் தூய்மைப்படுத்துவதாக நம்புகின்றனர். ‘உலகின் மிக மோசமான மனிதாபிமானக் கேடு’ என்று அதிர்ச்சியோடு உரைக்கப்படும் இந்த அத்துமீறலை இனத்தூய்மை *(Ethnic Cleansing)* என்று கொண்டாடுகின்றனர் அரேபியர்கள். வாழ்கின்ற இடத்தை, உடைமைகளை, உயிர்களை, உரிமைகளைக்

காவு கொடுத்து மவுனக் குமுறலோடு அகதி முகாம்களில் அலைக்கழியும் லட்சக்கணக்கான பழங்குடிக் கறுப்பர்களின் நிலையை 2004 சூலை மாதம் நேரில் சென்று பார்வையிட்ட அய். நா. அவைத் தலைவர் கோபி அன்னான், சூடான் அரசு 'ஜன்ஜாவிட்' வன்முறையாளர்களை ஆதரிப்பதை நிறுத்தச் சொல்லிக் கேட்டும் பலனில்லை. 'சூடானை இன்னொரு ஈராக் ஆக்கிவிடாதீர்'கள் என்ற பலநாட்டின் கோரிக்கைகளும் புறக்கணிக்கப்பட்டு விட்டன.

மாறாக, சூடானின் அதிபரான ஓமர் ஹசன் அல்பஷீர், 'சூடான் ஒரு இஸ்லாமிய நாடு என்பதாலேயே சர்வ தேசமும் இதைக் குறி வைக்கிறது' என்று அலட்சியமாகச் சொன்னதோடு, பிரிட்டன் மற்றும் அமெரிக்காவை கிழக்கு ஆப்பிரிக்க நாட்டின் உள் விவகாரங்களில் தலையிட வேண்டாம் என்று எச்சரித்திருக்கிறார். அய்.நா. வின் ஒரு மாத காலக்கெடு முடிவடைந்தும் சூடான் அரசு தன் பிடிவாதத்தைத் தளர்த்திக் கொள்ளவில்லை.

பொது மக்களைப் பாதுகாக்கவென ஆயிரக்கணக்கான பாதுகாப்புப் படைகள் குவிக்கப்பட்டிருக்கின்றன. ஆனாலும் உயிரிழப்புகளைத் தவிர்க்க முடியவில்லை. இதற்கிடையில் சூடான் அரசுக்கும் டர்பர் புரட்சிகர அமைப்புகளுக்கும் இடையில் அமைதிப் பேச்சுவார்த்தையும் நடந்து கொண்டிருக்கிறது. ஒருவேளை போர் முடிவுக்கு வந்தாலும்கூட, விரட்டியடிக்கப்பட்ட கறுப்பின மக்கள் மீண்டெழவும் இயல்பு வாழ்நிலைக்குத் திரும்பவும் பல ஆண்டுகள் பிடிக்கும். எல்லா இனவெறித் தாக்குதலுமே நமக்கு விடும் எச்சரிக்கை இதுதான்.

உலகின் எந்த மூலையில் இனவெறித் தாக்குதல் நடந்தாலும் இந்தியாவின் முப்பது கோடி தலித் மக்களை நினைத்துப் பார்க்காமல் இருக்க முடியாது. டர்பரை ஒப்பிட்டுப் பார்த்தாலும் அங்கு அட்டூழியம் செய்யும் அரேபியர்களை விடவும் பல மடங்கு மோசமான சாதி இந்துக்களின் சூழ்ச்சிகளுக்கு தலித் மக்கள் பலிகடாவாகின்றனர். பூமியின் எந்த இன மக்களும் சந்தித்திராத இழிவுகளை தலித் மக்கள் நாள்தோறும் அனுபவிக்கின்றனர்.

இந்தியாவின் ஆறு லட்சம் கிராமங்களும் இன்றும் ஊரென்றும் சேரியென்றும் பிரிக்கப்பட்டே உள்ளன. ஒருவரைத் தொடுவதே தீட்டு என்றும் தான் நடக்கிற பாதையில் அவர் கால் தடம் பட்டாலே கேவலம் என்றும் ஊரைவிட்டு ஒதுக்கி வைத்திருப்பது

எத்தனை கொடுமையான செயல்? மனித உரிமைகள் பற்றின அறிவு பரவலாகிவிட்ட இந்தக் காலத்திலும் தீண்டாமைக்கெதிரான சட்டங்கள் வரையறுக்கப்பட்டு ஆண்டுகள் பல கடந்துவிட்ட இந்த நிலையிலும் இந்த இழிநிலை மட்டும் மாறவில்லை! இரட்டைத் தம்ளர் கொடுமை நவீன வடிவங்கள் எடுத்துள்ளன. சாதி இந்துக்கள் தெருவில் தலித்துகள் நடக்கக் கூடாது, செருப்போ மேல்சட்டையோ அணியக் கூடாது, சாதி இந்துக்களின் குழந்தைகளைக்கூட முதுகு வளைய கும்பிடு போட்டு 'அய்யா' என்று அழைக்கும் நிலை. ஆதிக்க சாதியினருக்குப் பிணமெடுக்க, துணிதுவைக்க, பறையடிக்க... என எத்தனை துயரங்களைப் பட்டியலிடுவது?

சாதி அடிமைத்தனத்தை உடைக்க எத்தனித்ததற்காகவே வெட்டிப் புதைக்கப்படுகிறவர்கள் எத்தனை; பெண்கள் என்பதற்காக அல்லாமல் தலித் என்பதற்காக பலாத்காரம் செய்யப்படுகிறவர்கள் எத்தனை; படிக்கப் போனதற்காக, கோயிலுக்குள் நுழைந்ததற்காகத் தாக்கப்படுகிறவர்கள் எத்தனை; அரசியல் உரிமைக்காக, தனித் தொகுதியில் நின்றதற்காக கழுத்தறுபட்டவர்கள் எத்தனை; இழிதொழிலைச் செய்ய மறுத்ததற்காக சிறுநீராலும் மலத்தாலும் குளிப்பாட்டப்பட்டவர்கள் எத்தனை; வெறியாட்டத்தின் உச்சமாக எரிக்கப்பட்ட தலித் குடியிருப்புகள் எத்தனை; இந்த மனித உரிமை மீறல்களைத் தட்டிக் கேட்க காவல் நிலையம் போனவர்களில் துன்புறுத்தப்பட்டவர்கள் எத்தனை எத்தனை...? உண்கிற ஒரு கவளம் சோறில் தொடங்கி எல்லா உரிமைகளுமே பாதிக்கப்படுகின்றன இடஒதுக்கீடு உட்பட. ஆனாலும் சாதியம் உலக கவனத்தை ஈர்க்கவில்லை!

'ஜாதி - உள்நாட்டுப் பிரச்சனை மட்டுமே' என்று உலகுக்கு சித்தரிக்கும் பார்ப்பன ஆளும் வர்க்கத்தின் கேடுகெட்ட புத்திசாலித்தனம் இங்குதான் வியக்க வைக்கிறது. பிற எந்த மதங்களும் 'தங்கள் மதத்தைச் சார்ந்த எல்லா மனிதர்களும் சமம்; அவர்களுக்குள் எந்தப் பாகுபாடும் இல்லை என்ற கருத்தை வலியுறுத்துகின்றன. ஆனால், இந்து மதக் கடவுள்கள் மட்டும் தகுதிவாரியாக மனிதர்களைப் பிரித்து உயில் எழுதி வைத்ததாகச் சொல்லி, இத்தனை ஆண்டுக் காலமாக மக்களை நம்ப வைத்திருக்கின்றனரே! கடவுளின் கட்டளையாக கொடுமைகளை அரங்கேற்றும் அந்தச் சூழ்ச்சி உலகின் வேறு எந்த இனத்துக்கும் வருமா என்பது சந்தேகமே.

'கீழ் சாதிப் பிறப்பு' என்பது முன் ஜென்மத்து பாவத்தால் கிடைப்பது என்ற பொய்யை ஆண்டவன் கட்டளையாக நம்ப வைத்து, தலித் மக்கள் அடிமைத்தனத்தை விட்டு வெளியேறிவிடாத வண்ணம் பாதுகாத்து வருகிறது ஆளும் வர்க்கம். கோடிக்கணக்கான மக்களை மிகச் சாதாரணமாக தம் பிறப்பை நினைத்துக் கூனிக் குறுகவும் தாழ்வு மனப்பான்மையில் உழலவும் வக்கிரங்களை விதியென்று ஏற்கவும் வைத்த இந்துத்துவ சித்தாந்தங்கள்தான் இன்றும் இந்தியாவின் பாரம்பரியம்!

பிறப்பு, நிறம், பண்பாட்டின் அடிப்படையில் மக்கள் மீது திணிக்கப்படும் பாகுபாடுகளே இனப்பாகுபாடு என்ற நிலையில் தன் சுயநலத்துக்காக உழைக்கும் மக்களை வர்ணாசிரம அடிப்படையில் பிரித்து வைத்த சனாதனவாதிகளின் பெருஞ்சூழ்ச்சியான சாதியத்தை அந்த வரையறைக்குள் கொண்டு வர மறுப்பது ஏன்? இனவெறிக்கு அய்.நா. கொடுக்கும் விளக்கத்தைவிட சாதியம் எந்த வகையில் குறைவாக உள்ளது? ஒப்பீட்டளவில் பார்ப்போமேயானால் சூடானைப் போலவே இங்கு ஆட்சி அதிகாரம் முழுக்க சாதி இந்துக்கள் கையில். அங்கு ஜன்ஜாவிட் மாதிரிதான் இங்கு ஆர்.எஸ்.எஸ். உள்ளிட்ட இந்துத்துவ அமைப்புகளும். டர்பர் பழங்குடி மக்கள் சந்திக்கும் எந்தக் காயங்கள் தலித் மக்களுக்கு அப்பாற்பட்டவை? ஆனால், ஒரேயொரு வேறுபாடு மட்டும்தான். அங்கு உருவாக்கப்பட்டிருப்பதைப் போல ஒரு போர்ச் சூழல் இந்தியாவில் இதுவரை நேராமல் பார்த்துக் கொண்டிருப்பதே பார்ப்பனியத்தின் வெற்றி.

இந்தியாவில் ஒரு மணி நேரத்துக்கு இரண்டு தலித் மக்கள் தாக்கப்படுவதாகவும் ஒரு நாளில் மூன்று தலித் பெண்கள் பலாத்காரம் செய்யப்படுவதாகவும் இரண்டு தலித் மக்கள் கொலை செய்யப்படுவதாகவும் இரண்டு தலித் குடியிருப்புகள் தீக்கிரையாக்கப்படுவதாகவும் 1993 ஆம் ஆண்டுக்கான அரசின் அதிகாரப்பூர்வ அறிக்கை குறிப்பிடுகிறது. இந்த எண்ணிக்கை அரசு கணக்கெடுப்பைவிட நிச்சயம் ஒரு பத்து மடங்காவது அதிகமிருக்கும் என்று வைத்துக் கொள்வோம். இந்தியா சுதந்திரம் பெற்றதிலிருந்து இந்த 53 ஆண்டுகளுக்கு கணக்கெடுத்துப் பார்த்தாலும் எத்தனை கோடி தலித் மக்கள் பாதிக்கப்பட்டிருப்பர்.

அரேபியர்களின் 'இனத் தூய்மை' போரில் 'ஜன்ஜாவிட்' வன்முறையாளர்கள் டர்பர் பழங்குடி மக்களை நாட்டை விட்டே

விரட்டுகின்றனர். இந்தியாவில் அப்படியொரு சூழல் ஒருபோதும் நடக்காது. ஏனென்றால் அப்படி அடித்து விரட்டி தலித் மக்களை நாட்டைவிட்டு வெளியேற்றிவிட்டால் அடிமை வேலை செய்ய ஆளிருக்காதே! கைதட்டினால் ஓடிவர ஆளில்லாதவன் எப்படி அரசனாக இருக்க முடியும்?

கறுப்பர்களின் இனப்போராட்டமும் தலித் மக்களின் சாதியப் போராட்டமும் வேறுபடுவது இந்த இடத்தில்தான். ஜெர்மனியில் ஒரேயொரு ஹிட்லர்தான். நியாயப்படி பார்த்தால் இந்திய மக்கள் தொகையில் ஏறக்குறைய மூன்று சதவிகிதம் பேர் ஹிட்லர் கள்தான்! இவர்கள்தான் மூலைக்கு மூலை நின்று இந்தியாவில் சாதியம் வழக்கொழிந்து விடாதபடியும் வெளியே தெரிந்து விடாதபடியும் காத்து நிற்கின்றனர். அதனால் போர்ச் சூழல் ஏற்பட வாய்ப்பே இல்லை. வேற்றுமையில் ஒற்றுமை என்ற முழக்கத்துக்கு அடியில் நசுங்கிக் கிடக்கும் தலித் மக்களின் முனகல்கள்கூட வெளியே கேட்பதில்லை. கலவரங்களைப் பார்த்தே முடிவெடுக்காமல் போர் வரும்வரை காத்திருந்து மக்கள் கூட்டம் கூட்டமாக செத்துவிழுவதையும் மூட்டை முடிச்சுகளோடு அகதிகளாகிப் போவதையும் பார்த்த பிறகுதான் அய்க்கிய நாடுகள் அவை சாதியத்தை இனப்பாகுபாடாக ஏற்றுக் கொள்ளுமா என்று தெரியவில்லை.

இனக்கொடுமைகளுக்கு எதிரான அய்.நா. வின் ஒப்பந்தத்தில் இந்தியாவும் கையெழுத்திட்டிருக்கிறது. அதன் அடிப்படையிலாவது, முப்பது கோடி தலித் மக்கள் படும் வேதனையை அய்.நா. கணக்கில் எடுத்துக் கொண்டிருக்க வேண்டும். குடிமக்களுக்குப் பாகுபாட்டின் அடிப்படையில் அரசே துன்பமிழைக்கும்போது அம்மக்கள் நியாயம் கேட்டு வேறு எங்கு செல்வார்கள்?

2003 ஆம் ஆண்டு டர்பனில் நடைபெற்ற அய். நா. வின் இனப்பாகுபாட்டுக்கு எதிரான மாநாட்டில் சாதியம் பற்றி விவாதிக்க அய்க்கிய நாடுகள் சபை மறுத்துவிட்டது. பாதிக்கப்பட்டவர்களை விட்டுவிட்டு குற்றமிழைப்பவரிடமே சாதியத்தைப் பற்றி கேட்டால் எப்படி நியாயமாகும்? நம்பிக்கையோடு போன எத்தனையோ தலித் அமைப்புகளின் குரல் தோற்றுப்போனது. எதிர்பார்த்தபடியே இந்திய அரசு, சாதி ஒரு சாதாரண உள்நாட்டு விவகாரம் என்றது. இப்போது சூடான் அரசும் அதைத்தான் சொல்கிறது. அதிகார வர்க்கத்தின்

ஒருங்கிணைந்த குரல் அது. டர்பர் பிரச்சனையிலும் அய். நா. முன்பே தலையிட்டிருந்தால் இத்தனை உயிரிழப்புகள் ஏற்பட்டிருக்காது.

கூட்டுச் சாவு எண்ணிக்கைதான் இனப்பாகுபாட்டுக்கான வரையறையா? மலக்குழிக்குள் இறங்கும் மனித சமூகத்தின் துயரங்களை உலக வெளிச்சத்துக்கு கொண்டு வரத் தடையாக இருப்பது எது? ஜாதியம் இனப்பாகுபாடு இல்லையெனில் அது என்ன?

இன்று அமெரிக்க அரசின் முக்கிய பொறுப்புகளில்கூட கறுப்பர்களுக்கு இடமிருக்கிறது என்றால் அதற்கு நிறப்பிரச்சனை இனப் பிரச்சனையாக ஏற்றுக் கொள்ளப்பட்டதும் அதற்கு உலகளவில் உருவாக்கப்பட்ட சட்ட திட்டங்களும் நிர்பந்தங்களுமே காரணம். சாதியத்துக்கும் அதுதான் மருந்தாக முடியும். டர்பனில் ஏற்பட்ட ஏமாற்றம் தலித் மற்றும் மனித உரிமை அமைப்புகளை சோர்வடையச் செய்தது உண்மை. ஆனால், ஒரு மாநாட்டுக்காக மட்டும் என்றில்லாமல் தொடர்ந்து அய்க்கிய நாடுகள் அவையின் கதவுகளை அறைந்து கொண்டே இருந்தால்தான் உலகக் காதுகளை நம் குரல் எட்டும். அதற்கானப் பணிகளை நிமிட நேரமும் இடைவெளி விடாமல் மேற்கொள்ள வேண்டியது மனித உரிமைகளில் அக்கறை கொண்ட எல்லோரின் கடமையாகும். •

– நவம்பர் 2004

# 15

## பறிபோகும் பச்சை பூமி

காட்டில் வேட்டையாடியதைப் பங்கிட்டு சரிசமமாக உண்டு வாழும் அவர்கள், வனத்தின் எந்த வளத்தையும் பணமாகப் பார்த்ததில்லை. இத்தனை ஏக்கர் நிலம் அதைப் பட்டா போட்டு நம் பெயருக்கு வைத்துக் கொள்ள வேண்டும் என்ற சுயநலமில்லை.

**குளிர்** மேவும் அந்த உயர்ந்த மலைகள் கொடிய ரகசியங்களின் புதைக்களமாக மவுனித்திருக்கின்றன. வீரப்பனின் பச்சை சீருடைப் பதற்றம் இல்லை. காவல் துறையின் காக்கிச் சட்டைக் கொடூரம் இல்லை. சீறிப் பாயும் ஜீப் சத்தமில்லை. அர்த்தராத்திரி தேடுதல் வேட்டை இல்லை. வதைமுகாம்களிலிருந்து உயிரை அறுத்து வெளிவரும் அவல ஒலி இல்லவே இல்லை. சொந்தங்களைப் பறிகொடுத்த சோகத்தையும் உறுப்புகளை இழந்து ஊனமுற்ற துயரத்தையும், மனம் முழுக்க மண்டிக்கிடக்கும் அவமான ரணத்தையும் மறக்க முயன்று இயல்பு வாழ்க்கையை நோக்கிய பயணத்துக்கு மெல்லத் தயாராகி வருகின்றனர் கர்நாடக - தமிழக எல்லைப் பகுதியில் வாழும் மலைக் கிராமப் பழங்குடியினர்.

வடகிழக்கு மாநிலங்களிலும் காஷ்மீரிலும் நடைமுறையில் இருக்கும் கொடூர ராணுவச் சட்டத்தைப் போலவே சிறப்பு அதிரடிப்படைக்கும் கொடுக்கப்பட்டிருந்த கட்டுப்பாடில்லாத அதிகாரம், பழங்குடி சமூகத்தின் தலையில் 'சாபக்கேடாக' விடிய மனிதாபிமானம் மொத்தமாக செத்துப் போனது. 'ஆயிரம் குற்றவாளிகள் தப்பித்தாலும் ஒரு நிரபராதிகூட தண்டிக்கப்படக் கூடாது' என்று ஜனநாயகம் பேசும் நமது சட்டம் சுமார் எழுநூற்றைம்பது அதிரடிப்படைக் குற்றவாளிகளைப் பாராட்டி சீராட்டி கவுரவித்திருக்கிறது. நினைத்த இடத்தில் வீட்டுமனைப் பட்டாக்கள், லட்சக்கணக்கில் பரிசுத்தொகை, பதக்கங்கள் என அதிரடிப்படையினர் அள்ளிச் செருகிக் கொண்டனர். அவையனைத்திலும் பழங்குடியினரின் கண்ணீரும் உதிரமும் முழுக்கப் படிந்திருப்பதை அவர்கள் உணரவில்லை.

'வெகுகாலம் வரை யாரென்றே தெரியாத வீரப்பனுக்காக பழங்குடி மக்கள் அனுபவித்த துன்பங்கள் நாகரிக சமூகத்துக்கும்

ஜனநாயக முறைக்கும் அப்பாற்பட்டது. சந்தனக் கடத்தல் வீரப்பனைப் பிடிப்பதற்காகப் பத்தாண்டுகளுக்கு முன்பு நியமிக்கப்பட்ட சிறப்பு அதிரடிப்படை, வீரப்பனுக்கு உணவுப் பொருட்கள் கொடுத்து உதவியதாகவும் வீரப்பனோடு நேரடித் தொடர்பு வைத்திருந்ததாகவும் பழி சுமத்தி ஒன்றுமறியாத பழங்குடியினரை வதைமுகாம்களில் அடைத்து கடுமையாகத் துன்புறுத்துவது வழக்கமாகிப் போனது. ஆண்களைத் தேடி வீட்டுக்கு வரும் காவலர்கள், ஊரையே நாசக்கேடு பண்ணியதோடு வீட்டிலிருந்த பெண்களையும் குழந்தைகளையும் இழுத்துப் போய் உடலில் மின்சாரம் பாய்ச்சி துன்புறுத்தினர்.

கொல்லப்பட்ட நூற்றுக்கணக்கானவர்களில் பலரது உடல்கள் இன்னும் கிடைக்கவில்லை. சித்ரவதையின் உக்கிரத்தை தாங்க முடியாமல் சாகிற நிலைக்கு வருகிறவர்களை அழைத்துக் கொண்டுபோய் நடு ரோட்டில் ஓடவிட்டு, வீரப்பன் கூட்டாளிகளை சுட்டுக் கொன்றோம் என்று தம்பட்டம் அடித்துக் கொண்டது அதிரடிப்படை. பழங்குடிப் பெண்கள் தாய், மகள் என வேறுபாடின்றி பலாத்காரம் செய்யப்பட்டனர். பலாத்காரம், சித்ரவதை என மாறி மாறி கொடூரங்களை சந்தித்த அந்தப் பெண்கள் இன்னும் உயிரோடிருப்பதும் பைத்தியம் பிடிக்காமல் இருப்பதுமே அதிசயம்! சிறையில் அடைந்து கிடந்தவர்களிலும் இன்று வீரப்பனுக்காகத் தூக்குமேடையில் நிற்பவர்களிலும் வீரப்பன் என்றால் யாரென்று தெரியாதவர்களே அதிகம். “தூக்குல போடுறதுக்குள்ள ஒரு தடவையாவது வீரப்பனை பார்க்கணும். அவனுக்காகதான எங்க உசிரையே கொடுக்கப் போறோம் என்று அந்தத் தோழர்கள் கேட்டனர்” என்று வேதனையோடு சொல்கிறார் தந்தை பெரியார் தி.க. தலைவர் கொளத்தூர் மணி.

‘மக்கள் சிவில் உரிமைக் கழகம்’ மற்றும் ‘தமிழ்நாடு பழங்குடி மக்கள் சங்கம்’ போன்ற அமைப்புகள் பழங்குடியினர் மீது ஏவிவிடப்பட்ட அப்பட்டமான மனித உரிமை மீறலை விசாரிக்கச் சொல்லி வலியுறுத்தியதன் பேரில் உருவாக்கப்பட்ட சதாசிவம் கமிஷன் அறிக்கை என்னவானது என்றே தெரியவில்லை. தங்களுக்கு ஏதோ நியாயம் கிடைக்கப் போகிறது என்ற நம்பிக்கையில், தாம் பட்ட கொடுமைகளை ஒன்றுவிடாமல் ஒப்பித்த பாதிக்கப்பட்டவர்களுக்கு இந்தச் சமூகத்தின் மீதிருந்த நம்பிக்கை நிச்சயம் அழிந்திருக்கும். சித்ரவதைக்குட்பட்டவர்களும் அவர்களின் சொந்தங்களும் உணர்வுகள் மரத்துப்போன

நிலையில்தான் நாட்களை நகர்த்துகின்றனர். பாராட்டு விழாவை நடத்தி முடிப்பதில் அத்தனை வேகம் காட்டிய அரசு, அதில் ஒரு சதவிகித வேகத்தைக்கூட பாதிக்கப்பட்ட பழங்குடி மக்களுக்கு நீதி தேடித் தருவதில் காட்டவில்லை. முடக்கப்பட்டிருக்கும் சதாசிவம் கமிஷன் அறிக்கை வெளியிடப்பட்டால் அதிரடிப்படையினருக்குக் கொடுத்த பரிசுகளை உடனே பிடுங்கிக் கொள்ள வேண்டியிருக்கும். அறிக்கை வெளியாவதில் தனக்கான அரசியல் ஆதாயம் எதுவும் இருக்காது என்பதால் ஆளும் அரசு இப்போதைக்கு அல்ல எப்போதைக்குமே அதை வெளியிடாது என்றே தோன்றுகிறது.

'கொடூர மிருகங்களோடுதான் காட்டுல திரியிறோம். பசிக்காக மட்டுந்தான் அதுங்க எங்களைத் துரத்துமே தவிர, இப்படி சித்ரவதையெல்லாம் செய்ய அதுகளுக்கு தெரியாது. இந்த காட்டுலயே நான் பயந்த கொடூரமான மிருகம் காக்கிச் சட்டை போட்ட போலிசுக்காரங்கதான். எங்க ஊரையே அழிச்சுட்டாங்க. பொம்பளைங்கள கெடுத்துட்டாங்க. எந்த மிருகமாவது அப்படிச் செய்யுமா சொல்லுங்க?' என்று வேதனையோடு கேட்கிறார் சென்நெஞ்சா.

'வீரப்பன் படுகொலை' என்ற அதிரடிப்படையினரின் அட்டூழிய நாடகம் முடிவுக்கு வந்திருக்கும் நிலையில் தமிழக, கர்நாடக எல்லைப் பகுதி பழங்குடியினர் முன் நிற்கிறது மிகப்பெரிய வாழ்வியல் பிரச்சனை. அதிரடிப்படையினர் மட்டும் பழங்குடியினர் வாழ்க்கையில் மத யானை போல புகாமல் இருந்திருந்தால் அவர்கள் முழுமையான நிலப் போராட்டத்தை நடத்தியிருக்கக் கூடும். பத்தாண்டுகளில் எந்த நேரத்தில் உயிர் போகுமோ, பலாத்காரம் செய்யப்படுவோமோ, சித்ரவதைக்குள்ளாவோமோ என்ற பெரும் பதற்றத்திலேயே நாட்களைக் கழிக்க வேண்டியிருந்ததால் இந்த மக்களுக்காகக் களமிறங்கிய அமைப்புகளுக்கும் அதுதான் தலையாயப் பிரச்சனையாகிப் போனது. இந்த இடைப்பட்ட நேரத்தில் பழங்குடி மக்கள் கையை விட்டு அவர்கள் நிலம் முழுவதுமே பறிபோய்விட்டது.

காட்டில் வேட்டையாடியதைப் பங்கிட்டு சரிசமமாக உண்டு வாழும் அவர்கள், வனத்தின் எந்த வளத்தையும் பணமாகப் பார்த்ததில்லை. இத்தனை ஏக்கர் நிலம் அதைப் பட்டா போட்டு நம் பெயருக்கு வைத்துக் கொள்ள வேண்டும் என்ற சுயநலமில்லை.

நிலமில்லாதவர்களுக்கு தன்னுடையதில் ஒரு பகுதியைப் பிரித்துக் கொடுத்து, மற்றவர்களில் பயிர் விளைவதையும் வயிறு நிறைவதையும் பார்த்து மகிழ்ந்த பழங்குடியினரின் நிலங்களைக் கீழிருந்து போனவர்கள் ஆக்கிரமித்தது அப்படித்தான்.

சோளகனை மலைக் கிராமத்தைச் சேர்ந்த சித்தியும் நாகியும், "எங்கப்பா ரொம்ப கஷ்டப்பட்டு காட்டை நிலமாக்குனாரு. நாங்க சின்னப்புள்ளையா இருந்தோம். கீழயிருந்து வந்த ராஜப்பன்ங்கற ஆளு, 'பொழைக்க வழியில்ல. நானும் உங்ககூட விவசாயம் பண்றேன்'னு சொல்லி சேர்ந்துக்கிட்டான். எங்கப்பா பேர்ல பட்டா இல்லன்னு தெரிஞ்சுக்கிட்டு, அவன் பேர்ல பட்டா வாங்கிகிட்டு எங்கள அடிச்சுத் துரத்திட்டான். எங்கப்பா போலிஸ்ல சொன்னாரு, கேசு போட்டாரு, ஜெயிக்க முடியல. 'ஒனக்கு நிலம் கேக்குதா'னு எங்கப்பா அம்மாவ கட்டி வச்சு போலிஸ் அடிச்சது. பாங்காட்டு ஓரத்துல அந்த நிலத்தைச் சீர்படுத்த எங்கப்பா எவ்ளோ கஷ்டப்பட்டாருனு எங்களுக்குதான் தெரியும்." நிலம் பறிபோனதை நினைத்துக் கலங்குகிறார்கள் இருவரும்.

இந்தியாவிலேயே பழங்குடி நிலம் அதிகம் கைமாறின மாநிலம் தமிழகம் என்றால் தமிழகத்தில் ஈரோடு மாவட்டம். மலைப் பிரதேசத்தின் குளிர்ச்சி சமவெளிப் பணக்காரர்களை சுண்டியிழுக்க, ஏக்கர் கணக்கில் வளைத்துப் போடத் திட்டம் போட்டனர். அதே போல் கீழே விவசாயம் சீர்கெட்டதும் பாதிக்கப்பட்ட விவசாயிகள் மேலே நிலங்களைத் தேட தொடங்கினர். இது தவிர, அரசியல்வாதிகள் ஏமாற்றி, மிரட்டி, ஆசை காட்டி மொத்தமாக சூறையாடினர். ரிசர்வ் வனச் சட்டம் இயற்றப்பட்ட நேரத்தில் அடர்காட்டில் வசித்த பழங்குடியினர் அங்கிருந்து விரட்டியடிக்கப்பட்டனர். புதர் மண்டிய பகுதிகளில் குடியேறிய அவர்கள், தங்கள் உழைப்பால் அந்த நிலத்தையும் சீர்படுத்தினர். அவை எதுவுமே இன்று அவர்களிடமில்லை.

பழங்குடியினருக்கு சமவெளியினரின் வாழ்வியல் முறையையும் அரசியலையும் புரிந்து கொள்ளவே ஆண்டுகள் பிடித்தது. கடந்த பத்தாண்டுகளாக பழங்குடி மக்கள் சங்கத்தின் மூலம் பல போராட்டங்களை நடத்தி, அந்த மக்களின் உரிமைகளுக்காகத் தொடர்ந்து போராடி வரும் வி.பி.குணசேகரன், 'தமிழகத்தில் சுமார் 12 லட்சம் பழங்குடி மக்கள் வசிக்கின்றனர். அவர்களின் வாழ்க்கை

வனத்தைச் சார்ந்ததே. வனத்திலிருந்து விரட்டியடிக்கப்படுவதும் நிலம் பறிக்கப்படுவதும் சுமார் அறுபதாண்டுகாலப் பிரச்சனையாக நீடிக்கிறது. 1970 – 75 வரை பழங்குடியினர் நிலங்கள் மிக மோசமான ஆக்கிரமிப்புக்கு உள்ளாயின. அதை விசாரிக்க நியமிக்கப்பட்ட கிருஷ்ணசாமி நாயக் கமிஷன் கொடுத்த அறிக்கையின் பேரில் சுமார் இருபதாயிரம் பட்டாக்கள் நீக்கப்பட்டன. ஆனால், அந்த பூமி சமவெளியினரிடம்தான் இருக்கிறது. 1950க்குப் பிறகு பறிக்கப்பட்ட நிலங்களை மீட்டெடுக்க வேண்டும். போதுமான இழப்பீட்டோடு அது பழங்குடியினரிடம் ஒப்படைக்கப்பட வேண்டும் என்பதுதான் எங்களது வலுவான கோரிக்கை. ‘இழந்த நிலத்தை மீட்போம், இருக்கும் நிலத்தைக் காப்போம்’ என்ற முழக்கத்தோடு தொடர்ந்து போராட்டங்களை எடுத்துச் செல்வோம்’ என்கிறார் உறுதியான குரலில்.

‘வனத்தைப் பாதுகாக்கறோம்னு எங்களை விரட்டியடிச்சுட்டாங்க. நாங்க இல்லன்னா வனமும் இல்ல. காடு இல்லன்னா நாங்களும் இல்ல. இத இந்த அரசாங்கம் எப்பப் புரிஞ்சுக்கும்னு தெரியல. இந்த வனத்தோட ஒவ்வொரு மூலையில என்னயிருக்கு, எத்தனை வகையான மூலிகைச் செடியிருக்கு, எங்கெல்லாம் விலங்குகள் நடமாடும், அத எப்படி கண்டுபிடிக்கறது. இந்த விசயங்கள எத்தனை அதிகாரிகள் எத்தனை புத்தகத்தைப் படிச்சு வந்தாலும் தெரிஞ்சுக்க முடியாது. இந்த வனத்துல நாங்க கை வைக்கறோம்னா அது திரும்ப செழிச்சு வளர்ற மாதிரி செஞ்சுட்டுதான் வருவோம். எங்களுக்கு அழிக்கத் தெரியாது. குடியிருக்கிற வீட்டை யாராவது கொளுத்துவாங்களா? காட்டுல இருந்து எங்களை விரட்டுறது, தண்ணியில இருந்து மீனை தூக்கிப் போடுற மாதிரி. மீனால தண்ணி சுத்தமாகும். அதே மாதிரிதான் நாங்களும்’ என்று உணர்ச்சி வசப்பட்டு சொல்கிறார் லட்சுமணன்.

ஆங்கிலேயர் ஆட்சிக் காலத்தில் இந்தியா முழுக்க ஆதிவாசிகள் பல நில மீட்புப் போராட்டங்களை நடத்தினர். ஆனால், அவை வலியவர்களை எதிர்த்த எளியவர் போராட்டமாகவே இருந்ததால் இழப்பு தான் மிஞ்சியது. நிலப் பறிப்பை எதிர்க்க முடியாதவர்கள் இன்னும் அடர்காடுகளுக்குள் புகுந்து ஒளிந்தனர். அப்படி முடியாதவர்கள் கூலிக்காரர்களாகவும் கொத்தடிமைகளாகவும் ஆக்கப்பட்டனர். இந்தியா சுதந்திரம் பெற்ற பிறகு பழங்குடியினர் பட்டியலினத்தில் வந்தனர். அரசமைப்புச் சட்டம் உண்மையில் பழங்குடி மக்களின் சமூக, பொருளாதார வளர்ச்சிக்காக

முழுமையான திட்டங்களை வைத்திருக்கிறது. 46 ஆவது பிரிவில் குறிப்பிடப்பட்டுள்ள விதிகள், முழுமையாக பழங்குடியினர் வளர்ச்சியையும் அவர்களுக்கு எதிரான வன்முறைகளைத் தடுப்பதையும் வலியுறுத்துகிறது.

வழக்கம் போலவே சட்டம் மட்டும் இருந்து என்ன பலன்? அதை முழு வீச்சில் செயல்படுத்துவதற்கு யார் இருக்கிறார்கள்? உண்மையைச் சொல்ல வேண்டுமானால், தாழ்த்தப்பட்ட மக்களைப் போல பழங்குடியினர் நிலையும் மோசமாகி வருவதற்குக் காரணம் இந்த நிலப் பறிப்புதான். தலித் மக்களும் ஆரம்ப காலத்தில் இப்படிதான் ஏமாற்றப்பட்டனர். அவர்களிடமிருந்த நிலங்கள் இதே மாதிரிதான் ஏமாற்றிப் பறிக்கப்பட்டன. பழங்குடியினர் நிலத்தை ஒரு வியாபாரப் பண்டமாகவோ, விற்கக் கூடிய பொருளாகவோ பார்க்கவில்லை ஒருபோதும்.

இந்திய அரசமைப்புச் சட்டதின் வழிமுறை ஆணைகளின்படி, பழங்குடியினரின் நிலங்கள் பழங்குடி அல்லாதவர்களுக்கு விற்கப்பட்டாலோ, அவற்றிலிருந்து கிடைக்கும் விளைபொருள்கள் அடமானம் வைக்கப்பட்டாலோ, அதுவும் நிலப்பறிப்பாகவே கருதப்பட வேண்டும். பழங்குடி அல்லாதவர்களிடம் இருந்து பெற்ற கடனுக்காக தன் நிலத்தைப் பழங்குடியினர் குத்தகைக்கு கொடுத்தாலும் அதுவும் நிலப்பறிப்புதான். தவிர, வனத்துறை, அரசுத்துறைகள், தனியார் நிறுவனங்கள் போன்றவற்றிற்கு ஆதிவாசி நிலங்கள் கைமாறினாலும் அதுவும் நிலப் பறிப்புதான்.

பழங்குடியினருக்காகத் தொடர்ந்து சட்ட ரீதியாகப் போராடி வரும் பவானியைச் சேர்ந்த வழக்குரைஞர் ப. பா. மோகன், பழங்குடி நிலங்களுக்கென உறுதியான பறிமுதல் தடைச்சட்டம் இல்லை என்கிறார். '1989 இல் தான் எனக்கு முதல் வழக்கு வந்தது. சத்தியமங்கலம் வனப்பகுதியில் உள்ள சோளகனை என்ற ஊரில் வசிக்கும் பழங்குடியினர் வனத்துக்குள் சென்று புளியம் பழம் உலுக்கி அதை அந்தியூர் சந்தையில் விற்பார்கள். அதில் வரும் பணத்தில் 25% வனத்துறை அதிகாரிகளுக்கு கொடுக்க வேண்டும் என்பது எழுதப்படாத விதியாக இருந்து வந்திருக்கிறது. திடீரென 50% கமிஷன் கேட்டபோது பழங்குடியினர் மறுத்தனர். அவர்களை அதிகாரிகள் அடித்துத் துவைத்துவிட்டனர். இதைக் கேள்விப்பட்டு வி. பி. குணசேகரனோடு உள்ளே போய் பார்த்தபோதுதான் பழங்குடியினர் எப்படியொரு அவலமான வாழ்க்கை வாழ்கின்றனர்

என்பது தெரியவந்தது. அந்த சமயத்தில்தான் அதிரடிப்படையும் தன்னுடைய வதை வேட்டையை முடுக்கி விட்டது. பர்கூர் மலையில் முதல் என்கவுண்டர் படுகொலை. தீவிரமாகக் களத்தில் இறங்கி விட்டோம்.

அதன்பிறகு எத்தனையோ வழக்குகள்... எஸ்.சி./எஸ்.டி. சட்டப்படி வழக்குப் பதிவு செய்தாலே கைது செய்ய வேண்டும், இழப்பீடும் வழங்க வேண்டும். ஆனால், தலித் மக்களைப் போலவே பழங்குடியினர் விஷயத்திலும் அது நடைமுறைக்கு அப்பாற்பட்டதாகவே இருக்கிறது. அதிரடிப்படையினரால் நடத்தப்பட்ட வன்முறை வெறியாட்டம் ஒரு புறமெனில் நில ஆக்கிரமிப்பு செய்த சமவெளியினர் படுத்திய கொடுமைகள் இன்னொரு பக்கம். இந்தப் பகுதியில் ரிசர்வ் வனத்தை ஒட்டியிருக்கக் கூடிய சுமார் நூறு ஏக்கர் நிலம் சமவெளியை சேர்ந்த டாக்டர்கள், வக்கீல்கள் எனப் பலரும் வளைத்துப் போட்டிருக்கின்றனர். அதை மீட்டுப் பழங்குடியினரிடம் ஒப்படைக்க வேண்டும். சொந்த நிலம்தான் அடிமைத்தனத்திலிருந்து மீட்டு சுயமரியாதையை வளர்த்தெடுக்கும். பழங்குடியினர் பலமடைய வேண்டும் என்றால் அவர்கள் நிலம் அவர்களிடமே திருப்பி ஒப்படைக்கப்பட வேண்டும்' என்கிறார் தெளிவாக.

இந்தியா முழுவதும் பரவியுள்ள சுமார் 550 லட்சம் பழங்குடியினரின் பிரச்சனைகள் ஏறக்குறைய ஒரே மாதிரியானவை. கடன், நிலம், குறைந்த விளைச்சல், ஏமாறுதல், 'வளர்ச்சிப் பணிகள்' என்ற பெயரில் இடப்பெயர்ச்சி செய்யப்படுதல், பாதுகாப்பற்ற நிலவுடைமை உரிமைகள். இந்தக் காரணங்களால்தான் பழங்குடி மக்களின் நிலங்கள் சூறையாடப்பட்டன. தமிழகத்தில் உள்ள 33 வகையான பழங்குடி இனத்தவரில் ஏறக்குறைய எல்லோருமே பூமியை இழந்துள்ளனர். குறிப்பாக ஊராளி, மலையாளி, காட்டுநாயக்கர் போன்றவர்களின் நிலங்கள் 50 சதவிகிதத்திற்கு மேல் பறிபோயிருப்பதாக நீலகிரி மாவட்டம் 'அக்கார்டு' மற்றும் 'ஆதிவாசி முன்னேற்ற சங்க'த்தின் ஆய்வறிக்கை சொல்கிறது.

வாங்கிய நூறு ரூபாய் கடனுக்காக நிலத்தைப் பறிகொடுத்தோர் ஏராளம். பெரும்பாலான நிலப் பறிப்புகள் விற்பனை என்ற பெயரிலேயே நடந்துள்ளது. சட்டப்படி இவை செல்லுபடியாகாது. நீதிமன்றம் வரை போனால் நிச்சயம் தோற்றுவிடுவோம் என்பதால் அதுவரை விடாமல் பழங்குடியினரை மிரட்டித் தடுத்து விடுகின்றனர் பழங்குடி அல்லாதோர்.

பழங்குடியினருக்கு இருக்கும் குடிப்பழக்கம் அவர்களை கடனாளியாக்கியது. அந்த கடனுக்காகவும் நிலங்களை இழந்தனர் அம்மக்கள். அனைத்து மாவட்டங்களிலும் நிலப் பறிப்புக்கு கிராம நிர்வாகமே துணை போயிருக்கிறது. தங்கள் சட்டப்பூர்வ உரிமைகளை அறியாததாலும் அவர்கள் கைவசம் வைத்திருக்கும் நிலத்திற்கு எல்லைகளோ, வேலிகளோ இருந்திருக்கவில்லை என்பதாலும் சேமிப்புப் பழக்கம் இல்லாத அவர்களுக்கு அடிக்கடி பணம் தேவைப்பட்டதாலும் பழங்குடி அல்லாதோரால் எளிதாக ஏமாற்றப்பட்டனர். ஈரோடு மற்றும் வேலூர் மாவட்டங்களில் வனத்துறையே இத்தகைய இழிசெயலில் இறங்கியதாக ஆய்வுகள் சொல்கின்றன.

நாகரிகத்தின் எந்த வெளிச்சத்தையும் கண்டிராத பழங்குடியினரை சிலர் உடைகள் வாங்கிக் கொடுத்துகூட ஏமாற்றியிருக்கின்றனர். சோளகர் இனத்தைச் சேர்ந்த ஜெயம்மா, "காடே நம்மளதுனு நெனச்சோம். பசிச்ச நேரம் உள்ள போய் தேனும் கிழங்கும் எடுத்துட்டு வந்து சாப்பிடுவோம். நாங்க அப்ப சீட்டித் துணிதான் கட்டுவோம். கீழ இருந்து சில பேர் ஜிகுஜிகுனு பட்டுக் கணக்கா சேலத் துணி விற்பாங்க. காசில்லனு சொன்னா, பரவாயில்ல ஒருநா உன் நெலத்துல விவசாயம் பார்க்குறோம்னு சொல்லி உள்ளே புகுந்துடுவாங்க. அப்புறம் எங்கள வெளிய துரத்திட்டு வேலி போட்டுக்குவாங்க. எங்களுக்கு அப்பப் புரியல. நல்லா ஏமாத்திட்டாங்க" – வெகுளியாகச் சொல்கிறார் ஜெயம்மா.

இந்திய கம்யூனிஸ்ட் கட்சியில் இருந்து கொண்டு பழங்குடி மக்கள் சங்கத்தில் பதினைந்து ஆண்டு காலமாக தீவிரமான களப் பணியாற்றி வரும் மோகனை சோளகனையில் சந்தித்தபோது, "அதிரடிப்படை அக்கிரமங்கள் இப்பதான் ஓய்ஞ்சிருக்கு. அந்தக் கொடுமை மட்டும் நடக்கலனா, ஒருமுகப்படுத்தி நிலப் பிரச்சனையை பெரிய போராட்டமா எடுத்துட்டுப் போயிருக்கலாம். பழங்குடி மக்கள் உயிருக்கே உத்தரவாதமில்லாம இருக்கறப்ப, நிலத்தை மீட்டுக் கொடுக்கறோம்னா அக்கறை வராது; நம்பிக்கையும் வராது. ஆனா, 2000த்துல நாங்க நடத்தின பாதயாத்திரையில மூவாயிரம் பேர் கலந்துகிட்டாங்க. இப்ப மக்களுக்கு நிலத்தைப் பற்றி ஓரளவுக்கு விழிப்புணர்வு வந்திருக்கு.

மூணு வகையில பழங்குடியினருக்கு நிலத்தைத் திருப்பிக் கொடுக்கலாம்: 1. பூர்வீக நிலங்களைக் கொடுப்பது 2. தரிசு

நிலங்களுக்கு பட்டா போட்டுக் கொடுப்பது 3. வேறு யாருக்கும் நில உரிமை கொடுக்காமல் அவர்களிடமிருந்து ஆக்கிரமிப்பு நிலங்களை மீட்டுத் தருவது. அவசர கால நடவடிக்கையாக இதில் ஏதாவதொன்றை செய்து கொடுத்தே ஆக வேண்டும். சொந்த நிலத்தை இழந்து அதிரடிப்படையினர் சித்ரவதைகளுக்கும் ஆளாகி இருக்கும் மக்களுக்கு நியாயம் தேடித் தருவது பற்றி கொஞ்சமும் கவலைப்படாமல் அரசு அத்தனை போலிஸ்காரர்களுக்கும் விரும்பிய இடத்தில் வீட்டு மனைப்பட்டா கொடுத்திருப்பது நியாயமற்ற செயல்' என்று வேதனைப்பட்ட மோகன் தொடர்ந்து, 'நிலம் மட்டுமில்ல, இங்க அடிப்படை வசதிகளும் சுத்தமா இல்ல. மூங்கில் குடிசைகள்ல நிம்மதியா இருந்தவங்கள தொகுப்பு வீட்டுக்குள்ள அடைக்கறாங்க.

எந்த மக்களையும் அவங்களோட கலாச்சாரம் சீரழியாம காக்க வேண்டியதுதான் அரசின் முதல் கடமை. விறகு பொறுக்கக்கூட வனத்துக்குள்ள போக தடைபோடுறது, ராகிக் களி தின்னு வளர்ந்தவங்களுக்கு ரேஷன் கடையில புழுத்துப்போன அரிசி கொடுக்கறது என எல்லாமே அவங்க பழக்க வழக்கத்துக்கு அப்பாற்பட்டது. நம்மளோட போலியான நாகரிகம் அவங்களுக்கு செல்லுபடியாகாது. கல்வி, குடியிருப்பு, மருத்துவம்னு அடிப்படை வசதிகள் எல்லாமே பழங்குடி அடையாளங்கள் அழியாதபடி அரசு உருவாக்கணும். அவங்களோட வாழ்க்கை முறையை புரிஞ்ச சட்டத் திட்டங்கள் அவசியம். பழங்குடியினருக்கு நிச்சயம் நிலம் வேணும். 'டர்ன் இந்தியா சிமெண்ட் கம்பெனி' கடம்பூர் மலையில் சுமார் 300 ஏக்கரை வளைச்சுப் போட்டப்போ, அங்கவொரு பொதுக்கூட்டம் நடத்தினோம். இப்போ நாலு பழங்குடியினர் அங்க உழுதுகிட்டிருக்காங்க. இந்த மாதிரி பழங்குடியினரை ஒரு போராட்ட சக்தியாக வளர்த்தெடுக்கறதுதான் எங்களோட லட்சியம்" என்கிறார்.

மோகன் பேசிக் கொண்டிருக்கும்போதே தன் குடிசை வீட்டிலிருந்து வெளியே வருகிறார் ஜடமாதம்மாள். ('சோளகர் தொட்டி' நாவலின் ஜோகம்மாள் இவர்தான்) கைப்பிடித்து ஒற்றையடிப் பாதையில் கூட்டிப் போகிறார். அங்கு சுற்றிலும் வேலி போட்டிருந்த நிலத்தைப் பார்த்தவுடன் அவர்,

'இந்த பூமி என்னோடது. பச்சையா கிடந்த காட்டை இந்தக் கையாலதான் நிலமாக்கினேன். வேர்வைதான் மண்ணுக்கு நீரா

பாஞ்சது. விலங்குகள் நாசம் பண்ணாம, ராப்பகலா கண் முழிச்சு பயிரைக் காத்தோம். தானியக் குழி நிரம்பி வழிய, வாரிக் கொடுத்த என் பூமியப் பறிச்சுட்டாங்க. அய்யோ என் பூமியப் பறிகொடுத்துட்டேனே' என்று வேற்றாள் ஏமாற்றி சிறைப்பிடித்த தன் நிலத்தின் வேலிக் கம்பிகளுக்கு அப்பால் நின்று நெஞ்சிலடித்து அரற்றுகிறார். வற்றிப்போன அவர் விழிகளிலிருந்து வர மறுக்கிறது கண்ணீர். வாழ்க்கை, பண்பாடு, அடையாளம், சுதந்திரம் என அத்தனையையும் பறிகொடுத்த துக்கத்தில் பெருங்குரலெடுத்துப் புலம்புகிறார்.

உயிரை வதைக்கும் அந்த சோகத்துக்கு முடிவெப்போது?  •

– சனவரி 2005

# 16

## கழுத்தறுக்கும் இந்துத்துவம் சிதையும் தலித் தலைமுறை

இந்துத்துவவாதிகள் தலித் மக்களை கலவரத்துக்கு மட்டும்தான் தயார் செய்கிறார்கள். தொடக்கத்தில் காலைப் பிடிக்கும் இந்துத்துவம், நாள் போக்கில் எப்படி கழுத்தைப் பிடிக்கும் என்பதற்கு கோவை உக்கடம் பகுதி மக்களே வாழும் எடுத்துக்காட்டு.

**ஜாதிக்காக** தினம் தினம் பலாத்காரக் கொடுமையை அனுபவித்திருக்கிறீர்களா? மலக்குழியில் இறங்கிய பிறகு உணவருந்தப் போகும் மரண வேதனையை உணர்ந்திருக்கிறீர்களா? பிணமெரித்தும் இழவு வீட்டில் பறையடித்தும் மனம் குமுறியிருக்கிறீர்களா? செருப்புப் போட்டதற்காகவும் மேல்சட்டை அணிந்ததற்காகவும் சவுக்கடி வாங்கியிருக்கிறீர்களா? தெருவுக்குள் வரக்கூடாது என யாராவது உங்களைத் தடுத்திருக்கிறார்களா? பழைய சோறும் பழைய துணியும்தான் உங்கள் வாழ்வுரிமையாக விதிக்கப்பட்டது என்றால் சம்மதித்திருப்பீர்களா? ஓரமாக நின்று கொட்டாங்குச்சியில் டீ குடித்திருக்கிறீர்களா? உணவும் உடையும்கூட அடிமைச் சின்னமாக்கப்பட்ட வேதனை அறிவீர்களா? தோட்டம், வயல், கிணறு, ஏரி, கோயில், வீடு ஆகியவற்றை உள்ளடக்கிய ஊர் என்ற ஒன்று உங்களை நிரந்தரமாக நிராகரித்திருக்கிறதா? வாழ்வு மறுக்கப்பட்ட சேரியில் வாழ்ந்திருக்கிறீர்களா? உறங்கிக் கொண்டிருக்கும்போது குடிசைகள் பற்றியெரியும் சோகம் தெரியுமா? கட்டளைகளை மீறும்போதும் புறக்கணிக்கும்போதும் சாதிப் பெயரைச் சொல்லி கொச்சையாகத் திட்டியபடி யாரேனும் உங்கள் மீது மலத்தைக் கரைத்து ஊற்றியிருக்கிறார்களா?

ரத்தம் கொதிக்கச் செய்யும் இந்த அவமான வலிகளைத் தாங்கிக் கொண்டு தலித் மக்கள் நூற்றாண்டுக்கால அடிமைகளாக இந்தச் சமூகத்தின் ஆதிக்க வர்க்க நலன்களுக்காக உழல்கின்றனர். ஆனால், மநுதர்மத்தின் வாயிலாக கடவுளின் கட்டளையாக இத்தனை அடிமைத்தனங்களையும் உருவாக்கி வைத்தவனின் பிரதிநிதிகள் இன்று சேரிகளில் ராஜாங்கம் நடத்திக் கொண்டிருக்கிறார்கள். தலித் விடுதலையின் ஆணிவேராக இருக்க வேண்டிய சேரிகள்,

இந்துத்துவத்தின் இரும்புக் கோட்டையாக உருமாறி வருகின்றன. தலித் அரசியல் கட்சிகளும் இயக்கங்களும் சேரியை விட்டு வெகுதூரத்தில் நின்று கொண்டு விடுதலையைத் தேடிக் கொண்டிருக்க, ஆர்.எஸ்.எஸ்., வி.எச்.பி., பா.ஜ.க., இந்து முன்னணி போன்ற இழிசக்திகள் 'இந்து ராஷ்டிரத்தை உருவாக்குவோம்' என்ற முழக்கத்தோடு சேரிகளில் ஆழமாக வேரூன்றத் தொடங்கிவிட்டன.

முஸ்லிம்களையும் கிறித்துவர்களையும் எதிரியாக முன்னிறுத்தி 'நாம் இந்துக்கள்' என்ற ஒருமைப்பாட்டை (?) வளர்த்தெடுக்க இந்துத்துவவாதிகள் எடுத்து வரும் முயற்சிகள் வீண் போகவில்லை. ஆர்.எஸ்.எஸ். -ம் அதன் கூட்டாளி வர்க்கமும் எங்கெல்லாம் நுழைந்தனவோ, அங்கெல்லாம் தலித் மக்கள் குறிப்பாக இளைஞர்கள் மிக மோசமான மூளைச் சலவைக்கு ஆளாகியிருக்கின்றனர்.

இந்துத்துவத்தை உள்வாங்கிக் கொண்ட சேரிகளில் பள்ளர்கள் 'பள்ளப் பார்ப்பானாகவும்' பறையர்கள் 'பறையப் பார்ப்பானாகவும்' அருந்ததியர்கள் 'சக்கிலியப் பார்ப்பானாகவும்' மாற்றப்பட்டிருக்கின்றனர்.

கையிலும் கழுத்திலும் சிவப்பு, மஞ்சள் கயிறு, நெற்றியில் செந்தூர நாமம் போன்ற இந்துத்துவ அடையாளங்களோடு தலித் மக்கள் தயாரிக்கப்பட்டிருப்பது சாதியை அழிக்கவோ சமத்துவத்தை நிலைநாட்டவோ அல்ல. தலித் கட்சிகளும் அமைப்புகளும் கவனிக்க... முஸ்லிம்களை விரட்டியடிக்க, கிறித்துவர்களைக் கொன்று குவிக்க, இந்தியாவை இந்து தேசமாக்க, சாதியம் ஒழியாமல் தங்களைத் தாங்களே அடிமைகளாக வைத்துக்கொள்ள 'நானொரு தலித்' என்று சொல்லக் கூனிக்குறுகும் மக்கள் 'நான் இந்து' என்று மார்தட்டிக் கொள்வதில் நிச்சயமாகப் பெருமிதம் அடைகின்றனர்.

இந்தியா முழுக்க ஒரே திட்டமிடலோடு களமிறங்கிய ஆர். எஸ். எஸ். தமிழகத்தின் பல்வேறு பகுதிகளை மிக எளிதாக ஆக்கிரமித்திருக்கிறது என்பதை அவமானத்தோடு நாம் ஒப்புக் கொள்ள வேண்டியிருக்கிறது. தலித் மக்களை மூளைச்சலவை செய்வதற்கும் சேரிகளில் நுழைவதற்கும் தொடங்கப்பட்டதுதான் 'ஷாகா' என்ற தற்காப்புக் கலைப் பயிற்சி வகுப்பு. பள்ளி மாணவர்களையும் இளைஞர்களையும் ஷாகா குறிவைத்துப் பிடிக்கிறது. எதையும் யோசித்தோ, பகுத்தறிந்தோ முடிவெடுக்க முடியாத இளம் வயதில் நச்சுக் கருத்துகளை விதைத்து விடுகின்றனர். திடீரென போய் 'இந்துக்களே வாருங்கள்; நாம் முஸ்லிம்களை இந்தியாவை விட்டே துரத்தியடிப்போம்' என்று கூப்பிட்டால்

தலித் மக்கள் வருவார்களா? வழக்கம் போல இதற்கும் பார்ப்பனிய சூழ்ச்சிதான் கைகொடுக்கிறது.

கோயம்புத்தூரின் அருந்ததியினர், சென்னையின் பறையர்கள், திருநெல்வேலியின் பள்ளர்கள் ஆர்.எஸ்.எஸ்.இன் கொடி தலித் மக்களிடையே உயரப் பறக்கிறது என்றாலும் இந்துத்துவ சூழ்ச்சி வலையில் அதிகம் சிக்கியிருப்பது அருந்ததியின மக்கள்தான். 'ஷாகா' எப்படி தலித் இளைஞர்களை இழுக்கிறது என்று சொல்கிறார், கோவை காமராஜர் நகரைச் சேர்ந்த இளவேனில். ஏழு ஆண்டுகள் ஆர்.எஸ்.எஸ். இன் தீவிர உறுப்பினராக இருந்து அதன் வெறித்தனம் பிடிக்காமல் வெளியேறியவர்:

"அப்ப எனக்கு கோயிலுக்குப் போற பழக்கம் இருந்துச்சு. ஒன்பதாம் வகுப்பு படிக்கறப்போ ஒரு நாள் கோயிலுகிட்ட பத்து பேர் கராத்தே பயிற்சி எடுத்துட்டிருக்கறதப் பார்த்தேன். எல்லோரும் பணக்கார, உயர்ஜாதி பசங்களா இருந்ததுனால தூர நின்னு வேடிக்கைப் பார்க்கதான் முடிஞ்சது. உடம்பை பலமா வச்சுக்கணும்னு அந்த வயசுல ஒரு ஆசை வருமே! அதத்தான் ஆர்.எஸ்.எஸ்.காரங்க பயன்படுத்திக்கறாங்க. வேடிக்கைப் பார்த்துட்டிருந்த என்னைக் கூப்பிட்டு பயிற்சிக்கு வர்றியானு கேட்டாங்க. உடனே சேர்ந்துட்டேன்.

"பணக்காரங்களோட சரிசமமா நின்னு கராத்தே கத்துக்கறோமேனு பெருமை எனக்கு. சூர்ய நமஸ்காரம், கராத்தே, சிலம்பம் இதெல்லாம் பத்து, பத்து நிமிஷத்துல முடிஞ்சதுக்கு அப்புறம் ஒரு மீட்டிங் நடக்கும். இந்து மதத்தைப் பத்தி அதுல நிறைய பேசுவாங்க. 'நாம் எல்லாம் இந்துக்கள், முஸ்லிம்கள் தீவிரவாதிங்க. இந்துக்கள் ஒண்ணு சேரணும்'னு திரும்பத் திரும்ப சொல்லுவாங்க. ஷாகாவுக்கு தலைவர் உண்டு. அவர 'முக்கிய ஷிக்ஷத்'னு கூப்பிடுவோம். பயிற்சியில போய் சேர்ந்த கொஞ்ச நாள்லயே தலித் பசங்களுக்கு மட்டும் முக்கியப் பொறுப்பு குடுத்துடுவாங்க. 'சக்கிலியப் பய'னு ஊர்ல யாருமே மதிக்காதப்ப என்னை குழுத் தலைவராக்கி கொடி பிடிக்க வச்சாங்க. தொழிலதிபர், அரசியல்வாதினு முக்கியமானவங்க வீட்டுக்கெல்லாம் போய் வந்தேன். அது எனக்கு ரொம்பப் பெருமையா இருந்துச்சு."

ஷாகாவில் மிகத் துடிப்போடும் உடல் பலத்தோடும் வளர்கிறவர்களுக்கு குறிப்பாக தலித் இளைஞர்களுக்கு உடனே முக்கியப் பொறுப்பு கொடுக்கப்படுகிறது. 'சமூகமே கேவலமா

பார்த்தவனுக்கு இப்படியொரு மரியாதை கிடைச்சிருக்கே! இத சரியா தக்க வச்சுக்கணும்' என்ற எண்ணத்தில் தலித் மக்கள் ரொம்பவே விசுவாசமாக மாறிப் போகின்றனர். இந்த விசுவாசிகள், ஆர்.எஸ்.எஸ். நடத்தும் மாநாட்டுக்கு தேர்ந்தெடுக்கப்படுகின்றனர். தமிழ் நாடு முழுவதும் உள்ள ஒவ்வொரு ஷாகா குழுவிலிருந்தும் துடிப்பான இரண்டு பேருக்கு மாநாட்டில் பதினைந்து நாட்கள் பயிற்சி பெறவாய்ப்புக் கிடைக்கிறது.

"பணக்காரங்களும் மேல்ஜாதிக்காரங்களும் இந்த மாநாட்டுக்காக பணத்தைக் கொட்டுவாங்க. இந்துமயம், சுதேசிப் பொருள், இந்துக்கள் யார், அவங்க வரலாறு என்ன?... இப்படி மாநாடு முடியறப்போ, நம்ம நரம்பெல்லாம் முறுக்கேறியிருக்கும். 'போய் பத்து பேர அடிச்சுட்டு வா'ன்னு சொன்னா செஞ்சுட்டு வந்துடுவோம். மாநாட்டுல கலந்துகிட்ட எண்ணூறு பேருக்கு, அங்க 'முக்கிய ஷிக்ஷத்' பொறுப்பு கொடுத்துடுவாங்க. அடுத்தடுத்து குழுக்களை உருவாக்கி ஆர்.எஸ்.எஸ். இல் இணைக்கறது இவங்களோட வேலை.

"நானும் எங்க ஏரியாவுல சில குழுக்களை உருவாக்கிப் பயிற்சி கொடுத்தேன். எங்க வீட்ல யாருக்குமே என் போக்குப் பிடிக்கல. ஆர்.எஸ்.எஸ். இல் இருக்கறத கவுரவமா நெனச்சேன். எங்க வீட்டுக்குள்ள ஆர்.எஸ்.எஸ். காரங்க வருவாங்க. நானும் அவுங்க வீட்டுக்குள்ள போவேன். தலித் மக்களோட தாழ்வு மனப்பான்மையை ஆர்.எஸ்.எஸ். சரியா பயன்படுத்துது. ஏழு வருஷம் தீவிர உறுப்பினரா இருந்தேன். வன்முறையைத் தவிர அதுல ஒண்ணும் சாதிக்க முடியல. முஸ்லிம்கள பார்த்தாலே அடிக்கணும்னு தோணும். அந்த அளவுக்கு வெறுப்புணர்ச்சியை ஏத்தி விட்டிருந்தாங்க...

ஒரு தடவை தி. க. கூட்டத்துல கலந்துக்கற வாய்ப்பு கிடைச்சது. பெரியார், அம்பேத்கர் புத்தகங்களைப் படிக்க ஆரம்பிச்சேன். தப்பு பண்ணிட்டோமேனு தோணுச்சு. உடனே வெளியேறிட்டேன். உண்மையை சொல்லணும்னா தலித் மக்களுக்கு இந்துத்துவமும் தெரியாது; தலித்தியமும் தெரியாது. அவங்களுக்குத் தெரிஞ்சதெல்லாம் வறுமையும் வன்கொடுமையும்தான். அது ரெண்டுல இருந்து யார் காப்பாத்துறேன்னாலும் அவங்க பின்னால போக மக்கள் தயாரா இருக்காங்க. ராம கோபாலனா, திருமாவளவனானு அலசி ஆராயவெல்லாம் மக்கள் விரும்பல.

யாரு மரியாதை தர்றானுதான் முதல்ல பார்க்குறாங்க" என்கிறார் இளவேனில்.

வர்த்தக பூமியான கோவையை கைப்பற்ற வேண்டுமென்பதும் அங்குள்ள முஸ்லிம்களை கலவரம் மூட்டியாவது அடித்து விரட்ட வேண்டுமென்பதும் இந்துத்துவவாதிகளின் லட்சியமாகவே இருந்து வருகிறது. கோவைக் கலவரம் அந்த 'லட்சிய' வெறியின் எச்சம்தான். 1998இல் நடந்த அந்தக் கலவரத்தில் முஸ்லிம்களுக்கு எதிராக தலித் மக்களைக் களமிறக்கிவிட்டு ஒதுங்கிக் கொண்டது ஆர்.எஸ்.எஸ். இந்துத்துவவாதிகள் தலித் மக்களோடு ஒன்றிணைவதன் நோக்கத்தை கோவை கலவரம் பளிச்சென்று காட்டிக் கொடுத்தது. இப்படித்தான் ஷாகா பட்டறையில் பயிற்சி பெறும் தலித் மக்கள் இந்து தீவிரவாதிகளாக வளர்த்துவிடப்படுகின்றனர்.

அருந்ததியர்கள் மக்கள் அதிகம் வசிக்கும் கோவை சிவானந்தா காலனி ஆர்.எஸ்.எஸ்., வி.எச்.பி., இந்து முன்னணியின் கோட்டையாக இருக்கிறது. இந்து முன்னணியில் மட்டும் எண்பது பேர் தீவிர உறுப்பினர்களாக உள்ளனர். ராமகோபாலன் அடிக்கடி வந்து போகும் இடம். மூளைச்சலவை செய்வது எப்படி என்பதை ராமகோபாலனிடம்தான் கற்றுக் கொள்ள வேண்டும். இந்து முன்னணியில் முக்கியப் பொறுப்பிலிருக்கும் ரமேஷ் ராமகோபாலனின் எண்ணங்களை அப்படியே பிரதிபலிக்கும்போது அதிர்ச்சியாக இருக்கிறது:

'இந்த நாட்டுல இந்துக்களுக்கு பெரிய ஆபத்து இருக்கு. நம்மள நாமதான் காப்பாத்திக்கணும். முஸ்லிம்கள் இந்த நாட்டைச் சூறையாடுவதற்கு வந்திருக்காங்க. இந்து முன்னணியில சேர்றதுக்கு முன்னால வரைக்கும் எனக்கு இந்த விஷயமெல்லாம் தெரியாது. ஜாதிங்கறதெல்லாம் ரொம்ப சின்னப் பிரச்சனை. அம்பேத்கர் மேல எங்களுக்கு மரியாதை இருக்கு. ஏன்னா அவர் நம்ம நாட்டோட அரசமைப்புச் சட்டத்தை உருவாக்குனாரு. அதையும்கூட மநுதர்மத்தோட அடிப்படையிலதான உருவாக்குனாரு. இந்தியா இந்து நாடு.

"நாம மநுதர்மத்தை ஏற்றுதான் நடக்கணும். தேச ஒற்றுமைக்காக நாம் பாடுபடணும். முஸ்லிம்கள் இந்த நாட்டுல இருக்கிற வரை அது நடக்காது. அவங்களுக்குனுதான் அரபு நாடு இருக்குல்ல. இங்க வந்து தலித் மக்களை எதுக்கு மதம் மாத்தணும்? முஸ்லிம் ஆகுறதோ, கிறிஸ்டீன் ஆகுறதோ தலித் மக்களோட பிரச்சனைக்குத்

தீர்வு இல்ல. ஷாகா பயிற்சியில நானா விரும்பி சேர்ந்துகிட்டேன். எனக்கு மரியாதை கொடுத்தாங்க. எங்கச் சேரிக்குள்ள வந்த முதல் அமைப்பு இந்து முன்னணிதான். தலித் கட்சிகளோ, அமைப்புகளோ இதுவரைக்கும் இங்க வந்ததில்லை. இந்துக்களுக்கு ஆபத்து வந்தா காப்பாத்தறதுக்குத்தான் இந்து முன்னணி இருக்கு. நம்ம ஆலயங்களைக் காப்பாத்தறதுக்கு விஷ்வ இந்து பரிஷத்; தொழிலாளர்களைப் பாதுகாக்கறதுக்கு ஆர்.எஸ்.எஸ். இந்தப் பகுதியில அந்த மூணு அமைப்புமே இருக்கு. எங்க ஓட்டு எப்பவுமே பி.ஜே.பி.க்குதான்" ரமேஷின் இந்த வார்த்தைகளில் ராமகோபாலனின் மூளைச்சலவை வீரியத்தைப் புரிந்து கொள்ள முடிகிறது!

எங்கெல்லாம் முஸ்லிம்களுக்கு எதிரான தாக்குதல்கள் நடக்கிறதோ அங்கெல்லாம் தலித் மக்கள்தான் அடியாட்களாகப் பயன்படுத்தப்படுகின்றனர். கோத்ரா ரயில் எரிந்த பிறகு தொடர்ந்த குஜராத் கலவரத்தில் அதிக அளவில் தலித் மக்கள் ஈடுபடுத்தப்பட்டதே இதற்கு எடுத்துக்காட்டு. இந்துத்துவவாதிகள் தலித் மக்களை கலவரத்துக்கு மட்டும்தான் தயார் செய்கிறார்கள். தொடக்கத்தில் காலைப் பிடிக்கும் இந்துத்துவம், நாள் போக்கில் எப்படி கழுத்தைப் பிடிக்கும் என்பதற்கு கோவை உக்கடம் பகுதி மக்களே வாழும் எடுத்துக்காட்டு.

ஏறக்குறைய இருநூறு பேர் ஆர்.எஸ்.எஸ். இன் தீவிர உறுப்பினர்களாக இருந்து பெருந்துயரங்களைச் சந்தித்திருக்கின்றனர். ஒவ்வொருவர் மீதும் சுமார் பத்து வழக்குகளாவது பதிவாகியிருந்தது. லட்சக்கணக்கில் பணத்தைச் செலவு செய்து வெளியே வந்திருக்கின்றனர். ஒரு காலத்தில் பி.ஜே.பி. ஏரியா என்பதுதான் உக்கடத்துக்கு அடையாளமாக இருந்தது. பட்டுத் தெளிந்திருக்கிறார்கள் உக்கடம் தலித் மக்கள்:

"ஷாகா சொல்லித் தர்றோம்னு வந்தாங்க. அஞ்சு மணிக்கெல்லாம் எழுப்பி விட்ருவாங்க. உடலை பலப்படுத்துறது, வன்முறையில் ஈடுபடுத்துறதுக்குத்தான்னு அப்ப எங்களுக்குத் தெரியல. முஸ்லிம்களை தாக்கணுங்கறது தான் குறிக்கோள். குடும்பத்தக்கூட கவனிக்கிறதில்ல. சண்டை முடிஞ்சு பார்க்கறப்போ, எங்கள தூண்டிவிட்டவங்க இருக்க மாட்டாங்க. போலிஸ் வரும்போது நாங்க மட்டும் மாட்டிக்குவோம். போலிஸ் இங்க வந்து எங்களை கைது பண்ணிட்டுப் போனாங்க. ஊர்ல ஏதாவது திருட்டுப் போச்சுனாகூட "கலவரத்துக்குப் போனானுங்கள்ல அந்த

சக்கிலியனுங்கள புடிச்சுட்டு வாங்கனு" சொல்ற அளவுக்கு நாங்க கலவரக்காரங்களா ஆகிட்டோம். சாக்கடை அடைச்சிருக்கு வந்து எடுத்து விடுன்னு நடுராத்திரியில போலிஸ் கதவைத் தட்டும். நம்பிப் போனா துணியெல்லாம் கழட்டி லாடம் கட்டிடுவானுங்க. காப்பாத்தறதுக்கு ஆர்.எஸ்.எஸ். -ம் வரல, அவங்க அப்பனும் வரல. ஒவ்வொரு கேசையும் உடைச்சு வெளிய வர்றதுக்குள்ள நாங்க பட்டபாடு இருக்கே!"

"ஷாகால வன்முறைதான் பாடம். ஆர்.எஸ்.எஸ். வர்றதுக்கு முன்னால வரைக்கும் முஸ்லிம்களோட அண்ணன் தம்பியா பழகிட்டு இருந்தோம். ஆர்.எஸ்.எஸ். காரங்களுக்கு விசுவாசமா இருந்து நல்லா பட்டோம். வேதனையோட சொல்றோம். தலித் மக்களுக்கு சரியான தலைமை இல்ல. பள்ளரும் பறையருமே எங்கள ஒதுக்கி வைக்கிறப்போ, நாங்க எங்கபோய் நியாயம் கேக்குறது?" என்கிறார்கள், உக்கடத்தைச் சேர்ந்த முனுசாமியும் நாகேந்திரனும். உக்கடம் மக்கள் இப்போது இருப்பது தி.மு.க.வில். திராவிடப் பாரம்பரியத்தில் வந்த கருணாநிதியே வாஜ்பாய் புகழ்பாடி, மஞ்சள் துண்டு கவசத்தோடு பிழைப்பு நடத்துகையில் ஒன்றுமறியாத இந்த மக்கள் என்ன செய்ய முடியும்?

யார் எதிரி என்பதில் இந்துத்துவவாதிகளுக்கு இருக்கும் தெளிவு, தலித் தலைவர்களிடம் இல்லை. இந்தியாவில் இந்து மதத்தைத் தவிர வேறொரு மதமும் வந்துவிடக் கூடாது; அதற்காக தலித் மக்களின் காலில் விழவும் தயாராகி விட்டனர் இந்துத்துவவாதிகள். ஆனால், தலித் தலைவர்களுக்கு அந்த விஷயத்தில் தெளிவில்லை என்றுதான் சொல்ல வேண்டும். சாதி அமைப்பைக் கட்டிக் காக்கிறவர்கள் பின்னாலேயே திரும்பத் திரும்பப் போய் கூட்டு சேர்கின்றனர். இந்துத்துவா எதிர்ப்பில் கம்யூனிஸ்டுகளுக்கும் பெரியாரியவாதிகளுக்கும் இருக்கும் பிடிவாதம்கூட, தலித் தலைவர்களுக்கு இல்லாதது வருத்தமளிக்கிறது.

1990களில் பொங்கியெழுந்த தலித் விடுதலை அரசியல், இன்று இருந்த இடம் தெரியாமல் அமுங்கிப் போனதற்குக் காரணமும் அதுதான். 'இந்துத்துவத்தை வேரறுப்போம்' என்று முழங்கியவர்கள் பின்னாளில் பா.ஜ.க. வோடு வசதியாகக் கூட்டு வைத்துக் கொண்டனர். பெருவேகத்தில் ஓடிவரும் நதியெல்லாம் கடலில் கலப்பது போல வீரியத்தோடு வெளிவரும் தலித் தலைவர்கள், ஒரு கட்டத்தில சராசரி அரசியல் சாக்கடையில் வீழ்ந்து சுயமிழப்பதுதான் நிகழ்கால வேதனை.

ஒன்றிணைக்கப்பட வேண்டியவர்கள் மக்கள்; தலைவர்கள் அல்ல என்ற உண்மையை தலித் தலைவர்களும் உணராதது வியப்பளிக்கிறது. விடுதலையையும் சுயமரியாதையையும் உயிர் கொடுத்தேனும் மீட்டுத் தருவார்கள் என்று தலைவர்கள் என்ன செய்தாலும் பின்பற்றி சம்மதிக்கும் மக்களை மீண்டும் மீண்டும் புதைகுழிக்குள் தள்ளுவது துரோகமில்லையா? தேர்தலைக் குறிவைத்தே செயல்திட்டங்களை நகர்த்துவதும் பரவி வரும் இந்துத்துவ வீரியமும் தளர்ந்து வரும் தலித் அரசியலும் தலித் விடுதலையின் வேகத்தையும் வீச்சையும் ஒரு பத்தாண்டுகளுக்குப் பின்னால் தள்ளிவிட்டன.

சென்னைச் சேரிகள் பலவற்றில் ஏற்கனவே காவிக்கொடி பறக்கத் தொடங்கி விட்டது. ஓட்டேரியில் வசிக்கும் ரமேஷ், பா.ஜ.க. வின் இளைஞர் அணி பொதுச் செயலாளராக்கப் பட்டிருக்கிறார். அ.தி.மு.க. வில் இருந்து பார்த்து, விடுதலைச் சிறுத்தைகளையும் ஆதரித்து ஒரு பலனும் இல்லை என்று பா.ஜ.க. வில் இணைந்திருக்கிறார். ராமகோபாலன் இவர் வீட்டுக்குள் வந்து உட்கார்ந்து டீ குடித்ததையும் குழந்தைகளைத் தூக்கி முத்தம் கொடுத்துக் கொஞ்சியதையும் பெரிய கவுரவமாக நினைத்து சிலாகிக்கும் ரமேஷ்,

'நாமெல்லாம் பிறப்பால் இந்துக்கள். நம்மள மதம் மாத்தி இந்தியாவை கைப்பத்துறதுக்கு அமெரிக்காவுல பெரிய சதித் திட்டமே நடக்குது. இந்தப் பகுதியிலேயே நிறைய பேர் மதம் மாறியிருக்காங்க. அப்படி மாறுனவங்க ஏசு ஏசுனு மென்டலா திரியறாங்க. மதம் மாறுறதால ஒரு பிரயோஜனமும் இல்லீங்க. முஸ்லிமா மாறினா, காக்கா முஸ்லிம்னு ஒதுக்கி வைக்கிறாங்க. அதுக்கு நம்ம மதத்துலயே இருந்துடலாம்ல. திருமாவளவன் வருவாரு, நமக்கெல்லாம் நல்லது செய்வாருனு எதிர்பார்த்தோம். அவரு சரியில்லீங்க. தலித் மக்களுக்கு என்ன சலுகைகள் இருக்குனுகூட சொல்றதில்ல. ஓட்டு வாங்க மட்டும்தான் இந்தப் பக்கம் வர்றாரு. இப்பப் பாருங்க ராமதாஸ்கூட சுத்துறார்.

'பி.ஜே.பி. அப்படியில்ல. இந்தப் பகுதியில கம்ப்யூட்டர் க்ளாஸ் நடத்துறாங்க. உண்மையைச் சொல்லணும்னா எங்கள பாதுகாக்க நல்ல தலைவர் இல்ல. இந்து மதம் நல்ல மதம் இல்லனா, முதல்ல தலித் தலைவர்கள் அதவிட்டு வெளியேறி மதம் மாறட்டும். அப்புறம் எங்களுக்கு சொல்லட்டும். இந்துத்துவத்தை எதிர்த்தாலும் இன்னும் திருமாவளவனும் கிருஷ்ணசாமியும் இந்துவாதான

இருக்காங்க. தலைவருக்கு ஒரு நியாயம், மக்களுக்கு ஒரு நியாயமா? நான் பி.ஜே.பி. யோட வளர்ச்சிக்காகப் பாடுபடுறதுனு முடிவு பண்ணிட்டேன். இப்பக்கூட அறுநூறு பேர கட்சியில சேத்துவிட்டிருக்கேன். வி.எச்.பி.லயும் உறுப்பினராகப் போறோம்' என்கிறார் உறுதியோடு.

தலித் தலைவர்கள் ஹீரோக்கள் மாதிரி வலம் வந்து என்ன பயன்? சேரிகளில் பறப்பதென்னவோ காவிக்கொடிதானே! தலித் தலைவர்களுக்கு நிச்சயம் வேற்று சாதிக்காரர்கள் ஓட்டுப் போடப் போவதில்லை. அப்போதும் தலித் மக்கள்தான் உயிரைக் கொடுக்கப் போகிறார்கள். அதற்காகவாவது சேரிகளுக்குப் போய் மக்களுக்கு விழிப்புணர்வை ஏற்படுத்தலாமே!

ராமகோபாலன் போகிறாரே சேரி சேரியாக, வீடு வீடாக. இத்தனை ஆண்டுகளில் இந்துமத எதிர்ப்பு என்ற அடிப்படை உண்மையைக்கூட தலித் மக்களிடம் கொண்டு சேர்க்க முடியவில்லை. இன்னும் தீண்டாமைக் கொடுமைகள் அரங்கேறுகின்றன, பாலியல் வல்லுறவுகள் தொடர்கின்றன. இடஒதுக்கீட்டுப் பிரச்சனை இன்னும் இருக்கிறது. இந்துத்துவத்தை எதிர்த்து கம்யூனிஸ்டுகளும் பெரியாரிஸ்டுகளும் எழுதிக் குவித்து புத்தகங்கள் வெளியிட்டுக் கொண்டிருக்கையில் களப்பணியில் - மூளைச்சலவையில் தீவிரமாக இருக்கின்றனர் இந்துத்துவவாதிகள்.

அம்பேத்கரைப் பின்பற்ற வேண்டிய தலித் மக்கள் விவேகானந்தருக்கு விழா எடுக்கும் நிலை ஏற்பட்டிருப்பது அதனால்தான். இந்துத்துவத்தை ஆதரித்த 'துக்கடா' தலைவர்களைக்கூட பார்ப்பனர்கள் தலையில் வைத்துக் கொண்டாடுகையில் இந்துத்துவ எதிர்ப்பையே வாழ்க்கையின் தீவிர லட்சியமாகக் கொண்ட பெரியாரை ஆயிரத்தெட்டு கேள்விகளுக்கும் விமர்சனங்களுக்கும் தலித் அறிவு ஜீவிகள் உள்ளாக்குகின்றனர். பெரியாரை எதிர்த்த அளவுக்கு இவர்கள் சங்கராச்சாரியைக்கூட எதிர்த்ததில்லையே ஏன்? இந்துத்துவம் தலித் மக்களையும் இந்துக்கள் என்கிறது. இன்றைய தலித்தியம் பெரியாரையே வேற்றாள் என்கிறது. பார்ப்பனியம் வெற்றி பெறுவதும் தலித்தியம் தோற்பதும் இந்த வித்தியாசத்தில்தான். பிற்படுத்தப்பட்டோருக்காக குரல் கொடுத்தார் என்பதற்காக அம்பேத்கரையே இவர்கள் சந்தேகப்பட்டாலும் ஆச்சரியப் படுவதற்கில்லை.

இப்போதெல்லாம் தலித் மக்களுக்கெதிராக வன்கொடுமைகள் நடந்தால் குறைந்தபட்சம் கண்டனங்கள் தெரிவிப்பதற்குக்கூட ஆளில்லாமல் போய்விட்டது. போராட்டமென்றால் என்ன விலை என்று கேட்கிற அளவுக்கு சமாதானவாதிகளாக மாறிவிட்டனர் அரசியல் தலைவர்களும் மனித உரிமை ஆர்வலர்களும். உளப்பூர்வமாக ஒன்றிணைய வேண்டிய தலித் தலைவர்கள் ஆளுக்கொரு திசையில் நின்றுகொண்டு உட்சாதிப் பிரிவினைக்கு ஊக்கமளித்துவிட்டு, தேர்தலுக்காக மட்டும் ஒன்றிணைந்து கொண்டால் ஒற்றுமை ஓங்கி விடுமா?

தலித் விடுதலையின் அடித்தளமே மக்கள் விழிப்புணர்வடைய வேண்டுமென்பதும் ஒன்றிணைய வேண்டுமென்பதும்தான். எல்லா அரசியல் கட்சிகளையும் போல தலித் கட்சிகளும் 'தேசிய நீரோட்டத்துக்கு' வந்துவிட்டதால் தான் மக்களுக்கு இந்துத்துவத்துக்கும் தலித்தியத்துக்குமான வேற்றுமை புரியவில்லை. ஆர்.எஸ்.எஸ். இன் அடியாட்களாக மாற்றப்பட்டிருக்கும் தலித் மக்களின் கழுத்தில் இன்று மாலையாக மினுக்கும் இந்துத்துவம், சுருக்குக் கயிறாகும் முன் தேர்தல் அரசியல் பேசுவதை நிறுத்திவிட்டு தலித் தலைவர்கள் சேரிகளுக்கு கிளம்ப வேண்டும். தன்னலமற்ற களப்பணி ஒன்றே மக்களை இந்துத்துவத்திடமிருந்து காப்பாற்றும். •

– பிப்ரவரி 2005

# 17

## பீடங்கள் பறிபோகின்றன பதற்றத்தில் பார்ப்பனர்கள்!

இந்தியாவின் பிரதமர்கூட சங்கராச்சாரி காலில் விழும் நிலை இருந்ததால் பார்ப்பனர்களுக்கு அதுவே பெரிய பலத்தைக் கொடுத்தது. கொலைக்குற்றம் தொடங்கி பெண்கள் தொடர்பு வரை சங்கராச்சாரி தோலுரிக்கப்பட்டவுடன் சமூகம் அவர் மீது காறி உமிழ்ந்தது. பார்ப்பனர்கள் அது தங்கள் மீது விழுந்ததாகவே எடுத்துக் கொண்டனர்!

**ஜெயலலிதா,** சுப்ரமணியசாமி, ராமகோபாலன், ஜெயேந்திரன், சுந்தரராமசாமி, அசோகமித்திரன், விஸ்வநாதன் ஆனந்த், என். ராம், எம். எஸ். சுவாமிநாதன், இல. கணேசன், வி. ஆர். லட்சுமிநாராயணன், வெங்கட் ராகவன், முரளி கார்த்திக், சடகோபன் ரமேஷ், நிருபமா வைத்தியநாதன், கமல்ஹாசன், சுஹாசினி, நரேந்திர குப்தா, டாக்டர் பத்ரிநாத், 'துக்ளக்' சோ, எஸ். வி.சேகர், ந. முத்துசாமி, அனிதா ரத்னம், பத்மா சுப்பரமணியன், குன்னக்குடி வைத்தியநாதன், பி.சி.சிறீராம், சின்னக்குத்தூசி, ஞாநி, டி. என்.கோபாலன், டி. எஸ். எஸ். மணி, பாலகுமாரன், அனுராதா ரமணன், அம்பை, அனுராதா சிறீராம், உன்னிகிருஷ்ணன், சுதா ரகுநாதன், நித்யசிறீ, கே.பாலச்சந்தர், விசு, ஏ. வி. ரமணன், பெப்சி உமா, சொர்ணமால்யா, ஷோபனா ரவி, மாலன், சுதாங்கன், 'விகடன்' எஸ். பாலசுப்ரமணியன், 'தினமலர்' கிருஷ்ணமூர்த்தி, 'கல்கி' ராஜேந்திரன், வாலி, கஸ்தூரி ரங்கன், த்ரிஷா, மேதா, ஏ.எம். ராஜகோபாலன், மருதையன், லதா ரஜினிகாந்த், நிருபமா சுப்ரமணியன், மாலினி பார்த்தசாரதி, லட்சுமி, பா. ராகவன், உ. வாசுகி, மைதிலி சிவராமன், சுஜாதா, மதன், ரா.கி.ரங்கராஜன், ஜ.ரா.சுந்தரேசன், புஷ்பா கந்தசாமி, பிரமிட் நடராஜன், மங்கை, வெங்கடேஷ் சக்கரவர்த்தி, வாசந்தி, ராஜம் கிருஷ்ணன், எஸ். ஆனந்த் இன்னும் இன்னும்.....

தமிழகத்தின் மிகப் பிரபலமானவர்கள், உயர் பதவி மற்றும் முக்கியப் பொறுப்பு வகிப்பவர்கள் பட்டியலை எடுத்துப் பார்த்தால் சந்தேகமே இல்லாமல் அது முழுக்க முழுக்க (மிக நிச்சயமாக மூன்று சதவிகிதத்தையும் தாண்டி!) பார்ப்பனர்களால்தான் நிரம்பி வழிகிறது. அரசியல், கல்வி, கலை, இலக்கியம், விஞ்ஞானம், ஆன்மீகம், மருத்துவம், பொறியியல், சமூக சேவை... அவ்வளவு

ஏன் தலித் விடுதலையின் உச்சாணிக் கிளையிலும் அமர்ந்து கொண்டு நாட்டாமை செய்கிறவர்களும் பார்ப்பனர்களாகவே இருக்கின்றனர். சாதியின் வழியாக அத்தனை அதிகாரங்களையும் கைப்பற்றிய பின்னும் இன்னும் ஆசை அடங்கவில்லை தமிழகத்துப் பார்ப்பனர்களுக்கு.

'நாங்கள் இங்கு தலித் மக்களைப் போல துன்பப்படுகிறோம்' என்று அழுது புலம்பித் தீர்த்திருக்கிறார்கள் - தமிழகத்தின் 'தலை சிறந்த' பார்ப்பனர்கள் சிலர். 'சிறியவன்' ஆனந்தாக அறியப்பட்ட எஸ். ஆனந்த், தனது போலி பிம்பங்களை உடைத்து 'பெரியவாள்' ஆனந்தாக அவதரித்து ஏப்ரல் 11, 2005 நாளிட்ட 'அவுட்லுக்' ஆங்கில வார இதழில், 'தலித்துகளாக்கப்பட்ட பார்ப்பனர்கள்' (Dalits in Reverse) என்ற செய்திக் கட்டுரையை எழுதியிருக்கிறார். வெறும் பொய்களைக் கோர்த்து எழுதப்பட்ட அந்தப் புலம்பல் கட்டுரையால் சமூகத்துக்கு விளைந்திருக்கும் ஒரே நலன் ஆனந்தின் உண்மைமுகம் வெளிச்சத்துக்கு வந்திருப்பது மட்டுமே!

பார்ப்பனரல்லாத, தலித் அல்லாத சாதி இந்துக்களை மட்டுமே இச்சமூகத்தின் எதிரிகளாக முன்னிறுத்தி, தலித் - பார்ப்பனக் கூட்டணியை வலியுறுத்தும் சூழ்ச்சியின் நீட்சியே ஆனந்தின் இந்தக் கட்டுரை. பெரியாரையும் அதன் வாயிலாகப் பிற்படுத்தப்பட்டோரையும் தலித் மக்களுக்கு எதிரானவர்களாக சித்தரித்துப் பொய்ப் பிரச்சாரம் செய்து வரும் 'ஆனந்த்' கூட்டணி எய்திருக்கும் அம்புதான் பார்ப்பனர்களை தலித்துகளோடு ஒப்பிட்டு, சுய பச்சாதாபம் தேடும் இந்த முயற்சி.

சென்னை மயிலாப்பூர் கபாலீஸ்வரர் கோயில் திருவிழா நடக்கிறது. நூற்றுக்கணக்கான மக்கள் கூடி கோயில் தேர்வடத்தை வியர்க்க விறுவிறுக்க இழுக்கிறார்கள். 'கபாலி' என்று பரவச நிலையில் கூக்குரலிடுகின்றனர். இந்தக் காட்சியை ஓரமாக நின்று பார்த்துக் கொண்டிருக்கிறார் 40 வயது மனிதர். தேர் வடத்தைத் தொட்டுப் பார்க்கும் ஆவல் உண்டாகிறது அவருக்கு. தயங்கித் தயங்கி அதற்கு அனுமதி கேட்கிறார். வடத்தில் கை வைக்கிறார். உடனே பின்வாங்கி பழைய இடத்தில் வந்து நின்று கொள்கிறார். வடத்தைத் தொட்டுப் பார்ப்பதன் மூலம் அந்த மனிதருக்கு தேவைப்பட்டது கொஞ்சமே கொஞ்சம் புண்ணியம்தான்.

தனது கட்டுரையை ஆனந்த் இப்படித்தான் தொடங்கி இருக்கிறார். தமிழகம் முழுவதும் பல கோயில்களில் இதே

கொடுமையைப் பார்க்க முடியும். கோயிலை தங்கள் உடைமையாகவும் தேர்வடம் இழுப்பதைத் தங்கள் ஆதிக்க உரிமையாகவும் நினைக்கிறவர்கள் பார்ப்பனர்கள்தானே! தமிழகத்தின் இந்தப் பின்னணியில் கட்டுரையின் தொடக்கத்தைப் படித்தால் தேர்வடம் இழுக்கும் நூற்றுக்கணக்கான மக்கள் பார்ப்பனர்கள் என்றும் தயங்கித் தயங்கி தேர்வடத்தைத் தொட முற்படும் அந்த நாற்பது வயது மனிதர் தலித் என்றும்தான் நினைக்கத் தூண்டும். சூழ்ச்சியை மட்டுமே செய்து பழகிய பார்ப்பன மூளையால் ஆனந்த் இங்கு தெளிவாக பொய்களைத் திணிக்கிறார். பார்ப்பனரல்லாதோர் கூடிநின்று தேர் இழுக்க ஒரு பார்ப்பனர் தேர்வடத்தைத் தொடத் தயங்கினாராம். காரணம் சாதியாம்! என்ன கூத்து பாருங்கள்!

தமிழகத்தைப் பொருத்தவரை, எல்லா பெரிய கோயில்களின் அதிகாரமும் யார் கையில் இருக்கிறது என்பது சொல்லித் தெரிய வேண்டியதில்லை. கடவுளை மிக அருகில் சந்திக்கும்(!) கோயில் கருவறை இன்றும் பார்ப்பனர்களின் அதிகார இடமாகவே இருக்கிறது.

பார்ப்பனர் அல்லாத ஒருவர் அங்கு நுழைய முடியுமா? இந்து அறநிலையத் துறைக்கு உட்பட்ட கோயில்களில் அனைத்துச் சாதியினரும் அர்ச்சகர் ஆகலாம் என்று சட்டம் இயற்றப்பட்டும் இன்று வரை செயல்படுத்த முடிந்ததா இந்த ஜனநாயக சமூகத்தில்? ஊர் கோயிலுக்குள் சாமி கும்பிட நுழைவதென்பதே தலித் மக்களுக்குப் பெருங்கனவு.

தலித் மக்கள் தாங்களும் தேர்வடம் பிடிப்போம் என்றதற்காக கண்டதேவியில் பல்லாண்டுகளாக ஓடாமல் நிற்கிறதே தேர்! அந்த நிலையா பார்ப்பனர்களுக்கு நேர்ந்திருக்கிறது? தலித் மக்களை இந்தச் சமூகம் எந்த இடத்தில் நிறுத்தி வைத்திருக்கிறதோ அந்த இடத்தில் பொருத்தமே இல்லாமல் ஒரு பார்ப்பனரை நிற்க வைத்து பச்சாதாபத்தைத் தேடுகிறார் ஆனந்த். பார்ப்பனர்கள் மீது கழிவிரக்கத்தை உண்டாக்க வேண்டியது மட்டும்தான் இக்கட்டுரையின் நோக்கம் என்றால் 'போகுது' என்று அதை அப்படியே விட்டு விடலாம். ஆனால், அதன் பின்னணியை ஆராய்ந்தால் சாதியால் சிதைந்து கிடக்கும் இந்தச் சமூகத்தை இன்னும் துண்டு துண்டாக்க முனையும் கீழ்த்தரமான அரசியல் உள்நோக்கம் பிடிபடும்.

‘அவுட்லுக்’ கட்டுரையில் ‘சோ’ ராமசாமி, ‘பார்ப்பனர்கள் கொடுமைப்படுத்தப்படுகிறார்கள். ஒரு காலத்தில் அவர்கள் ஆதிக்கம் செலுத்தியது உண்மை. ஆனால், இப்போது நிலைமை மாறி விட்டது. பெரியார் அவருடைய இயக்கத்தைத் தொடங்கியபோது பார்ப்பனர்களுக்கு எதிரான வன்முறை பெருமளவில் ஊக்கப்படுத்தப்பட்டது. தி.க.வும் தி.மு.க.வும் பார்ப்பனர்களை இழிவுபடுத்தின. ஆனால், இந்த சவாலை வெற்றிகரமாக சமாளித்து பார்ப்பனர்கள் முன்னேறினார்கள். இடஒதுக்கீடு இல்லாததால் பார்ப்பனர்கள் கடினமாக உழைத்துத்தான் முன்னுக்கு வரவேண்டியிருந்தது’ என்று சொல்லியிருக்கிறார்.

அதே கட்டுரையில், இடஒதுக்கீட்டைக் கேள்விக்கு உள்ளாக்குகிறார் நடனக் கலைஞர் அனிதா ரத்னம்: ‘என் சகோதரன் 98% மதிப்பெண்கள் பெற்றும் அவனுக்கு பொறியியல் கல்லூரியில் இடம் கிடைக்கவில்லை. 1970களில் திருமணத்துக்கு எனக்கு மாப்பிள்ளை தேடியபோது தகுதி வாய்ந்த பார்ப்பன இளைஞர்கள் எல்லோரும் வெளிநாட்டில் செட்டிலாகி விட்டனர்’ என்கிறார்.

‘ஒடுக்கப்பட்ட மக்களுக்கு நீதி செய்ய வேண்டும் என்பதற்காகத்தான் இடஒதுக்கீடு உருவாக்கப்பட்டது. இன்றும் ஒதுக்கப்பட்ட சதவிகிதப்படி, எத்தனை தலித் மக்கள் படிக்கவோ வேலை செய்யவோ வருகிறார்கள் என்பது பெரிய கேள்விக்குறி. தமிழக அரசுப் பணியிடங்களில் தலித் மக்களுக்கான சுமார் பதினேழாயிரம் பணியிடங்கள் நிரப்பப்படாமலேயே இருக்கின்றன. இச்சூழலில் இடஒதுக்கீட்டினால் பார்ப்பன சமூகம் பாதிக்கப்பட்டது என்று சொன்னால் அது மிகமிக அநாகரீகமானது. கல்வி வியாபாரமாகி விட்ட காலகட்டம் இது. ஏற்கனவே பெருமளவில் மேலை நாடுகளில் உயர் பதவிகளிலும் செட்டிலாகிவிட்ட பார்ப்பனர்களால் வியாபாரத்தனத்தை சமாளிக்க முடியும். இடஒதுக்கீடும் இல்லையென்றால் தலித் மக்கள் எங்கே போவார்கள்?’ என்கிறார் மீனாட்சி கல்லூரியின் பேராசிரியர் பத்மாவதி.

வர்ணாசிரம அடிப்படையில் மக்களைப் பிரித்து மிகக் கேவலமான கொடுமைகளுக்கு உட்படுத்தி, அட்டூழியம் செய்து கொண்டிருக்கும் பார்ப்பனியத்தை வேரறுக்க பெரியார் பெரும் சக்தியாகக் களமிறங்கினார். குடுமி வைத்தவர்கள் அதைத் துறக்க

நேர்ந்தது; 'அவாள் பாஷை' கட்டுப்பாட்டுக்குள் வந்தது. இதைத்தான் வன்முறை என்கிறார் 'சோ'. "சக மனிதனை அடிமைப்படுத்தாதே! உனக்கு அந்த அதிகாரம் இல்லை" என்று சொன்னால் அதற்குப் பெயர் கொடுமையாம். காலங்காலமாய் சாட்டையை சுழற்றி அடிப்பவனின் கையிலிருந்து அதைப் பிடுங்க முற்பட்டால் அதற்குப் பெயர் வன்முறையாம்.

'தமிழகத்தில் இருந்து கொண்டு நீங்கள் சமஸ்கிருதம்தான் தாய்மொழி என்பீர்கள். தமிழில் அர்ச்சனை செய்யுங்கள் என்றால் மல்லுக்கு நிற்பீர்கள். ஆனால், இங்கிருக்கும் அனைத்தையும் உங்களுக்கு வாரிக் கொடுக்க வேண்டும் என்ன நியாயம் இது? வர்ணாசிரமம் நீங்கள் கொண்டு வந்ததுதானே! அந்த அறிவு சூழ்ச்சியிலிருந்து தெளிவு பெற்று, ஒடுக்கப்பட்ட மக்கள் ஓரடி முன்னால் எடுத்து வைத்ததற்கே இந்தக் கூச்சல். ஒன்று மட்டும் உண்மை. பார்ப்பனர்கள் மெதுவாக பயப்படத் தொடங்கியிருக்கிறார்கள். இது நல்ல அறிகுறி' என்கிறார் பத்மாவதி.

ஆனாலும் பார்ப்பனர்கள் கொடுமைப்படுத்தப்படுவதாக 'சோ' உணர்கிறார். தலித் மக்கள் இப்போதுதான் முதல் தலைமுறையாக பள்ளிக்கூடம் பார்க்கிறார்கள். அது பழங்குடியினருக்கு இன்னும்கூட சாத்தியப்படவில்லை. பார்ப்பனர்களுக்கு அடிமை வேலை செய்து வரும் அந்த மக்கள் 'நாங்கள் கடினமாக உழைத்துத்தான் முன்னேற முடிந்தது' என்று சொன்னால் அதில் நியாயம் இருக்கிறது. உங்களுக்கென்ன சோ, மன்னராட்சியின்போது அரசர்களிடமும் ஆங்கிலேயர் ஆட்சியின்போது அவர்களிடமும் தந்திரமாக அதிகாரத்தைக் கைப்பற்றி விட்டீர்கள். இன்று அண்ணாந்து பார்த்தால் அத்தனை இடத்திலும் உங்கள் சாதிக்காரர்கள்தான். ஆனால், இப்போது அந்த நிலை மெல்ல மாறி வருகிறதோ என்ற சந்தேகம் வந்தவுடன் புதிய புதிய சூழ்ச்சிகளை முன்வைக்கிறீர்கள்.

'அவுட் லுக்' இதழில் அசோகமித்திரன் சிந்தியிருக்கும் கண்ணீரைப் பிடித்தால் தமிழகத்தில் புதிய நதியே உருவாகி ஓடும் போல! சிறப்புக் கருத்துரையாளர் அவர்தான். இலக்கியவாதி என்ற முகமூடியைக் கிழித்தெறிந்து 'நானொரு சுத்தப் பாப்பான்' என்று முதன் முறையாக வெளிவந்திருக்கிறார். அவருடைய மேலான (!) கருத்துகள் இதோ: "தமிழகத்தில் நாங்கள் யூதர்களைப் போல இருக்கிறோம். பார்ப்பனர்களுக்கு எதிராகத் தொடங்கப்பட்ட இயக்கத்தால் பார்ப்பனர்கள் தங்கள் அடையாளங்களை

இழந்துவிட்டனர். குடுமி வைத்துக்கொள்ள முடியவில்லை; பூணூல் போட முடியவில்லை; மீசை வளர்க்க நிர்பந்திக்கப்பட்டோம். எங்கள் பாஷையைப் பேச முடியவில்லை. சிலர் அசைவ உணவுகூட உண்கிறார்கள். திராவிடர்கள் எங்களை வந்தேறிகள் என்றனர். அவர்களுக்கு அரசாங்க உத்தியோகங்கள் கிடைப்பதில்லை."

தலித் மக்களோடு ஒப்பிட்டுக் கொள்ளும் அளவுக்கு பார்ப்பனர்களுக்கு அப்படியென்ன இங்கு நடந்துவிட்டது எனக் கேட்கிறார் பேராசிரியர் அய். இளங்கோவன், "பார்ப்பனர்களை யாரும் ஊரைவிட்டு ஒதுக்கி வைக்கவில்லை. இன்றும்கூட அக்கிரகாரத்துக்குள் அவர்கள் சுகமாக வசிக்கிறார்கள். குடுமியும் பூணூலும் பளிச்சிட ஹீரோ ஹோண்டாவில் மேல் சட்டை அணியாமல் பறக்கின்றனர். ஒவ்வொரு ஆவணி அவிட்டத்தின்போதும் பூணூல் மாற்றிக் கொள்வதற்கு அவர்களுக்கு எந்தத் தடையும் விதிக்கப்படவில்லை. இரட்டை தம்ளர் கொடுமை இல்லை. பார்ப்பனர்களைப் பார்த்தாலோ, தொட்டாலோ தீட்டாவதில்லை. சாதிக் கலவரங்களில் அவர்கள் உயிரிழக்கவில்லை. மேல் சட்டை அணியவோ, செருப்புப் போடவோ அவர்களுக்குத் தடையில்லை. பார்ப்பனர் வாயில் மலத்தைத் திணித்து சிறுநீரால் யாரும் குளிப்பாட்டியதில்லை. பார்ப்பனர் தேர்தலில் நிற்கவோ, ஓட்டுப் போடவோ இதுவரை தடையில்லை. தவிர, அவர்களுக்கு கல்வி மறுக்கப்படவில்லை, வேலைவாய்ப்பு புறக்கணிக்கப்படவில்லை. தமிழகத்தின் முக்கியமான 50 அய். ஏ. எஸ். அதிகாரிகளில் 45 பேர் பார்ப்பனர்கள்தான். இது ஒரு எடுத்துக்காட்டுதான். இதெல்லாம் இல்லையென்றால்கூட, சாதி அந்தஸ்தில் ஒவ்வொரு பார்ப்பனருமே தலைவர் மாதிரிதானே நடந்து கொள்கிறார்."

பண்பாட்டு அடையாளங்களை இழப்பதற்கும் ஆதிக்க சாதி அடையாளங்களை இழப்பதற்கும் வேறுபாடு தெரியாதவராக அசோகமித்திரன் இருக்கிறார். "பார்ப்பனர்கள் ஏன் யூதர்கள் ஆக முடியாது" என்கிறார் புதுவை பிரெஞ்சு ஆய்வு நிறுவனத்தில் ஆய்வாளராகப் பணிபுரியும் கண்ணன் எம். "யூதர்களைப் போல நடத்தப்படுகிறோம் என்று அசோகமித்திரன் சொல்வது வியப்பாகவும் அதே சமயம் அபத்தமாகவும் இருக்கிறது. யூதர்களின் வரலாறு பற்றி அடிப்படை அறிவு இருந்திருந்தால்கூட, அசோகமித்திரன் அந்த மாதிரி சொல்லியிருக்க மாட்டார். முதல்

உலகப் போரின் முடிவில் ஜெர்மனி பொருளாதார ரீதியாக கடும் வீழ்ச்சியடைந்தது. தன் நாட்டின் இந்த நிலைக்கு காரணம் யூதர்களே என்று கருதிய ஹிட்லர், யூதர்களுக்கு எதிரான மிக மோசமான வன்முறையை முடுக்கி விட்டார். யூதர்கள் தங்கள் குடியிருப்புகளை விட்டு விரட்டியடிக்கப்பட்டனர். அடையாளத்துக்கு மஞ்சள் நிற நட்சத்திரத்தை தோள் பட்டையில் குத்தியிருக்க வேண்டும். கல்வியும் வேலைவாய்ப்பும் மறுக்கப்பட்டது. கூட்டம் கூட்டமாக அள்ளிக் கொண்டு போய் சித்ரவதைக் கூடங்களில் மொத்தமாக அடித்து துன்புறுத்தப்பட்டனர், கொலை செய்யப்பட்டனர். அந்த மாதிரி என்ன பிரச்சனை இங்கு பார்ப்பனர்களுக்கு ஏற்பட்டு விட்டது என்பது புரியவில்லை. சமூக சூழலையும் வரலாற்று உண்மைகளையும் திரிக்கும் அசோகமித்திரனின் கருத்துகள் கண்டிக்கத்தக்கவை.

“யூதர்கள் அடிமைப்பட்ட காலம், அவர்கள் அடக்கி ஆளும் காலம் என இரண்டு வெவ்வேறு வரலாறுகள் உண்டு. இதில் எதனுடனுமே பார்ப்பனர்கள் தங்கள் வாழ்வியல் வரலாறை ஒப்பிட்டுக் கொள்ள முடியாது. காரணம், பார்ப்பனர்களுக்கு எப்போதுமே அடிமை வரலாறு இருந்ததில்லையே. வரலாற்று ரீதியாகவும் சமூக ரீதியாகவும் யூதர்களின் மீதான வெறுப்பு என்பது மிகவும் ஆழமானது. அது, எளிதான சூத்திரத்துக்குள் அடக்க முடியாதது. அதுபற்றிய எந்த அறிவுமின்றி பார்ப்பனர்கள் தங்களை யூதர்களோடு ஒப்பிடுவது மிகக் கேவலமானது. அது யூதர்களுக்கு இழுக்கு” என்கிறார்.

“சொந்த நாட்டு மக்களை அகதியாக்கும் திறமை பார்ப்பனர்களுக்கு தானே உண்டு” என்கிறார் பத்மாவதி. “தீண்டாமையைக் கண்டுபிடித்த ‘புண்ணியவான்கள்’ நீங்கள். சமூகத்தோடு கலக்க உங்களுக்குதான் முடியவில்லை. எல்லோரும் குடிக்கிற டீக்கடையில் நீங்களும் போய் டீ குடியுங்கள். நாங்களா ஆச்சாரம் பார்த்துக் கொண்டு உங்களைத் தொடமாட்டோம் என்று ஒதுக்கி வைக்கிறோம்! எந்த பார்ப்பனர் இங்கு தீண்டத்தகாதவனாக இருக்கிறார்! சாதிய மய்யங்கள் தகர்ந்து வரும் சூழலில் பீடங்கள் பறிபோகும் கூக்குரல்தான் இது. பல்லாண்டு கால அடிமை வரலாற்றில் வெறும் 50 ஆண்டுகால இடஒதுக்கீடு உரிமையில் தலித் மக்கள் பத்து சதவிகிதம்கூட முன்னேறவில்லை. பார்ப்பனர்கள் அவர்களோடு தங்களை ஒப்பிட்டுக் கொள்வது அருவருப்பான செயல்” என்கிறார்.

“ஆதி காலத்தில் இருந்தே உரிமைகள் மறுக்கப்பட்டவர்களுக்கு இப்போது தான் கொஞ்சம் உரிமைகள் கிடைத்து வருகிறது. அதைக்கூட தாங்கிக் கொள்ள முடியாமல் அழுது புலம்புவது சரியல்ல. சில ஆண்டுகளுக்கு முன்புவரைகூட நீதிபதி என்றால் ராதாகிருஷ்ணன்களும் மாவட்ட ஆட்சித் தலைவர் என்றால் கிருஷ்ணமாச்சாரிகளும்தானே இருந்தனர்? சமூகத்தை அதன் ஒட்டுமொத்த நலன் குறித்து சிந்திக்கிறவன் மட்டுமே சிறந்த எழுத்தாளனாக இருக்க முடியும். பாதிக்கப்பட்டவர்கள் பற்றி தனது கதைகளில் பேசும் அசோகமித்திரன், பாதிப்பை உண்டாக்குகிறவர்கள் பற்றி எப்போதுமே பேச மாட்டார். அவர் பேச ஆரம்பித்தால் எப்படி இருக்கும் என்பதற்கு இதுதான் உதாரணம். அசோகமித்திரன் தன் மனதை கொஞ்சம் திறந்து காட்டியதற்கே மநுநீதி வாசனை புரட்டி எடுக்கிறது. முழுதும் வெளியில்வந்தார் என்றால் இந்துத்துவ சக்திகளின் தலைவராகி விடுவார்” என்கிறார் த.மு.எ.ச. வின் பொதுச் செயலாளர் மேலாண்மை பொன்னுச்சாமி.

“சங்கராச்சாரியார் கைது என்பது பார்ப்பன மக்களைத் தாக்கிய சுனாமி என்று ‘அவுட்லுக்’ இதழில் வர்ணித்திருக்கிறார்’ தமிழ் நாடு பார்ப்பன சங்கத் தலைவர் நாராயணன். ஜெயேந்திரன் கைது செய்யப்பட்டபோது, பார்ப்பனர்கள் யாரும் திரண்டெழுந்து போராட்டம் செய்யாததில் நாராயணனுக்கு ரொம்பவே வருத்தம். “நான்கு சுவர்களுக்குள் உட்கார்ந்து அவர்கள் அழுதனர் உணர்ச்சிவசப்பட்டனரே தவிர புத்திசாலித்தனமாக செயல்படவில்லை. போராட்டம் நடத்த எனக்குப் பத்தாயிரம் பேர் தேவைப்பட்டனர். ஆனால் கொஞ்சம் பேர்தான் அதற்கு முன் வந்தனர். பார்ப்பனர்கள் இந்தச் சூழலைப் பயன்படுத்தியாவது தங்கள் கூட்டைவிட்டு வெளியே வரவேண்டும்” என்று அழைப்பு விடுக்கிறார் இவர்.

‘சங்கராச்சாரிதான் கொலை செய்தார்’ என்று அந்த சாமியே வந்து சத்தியம் பண்ணினாலும் பார்ப்பனர்கள் ஒப்புக் கொள்ளப் போவதில்லை. குற்றவாளி யாராக இருந்தால் என்ன? பிரேமானந்தா கைது செய்யப்பட்டபோது அவர் சார்ந்த சமூகத்தின் பின்னணியிலா அதை மக்கள் அணுகினார்கள்?! அவர் சாதியைச் சேர்ந்தவர்கள் போராட வாருங்கள் என்று அழைப்பு விடுத்தனரா என்ன? ஜெயேந்திரருக்கு மட்டும் ஏன் சிறப்புச் சலுகையை எதிர்பார்க்க

வேண்டும்? சங்கராச்சாரி கைது செய்யப்பட்டது கொலைக் குற்றத்துக்காகத்தானே தவிர, அவர் பார்ப்பனர் என்பதற்காக அல்ல.

இந்தியாவின் பிரதமர்கூட சங்கராச்சாரி காலில் விழும் நிலை இருந்ததால், பார்ப்பனர்களுக்கு அதுவே பெரிய பலத்தைக் கொடுத்தது. கொலைக்குற்றம் தொடங்கி பெண்கள் தொடர்பு வரை சங்கராச்சாரி தோலுரிக்கப்பட்டவுடன் சமூகம் அவர் மீது காறி உமிழ்ந்தது. பார்ப்பனர்கள், அது தங்கள் மீது விழுந்ததாகவே எடுத்துக் கொண்டனர். தங்களின் ஆதிக்க அஸ்திவாரம் ஆட்டம் கண்டு விட்டதோ என்ற மனப் போராட்டம் தொடங்கியது இந்த இடத்தில்தான். பீடங்கள் பறிபோகின்றனவோ என்ற பயத்தில் வெடவெடத்துப் போனார்கள். கை நடுங்கும்போது எதையாவது பிடித்துக் கொள்ளத் தோன்றுமல்லவா? 'நாங்கள் தலித்துகளைப் போல் துன்பப்படுகிறோம்' என்ற புலம்பல்களோடு, அதற்குக் காரணம் திராவிட இயக்கங்கள் என்ற பழைய ஆயுதத்தையே கையில் எடுத்திருக்கிறார்கள்.

மண்டல் குழு பரிந்துரைகள் நடைமுறைக்கு வந்ததால் தலித் மற்றும் பிற்படுத்தப்பட்டோர் வாழ்நிலையில் பெரும் மாற்றம் ஏற்பட்டது என்பதால் அதை உருவாக்கி ஆதரித்தவர்கள் மீது பார்ப்பனர்கள் கடும் கோபத்தில் இருக்கின்றனர் என்பதுதான் உண்மை. வர்ணாசிரமத்தால் முழு பலனை அடைகிறவர்கள் பார்ப்பனர்கள். முழுமையாக பாதிக்கப்படுகிறவர்கள் தலித் மக்கள். தலித் மக்கள் பார்ப்பனர்களுக்கு எதிர் சக்தியாக உருவெடுப்பதற்கு இன்னும் நிறைய காலம் ஆகும். பார்ப்பனர்களுக்கு அடுத்த நிலையில் நிறைந்திருப்பவர்கள் பிற்படுத்தப்பட்டோர்தான். முதலமைச்சர் உட்பட பல முக்கிய பொறுப்புகளுக்கு அவர்கள் வந்துவிட்டனர்.

இப்படியே போனால், எங்கே அதிகாரம் கைமாறிப் போய்விடுமோ என்ற பதற்றத்தில் பார்ப்பனர்கள் தலித் மக்களோடு கூட்டணி அமைக்க (அவர்களை இழிமக்களாக ஒருபுறம் கருதிக்கொண்டே) கடும் சிரத்தை மேற்கொள்கிறார்கள். தலித் தலைவர்கள் மற்றும் அறிவுஜீவிகளை வளைத்துப்போட்டு தங்களுக்கு சாதகமானவற்றை சாதித்து வருகிறார்கள். பெரியார் மீதான அவதூறு பிரச்சாரமும் பார்ப்பனர்களும் தலித்துகளே என்ற புதிய வாதமும் அந்த சூழ்ச்சியின் நீட்சிதான். இது மிகவும் ஆபத்தான போக்கு.

'பார்ப்பனரா நம்மள ஒதுக்கி வைக்கிறார்கள். அவர்களா கலவரத்தில் நம்மைத் தாக்குகின்றனர், தீண்டாமையையும் வன்கொடுமைகளையும் செயல்படுத்துவது அவர்கள் இல்லையே' என்று மக்கள் பேசலாம்; தலைவர்களும் அறிவுஜீவிகளும் அதை நம்பினால் எப்படி? பிற்படுத்தப்பட்டோர் சாதி வெறியர்களாக இருப்பதற்கு அடிப்படைக்காரணமே இந்தப் படிநிலைப்படுத்தப்பட்ட பார்ப்பனிய சமூக அமைப்புதானே! இந்த உண்மையை உணர்த்தி ஆதிக்கத்திற்கு எதிராக தலித் பிற்படுத்தப்பட்டோர் ஒற்றுமையை வளர்த்தெடுத்து வலுப்படுத்த வேண்டிய காலகட்டத்தில் நாம் இருக்கிறோம்.

தலித் மக்களின் அடிமை வரலாறும் பார்ப்பனர்களின் ஆதிக்க வரலாறும் ஒரே கால அளவு ஆழமானவைதான். ஆக, பார்ப்பனியத்தை அடித்து நொறுக்காமல் தலித் விடுதலை சாத்தியமில்லை. சாதுவாக தோற்றமளித்து, கழிவிரக்கத்தை உண்டாக்குவதன் மூலம் மட்டுமே பார்ப்பனர்கள் பெரிய பெரிய கோட்டைகளைக் கைப்பற்றினார்கள். அந்தக் கோட்டைகளிலிருந்து அவர்களைக் கீழிறக்க தலித் மக்கள் மேலேற வேண்டும். புதிய திட்டமிடல்களோடும் புதிய நம்பிக்கைகளோடும் இந்தப் போராட்டத்தில் பிற்படுத்தப்பட்டோரை சக தோழர்களாக இணைத்துக் கொள்வதே புத்திசாலித்தனம். இல்லையெனில் இன்னும் ஒரு நூற்றாண்டு கழித்துப் பார்த்தாலும் பார்ப்பனர்கள் இன்னும் வலுவாக முன்னேறியிருப்பார்கள். பிற்படுத்தப்பட்டோர் அவர்களின் போட்டியாளர்களாக நிமிர்ந்து நிற்பார்கள். ஆனால், தலித் மக்கள்...? அப்போதும் வன்கொடுமைக்கு ஆளாகி, கூலிக்கு மாரடித்துக் கொண்டுதான் இருக்க நேரிடும்.

பார்ப்பனியம் இல்லையென்றால் வர்ணாசிரமம் ஏது? வர்ணாசிரமம் இல்லையென்றால் ஜாதி ஏது? ஜாதி இல்லையென்றால் தீண்டாமை ஏது? தீண்டாமை இல்லையென்றால் வன்கொடுமை ஏது? இந்த அடிப்படையைக் கருத்தில் கொண்டால்தான் தலித் விடுதலை மலரும். ●

– மே 2005

# 18

## தேவாலயத்தில் ஜாதிவெறி

ஒரு தவறான மதத்திலிருந்து மக்களை மீட்டெடுக்க விளையும் மற்றொரு மதம் அந்தத் தவறான மதத்தின் கொள்கைகளையே இரவல் வாங்கினால் எப்படி? இந்து கோயில்களில் நடப்பது போலவே பூஜை, காது குத்து, மொட்டை அடிப்பது, தேரிழுப்பது என எல்லா சடங்குகளையும் கிறித்துவம் உள்வாங்கியிருக்கிறது.

**கடவுளின்** பெயரால்... தலித் மக்களுக்கு எதிராக மநுதர்மம் வகுத்து வைத்திருக்கும் அயோக்கியத்தனமான விதிகள், நாளுக்கு நாள் வலுப்பெற்று வருகின்றன. உலகின் எந்த மதத்துக்கும் மக்களுக்கும் சாத்தியப்படாத சாதி என்னும் இனப்பாகுபாட்டுக் கொடுமையை இந்து மதத்தின் கொடி தூக்கிகளான பார்ப்பனர்கள் இங்கு வலுப்பெறச் செய்தனர். மூடநம்பிக்கை மயக்கங்களிலிருந்து வெளியேறுவதற்கான அறிவை நாம் எட்டுவதற்குள் எல்லாம் நடந்து முடிந்திருந்தது.

காற்று, ஒலி, ஒளியைப் போல ஜாதியும் இங்கு இயற்கை ஆக்கப்பட்டிருக்கிறது. சாதியின் வேர்கள் மேலும் அகலமாகவும் ஆழமாகவும் ஊன்றி பலமடைவதைத் தடுக்கவே இந்து மதத்துக்கு எதிரான பிரச்சாரங்களை நாம் தீவிரப்படுத்த வேண்டியிருந்தது. ஆனால், இந்து மதமும் பார்ப்பனியமும் கண்ட அதிவேக வளர்ச்சிக்கு முன் எதிர்ப்பிரச்சாரங்கள் நிற்கக்கூட முடியவில்லை என்பதுதான் நடைமுறை உண்மை. எல்லாம் 'இந்துமயமாதல்' என்பதன் நீட்சியாகவே கிறித்துவத்தில் சாதியைப் பார்க்க முடிகிறது.

தச்சூர் - தலித் மக்கள் அடிமைப்பட்டுக் கிடக்கும் மற்றுமொரு கிராமம். இங்கும் கோயில்தான் முதன்மையான பிரச்சனை. கோயிலுக்குள் தலித் மக்கள் நுழைய முடியாது. சேரிக்குள் சாமித் தேர் வராது. பூஜை புனஸ்காரமா... அய்யோ தலித் மூளை அதை நினைப்பதும் தவறு. கோயில் சொத்து எதிலும் உரிமையில்லை. "ஓ ஜீசஸ்! என்ன கொடுமை இது? ஏன்தான் இந்து மதம் இத்தனை கொடூரமாக மனிதர்களை நடத்துகிறதோ" என்கிறவர்கள் சற்றே பொறுத்துக் கொள்க. தச்சூர் தகராறுக்குக் காரணம் இந்துக்

கடவுளல்ல; கிறித்துவக் கடவுள். ஒரே மந்தையின் ஆடுகளாக இருக்க வேண்டியவர்கள், வேற்றுமையின் கொடூரப் பிடியில் சிக்கி உழல்கின்றனர். தேவாலயத்தில் தங்களுக்கும் உரிமை வேண்டுமென்று தச்சூர் தலித் மக்கள் கேட்டுக் கொண்டேயிருக்கின்றனர்; கிடைக்கவில்லை. நீதியின் கதவை அறைந்து தட்டிக் கொண்டே இருக்கிறார்கள்; அதுவும் திறக்கவில்லை. விளைவு, எட்டாண்டுகளுக்கு மேலாக மூடியே கிடக்கிறது தச்சூர் தேவாலயம்.

காஞ்சிபுரம் மாவட்டம் மதுராந்தகத்திலிருந்து பதினொறு கி.மீ. தொலைவில் இருக்கிறது தச்சூர். இங்கு கிறித்துவ மதத்தைச் சேர்ந்த 250 பறையர் மற்றும் அருந்ததியர் குடும்பங்கள் வசிக்கின்றனர். இந்த மக்களை ஆண்டாண்டு காலமாக அடக்கி, உரிமைகளைப் பறித்து, பெரும் துயரத்துக்கு ஆளாக்கிய ரெட்டியார்கள் (இவர்களும் கிறித்துவர்களே) சுமார் 150 குடும்பத்தினர் உள்ளனர். எண்ணிக்கையில் குறைவாக இருந்தாலும் சாதி ஆதிக்கத்தில் கிறித்துவ ரெட்டியார்கள் வேறெந்த சாதி இந்துக்களுக்கும் சளைத்தவர்கள் அல்ல.

இத்தனைக்கும் ரெட்டியார்கள் ஆந்திராவிலிருந்து பிழைப்புத் தேடி தமிழகம் வந்தவர்கள். பதினெட்டாம் நூற்றாண்டில் கிறித்துவ வேத போதகர்கள், ரெட்டியார்களை இங்கு குடியமர்த்தினர். வந்தவர்களை உபசரிப்பவர்களாயிற்றே நாம். அவ்வாறு குடியேறிய ரெட்டியார்களுக்கு விவசாயம் செய்ய பாலாற்றுப் படுகை நிலங்கள் அளிக்கப்பட்டன. நல்ல நீரோட்டம் உள்ள பகுதியென்பதால் விவசாயம் செழிக்கத் தொடங்கியது. ரெட்டியார்கள் தங்கள் இருப்பை பலப்படுத்த சாதி ஆதிக்கம் தலை தூக்கியது. இந்திய சாதியப் படிநிலை அமைப்பில் தலித் கிறித்துவர்களைக் காட்டிலும் தாங்கள் உயர்வானவர்கள் என்று நிரூபிக்க வேண்டி மண்ணின் பூர்வகுடிகளான தலித் மக்கள் மீது தீண்டாமையைத் திணிக்க முனைந்தனர் ரெட்டியார்கள்.

சொந்தமாக நிலமோ கல்வியறிவோ எதுவுமற்ற நிலையில் வாழ்ந்த தலித் மக்கள், ரெட்டியார்களிடம் கொத்தடிமைகளாக வேலை செய்ய நேரிட்டது. அய்ந்து ரூபாய் கூலிக்கு குடும்பத்தோடு அல்லல்பட்ட கொடுமையைத் தட்டிக் கேட்கவோ தடுக்கவோ அப்போது தலித் மக்களுக்கு அறிவுமில்லை தெம்புமில்லை. விளைவு, தீண்டாமையின் வெவ்வேறு வடிவங்கள் ஆயுதங்களாகி அவர்களை தாக்கத் தொடங்கின. தச்சூரின் அந்த மாபெரும்

தேவாலயம் சிலுவை வடிவில் இருக்கிறது. நுழைவாயிலின் நேர் பாதையில் உள்ளே செல்ல தலித்துகளுக்கு அனுமதியில்லை. தவறி நேர் பாதையில் போனால் கட்டி வைத்து தாக்கப்பட்டனர்; அபராதம் விதிக்கப்பட்டது. அபராதத் தொகை கட்ட முடியவில்லையென்றால் ஏதாவதொரு ரெட்டியார் குடும்பமே அபராதத் தொகையைச் செலுத்தும். அவர்களிடம் தலித் குடும்பமே கொத்தடிமை வேலை செய்ய வேண்டிய அவலநிலை எண்பதுகள் வரைகூட நடைமுறையில் இருந்திருக்கிறது.

தச்சூர் தலித் கிறித்துவரான மரியநாதன், “ஆதியில இருந்தே இங்க சாதிப் பிரச்சனைதான். எதுவானாலும் ரெட்டியாருங்க அதிகாரம்தான். கோயிலுக்குள்ள நாங்க போக முடியாது. சைடுல இருக்கிற பாதை வழியா போய் பூசைய மட்டும் பார்த்துட்டு வந்துடணும். அவ்ளோதான். சாமிகிட்டகூட நாங்க அதுக்கு மேல எதிர்பார்க்க முடியாது. இங்க நிறைய அக்கிரமம் நடந்துச்சு. ரெட்டியாருங்க முன்னாடி வெள்ளை வேட்டி சட்டை போடக் கூடாது. அவுங்க சட்டதிட்டம் எதுக்காவது நாங்க மீறுனா போச்சு.

“மாட்டுவண்டி சக்கரத்துல கட்டிவச்சி மாட்டைப் பூட்டி அப்படியே வண்டிய ஓட்டுவாங்க; புளியவிளாருல நூத்துக்கணக்குல அடி விழும். தாம்புக்கயிறுல கட்டி தண்ணி ஊத்தி அடிப்பாங்க. மிளகாய் தூள கரைச்சு வெறும் உடம்புல ஊத்தி அடிப்பாங்க, வெயில்ல மலைப்பாறையில மண்டி போடச் செய்வாங்க. அடிச்சு யாராச்சும் செத்துப் போயிட்டா தற்கொலைனு ஜோடிச்சுடுவாங்க. இதையெல்லாம் நாங்க எதிர்த்து கேட்க மாட்டோம். எங்களுக்காக பேசுறதுக்கும் யாருமில்ல. இப்படியேதான் எங்க காலத்த ஓட்டுனோம்.

“இப்ப கொஞ்சம் தெம்பு வந்திருக்கு. எங்ககிட்ட எதுவுமே இல்ல. என்ன கஷ்டம்னாலும் சாமிகிட்ட சொல்லியழுதுதான் நமக்குப் பழக்கம். எதவேணாலும் விட்டுக் கொடுக்கலாம். சாமிய விட்டுக் குடுக்க முடியுமாங்க? அதான் எதிர்க்கறதுனு முடிவு பண்ணிட்டோம். இந்தக் கோயில் எங்களோடது, ரெட்டியார்கள் யார் எங்கள வர வேணாம்னு சொல்ல. எங்கள வர வேணாம்னு சொல்றதுக்கு அவங்களுக்கு எந்த அதிகாரமும் இல்ல” என்கிறார்.

ரெட்டியார்கள் ஆதிக்க சாதி என்பது மட்டும் தலித் மக்களின் துன்பங்களுக்கு காரணமல்ல. அந்த சாதியிலிருந்து 28 குருக்களும் அய்ம்பதுக்கும் மேற்பட்ட கன்னியாஸ்திரிகளும் உள்ளனர். சுற்று

வட்டார ஊர்களில் பல முக்கிய பொறுப்புகளை வகித்து, பொருளாதாரத்தில் செழிப்பாக இருக்கின்றனர். போதாத குறைக்கு பல ஏக்கர் நிலத்தையும் கையகப்படுத்தி வைத்துள்ளனர். அதில் தலித் மக்களுக்குச் சேர வேண்டிய பஞ்சமி நிலங்களும் சிக்கிக் கொண்டிருப்பதாகச் சொல்லப்படுகிறது. தச்சூரை பொருத்தவரை, எல்லா நிலமும் வளமும் தேவாலயத்தைச் சார்ந்தது என்பதால் ரெட்டியார்களைத் தாண்டி தலித் கிறித்துவர்களுக்கு ஒரு பயனும் கிடைப்பதில்லை. சாதி ஆதிக்கம், வளமான பொருளாதாரம், அரசியல் அதிகாரம் எல்லாம் இருந்தால் என்ன நடக்குமோ அதுதான் தச்சூர் மக்களுக்கும் நடந்தது.

கிறித்துவ போதகர்களால் இங்கு அழைத்து வரப்பட்டு வாழ வழிகாட்டப்பட்ட ரெட்டியார்கள், தச்சூர் ஆலயத்துக்கு நியமிக்கப்படுகிற குருக்களை தங்கள் ஆதிக்கக் கட்டுப்பாட்டில் வைத்துக் கொண்டனர். எல்லாம் விதி என்று எதையுமே தட்டிக் கேட்காமல் வாழ்ந்து வந்த தலித் மக்கள் இன்று எழுச்சி பெற்றிருக்கிறார்கள் என்றால் அதற்குக் காரணம் சில நல்ல போதகர்கள். ஆனால், யாரெல்லாம் தலித் மக்களின் நலன் குறித்து சிந்திக்கத் தொடங்குகிறார்களோ அவர்களை குருக்கள் என்று கூட பார்க்காமல் அடித்துத் துன்புறுத்தினர் ரெட்டியார்கள்.

“பத்து வருஷத்துக்கு முன்னால பாதர் அந்தோணிசாமி இருந்தாரு. இங்க இருந்த பள்ளிக்கூடத்து பிள்ளைகளுக்கு விளையாட்டுப் போட்டி நடத்துனதுல நம்ம பையன் ஜெயிச்சுட்டான். ஜெயிச்சவனுக்குப் பரிசு கொடுக்கறது குத்தமா? தாழ்த்தப்பட்ட பயலுக்கு எப்படி பரிசு கொடுக்கப் போச்சுன்னு சாமியார கெட்ட வார்த்தையில திட்டி, கண்ணாடிய மூஞ்சில விட்டு அடிச்சாங்க. அப்படியும் கோபம் தாங்காம அவரோட குடி தண்ணீர் தொட்டியில மலத்தைக் கொட்டிக் கலந்தாங்க. எங்களுக்கு வீடு கட்டித் தரணும்னு யோசிச்ச அருள் சாமியாரையும் அடிச்சு, வெயில்ல ஆலய வாசல்ல முழங்கால் போட வெச்சாங்க.

“அந்தோணிசாமிங்கற பாதர் நாங்க திருவிழாவுல கலந்துக்கறதுக்கும் பூசையில் விவிலியம் வாசிக்கிறதுக்கும் வழி செஞ்சார். அதுக்காக அவரத் தாக்கினாங்க. உண்மையில இவர் காலத்துலதான் எங்க பிள்ளைங்கள வெளில அனுப்பி படிக்க உதவி செஞ்சாரு. அதுவும் பொறுக்கல. இப்படி எத்தனையோ அநியாயத்த ரெட்டியாருங்க செஞ்சுகிட்டே இருக்காங்க...

அதுக்கெல்லாம் விடிவு காலம் பொறக்கணும். இவ்ளோ நாள் பொறுத்துட்டோம். இதுக்கு மேல சும்மா விடுறதாயில்ல. இந்தக் கோயில் எங்க உரிமைப் பிரச்சனை" என்கிறார் அந்தோணி.

1995 ஆம் ஆண்டு கோயிலின் சீரமைப்புப் பணி நடந்தது. இது குறித்து எந்தத் தகவலும் தலித் மக்களுக்கு சொல்லப்படவில்லை. கோயில் எங்களுக்கும் சொந்தம் அதனால் சீரமைப்புப் பணிகளில் பங்கேற்போம் என்று தலித் மக்கள் கேட்டபோது, "கோயில் உரிமை கேப்பீங்க... அப்புறம் எங்க வீட்ல பொண்ணு கேப்பீங்களாடா" என்று மிரட்டி தாங்கள் நினைத்ததை சாதித்துக் கொண்டனர் ரெட்டியார்கள்.

"நாங்களும் இந்தக் கோயிலுக்கு சொந்தக்காரங்கதான். ஆனா, எங்களுக்கு எதுலயும் பங்கு தர்றதில்ல. ஏரி, மீன், நிலம், புளியமரம்னு எல்லாத்துலயும் காசு பாத்தாங்க. வேலிக்கு முள்ளு வெட்டக்கூட எங்களுக்கு அனுமதியில்ல. இந்த நிலைமைலதான் பாதர் ஜோசப் பொறுப்பெடுத்தார். தலித் இளைஞர்களுக்கும் பெண்களுக்கும் வேலைவாய்ப்பு ஏற்படுத்தித் தரணும்னு மெப்ஸ் கம்பெனியில வாங்கித் தந்தாரு. கம்பெனி வண்டியில ரெட்டியார்களோட சேர்ந்து நம்ம பிள்ளைங்களும் போனாங்க. சாணி அள்ளுறவங்க சம்பாதிக்கத் தொடங்கிட்டா நமக்கு அடங்க மாட்டானுங்களேனு சொல்லி சாமியார அடிச்சுட்டாங்க. வண்டியையும் நொறுக்கிட்டாங்க. அது கேசாகிப் போச்சு. கோயில இழுத்து மூடிட்டாங்க" என்று வேதனையோடு சொல்கிறார் வேளாங்கன்னி.

தலித் மக்களைக் கோயிலுக்குள் நுழையவிட மாட்டோம் என்று நேரடியாகச் சொன்னால் தங்களின் சாதி வக்கிரப் புத்தி வெளியே தெரிந்துவிடும் என்பதால் ரெட்டியார்கள் இதை மொழிப் பிரச்சனையாகத் திரித்துவிட்டனர். ரெட்டியார்களின் தாய்மொழி தெலுங்கு என்பதால் அந்த மொழியில்தான் பூஜை நடத்த வேண்டும் என்று தகராறு பண்ணத் தொடங்கினார்கள். இதற்கு தலித் மக்கள் சம்மதிக்கவில்லை என்றவுடன் பிரச்சனை பெரிதானது. அருட்தந்தை கே.எம்.ஜோசப் தாக்கப்பட்டது தலித் மக்களுக்கு நன்மை செய்ய முயன்றதற்காகத்தான் என்றாலும் அதை மொழித் தகராறாக மாற்றிவிட்டனர் ரெட்டியார்கள். இத்தனைக்கும் கே.எம்.ஜோசப் கேரளத்துக்காரர்.

இப்போது நீதிமன்றத்தில் மொழி, வழிபாட்டு உரிமை, பங்கு பேரவை பிரதிநிதித்துவம், தேரோட்டம் என்று நான்கு வழக்குகள்

நடந்து கொண்டிருக்கின்றன. வழக்கு நிலுவையில் இருக்கும் போதே ரெட்டியார்கள் ஆலயத்தைத் திறந்து தாங்கள் மட்டும் வழிபடத் தொடங்கினர். இது தலித் மக்கள் மத்தியில் சலசலப்பை ஏற்படுத்தியது. "இந்த நான்கு வழக்குகளும் முடிவுக்கு வராமல் ஆலயம் திறக்கப்பட்டால் மேலும் பல பிரச்சனைகள் உருவாகும். எனவே, இவை முடியும் வரை ஆலயம் திறக்கப்படக்கூடாது" என்று அய்ந்தாவதாக ஒரு வழக்குப் பதிவானது.

ஆனால் பலனில்லை. ரெட்டியார்கள் கடந்த மூன்று ஆண்டுகளாக திருவிழா நடக்கும் மே மாதத்தில் அத்துமீறி ஆலயப் பிரவேசம் செய்கின்றனர். ஆலயத் தேரைக் கையகப்படுத்துகின்றனர். "அரசு அதிகாரிகள், வருவாய்த்துறை அதிகாரிகள், திருச்சபை ஊழியர்கள், மக்கள் அனைவரும் கலந்து பேசி, ஒருசேர ஆலயத்தைத் திறக்க வேண்டும்" என்ற நீதிமன்றப் பரிந்துரையை அவமதித்து இந்த முறையும் ஆலயப் பிரவேசம் நடந்தது. இதில் வருத்தம் என்னவென்றால் ஆலயம் மூடப்பட்ட நாளிலிருந்து அதன் சாவி வருவாய்த்துறை அதிகாரிகளிடம்தான் இருந்தது. அது ரெட்டியார்கள் கைக்கு மாறி இருப்பது, அரசு அதிகாரிகளின் பொறுப்பற்ற செயலையே காட்டுகிறது. இது குறித்து எத்தனையோ மனுக்களை தலித் மக்கள் அளித்தும் பலனில்லை.

இந்த முறை திருவிழா நடப்பதற்கு முதல் நாள் தலித் மக்களும் தச்சூர் பங்குத் தந்தையும் முன்னெச்சரிக்கை மனுவை செய்யூர் காவல் துறை ஆய்வாளரிடம் அளித்த போதும் எந்த நடவடிக்கையும் எடுக்கப்படவில்லை. வெளியூர் குண்டர்கள் உதவியுடன் மறுநாள் வாழைமரத் தோரணம் கட்டி மேளதாளத்துடன் ஆலய மணி ஒலிக்க திருவிழா நடந்தது. இதில் கிராம நிர்வாக அலுவலர் சிறப்பு அழைப்பாளராகக் கலந்து கொண்டுள்ளார். ஆனால், புகார் கொடுத்த தலித் மக்களுக்கு என்ன நேர்ந்தது தெரியுமா? செய்யூர் காவலர்கள் இரவு நேரங்களில் வீட்டுக்குள் புகுந்து தலித் பெண்களை இழிவான வார்த்தைகளால் திட்டினர்.

"சட்டத்தை மதிக்காம ரெட்டியாருங்க கோயிலுக்குள்ள போறதும் வர்றதுமா இருக்காங்க. ஆர்.டி.ஓ.கிட்ட புகார் கொடுக்க நாங்க போனப்ப எங்கள மதிக்கவேயில்ல. அதிகாரிங்க சென்னைக்கு போயிட்டாங்கன்னு பொய் சொன்னாங்க. வேற வழியில்லாம சாலை மறியல்ல ஈடுபட்டோம். சென்னைக்குப் போயிட்டதா சொன்ன ஆர்.டி.ஓ. அடுத்த அஞ்சாவது நிமிஷம் நேர்ல வந்து

மனுவை வாங்கினார். நீதிமன்றத்தை மதிக்காத ரெட்டியாருங்கள கைது செய்யவும் தீர்ப்பு வர்ற வரை ஆலயத்தை மூடி வைக்கறதுக்கும் மறுபடியும் உத்தரவு போட்டாங்க. அதுவும் நடக்கல. ஆனா, எங்க போராட்டத்துக்கு கூட நின்ன சாமியாருங்க மேல ஆர்.டி.ஓ. வழக்குப் பதிவு செஞ்சிருக்காரு. என்ன நியாயம் இது?" என்கிறார் மெட்டில்டா.

ஜாதி - இந்து மதத்தின் தனிச்சொத்து. அதை மற்ற மதங்களும் உள்வாங்கி அதன் இழி நம்பிக்கைகளையும் விதிகளையும் பின்பற்றி வருவது சமூகத்துக்கு எதிரான பெரும் கேடு. கிறித்துவம் இந்தியாவுக்குள் நுழைந்தபோது நினைத்தே பார்க்க முடியாத அளவுக்கு இந்து மதம் வேரூன்றி இருந்தது. மக்களை கிறித்துவத்தின் பக்கம் திசை திருப்புவதற்காக இந்து மதத்தின் பல கேவலங்களை கிறித்தவ மத போதகர்களும் வழிமொழிந்தனர். ஆகவேதான் இந்து மதத்தின் சாயலில் இன்று கிறித்துவம் தழைத்திருக்கிறது. ஒரு தவறான மதத்திலிருந்து மக்களை மீட்டெடுக்க விளையும் மற்றொரு மதம் அந்தத் தவறான மதத்தின் கொள்கைகளையே இரவல் வாங்கினால் எப்படி? இந்து கோயில்களில் நடப்பது போலவே பூஜை, காது குத்து, மொட்டை அடிப்பது, தேரிழுப்பது என எல்லா சடங்குகளையும் கிறித்துவம் உள்வாங்கியிருக்கிறது. அவற்றை சாதி, தீண்டாமை, அடக்குமுறை ஆகியவை பின் தொடர்வதில் ஆச்சரியமில்லையே.

சாதிச் சிந்தனையில் ஊறிப் போனவர்கள் மதம் மாறும்போது சாதியை மட்டும் துறப்பதில்லை. இதுதான் இந்து மதத்தின் பலம். மனிதர்களை வர்ணாசிரம அடிப்படையிலோ, இல்லை வேறெந்த அடிப்படையிலோ பிரித்து வை என்று கர்த்தர் சொல்லவில்லை. ஆனால், இன்று கிறித்துவர்களிலும் தலித், நாடார், ரெட்டியார், முதலியார், நாயுடு, வன்னியர் என சாதியை இணைத்து மதத்தைச் சொல்கிற அளவுக்கு கிறித்துவம் வெளிப்படையாக சாதியை உள்வாங்கியிருக்கிறது. மக்கள் எத்தனை பாகுபாடுகளில் பிரிந்து கிடந்தால் என்ன கர்த்தரையும் மாதாவையும் வழிபட வேண்டும் என்பதுதான் திருச்சபைகளின் அதிகபட்ச நோக்கமாக இருக்கிறது. சாதிப்பாகுபாட்டைக் களைய வேண்டியவர்கள் அமைதி காப்பதன் மூலம் சாதிமயமாக்கலை அங்கீகரித்து ஊக்கப்படுத்துகின்றனர்.

சாதிப் பிரச்சனையானால் கூடுதல் கவனம் கிடைத்துவிடுமே

ஜெயராணி 193

என்ற பதற்றத்தில் நாங்கள் தெலுங்கு சிறுபான்மையினர் அதனால் "தெலுங்கு வழிபாடு வேண்டும்" என உண்மைப் பிரச்சனையை திசை திருப்பியிருக்கிறார்கள். உள்ளபடியே இது சாதிப் பிரச்சனை. இல்லையென்றால் ரெட்டியார்களைப் போலவே தெலுங்கு பேசும் அருந்ததியர்களை தங்களோடு சேர்த்துக் கொள்ளட்டுமே! மொழிப் பற்று பேசும் ரெட்டியார்கள், அருந்ததியரை கூடுதலாக அடக்கி ஒடுக்கி வைத்திருப்பதை எந்தக் கணக்கில் சேர்ப்பது?

"ரெட்டியார்களுக்கு மொழி ஒரு பிரச்சனையே இல்லை. இந்தத் தமிழ் நாடுதான அவங்கள வாழ வெச்சது? நிலம் கொடுத்துச்சு, வேலை கொடுத்துச்சு. அவ்வளவு ஏன் கடவுளைக்கூட அதுதானே கொடுத்துச்சு?" என்று கேட்கிறார் பெலிக்ஸ். "தெலுங்குல பூஜை நடத்துனா ரெட்டியாருங்கள தவிர யாரு கலந்துக்க முடியும்? அவங்க திட்டமே வேற சாதிக்காரங்கள ஆலயத்துக்குள்ள வரவிடாம பண்றதுதான். சாமிய திட்றாங்களா வழிபடுறாங்களானு கூட தெரியாம, நாங்க எப்படி அங்க நிக்க முடியும்? கோயில்ங்கறது எல்லா மக்களுக்குமான இடம். அங்க பாகுபாடு இருக்கக்கூடாது.

"சொந்தம் கொண்டாடுறதுக்கும் கூத்தடிக்கறதுக்கும் அது அவங்க வீடு இல்ல. வீட்டுக்குள்ள வரக்கூடாதுனாங்க போகல. அது நமக்குத் தேவையுமில்ல. தெரு, ஊருனு எல்லை விரிஞ்சுகிட்டே போச்சு. இப்ப கோயில்ல கை வச்சிருக்காங்க. இதை அனுமதிக்க முடியாது. இப்ப மொழிக்கு கேப்பாங்க. நாளைக்கு சாதிக்கு ஒரு பூசை நடத்துவாங்களா?" என்கிறார் கோபமாக.

திருச்சபை நினைத்திருந்தால் தச்சூர் பிரச்சனைக்கு தொடக்கத்திலேயே முற்றுப்புள்ளி வைத்திருக்க முடியும். மாறாக, தலித் மக்களோடு போராட்டத்தில் கைகோர்த்த பாதிரியார்களை உடனே திரும்ப அழைத்துக் கொண்டதோடு, "எதுக்கு தேவையில்லாத பிரச்சனை" என்று கருதியது திருச்சபை. தங்களின் பூர்வீக சொத்து போல கோயிலைத் திறப்பது, மூடுவது, வெளியூர் ரெட்டியார் பாதிரியார்கள், ஓய்வுபெற்ற பாதிரியார்களை வைத்து வழிபாடு நடத்துவது என்று தச்சூர் ரெட்டியார்கள் என்ன செய்தாலும் அதைத் தட்டிக் கேட்க ஆளில்லை.

"திருச்சபை என்னங்க பண்ணுது? பேராயருக்கு இல்லாத அதிகாரமா? ஊரே ரெண்டுபட்டு கெடக்கே. அவரு ஏன் சும்மா இருக்காரு? அவங்களுக்கென்ன மேலிடத்துல உட்கார்ந்திருக்காங்க. இந்த சாமிக்காக நாங்கதான அடியும் உதையும் வாங்குறோம்.

தெலுங்குல பூசை நடத்துனமாம். ஆந்திராவுல போய் தமிழ்ல பூஜை நடத்துங்கன்னா ஒத்துக்குவாங்களா? ஒரு நியாயம் வேணாம்? இருநூறு சாமியாருங்க இருக்காங்க. எங்க போயிட்டாங்க எல்லோரும்? இதுக்குதானா அவங்க மதத்தைப் படிச்சாங்க. ஆள்நடமாட்டமே இல்லாத இந்தக் கோயிலைப் பார்த்தா 'வெள்ளையடிக்கப்பட்ட கல்லறை' மாதிரி இருக்கு. எல்லாரும் சமம்னு சொல்றதுக்கு தாங்க ஏசு மாட்டுக் கொட்டகையில பொறந்தாரு. இப்படியா அடிச்சுகிட்டு சாவாங்க.

"போன வாரம் ஒரு தெலுங்கு டீச்சர் செத்துப் போச்சு. சாதிப் பிரச்சனைக்கு முன்னால நின்னு கொடி பிடிச்ச ஆளு பொசுக்குனு போச்சே அது என்னத்த கொண்டு போச்சு? நாங்க ரத்தமும் வேர்வையும் சிந்தி கட்டுன கோயில். இதுல எல்லாரும் ஒண்ணா கும்பிடலாம்னு நாங்க பெருந்தன்மையா இருக்கோம். பஞ்சம் பிழைக்க வந்த ரெட்டியாருங்களுக்கு அது இல்லையே! எங்க நின்னு கும்பிட்டாலும் சாமி சாமிதான். பார்க்கலாம்... கோயிலை எப்படி திறக்கிறாங்கன்னு" மூச்சுவிடாமல் கொட்டித் தீர்க்கிறார் பெலிக்ஸ்.

உறுதியோடு போராடி வரும் தச்சூர் தலித் மக்களுக்கு தலித் அமைப்புகளும் அரசியல் கட்சிகளும் துணை நிற்க வேண்டிய நேரமிது. திருச்சபைகளும் ஜமாத்துகளும் மக்களோடு கைகோர்க்க வேண்டும். அப்படி இல்லாமல் இந்து மதத்தைப் போலதான் நாங்களும் தலித் மக்களை ஒடுக்கி வைப்போம் என்றால் மதமாற்றம் எதற்கு? கிறித்துவமும் இஸ்லாத்தும் பவுத்தமும் கூட இந்துமத முகமூடியோடு உலா வந்தால்தான் நிற்க முடியுமென்று கணக்குப் போட்டால் அதற்கு பெயர் மத மாற்றம் இல்லை; மத ஏமாற்றம்! மக்களின் உணர்வுகளை மதங்கள் புறக்கணிக்கும்போது, மக்கள் மதங்களைப் புறக்கணிக்கத் துணிய வேண்டும். அந்தத் துணிச்சல் ஒன்றே விடுதலைக்கு வித்திடும். •

– சூன் 2005

# 19
## கண்டதேவி சூழ்ச்சி: இன்னுமா இந்துவாக இருப்பது?

ஒரு தவறான மதத்திலிருந்து மக்களை மீட்டெடுக்க விளையும் மற்றொரு மதம் அந்தத் தவறான மதத்தின் கொள்கைகளையே இரவல் வாங்கினால் எப்படி? இந்து கோயில்களில் நடப்பது போலவே பூஜை, காது குத்து, மொட்டை அடிப்பது, தேரிழுப்பது என எல்லா சடங்குகளையும் கிறித்துவம் உள்வாங்கியிருக்கிறது.

கண்டதேவி தேரோட்ட நாள் -

**யுத்த** பூமிக்குள் நுழைந்துவிட்டதைப் போன்ற அச்ச உணர்வு. எந்த திசை திரும்பினாலும் ஆயிரக்கணக்கில் குவிந்திருக்கிறது துப்பாக்கி ஏந்திய போலிஸ். வழியெங்கும் 'செக் போஸ்ட்'டுகள். இந்தியாவுக்குள் நுழையும் பாகிஸ்தான்காரர்களைப் போல சோதனை மேல் சோதனை. கண்டதேவிக்குச் செல்லும் நான்கு வழிச் சாலைகளும் காவலர்கள் கட்டுப்பாட்டில்! அடையாள அட்டைகள் குறைந்தபட்சம் பத்து முறையாவது சரிபார்க்கப்படுகின்றன. ஊருக்குள் நுழையும் ஒவ்வொரு முகத்தையும் நெருக்கமாகப் படம் பிடிக்கின்றன மூலைக்கு மூலை இருக்கும் கேமராக்கள். இது ஒரு பக்க நிகழ்வு.

இன்னொரு பக்கம் வடம் பிடிக்க அல்லாமல் தேரோட்டத்தைப் பார்க்கவும் சாமி கும்பிடவும் கிளம்பி வந்த சுமார் மூவாயிரம் தலித் மக்களைக் கொத்துக் கொத்தாக கைது செய்து, சம்பந்தமேயில்லாமல் திருமண மண்டபங்களில் அடைத்து வைக்கிறது காவல் துறை. கண்டதேவி சேரிவாசிகள் முந்தைய நாளே ஊரைவிட்டு அப்புறப்படுத்தப்பட்டிருந்தனர். புதிய தமிழகம் தலைவர் கிருஷ்ணசாமி திருச்சியிலும் விடுதலைச் சிறுத்தைகள் பொதுச் செயலாளர் திருமாவளவன் மதுரையிலும் கைது செய்யப்படுகின்றனர். தவிர, முந்தைய நாள் இரவே சுமார் முப்பத்தைந்து தலித் தலைவர்களும் ஆர்வலர்களும் முன்னெச்சரிக்கை நடவடிக்கையாக கைது செய்யப்பட்டனர்.

மற்றொரு பக்கம் 'ஆபரேஷன் கண்டதேவி'யை வெற்றிகரமாக நடத்திக் காட்ட வேண்டுமே என்ற பதற்றத்தில் கலெக்டர் ஆனந்த்ராவ் பட்டேல் ஊருக்கு வெளியே தலித் மக்களை கைது

செய்து கொண்டே, 'தேரோட்டத்தில் கலந்து கொள்ளவும் வடம் பிடிக்கவும் எல்லா சமூக மக்களும் தாங்களாகவே வருவார்கள்; ஒற்றுமையாக வடம் பிடிப்பார்கள்; அதற்கான பாதுகாப்பு ஏற்பாடுகளை நாங்கள் செய்திருக்கிறோம்' என்று புன்னகை மாறாமல் பேட்டி அளித்துக் கொண்டிருந்தார்.

சரியாக பிற்பகல் 2.10 மணிக்கு அரங்கேறியது ஆதிக்க நாடகம். நான்கு நாடுகளைச் சேர்ந்த அம்பலக்காரர்களும் அழைக்கப்பட்டனர். அவசர அவசரமாக அவர்களுக்கு முதல் மரியாதை அளிக்கப்பட்டது. பிறகு ஆயிரக்கணக்கான போலிஸ் காவலுக்கு நிற்க, கர்வமும் திமிருமாக ஆணவக் கொக்கரிப்போடு கள்ளர்களும் அவர்களோடு 'மப்டி'யில் இருந்த காவலர்களும் தேரை இழுத்தனர். முக்கால் மணி நேரத்தில் பரபரவென்று தேர் நான்கு வீதிகளையும் சுற்றி வந்து நிற்க வெற்றிக் களிப்பில் கள்ளர்கள் பலமாக கை தட்டி ஆரவாரம் செய்தார்கள். தலித் மக்கள் முகத்தில் அரசும் சாதி இந்துக்களும் சேர்ந்து, டன் டன்னாக கரி பூசிய நாள் என்று வரலாற்றில் குறித்துக் கொள்ளலாம். சாதிக்கு எதிராக எதையுமே முன்னிறுத்த முடியாத கையாலாகாத சமூகம் இது என்பதைத்தான் கண்டதேவி மீண்டும் நிரூபித்திருக்கிறது.

தலித் மக்களுக்காக ஒதுக்கப்பட்ட தனித்தொகுதியான கண்டதேவியில் தேர்தல் பிரச்சனையாகாமல் தேரோட்டம் ஏன் இவ்வளவு பெரிய பிரச்சனையாகிறது? தலித் மக்கள் கோயிலுக்குள் சென்று வழிபடும் உரிமையை அறுபதாண்டுகளுக்கு முன்னரே பெற்றுவிட்ட நிலையில் வடம் பிடிக்கும் உரிமையை மட்டும் பகிர்ந்து கொள்ள சாதி இந்துக்கள் மறுப்பது ஏன்? இந்தக் கேள்விக்கு விடை தெரிய வேண்டுமானால் கண்டதேவி என்ற குக்கிராமத்தின் மிகச் சிக்கலான பின்னணியை முழுமையாகத் தெரிந்து கொள்ள வேண்டியிருக்கிறது.

மதுரை - தேவகோட்டை சாலை ராம் நகரிலிருந்து மூன்று கிலோ மீட்டர் உள்ளே தள்ளி இருக்கிறது கண்டதேவி. இங்குள்ள சொர்ணமூர்த்தீஸ்வரர் கோயில் வரலாற்றுச் சிறப்புமிக்கதாகக் கருதப்படுகிறது. அய்நூறுக்கும் குறைவான குடும்பங்களே வசிக்கும் சிறு கிராமம்தான் என்றாலும் சாதி இவ்வூருக்கு 'சிறப்புத் தகுதியை' பெற்றுத் தந்திருக்கிறது. முன்னூறுக்கும் மேற்பட்ட கள்ளர் குடும்பங்கள் வசிக்கும் கண்டதேவியில் பள்ளர், பறையர், நாடார், பார்ப்பனர், பிள்ளை, ஆசாரி, வேளார், வளையர் எனப் பல சாதியினர் மிகக் குறைந்த எண்ணிக்கையில் இருக்கின்றனர்.

கண்டதேவி மக்களின் முக்கியமான தொழில் விவசாயம். குறிப்பாக, தலித் மக்களின் வாழ்வாதாரம் விவசாயத்தை மய்யமாகக் கொண்டது. விவசாயம் சார்ந்த வேறு சில தொழில்களில் தலித் மக்கள் ஈடுபட்டு வந்தாலும் பொருளாதார ரீதியாக அவை பெரிதளவு உதவவில்லை. அதே வேளை, கள்ளர்களின் வியாபாரத் தளம் மிகவும் பலமிக்கது. தேவகோட்டையில் இருக்கும் அத்தனை பெரிய கடைகளும் கள்ளர்களுக்கானது என்ற வகையில் அவர்களின் பொருளாதார நிலை பற்றி சொல்வதற்கு எதுவுமில்லை.

கண்டதேவியிலும் அதைச் சுற்றிலும் உள்ள நிலங்கள் 65 சதவிகிதத்திற்கும் மேல் கள்ளர்களிடமே இருக்கிறது. அவர்களுக்கு அடுத்ததாக தலித் மக்களிடம் 25 சதவிகித நிலங்கள் உள்ளன. நிலம் பற்றி பேசும்போது இங்கு கவனிக்க வேண்டிய முக்கியமான விஷயம்: கோயில் பெயரில் இருக்கும் சுமார் முன்னூறு ஏக்கர் நிலத்தில்ஒருபகுதியைஇப்போதுகள்ளர்கள்கையகப்படுத்தியுள்ளனர். விடுதலை பெற்று நம் நாடு ஜனநாயகமானதாக மாறி இத்தனை ஆண்டுகள் ஆகிவிட்ட பிறகும் இன்னும் அங்கு ‘நாடு’ முறை நடைமுறையில் இருப்பதுதான் கண்டதேவியின் தனித்துவமான பிரச்சனை.

நிர்வாக வசதிக்காக இந்தியாவை கிராமம், பஞ்சாயத்து, ஒன்றியம், வட்டம், மாவட்டம், மாநிலம் என்று பிரித்திருப்பது போல - மன்னராட்சியில் நிர்வாக வசதிக்காக 22 1/2, 32 1/2, 42 1/2, 64 1/2, 96 1/2 என்று கிராமங்களை ஒன்றிணைத்து நாடுகளாகப் பிரித்தனர். இதற்கு வாரிசு முறையில் ஒரு அம்பலம் நியமிக்கப்பட்டிருந்தார். மன்னரின் சார்பாக வரி வசூல் செய்வதும் ஊர் பஞ்சாயத்து செய்வதும் அரசுக்கு தேவைப்படுகிறபோது படைக்கு ஆள் அனுப்புவதும் அம்பலத்தின் வேலை. தலித் மக்கள் அம்பலங்களாக இருந்ததில்லை; பெரும்பாலும் கள்ளர்கள்தான்.

கண்டதேவியைச் சுற்றி உஞ்சனை, செம்பொன்மாரி, தென்னிலை, இரவுசேரி என நான்கு நாடுகள் உள்ளன. இந்தியத் துணைக் கண்ட அரசின் சமஸ்தானங்கள் இணைக்கப்பட்ட பிறகு எல்லா பகுதிகளும் இந்திய அரசின் கட்டுப்பாட்டின் கீழ் வந்துவிட்டன. ஆனாலும் விடுதலைக்குப் பிறகு காலாவதியாகிப் போன ‘நாடு’ முறையை கள்ளர்கள் இன்னும் கைவிட்ட பாடில்லை. காரணம், அம்பலங்களாக இருந்து அனுபவிக்கும் அதிகார சுகத்தைத் துறப்பதற்கு அவர்கள் தயாராக இல்லை. நாடு அதிகாரம்

இருப்பதால் அம்பலங்கள் அரசர்களைப் போல வலம் வருகிறார்கள். அவர்களை மீறி அங்கு ஓர் அணுவும் அசையாது.

சொர்ணமூர்த்தீஸ்வரர் கோயிலைப் பொருத்தவரை, அதன் நிர்வாகம் மொத்தத்தையும் நான்கு நாட்டைச் சேர்ந்த அம்பலங்கள் கைக்குள் வைத்திருக்கிறார்கள். கண்டதேவியில் ஆதிக்கமும் அதிகாரமும் செல்வமும் செல்வாக்கும் கோயிலை சார்ந்தே இருப்பதால்தான் இவ்வளவு பிரச்சனையும். அம்பலங்கள் கோயில் உரிமையை விட்டுக் கொடுக்காததற்கு முக்கிய காரணம், அவர்களிடம் இன்று இருக்கும் அதிகாரமும் வளமும் முழுக்க முழுக்க கோயில் தந்தது. தங்களுக்கும் பங்கு வேண்டும் என்று வேறு சாதிக்காரர்களும் வந்துவிடுவார்களோ என்ற பதற்றத்தில்தான் கள்ளர்கள் தங்களின் தேர்வட உரிமையைப் பங்கிட மறுக்கிறார்கள்.

1936 ஆம் ஆண்டிலேயே கண்டதேவி கோயிலுக்குள் தலித் மக்கள் நுழைந்துவிட்டனர் என்றாலும் இன்றுவரை தேர்வடம் பிடிக்க அனுமதிக்கப்படவில்லை. 1953 ஆம் ஆண்டு தேர்வடம் பிடிக்க வந்த தலித் மக்கள் முதன் முறையாக மேல் சட்டை அணிந்து வந்திருக்கிறார்கள். வழக்கமாக வால் பகுதியில் மட்டுமே வடத்தைப் பிடிக்க அனுமதிக்கப்பட்டவர்கள் தலைப் பகுதியைப் பிடிக்க முயல இந்த இரண்டு காரணங்களுக்காகவும் தலித் மக்களை மூர்க்கமாகத் தாக்கினர் கள்ளர்கள். ‘இப்படியொரு இழிவை சந்தித்து சாமி கும்பிட வேண்டிய அவசியமில்லை’ என்று தலித் மக்கள் ஒதுங்கத் தொடங்கியது அப்போதுதான். அவர்கள் தேரோட்டத்தில் பங்கேற்க விரும்பாமல் போனதற்கு இன்னொரு முக்கியமான காரணம் உஞ்சனைக் கலவரம்.

இருபத்தைந்து ஆண்டுகள் கடந்துவிட்டாலும் உஞ்சனை கலவரம் ஏற்படுத்திய பாதிப்பிலிருந்து இன்னும்கூட தலித் மக்கள் மீளவில்லை. கோயில் வழிபாட்டு உரிமை கேட்டதற்காகவும் கள்ளர்களுக்கு சரி நிகராக கோலாகலமாக திருவிழா கொண்டாடியதற்காகவும் கள்ளர்கள் கொலைக் கருவிகளை கொண்டு தலித் மக்களை தாக்கினர். அய்ந்து பேர் அதே இடத்தில் உயிரிழக்க, 29 பேர் பலத்த காயங்களோடு மருத்துவமனையில் அனுமதிக்கப்பட, கால்நடைகளைக் கொன்று, வீடுகளை தீ வைத்து தங்கள் சாதி வெறியை தணித்துக் கொண்டனர் கள்ளர்கள். ஆயிரத்து அய்நூறு சாதி இந்துக்கள் கைது செய்யப்பட்டும் தண்டனையின்றி எல்லோருமே விடுவிக்கப்பட்டனர். நீதி விலை

போவதை நேரடியாகப் பார்த்த தலித் மக்கள் மனச் சோர்வு அடைந்தனர். ஆனால், மிக விரைவிலேயே நிலைமை மாறியது.

தேர் வடம் பிடிக்கும் உரிமை தங்களுக்கும் உண்டு என்று தலித் மக்கள் உரிமைக் குரல் எழுப்பினர். 1997 ஆம் ஆண்டு தலித் இளைஞர் ஒருவர் தேரை இழுக்க முற்பட, அவரை கள்ளர்கள் அடித்துத் துரத்தினர். புதிய தமிழகம் கட்சி மற்றும் வேறு சில தலித் அமைப்புகள் கண்டதேவி மக்களோடு கைகோர்க்க போராட்டத்துக்குப் புத்துயிர் கிடைத்தது. 1998 இல் டாக்டர் கிருஷ்ணசாமி தொடுத்த வழக்கின் தீர்ப்பாக, 'அனைத்துச் சாதியினரும் தேர் வடம் பிடிக்க உரிமை இருக்கிறது' என்று உயர் நீதிமன்றம் சொல்லியும்கூட, இன்றுவரை தலித் மக்கள் பங்கேற்க முடியவில்லை. தேரோட்டமே இல்லாமல் போனாலும் சரி, தலித் மக்களோடு சேர்ந்து தேரிழுக்க மாட்டோம் என்று சாதிவெறியில் துடிக்கும் கள்ளர்களுக்கு இந்த நாள் வரை ஆதரவாகவே இருந்து வந்திருக்கிறது ஆளும் அரசு.

காரணம், கண்டதேவி பகுதியைப் பொருத்தவரை வாக்கு வங்கி கள்ளர்கள்தான். அவர்கள் எந்தக் கட்சியை கை நீட்டுகிறார்களோ, அதுதான் தேர்தலில் வெற்றிபெற முடியும் என்பதால் அ.தி.மு.க. வோ, தி.மு.க. வோ கள்ளர்களை பகைத்துக் கொள்ளத் தயாராக இல்லை.

ஜனநாயகத்தின் முக்கிய தூணான நீதிமன்றத்தின் எந்த உத்தரவையும் தமிழக அரசோ, அதன் 'கடமைமிகு' ஊழியர்களோ பின்பற்றவில்லை. 'தலித் மக்களுக்கு வடம் பிடிக்கும் உரிமை உண்டு. வெறும் கணக்கிற்காக பத்துப் பேரை வைத்து தேரை இழுக்காமல் தலித் மக்கள் முழுமையாகப் பங்கேற்கும் வண்ணம் தேரோட்டத்தை நடத்த வேண்டியது மாவட்ட நிர்வாகத்தின் கடமை' என்று உயர் நீதிமன்றத் தீர்ப்பு தெளிவாக வலியுறுத்தியும் அரசு அதைத் துளிகூட மதிக்கவில்லை. தலித் சமூகத்தைச் சேர்ந்த ஆளுங்கட்சியின் தொண்டர்கள் சிலரையும் அடிவருடிகள் சிலரையும் பொறுக்கி எடுத்து 'நாங்களும் தேரிழுத்தோம்' என்று சொல்ல வைத்து நாடகமாடியதோடு, அந்த ஒரு சிலர் வடத்தைத் தொடுவது போல புகைப்படம் எடுத்து, போலி ஆவணங்களையும் தயாரித்து வைத்திருக்கும் துணிச்சலில்தான் 26 பேர் தானாக வந்து தேரிழுத்தார்கள் என்ற கட்டுக்கதையை விடாமல் சொல்கிறது அரசு.

'எட்டாண்டுகளுக்குப் பிறகு தலித் மக்களையும் பங்கேற்கச் செய்து தேரை சுமூகமாக ஓட வைத்து விட்டோம்' என்று தமிழக அரசு மார்தட்டிக் கொள்ளலாம். அரசு பெருமைப்பட்டுக் கொள்கிறபடி உயிரிழப்போ, சிறு அசம்பாவிதமோ கூட ஏற்படவில்லைதான். ஆனால், ஊர் ஊராக சத்தமே இல்லாமல் சிறைப்படுத்தப்பட்ட தலித் மக்களின் மனக் கொதிப்புக்கு மத்தியில் கள்ளர்கள் கூடி இழுத்த தேரின் சக்கரங்களுக்கு அடியில் நசுங்கிச் செத்தனவே ஜனநாயகமும் சமத்துவமும்! அது படுகொலை இல்லையா?

தலித் மக்களின் கண்டதேவி போராட்டத்துக்கு சட்ட ரீதியாக துணை நிற்கும் வழக்குரைஞர் கே. சந்துரு, "போன ஆண்டும் வெறும் கணக்குக்கு பத்து பேரை தேரிழுக்க வைத்தார்கள் என்பதற்காகத்தான் இந்த முறை அது கூடாது என்று வலியுறுத்தி மறு உத்தரவு வாங்கினோம். ஆனால், நீதிமன்ற உத்தரவை மாவட்ட நிர்வாகம் திட்டம் போட்டு புறக்கணித்துவிட்டது. சட்டப்படி பார்த்தால் கலெக்டர் மீதும் ஆர்.டி.ஓ. மீதும் நடவடிக்கை எடுக்கப்பட வேண்டும். கண்டதேவிக்குள் செல்ல எல்லோருக்கும் அனுமதி இருக்கிற பட்சத்தில் கிருஷ்ணசாமி, திருமாவளவன் உள்ளிட்ட பலரை கைது செய்ததும் சட்டத்துக்குப் புறம்பானது. அந்தக் கைதும் கண்டதேவியில் பண்ணவில்லை. திருச்சியிலும் மதுரையிலும் கைது செய்ய வேண்டிய அவசியமென்ன? இந்தக் கைதும் தடை உத்தரவும் நீதிமன்ற அவமதிப்பாகும். இரு தரப்பினரையும்தான் கைது செய்தோம் என்று காவல் துறை சொல்வதே தவறு. ஒடுக்குகிறவரையும் ஒடுக்கப்படுகிறவரையும் எப்படி ஒரே மாதிரி நடத்த முடியும்?

'நீதிமன்றம் உத்தரவு போடுகிறது. அவ்வளவுதான். சாதி ஒழிக்கப்பட வேண்டுமென்றுதான் அதுவும் விரும்புகிறது. ஆனால், நடைமுறை அப்படியில்லை. போன முறை கலெக்டர் சந்தோஷ்பாபுவை சாதிப் பெயரைச் சொல்லி திட்டித் தாக்க வந்தனர் நாட்டார்கள். எஸ்.சி. /எஸ்.டி. சட்டத்தில் அவர் கிரிமினல் வழக்குப் பதிவு செய்ய, அவரை இரவோடு இரவாக இடமாற்றம் செய்தது அரசு. ஒரு கலெக்டருக்கே இந்த நிலை என்றால், சாதாரண மக்களை நினைத்துப் பாருங்கள். அந்தக் காலத்தில் பெரியார் மாதிரியான தலைவர்கள் துணிச்சலாகக் களமிறங்கினர் என்றால் அவர்கள் நீதிமன்ற உத்தரவுக்காக காத்திருக்கவில்லை.

கண்டதேவியை பொருத்தவரை, தீர்வு என்பது நீதிமன்றத்துக்கு வெளியேதான் இருக்கிறது. இந்தப் பிரச்சனையை இயக்கங்கள் மிகத் தீவிரமாக கையில் எடுக்க வேண்டிய சரியான நேரமிது. ஏனென்றால், மக்கள் உண்மையாக எழுச்சி பெற்றிருக்கிறார்கள். இதை இயக்கத் தலைவர்கள் முழுமையாகப் பயன்படுத்திக் கொள்ள வேண்டும்' என்கிறார்.

ஊரெங்கும் தலித் மக்கள் கொதித்துப் போயிருக்கிறார்கள். மாலையிட்டான் வயல் கிராமத்தைச் சேர்ந்த மக்கள், 'வடம் பிடிக்க எல்லாரும் வாங்கன்னு கலெக்டரே போஸ்டர் அடிச்சு ஒட்டவும் எங்க ஊர்ல இருந்து நாங்க அம்பது பேர் ஆர்வமா கிளம்பிப் போனோம். ஆனா, சிறுமருதூர்கிட்ட எங்கள பத்து பதினஞ்சு போலிசு மறிச்சாங்க. 'வண்டியில ஏறுங்க நாங்களே பத்திரமா கொண்டு போய் கண்டதேவியில விட்டுடுறோம். பிரச்சனை எதுவும் வந்துடக் கூடாதுல்ல'னு சொன்னாங்க. முதல்ல மறுத்துட்டோம். மிரட்டி ஏத்துனாங்க. எங்களைக் கொண்டு வந்து தேவகோட்டை கல்யாண மண்டபத்துல அடைச்சுட்டாங்க. சாயங்காலம் ஆறு மணிக்குதான் விட்டாங்க. போனவருஷமே வடம் பிடிக்க முடியலன்னாகூட, தூர நின்னு தேரையாவது பார்த்தோம். இந்த வருஷம் அந்த உரிமையும் இல்ல. தேரோட்டத்த டிவியிலதான் பார்த்தோம். கைது பண்ற அளவுக்கு நாங்க என்ன தப்புப் பண்ணினோம்? எல்லாம் நல்லா நடந்த மாதிரியே நியூஸ் போடுறாங்க. நாங்களும் தேரிழுக்கலாம்னு கோர்ட்டு உத்தரவு போட்டிருக்கும்போது ஏன் இந்த அரசாங்கம் இப்படி நடந்துக்குது?' என்கிறார்கள் கோபமாக.

அரசாங்கம் அப்படிதான் நடந்து கொள்ளும். எந்த அரசு ஒடுக்கப்பட்ட மக்களிடம் நியாயமாக நடந்து கொண்டிருக்கிறது - இப்போது மட்டும் அதை எதிர்பார்த்துவிட. அரசியல்வாதிகள் ஏதோ ஓரளவுக்கு மக்களை மதிக்கிறார்கள் என்றால் அது ஓட்டுக்காகத்தான். ஆனால், தலித் மக்களை வாக்குவங்கி என்ற அளவில்கூட அவர்கள் மதிப்பதில்லை.

மக்கள் கறுப்புக் கொடி ஏற்றியிருக்கிறார்கள், அ.தி.மு.க. அடையாள அட்டைகளையும் கரை வேட்டிகளையும் எரித்திருக்கிறார்கள். டாக்டர் கிருஷ்ணசாமி மீண்டும் ஒரு வழக்குத் தொடுக்கப் போவதாகவும் ஆளுநர் மாளிகை முன் ஆர்ப்பாட்டம் செய்து மனு கொடுக்கப் போவதாகவும் அறிவித்திருக்கிறார்.

விடுதலைச் சிறுத்தைகள் -"நாங்கள் இந்நாட்டு குடிமக்களாக மதிக்கப்படவில்லை" என்பதற்கு அடையாளமாக குடும்ப அட்டைகளையும் தேர்தல் அடையாள அட்டைகளையும் அரசிடமே திரும்ப கொடுக்கப் போவதாக சொல்லியிருக்கிறார்கள். சி. பி. எம். கட்சியும் உள்ளூர் அமைப்பான 'கண்டதேவிதேர் நடவடிக்கை குழு'வும் அடுத்தடுத்து சட்ட ரீதியான, ஜனநாயக ரீதியான போராட்டங்களை அறிவித்திருக்கின்றன.

அனைத்துப் போராட்டங்களும் நடந்து முடிந்த பிறகு என்ன நடக்கும்? அடுத்த ஆண்டு ஆனி மாதமும் கள்ளர்கள் கூடி தேரிழுக்கப் போகிறார்கள். சாதிப் புரையோடிப் போன இந்த சமூகத்திடமும் பாகுபாட்டை கட்டிக்காக்கும் இந்த அரசிடமும் இதை மீறிய ஒரு நீதியைப் பெற்றுவிட முடியாது என்பதே நம் பல்லாண்டு கால அனுபவம்.

ஒரு பக்கம் தலித் அமைப்புகள் 'நாங்கள் இந்துக்கள் அல்லர்' என்ற முழக்கத்தை தீவிரப்படுத்தி வருகின்றன. இன்னொரு பக்கம் கண்டதேவி மாதிரியான இந்துக் கோயில்களில் உரிமை கேட்டுப் போராட்டங்கள் நடக்கின்றன. தலித் மக்கள் இந்துக்கள் அல்லர் என்பது வரலாற்று உண்மையானால், இந்து கோயில்களில் உரிமை கேட்டுஏன் இத்தனை ஆயிரம் காலம் இழிவையும் அவமானத்தையும் சந்திக்க வேண்டும்? நம்மை சாதி பெயராலும் சாமி பெயராலும் ஒதுக்கி வைத்திருக்கும் இந்துக்களிடமே உரிமையையும் சமத்துவத்தையும் எதிர்பார்க்கிறோமா? சமூக, பொருளாதார, அரசியல் மற்றும் கல்வி வளர்ச்சிக்கு ஒருபோதும் உதவாத ஓர் உரிமைக்காக இத்தனை ஆண்டுகாலம் தலித்துகள் அவமானத்தை சந்தித்திருக்க வேண்டுமா? சமூக அந்தஸ்தையோ, சுயமரியாதை யையோ ஒரு காலமும் மீட்டுத் தராத ஒரு விஷயத்துக்காக இத்தனை உயிர்களை நாம் இழந்திருக்க வேண்டுமா?

இந்து மதம் பார்ப்பனர்களின் தனிச் சொத்து. அதை அவர்களே வைத்துக் கொள்ளட்டும். சாதி இந்துக்கள் அதில் உரிமைகளைப் பெற முடிந்து ஆதிக்கத்தை கைப்பற்றுகிறார்களா? நல்லது, அது அவர்கள் விருப்பம். ஆனால், இந்துக்கள் அல்லாத தலித்துகள் - சாதிப்படி நிலைக்காக சூழ்ச்சிகரமாக இந்துவாக்கப்பட்டவர்கள் - ஏன் மல்லுக்கு நிற்க வேண்டும்?

கண்டதேவி மாதிரியான தேர்வடப் பிரச்சனைகளுக்கு சரியான தீர்வு இந்து மதத்தை விட்டு வெளியேறுவதுதான். அதில்

வன்முறைக்கு இடமில்லை; அம்பேத்கர் வழிகாட்டுதலிலான சட்ட ரீதியான நடைமுறைத் தீர்வு அது. கோயிலுக்குள் நுழைவதும் வடம் பிடிப்பதும் தலித் மக்களின் உரிமை என்ற அடிப்படையில்தான் இவ்வளவு பிரச்சனைகள். தலித் கட்சிகளும் இயக்கங்களும்கூட அந்த உரிமையை (!) வலியுறுத்துகின்றன. மண்ணுரிமை கேட்கிறோம், பொது இடங்களில் உரிமை கேட்கிறோம், பொது வளங்களில் பங்கு கேட்கிறோம், அரசுத் துறைகளில் ஒதுக்கீடு, அரசியல் - சமூக அங்கீகாரம் கோருகிறோம். இந்நாட்டு குடிமக்கள் என்ற அடிப்படையில் மேற்கூறிய உரிமைகளைக் கேட்பதற்கும் பெறுவதற்கும் தலித் மக்களுக்கு முழு உரிமை உண்டு.

ஆனால், இந்துக்கள் அல்லாத, வலுக்கட்டாயமாக இந்துவாக்கப்பட்ட தலித் மக்கள் இந்து கோயிலில் உரிமை கேட்டுப் போராடுவதிலும் அவமானப்படுவதிலும் உயிர்களை இழப்பதிலும் ஏதாவது அர்த்தமிருக்கிறதா? அப்படியே பெற்றாலும் அது தலித் மக்கள் மீது அப்பிக்கிடக்கும் சாதி அசிங்கத்தைத் துடைத்துவிடுமா? மக்களுக்கு இந்த விழிப்புணர்வை ஏற்படுத்த வேண்டிய தலித் தலைவர்களும் இயக்கவாதிகளுமே கோயில் உரிமைக்காகத்தானே குரல் கொடுக்கிறார்கள்! இந்து மதத்தை விட்டு வெளியேறச் செய்வதற்கான துணிவையோ அறிவையோ மக்களுக்கு கற்பிக்கவில்லை என்பது வருத்தத்திற்குரியது.

கோயிலுக்குள் தலித் மக்கள் நுழைந்தால் தீட்டு, பாவம், சாமி கண்ணைக் குத்திவிடும் என்று பூச்சாண்டி காட்டிக் கொண்டிருந்தவர்களின் முகமூடியைக் கிழித்தெறிந்தார் பெரியார். அனைத்துச் சாதியினரும் அர்ச்சகராக வேண்டுமென அவர் வலியுறுத்தியதன் நோக்கம்கூட, சமத்துவத்தை மீட்டெடுப்பதுதானே அன்றி மத உரிமைகளைப் பாதுகாப்பதன்று. அதே நேரம் அதற்கு இணையாக - அதைவிட உக்கிரமாக - அவர் இந்து மத எதிர்ப்பையும் கடவுள் மறுப்பையும் தமிழர்கள் இந்துக்கள் அல்லர் என்பதையும் வலியுறுத்தி, அதிதீவிரமான பிரச்சாரத்தை மேற்கொண்டார். இதைத்தான் நாம் தெளிவாகப் புரிந்துகொள்ள வேண்டியிருக்கிறது.

அம்பேத்கரை தன்னிகரில்லாத் தலைவராக ஏற்றுக் கொண்டிருப்பவர்கள்கூட, சாதி ஒழிப்புக்குத் தீர்வாக அவர் முன்மொழிந்த மதமாற்றத்தையும் இந்துமத எதிர்ப்பையும் மக்களிடம் முழு வீச்சில் எடுத்துச் செல்லவில்லை. மாறாக,

தங்களை அடிமைப்படுத்தி வைத்திருக்கும் இந்து மதத்திடம் உரிமைகளைக் கேட்டு காலம் முழுவதும் போராடிக் கொண்டிருக்கிறார்கள். கேடுகெட்ட இந்து மதத்தின் வெற்றி அதுதான். மதம் என்பது போதை என்றால் இந்து மதம் என்பது அதிபோதை. இத்தனை கோடி மக்களை இத்தனை ஆண்டுகளாக 'நாங்கள் அடிமைகள்தான்' என்று நம்பி ஏற்றுக் கொள்ள வைக்கும் அளவுக்கு அதிபோதை. அதிலிருந்து தெளிந்து வெளியேறுவதென்பது உண்மையிலேயே மிகப் பெரிய சாதனை. 'உரிமை வேண்டும்' என்று தன்னெழுச்சி பெற்றிருக்கும் கண்டதேவி மக்களே அந்த சாதனையைத் தொடங்கி வைக்கலாம்.

கண்டதேவியிலிருந்து இரண்டு கிலோ மீட்டர் தொலைவில் இருக்கும் கீழ செம்பொன்மாரி மக்கள் தேர்வட உரிமைக்காக உயிரைவிடவும் தயாராக உள்ளனர்: 'எப்படியாவது தேர இழுத்துரணும்னுதான் கிளம்புனோம். போலீசுங்க வழி மறிச்சு ஊரோட அடைச்சு வச்சுட்டாங்க. கள்ளரா, பள்ளரானு கேட்டுத்தான் கண்டதேவிக்குள்ள விட்டாங்க. எஸ்.சி.னா அவ்ளோ எளக்காரமா? போலிசு வந்தது பாதுகாப்புக்காம். எத பாதுகாக்குறதுக்கு – ஜாதியவா? காக்கிச் சட்டையப் பார்த்தாலே வெறுப்புத்தான் வருது. அவங்க மட்டும் இல்லனா நாங்கதான் தேர இழுத்திருப்போம்.

"மனுசங்கள்ல ஆண் ஒரு ஜாதி, பொண்ணு ஒரு ஜாதினு ரெண்டே பிரிவு தாங்க. இது ஏன் அவங்களுக்கு புரிய மாட்டேங்குது. சாமி சொல்லுச்சா தலித்துங்க தேர இழுக்கக் கூடாதுனு. நாங்க விடுறதா இல்ல எங்க உசிர சிந்துனாலும் அங்கதான் சிந்துவோம்' என்கிறார்கள் கொதித்துப் போய்.

மதத்துக்காக மக்கள் ஏன் உயிரை விட வேண்டும்? மக்களுக்காகத்தான் மதம். உணர்வுகளையும் நம்பிக்கைகளையும் உரிமைகளையும் பாதுகாக்க வேண்டியது ஒன்றே மதங்களின் கடமை. அந்த ஜனநாயகக் கடமையிலிருந்து மதங்கள் முரண்படும்போது, அதைத் துச்சமென மதித்து வெளியேறினால்தான் உரிமை மீறல்கள் தடைபடும். மக்களை அதற்குத் தயார்படுத்த வேண்டியதுதான் இன்றைய முக்கியத் தேவை.

'கண்டதேவி கள்ளர்கள் மீது வன்கொடுமைத் தடுப்புச் சட்டம் பாய வேண்டும்?' – 'இரு தரப்பினரும் விட்டுக் கொடுத்துப் போக வேண்டும்' – 'தலித் மக்கள் தன்னெழுச்சியாக போய் தேர்வடத்தைப்

பிடிக்க வேண்டும்' - 'சாதி என்பது ஒரே நாளில் தீரக்கூடிய பிரச்சனை அல்ல காத்திருங்கள்' என்று ஒவ்வொரு தரப்பினரும் ஒவ்வொரு தீர்வை முன்மொழிகின்றனர். உண்மையாகவே இவை எல்லாம் சாதி ஒழிப்புக்கான தீர்வுகளா? கண்டதேவியில் போராடி தேர்வட உரிமையைக்கூட நாம் ஒரு வேளை பெற்றுவிடலாம். அதன் பிறகு தலித் மக்கள் புனிதமானவர்கள் என்று மநுதர்மத்தை மாற்றி எழுதப்போகிறார்களா என்ன? நிச்சயமாக இல்லை. அப்போதும் ஜாதி இருக்கத்தான் போகிறது; வெவ்வேறு வடிவங்களில் அது தலித் மக்களை பலிவாங்கத்தான் போகிறது.

எத்தனையோ போராட்டங்களை நடத்திப் பார்த்து தோற்றுவிட்ட கண்டதேவி தலித் மக்கள், இன்னும் கையிலெடுக்காத வலுவான ஆயுதம் மதமாற்றம் ஒன்றுதான். ஒரேயொரு முறை அதை அவர்கள் கையிலெடுக்கட்டுமே? கள்ளர்களை ஆதரிக்கும் இதே அரசு, தலித் மக்கள் முன் மண்டியிடும். சாதி இந்துக்கள் கலவரமடைவார்கள். இந்து மதவாதிகள் நடுக்கமடைவார்கள். சர்வதேச பத்திரிகைகளும் தொலைக்காட்சிகளும்கூட ஓடோடி வரும். 'ஒரே நாளில் சாதியை அழித்துவிட முடியாது' என்று அண்மையில் தீர்ப்பளித்த நீதிமன்றத்திற்கு, ஒரே நாளில் சாதியை அழித்துக் காட்டி வரலாற்றில் இடம் பிடிப்பார்கள் கண்டதேவி தலித் மக்கள். ●

வரலாற்றுத் தகவல்கள்: கே.எஸ்.முத்து

– சூலை 2005

# 20

## ஆதிக்கம் – ஆபாசம் – ஆண்கள்
## அமைதி காக்கலாமா பெண்கள்?

ஓர் ஆண், நடிகைகளாகிய பெண்களைப் பார்த்து 'விபச்சாரி' என்று சொன்னபோது திரண்டு வராத மகளிரணியும் பெண்கள் அமைப்பும் ஒரு பெண் பாலியல் உரிமைகளுக்காக குரல் கொடுக்கும்போது மட்டும் சீறிப் பாய்வதன் நியாயம் புரியவில்லை.

**பெண்** வெறும் உடல்! ஆண்களைப் பராமரிக்கவும் அவனுக்கு சுகம் கொடுக்கவும் வாரிசைப் பெற்றுக் கொடுக்கவுமே அவள் படைக்கப்பட்டிருக்கிறாள். வலிமைமிக்கவனான ஆண் எவ்வளவு கொடுமையானவனாக, கெட்டவனாக இருந்தாலும் மனைவி என்பவள் கணவனுக்குக் கட்டுப்பட்டு, அவனால் ஏற்படும் துன்பங்களைப் பொறுத்துக் கொண்டு குடும்பத்தை வழி நடத்திச் செல்ல வேண்டும். கணவனை விட்டுப் பிரிவதைப் பற்றியோ வேறு ஒரு வாழ்க்கையைத் தேர்ந்தெடுப்பது பற்றியோ அவள் கனவிலும் நினைக்கக் கூடாது. அப்படி நினைத்தாலோ, கணவனுக்கு மட்டுமே முழுமையான சுகம் தர படைக்கப்பட்டவள் வேறொருவனால் பலாத்காரம் செய்யப்பட்டாலோகூட அவள் கற்பை இழந்தவளாகவும் கெட்டுப் போனவளாகவும் ஆகிறாள். அன்றிலிருந்து அவள் வாழ்வதற்கான தகுதியையும் இழக்கிறாள் - கற்புக்கு இந்து மதம் கொடுக்கும் விளக்கம் இந்த ரீதியிலானது.

இந்த முட்டாள்தனமான கருத்து தங்களுக்குச் சாதகமாக இருப்பதால் எல்லா தரப்பு ஆண்களும் பெண்களின் கற்பைக் கட்டிக்காக்க காலங்காலமாகப் போராடுகிறார்கள். பழமைவாத மற்றும் அடிமைத்தனமான கற்பிதங்களால் பெண்களையும் தலித் மக்களையும் ஆண்டாண்டு காலமாக அடிமைகளாக வைத்திருக்க இந்து மதத்துக்குத் துணை போகிறார்கள் அனைத்துத் தரப்பு ஆண்களும் அவர்களால் பெண்களும்.

இன்றைய அரசியல் தலைவர்கள் 'தமிழ்ப் பண்பாட்டு' முலாம் பூசிய இந்து மதக் கற்பிதங்களைக் கட்டிக்காத்து, சாதி அழிந்து விடாதபடியும் பெண்ணடிமைத்தனம் ஒழிந்து விடாதபடியும் மூடநம்பிக்கைகளிலிருந்து மக்கள் மேம்பட்டு விடாதபடியும்

கவனமாகப் பார்த்துக் கொள்கிறார்கள். 'கற்பு' என்ற ஒற்றைச் சொல் இன்று தமிழகத்தைப் புரட்டிப் போட்டுக் கொண்டிருப்பது அதன் விளைவே. 'தமிழகப் பெண்கள் கற்பில்லாதவர்களா?' என்று பெண்களே சிலிர்த்துக் கொண்டு போராடுவது, பகுத்தறிவு மண்ணுக்கு ஏற்பட்டிருக்கும் களங்கம். தலித் தலைவர்களின் தலித் பெண்களின் இந்த ஆர்ப்பாட்டம் இந்து கற்பிதங்களுக்குக் கிடைத்துள்ள வெற்றி.

உலகம் முழுக்க பெண்கள் எத்தனையோ வகையான போராட்டங்களை நாள்தோறும் நிகழ்த்துகிறார்கள். அவையெல்லாம் அடிமைத்தனத்துக்கும் தன் மீதான வன்முறைக்கும் எதிரானவை. ஆனால், தமிழகப் பெண்கள் மட்டும் தங்கள் மீதான அடிமைத்தனம் நிலைக்க வேண்டும் என்பதை வலியுறுத்திப் போராட்டம் நடத்துகிறார்கள். கேட்டால் தமிழ்க் கலாச்சாரமாம்! யாரால் உருவாக்கப்பட்டது இந்தக் கலாச்சாரம்? கடவுள் மற்றும் மதத்தின் உதவியுடன் தன் சுயநலத்துக்காக ஆண் தோற்றுவித்த பாரம்பரியக் கட்டுப்பாடுகள்தான் இன்றும் கலாச்சாரம் என்ற பெயரில் பெண்களின் உரிமைகளையும் சுயமரியாதையையும் நசுக்குகின்றன.

தமிழகத்தைப் பொருத்தவரை, கலாச்சாரம் என்ற வார்த்தையும் அடிமைத்தனம் என்ற வார்த்தையும் ஒன்றோடு ஒன்று பின்னிப் பிணைந்தவை. பெண் வீட்டை விட்டு வரக் கூடாததும் அவள் பேதையாக இருக்க வேண்டியதும் ஆணின் அனுமதியின்றி சிறு துரும்பையும் அசைக்க முடியாதவளாக இருப்பதும் ஆணைத் தொழுது அவனுக்குக் கட்டுப்பட்டு, அவன் சொல்வதை உண்டு, உடுத்தி, அவனுக்குப் பின் தூங்கி முன் எழுவதே தமிழ்க் கலாச்சாரம் என்று சொல்லப்படும் அடிமைக் கலாச்சாரம்! தந்தை பெரியார் உருவாக்கிய தொடர்ச்சியான பகுத்தறிவுப் பிரச்சாரங்களால் தமிழகம் ஓரளவுக்கு இதிலிருந்து விடுபட்டிருந்தது. ஆனால், அந்த ஜனநாயகச் சூழலுக்கு தற்பொழுது ஆபத்து வந்திருக்கிறது.

அந்தரங்கத்தை ஆபாசமாக்கி வியாபாரம் பார்க்கும் ஊடகங்கள் மாணவ - மாணவியர் பேசிக் கொள்வதைக்கூட கலாச்சார சீரழிவாகப் பார்க்கும் கல்வி நிறுவனங்கள், தனிமனித சுதந்திரத்தைக் குற்றமெனக் கருதும் காவல் துறை, பாலியல் கருத்துகளைப் பெண் வெளிப்படையாகப் பேசினால் அவற்றுக்கு எதிராகப் போராட்டம் நடத்தும் அரசியல் கட்சிகள், மகளிர் அமைப்புகள் என தமிழகம் முழுக்க 'ஒழுக்கக் காவலர்'களும் - 'பண்பாட்டுக் காவலர்'களும்

திரண்டு நின்று பெண்களைக் கூர்ந்து கவனிக்கத் தொடங்கி யிருக்கிறார்கள்.

குஷ்பு விவகாரத்தை ஊதிப்பெருக்கி ஊடகங்கள் பொருளாதார ஆதாயமும் மத அமைப்புகள் சிறுபான்மையினர் எதிர்ப்பு ஆதாயமும் கட்சிகள் அரசியல் ஆதாயமும் தேடுவதில் குறியாக இருக்கின்றன. குழம்பிய குட்டையில் ஆளாளுக்குத் தூண்டில் போட்டுக் காத்திருக்கிறார்கள். கிடைத்தவரை அவரவருக்கு லாபம் என்றாலும்கூட, பெண்கள் அமைப்புகளையும் மகளிரணியையும் ஒன்றிணைத்துக் கொண்டு இந்தச் சமூகத்தில் பெண்ணடிமைத்தன சித்தாந்தங்களை ஆழ ஊன்றுகின்றனர் என்பதைத்தான் நாம் புரிந்து கொள்ள வேண்டியிருக்கிறது; கண்டிக்க வேண்டியிருக்கிறது.

'இந்தியா டுடே' இதழிலும் 'தினத் தந்தி' நாளிதழிலும் வெளிவந்த செய்திகளின்படி பார்த்தால் இவர்கள் கூறும் அவதூறு இல்லை. தமிழகப் பெண்கள் கற்பில்லாதவர்கள் என்றோ, திருமணத்துக்கு முன் ஆணும் பெண்ணும் உடலுறவு வைத்துக் கொள்ள வேண்டும் என்கிற ரீதியிலோ அவர் எந்தக் கருத்தையும் அதில் கூறவில்லை. மாறாக, 'பெண்கள் திருமணமாகும்போது கன்னித்தன்மை கலையாமல் இருக்க வேண்டும் என்பது போன்ற எண்ணங்களிலிருந்து நமது சமூகம் விடுதலையாக வேண்டும்' என்கிறார். மேலும், 'திருமணத்துக்கு முன்பு 'செக்ஸ்' வைத்துக் கொள்ளும்போது கர்ப்பமாகாமலும் பால்வினை நோய்கள் வராமலும் பெண் தன்னைத் தற்காத்துக் கொள்ள வேண்டும்' என்றும் இறுதியாக, 'பெண்கள் தமது 'செக்ஸ்' விருப்பங்களைப் பற்றிப் பேசினால் அவர்களைத் தவறானவர்களாகப் பார்க்கும் ஆண்களின் கண்ணோட்டம் மாற வேண்டும்' என்றும் சொல்கிறார்.

கிராமப்புறங்களிலும் நகர்ப்புறங்களிலும் எத்தனை எத்தனை சிறுமிகளும் இளம் பெண்களும் ஆண்களால் ஏமாற்றப்பட்டு கர்ப்பமடைந்து அதை மறைக்க முடியாமல் தற்கொலை செய்து கொள்கிறார்கள்? 'எய்ட்ஸ்' என்னும் உயிர்க்கொல்லி நோயாலும் பால்வினை நோய்களாலும் பாதிக்கப்பட்ட பெண்கள்; அதிலும் (ஆண்களால் இழைக்கப்படும் கொடூரங்களுக்கு) 'குடும்ப'ப் பெண்களின் எண்ணிக்கை தமிழகத்தில் அதிகரித்துக் கொண்டிருக்கிறது. இந்தக் கொடுமைகளுக்குப் பாலியல் கல்வி தீர்வாக இருக்கும் என்று குஷ்பு வலியுறுத்தியதைத் தவறு என்று சொல்கிறார்கள் இந்த 'ஒழுக்கக் காவலர்கள்'.

'புள்ளி ராஜாவுக்கு 'எய்ட்ஸ்' வருமா?' என்று ஒரு விளம்பரம் தமிழகத்தையே கலங்கடித்தது. பாலியல் தொழிலாளர்களிடம் 'போகும்' ஆண்களை ஆணுறை பயன்படுத்தச் சொல்லி அது வலியுறுத்தியது. 'மனைவியைத் தவிர வேறு பெண்களிடம் போகாதே, போனால் உனக்கு 'எய்ட்ஸ்' வரும் என்று அச்சுறுத்தாமல், போ, ஆனால் ஆணுறை பயன்படுத்து என்று 'ஆலோசனை' கொடுத்தது அந்த அரசு விளம்பரம். அப்படிப் பலரிடம் கற்பிழந்த ஆண்மகனை இந்த சமூகம் வெறுக்குமா? கெட்டுப் போனவன் என்று குற்றம் சாட்டுமா? வேசி என்றோ, விபச்சாரி என்றோ சாடுமா? பாதுகாப்பான உடலுறவு குறித்து மேடை போட்டு 'மைக்' வைத்து ஆணுக்குப் பரிந்துரைக்கலாம். அதுவே பெண்ணுக்கென்றால் அதுவும் ஒரு பெண்ணே என்றால் ஒழுக்கக் கேடாகிறது, கலாச்சார சீரழிவாக்கப்படுகிறது. இதுதான் தமிழகம். உரிமைகளுக்காக குரல் கொடுத்தால் செவிமடுக்காத இந்தச் சமூகம், கற்பொழுக்கம் என்ற அடிமைத்தனத்துக்கு மட்டும் எப்படியெல்லாம் வக்காலத்து வாங்குகிறது பாருங்கள்.

குஷ்புவின் தனிப்பட்ட கருத்துகளை இவ்வளவு பரபரப்பாக்கியது யார்? அவர்களுடைய தேவை என்ன? அதே 'இந்தியா டுடே'யில் 'செக்ஸ் சர்வே'க்காக கவிஞர் சுகிர்தராணியும் கருத்துக் கூறியிருக்கிறார்: 'ஒருவனுக்கு ஒருத்தி என்ற பண்பாட்டுச் சாரத்தின் வழி நின்று திருமணத்தில் ஒருவனோடு இணையும்போது கன்னித்தன்மையும் கற்பும் எதிர்பார்க்கப்படுகின்றன. கற்பைப் பற்றிப் பேசும்போது, பெண்களின் பாலியல் சுதந்திரம் முன் நிற்கிறது. தன் உடலை மற்றவர்க்கு வழங்குவதிலுள்ள தன் விருப்பத்திலிருந்து அது தொடங்குகிறது. மரபுகளைக் கட்டுடைத்து ஆண் மதிப்பீடுகளை மீறும்போது கலாச்சார, பண்பாட்டுச் சீரழிவாக அது பார்க்கப்படுகிறது. இங்கு விளிம்பில் நிற்க வைக்கப்படுகிறவர்கள் பெண்களே. கற்பு, பண்பாடு, ஒழுக்கம் போன்றவற்றை பெண்களிடம் மட்டுமே எதிர்பார்ப்பது எந்தச் சமூகத்திற்கும் அழகல்ல; அவசியமும் அல்ல.'

சுகிர்தராணியின் இந்தக் கருத்துகள் குஷ்புவின் கருத்துகளை விடவும் மிகக் கூர்மையாகக் கற்பின் மீதும் கன்னித் தன்மையின் மீதும் கேள்விகளை எழுப்புகின்றன. ஆனால், அவரை யாருமே கண்டுகொள்ளவில்லை. கண்டுகொள்வதன் மூலம் அரசியல் லாபம் ஒன்றும் அவர்களுக்குக் கிட்டப் போவதில்லை என்பதுதான் உண்மை.

*சர்ச்சை தொடங்கிய இடத்திலிருந்தே பார்ப்போம்.*

மாலை நாளிதழ்களின் மொத்த விற்பனையே இருபதாயிரம் படிகள் இருக்க, 'தினகரன்' குடும்பத்தைச் சேர்ந்த 'தமிழ் முரசு' மட்டும் லட்சத்தை நோக்கி அதிவேகமாக போய்க் கொண்டிருக்கிறது. காரணம், அவர்கள் கொடுக்கும் கிளு, கிளு, கிசு, கிசு செய்திகள். கூடவே இலவசப் பொருட்கள். 'இந்தியா டுடே'யில் குஷ்பு கொடுத்த பேட்டியிலிருந்து ஆங்காங்கே சில வார்த்தைகளை உருவிப் போட்டுத் தலைப்புச் செய்தியாக்கி நாலைந்து பேரிடம் இது குறித்துக் கருத்து கேட்டு, பக்கத்தை நிரப்ப இது சர்ச்சையானது. அப்பாடா தமிழ் நாடே இன்றைக்கு நாம் உருவாக்கின செய்தியால் கதிகலங்கிப் போயிருக்கிறது என்று 'தமிழ் முரசின்' ஆசிரியர் குழு காலரை தூக்கிவிட்டுக் கொள்ளலாம்.

தமிழ்ப் பத்திரிகைகளுக்கு இதைவிட பெரிய வேலையோ, பொறுப்போ என்ன இருக்கிறது? யார் கற்போடு இருக்கிறார்கள், யார் அதை இழக்கிறார்கள் என்று ஆராய்ந்து சொல்லி, இந்த சமூகத்தை மேன்மை அடையச் செய்யும் ஒற்றைக் குறிக்கோளோடு இயங்கும் 'தமிழ் முரசு' மாதிரியான பத்திரிகைகள் புழுத்துப்போன பழமைவாதிகளின் கூடாரமாகவே இருக்கிறது. கற்பொழுக்கம் பற்றி இவ்வளவு அக்கறைப்படுகிறவர்கள்தான் முழுப் பக்க கவர்ச்சிப் படங்களை வெளியிட்டு காசு பார்க்கிறார்கள். ஆனால், கலாச்சாரத்துக்கு ஏதாவது கேடு வந்தால் மட்டும் அவர்களால் ஒருபோதும் தாங்கிக் கொள்ள முடியாது.

உலகம் முழுக்கவே வறுமை அதிகரித்திருக்கிறது. உத்திரப்பிரதேசத்திலும் மகாராட்டிராவிலும் சத்தின்மையால் குழந்தைகள் செத்து மடிகின்றன. கோகோ கோலா மாதிரியான பன்னாட்டு நிறுவனங்கள் நிலம், நீர், உழைப்பு என எல்லாவற்றையும் சுரண்டுகின்றன. எங்கும் ஊழல், பெண்களுக்கெதிரான, குழந்தைகளுக்கெதிரான வன்முறை, போதைப் பொருள் பெருக்கம், அதிகரிக்கும் சாதி அடக்குமுறை - இதெல்லாம் தலைப்புச் செய்தியாகத் தகுதியற்றவை. நடிகைகளைப் பின் தொடர்ந்து போய் அவர்களின் அந்தரங்கங்களை வியாபாரமாக்குவதை மட்டுமே முழு நேரத் தொழிலாக வைத்திருக்கும் பத்திரிகைகளின் உச்சபட்ச அரிப்புதான் குஷ்பு விவகாரம்.

குஷ்புவை எதிர்த்து விடுதலைச் சிறுத்தைகளும் பா.ம.க.வும் ஏன் இவ்வளவு காட்டமாகக் களமிறங்க வேண்டும்? திரைப்படங்களுக்கு

தமிழ்ப் பெயர் வைக்க போராட்டம் நடத்துகிறவர்கள், தரமான திரைப்படங்களை எடுக்கச் சொல்லி போராடுவதில்லை. பெண்களைக் கொச்சைப்படுத்தும் பாலியல் வக்கிர சிந்தனையைத் தூண்டும் குலுக்கு நடனங்கள், இரட்டை அர்த்த வசனங்கள், ஆபாசப் பாடல்களுக்கு எதிராக ஒரு வார்த்தைகூடப் பேசுவதில்லையே ஏன்?

தனிமனித சுதந்திரத்தில் தலையிடும் 'ஒழுக்கக் காவலர்'கள் அண்மைக்காலமாக அதிகரித்திருக்கிறார்கள். பொறியியல் கல்லூரி மாணவர்களுக்கு உடை கட்டுப்பாடு கொண்டு வந்திருக்கிறது அண்ணா பல்கலைக் கழகம். பெண்கள் தாங்கள் விரும்பிய உடையை அணியத் தடை விதிக்கப்பட்டிருக்கிறது. விளையாட்டு வீராங்கனையான சானியா மிர்சாவை கண்டிக்கிறது 'ஜமாத்'. 'பிரைவேட் பார்ட்டி'களில் கேமராவோடு புகுந்து கணவர்களோடு இருக்கும் பெண்களைப் புகைப்படம் எடுத்து வெளியிடுகின்றன பத்திரிகைகள். இப்படியே போனால் பெண்கள் வீட்டை விட்டு வெளியே வருவதும் ஆண்களோடு சேர்ந்து பணியாற்றுவதும் கல்வி பயில்வதும்கூட நாளை குற்றமாக்கப்படும். இதற்கு அரசும் துணைபோகிறது.

கற்பொழுக்கத்துக்காகப் பெண்களை நரம்பு புடைக்க துடைப்பத்தோடு களமிறக்கிய இந்தத் தலைவர்கள், அப்பெண்களுக்கான 33 சதவிகித இடஒதுக்கீட்டிற்காகவோ, பாலியல் துன்புறுத்தல் சட்ட வரைவுக்காகவோ, குடும்ப வன்முறைத் தடுப்புச் சட்டத்தை நிறைவேற்றச் சொல்லியோ குரல் கொடுக்கவில்லையே! பெண்களுக்கு 'ஒழுக்கத்தை' வலியுறுத்துவதன் மூலம் அவர்கள் அடிமை வட்டத்திலிருந்து வெளியேறிவிடாமல் பார்த்துக் கொள்ளலாம். உரிமையை வலியுறுத்தினால் பெண்கள் வீட்டைவிட்டு வெளியேறி நாட்டை ஆளக் கிளம்பிவிடுவார்கள். அப்புறம் இந்த ஆண்களுக்கு ஆக்கிப் போடவும் சேவை செய்யவும் ஆளில்லாமல் போய்விடுமே!

தமிழ் என்ற ஒற்றை ஆயுதம் அரசியலுக்கு எந்தளவுக்குப் பயன்படும் என்பதை திருமாவளவனுக்கும் ராமதாசுக்கும் முன்பே புரிந்து கொண்டவர் தங்கர்பச்சான். அண்மையில், "பணத்துக்காக நடிக்கிற நடிகைகள் விபச்சாரிகளுக்கு சமம்" என்ற 'அரிய' கருத்தை வெளிப்படுத்தியவர். தங்கர்பச்சானைப் பொருத்தவரை விபச்சாரியாக இருந்தாலும் பணம் பற்றி கவலைப்படாமல் அவள்

சுகம் தேடிவரும் ஆணுக்குப் பத்தினியாகப் படுத்து எழுந்திருக்க வேண்டும் (பார்க்க: 'தென்றல்' படம்). முழுக்க முழுக்க பெண்ணடிமைத்தன கருத்துகளை வைத்துப் படங்கள் எடுத்துவிட்டு, "தமிழ்ப் படம் எடுக்கிறேன்", "'நானொரு தமிழன்", "தமிழ்க் கலாச்சாரத்தைக் கட்டிக் காக்கிறேன்" என்று பிதற்றுகிறார்.

நடிகைகளை விபச்சாரிகள் என்று தங்கர்பச்சான் திட்டியதற்கான காரணம், அவரின் 'சிதம்பரத்தில் ஒரு அப்பாசாமி' படத்தில் நாயகி நவ்யா நாயர் தனக்கு சிகையலங்காரம் செய்யும் பெண்ணுக்குத் தர வேண்டிய அறுநூறு ரூபாய் சம்பள பாக்கியைக் கேட்டு படப்பிடிப்பை ரத்து செய்தார். தங்கர்பச்சானே இந்தப் படத்தை தயாரித்திருப்பதால் ஒரு தயாரிப்பாளரின் நிலை நடிகைகளுக்குப் புரியவில்லை என்று புலம்பியிருக்கிறார். "கேவலம் அறுநூறு ரூபாய் பணத்துக்காக" என்று திரும்பத் திரும்பச் சொல்கிறார். அந்த அறுநூறு ரூபாய் பளிங்கு மாளிகையில் குடியிருக்கும் தங்கர்பச்சானுக்கு வேண்டுமானால் கேவலமாக இருக்கலாம். சிகையலங்காரம் செய்யும் அந்தப் பெண்ணுக்கு? குழந்தைக்குப் பால் வாங்கவோ, பள்ளிக் கட்டணம் கட்டவோ, மருத்துவச் செலவுக்கோ அந்தப் பணம்தான் வாழ்வாதாரம். உழைத்ததற்கு கூலி கேட்டதற்கு 'தேவிடியா' என்று திட்டுகிறார் தங்கர்பச்சான். தனக்குக் கீழ் பணிபுரிபவரின் வயிற்றுப்பாட்டைக்கூட புரிந்து கொள்ள முடியாத தங்கர்பச்சானை, தமிழ்ச் சமூகம் அவர் எந்தச் சூழலில் அப்படிப் பேட்டிக் கொடுத்தார் என்பதை மட்டும் புரிந்து பதவிசாக நடந்து கொள்ள வேண்டுமாம்.

தங்கர்பச்சான் என்ன சமூக விடுதலைக்காகவா படம் எடுத்துவிட்டார்? அவர் படத்தில் குலுக்கு நடனங்கள் இல்லையா என்ன? 'சிதம்பரத்தில் அப்பாசாமி'யில்கூட, அரைகுறை உடையில் பெண்ணை ஆடவைத்திருக்கிறார். தங்கர்பச்சானுக்கு தெரிந்த ஒரே தமிழ்க் கலாச்சாரம் பெண்ணடிமைத்தனம் என்பதை அவரின் படங்கள் மூலம் புரிந்து கொள்ள முடிகிறது. கணவன் என்னதான் பொறுப்பற்றவனாக, ஊதாரியாக, சோம்பேறியாக, குடிகாரனாக, பெண்களைத் தேடிப் போகிறவனாக இருந்தாலும் மனைவி என்பவள் அதைப் பொருட்படுத்தாமல் தையல் வேலை செய்தாவது சம்பாதித்து, வீட்டையும் கவனித்து, பிள்ளைகளைப் படிக்க வைத்து, உலகெல்லாம் சுற்றித் திரும்பி வரும்போது, கொஞ்சமாய் கோபித்துக் கொண்டு அணைத்துக் கொள்ள வேண்டுமாம்.

'சிதம்பரத்தில் ஒரு அப்பாசாமி' வலியுறுத்தும் பத்தினித்தனமும் தமிழ்க் கலாச்சாரமும் இதுதான்.

தங்கர்பச்சான் நடிகைகளை கேவலப்படுத்தியபோது கொதித்துப் போன நடிகைகளில் குஷ்பு குறிப்பிடத்தக்கவர். ஓர் ஆண், நடிகைகளாகிய பெண்களைப் பார்த்து 'விபச்சாரி' என்று சொன்னபோது திரண்டு வராத மகளிரணியும் பெண்கள் அமைப்பும் ஒரு பெண் பாலியல் சிக்கல்களுக்காக குரல் கொடுக்கும்போது மட்டும் சீறிப்பாய்வதன் நியாயம் புரியவில்லை. 'நடிகை என்பவளே ஒழுக்கக் கேடானவள்தான்' என்ற எண்ணம் சமூகத்தின் ரத்தத்திலேயே ஊறிப் போயிருக்கிறது. அதனால்தான் குஷ்புவுக்கு அனைத்திந்திய ஜனநாயக மாதர் சங்கம் போன்ற அமைப்புகள்கூட ஆதரவாக அழுத்தமான குரல் கொடுக்கவில்லை. ஆணாலேயே பாலியல் வக்கிரங்கள் அரங்கேறுகின்றன என்றாலும் பெண் மட்டுமே அவச் சொல்லுக்கு பலியாக்கப்படுகிறாள். ஆணாதிக்கச் சமூகத்தின் கை பொம்மைகளாகத்தான் பெண்கள் இன்றும் இருக்கிறார்கள் என்ற உண்மை சுட்டெரிக்கிறது.

திரை உலகமே திரண்டு நின்று கண்டித்ததால் காலில் விழுந்து மன்னிப்புக் கேட்டு அவமானப்பட்ட தங்கர்பச்சானின் பழிவாங்கும் படலம் இப்போது நடந்து கொண்டிருக்கிறது. வன்னியச் சாதி வெறியரான அவருக்குத் தோள் கொடுக்கவே பா.ம.க. வின் இந்த நாடகம். திரைப்படங்கள், பாடல்கள், விளம்பரங்கள், பத்திரிகைகள், தொலைக்காட்சிகள் எதில் இல்லை பாலியல் வக்கிரம்? அத்தனையும் ஆபாசமாகிக் கொண்டிருக்கிறது. பண்பாட்டுச் சீரழிவின் தொடக்கமும் வளர்ச்சியும் ஆண்களாலேயே நிகழ்த்தப்படுகிற சூழலில் பெண் உடல் நாள்தோறும் நசுக்கப்படுகிறது. பார்வையாளர்களை உடல் கூசவைத்த 'சன்டேன்னா ரெண்டு' என்ற 'தினமலரின்' விளம்பரத்தை எதிர்த்து ஒரு வார்த்தைகூடப் பேசவில்லை இந்த 'ஒழுக்கக் காவலர்'கள்! மிக மிக வக்கிரமான இந்த விளம்பரத்தை வைத்து தனது நாளேட்டின் விற்பனையைப் பெருக்கத் துடிக்கும் 'தினமலர்' தான் 'கலாச்சாரத்தின் காவல் நாயா'கச் செயல்படுகிறது.

'இந்தியா டுடே'யும் 'அவுட்லுக்' இதழும் 'செக்ஸ் சர்வே' என்கிற பெயரில் மிகக் கேவலமான, அநாகரிகமான, அந்தரங்கத்தைக் கொச்சைப்படுத்தும் கேள்விகளைக் கொண்டு கருத்துக் கணிப்பு நடத்தி அதை ஆபாசப் படங்களோடு வெளியிடுகின்றன:

‘பெண்களின் எந்தப் பகுதி ஆண்களைக் கவரும்? உங்கள் பார்ட்னர் முன் சுய இன்பத்தில் ஈடுபட்டிருக்கிறீர்களா? யாருடன் முதலில் செக்ஸ் வைத்துக் கொண்டீர்கள்? வாய் வழி செக்ஸ் பற்றி என்ன நினைக்கிறீர்கள்? ஆண்களின் எந்த உறுப்பை செக்சியானதாகக் கருதுகிறீர்கள்?’ - சமூக விடுதலைக்கு உதவும் கேள்விகளா இவை? நியாயப்படிப் பார்த்தால் விடுதலைச் சிறுத்தைகள் மற்றும் பா.ம.க. வின் சீற்றம் இப்பத்திரிகைகள் மீதுதானே இருந்திருக்க வேண்டும்?

இங்கு இன்னொரு செய்தியையும் சுட்டிக்காட்ட வேண்டியிருக்கிறது. இதே விடுதலைச் சிறுத்தைகள் இதற்கு முன்பு நடத்திய சமூக விடுதலைப் போராட்டங்களை இந்தப் பத்திரிகைகள் இத்தனை கொட்டை எழுத்துகளில் தலைப்புச் செய்தியாக்கியதா? திண்ணியத்தில் மலம் தின்ன வைத்த கொடுமையையோ பாப்பாபட்டி, கீரிப்பட்டி சாதி வக்கிரத்தையோ முதன்மைச் செய்தியாக வெளியிட வேண்டும் என்ற அக்கறையும் பொறுப்பும் அவர்களுக்கு இருந்ததா?

இஸ்லாமிய சமூகத்தைச் சேர்ந்த குஷ்புவை எதிர்த்து இந்துத்துவா அமைப்புகள் பெரிய போராட்டம் எதுவும் நடத்தவில்லை. சாதி இந்துக்களும் தலித்துகளும் அவர்களை முந்திக் கொண்டு போராடி, ஆதிக்கவாதிகளை வாயடைக்க வைத்து விட்டார்கள். சாதி இந்துக்களும் தலித் அமைப்புகளும் இந்து ஆதிக்கவாதிகளோடு ஒத்துப்போவது இது முதல் முறை அல்ல. ஆனால், பெண் எதிர்ப்பு என்று வரும்போது இஸ்லாமியர்களும் இந்துத்துவவாதிகளோடு நேர்கோட்டில் நிற்பது தான் விந்தையிலும் விந்தை! தமிழ் நாடு முஸ்லிம் முன்னேற்றக் கழகம், குஷ்புவை நாடு கடத்த உத்தரவிட்டிருக்கிறது. மதங்களையோ மதவாதிகளையோ இங்கு குறை சொல்ல புதிதாக ஒன்றுமில்லை. காரணம், அவர்கள் ஒருபோதும் பெண் விடுதலைக்கு உழைக்கப் போவதில்லை. பார்ப்பான் மூளை எப்படி தலித் விடுதலை பற்றி சிந்திக்காதோ, அதே போலதான் ஆண் மூளையும் பெண் விடுதலையை ஏற்காது.

எல்லாத் துறைகளிலும் பெண் முன்னேறி விட்டதைப் போன்ற தோற்றம் இருந்தாலும் இன்னும் உளவியல் ரீதியாக தன்னை வலிமையற்றவளாக எண்ணும் போக்கே நீடிக்கிறது. அதனால்தான் எத்தகைய பெரிய பதவியில் இருந்தாலும் குடும்ப வன்முறைக்கும் பாலியல் துன்புறுத்தலுக்கும் பெண் ஆளாக நேர்கிறது. ராணுவ ஆட்சியையும் தொடர்ச்சியான பாலியல் வன்கொடுமைகளையும்

எதிர்த்து மணிப்பூர் பெண்கள் நடத்திய நிர்வாணப் போராட்டத்திற்குத் தலைவணங்கலாம். ஆனால், தமிழகப் பெண்கள் போராடி ஒழிக்க எவ்வளவோ அடிமைத்தனங்கள் ஓங்கி நிற்கையில் 'நாங்கள் கற்புக்கரசிகள்' (நாங்கள் அடிமைகள்) என்று 'பெருமை'யோடு பெண்ணியத்துக்கு எதிராகப் போராடுவது கண்டு அவமானத்தில் தலைகுனிவதைத் தவிர வேறு வழியில்லை.

ஜனநாயகத்துக்கு எதிரான ஆதிக்க வாதிகளையும் 'ஒழுக்கக் காவலர்'களையும் கண்டிக்காமல் வளரவிட்டோமானால் பெண் விடுதலையும் அதனால் சமூக விடுதலையும் வேரோடு அழித்தொழிக்கப்பட்டுவிடும். இதுகாறும் வளர்த்தெடுக்கப்பட்ட பகுத்தறிவும் பெண் சுயமரியாதையும் மிக வேகமாக பொசுக்கப்படுகிறது. இதற்கு அனைத்துத் தரப்பு ஆண்களும் கூட்டு சேர்ந்திருக்கிறார்கள். ஆக, இங்கு ஒன்றிணைய வேண்டியது பெண்கள். ஆதிக்கம் - ஆபாசம் - ஆண்கள் இம்மூன்றுக்கெதிராகவும் ஒரு நிலையான போராட்டத்தைப் பெண்கள் உடனே தொடங்க வேண்டியிருக்கிறது. இல்லையெனில் தமிழ்க் கலாச்சாரம் என்ற பெயரில் இந்து மதக் கற்பிதங்கள் மீண்டும் புதுப்பிக்கப்பட்டு, தன் கொடிய கால்களால் இந்தச் சமூகத்தைப் புரட்டி எடுக்கும். அந்தத் தாக்குதலில் மிகக் கொடூரமாக பலியாகப் போவது தலித் மக்களும் பெண்களும்தான். •

- அக்டோபர் 2005

21

# இருக்கவிடலாமா ஜாதியை?

இன்றைக்கு சாதி கேக்காத இடம் எது சொல்லுங்க பாப்பம்? எங்கயும் சாதி இருக்கு. எல்லாத்துலயும் சாதி இருக்கு. சாதி பிடிக்கலன்னா சொல்லாம இருக்கலாமே தவிர, சொல்லாம இருந்தாக்க சாதி இல்லாமப் போயிடாது - நானும் நீங்களும் சாகிற வரை இருக்கும்.

**பலமில்லாத** ஏழைகளோ தங்களின் ஆயிரத்தெட்டு சாதிகளால் ஒன்று சேர முடியாதவர்களாயிருந்தார்கள். சாதியின் அசுரப்பிடியில் சிக்கி மீள முடியாதவர்களாயிருந்தார்கள். கோவணத்திற்கு மாற்றுக் கோவணம் இல்லாதவன், அதேபோல உள்ள கோவணாண்டியை பள்ளன் என்கிறான், பறையன் என்கிறான். பள்ளனோ பறையனைக் கேவலமாயும் பறையன் சக்கிலியைக் கேவலமாயும் சக்கிலியன் பறையனைக் கேவலமாயும் இவனெல்லாம் சேர்ந்து பறவண்ணானை இன்னுங்கேவலமாய்... தனக்குக் கீழே யாராவது கேவலமாய் இருப்பதை விரும்பும் தோரணையாய் அல்லவா இருக்கிறது நிலைமை!

காலம் சலனமற்று கடந்து கொண்டிருக்கிறது எத்தனையோ மாற்றங்களையும் சீற்றங்களையும் தாங்கியபடி. இந்த மண்ணின் மீதும் மனிதர்கள் மீதும் துடைத்தெடுக்க முடியாத புழுதியெனப் படிந்துவிட்ட சாதியெனும் கொடுமைக்கானத் தீர்வை மட்டும் அது தள்ளியே வைத்திருக்கிறது. ஆளுக்கொரு ஆயுதமாய் எடுத்துப் பார்த்தாயிற்று! சுய நலனுக்காகவோ, பொது நலனுக்காகவோ சாதி ஒழிப்பு முயற்சிகளைத் தீவிரப்படுத்தியும் ஆயிற்று! கெஞ்சியும் கதறியும் போராடியும் சண்டையிட்டும் நீதி கேட்டும் சட்டம் நாடியும் பயனில்லை. முடிவாக, சாதி அழியவில்லை. அழிக்க அழிக்க, அது தழைத்துப் படர்ந்து கொண்டே இருக்கிறது நச்சுக் கொடியாய்...

ஒவ்வொரு முறை நம்பிக்கை நீர்த்துப் போகும் போதும் பொசுங்கிய சாம்பலிலிருந்தே உயிர்த்தெழ வேண்டியிருக்கிறது. அப்படி எழ முயன்றவர்களால் மட்டுமே நூற்றாண்டுகளாக மண்டி, மக்கி, இறுகிப் போய் கிடக்கும் சாதியின் தலையில் ஓங்கி அடித்து,

சிறு அசைவையேனும் ஏற்படுத்த முடிகிறது. சிலரின் போராட்டம் எழுத்தாகிறது. வேறு சிலர் எழுத்தையே போராட்டமாக்குகிறார்கள். தலித் எழுத்தாளர்களாலும் அவர்களால் உயிர் பெறும் தலித் இலக்கியத்தாலும் அத்தகையதொரு போர் பல்வேறு தளங்களிலும் நிகழ்த்தப்படுகின்றன.

பதினேழு ஆண்டுகளுக்கு முன்பு (1989) வெளி வந்த 'பழையன கழிதலும்...' நாவலை அதன் ஆசிரியர் சிவகாமி வீரிய படைப்பாகவே விதைத்திருக்கிறார். தலித் மக்களின் வாழ்க்கை மற்றும் சமூகப் போராட்டத்தில் பதிவாகி, பதினேழு ஆண்டுகள் கழித்தும் காலக் கண்ணாடியென உண்மையை அதன் நிறம் மாறாமல் பிரதிபலித்துக் கொண்டிருப்பதால் மூன்று பதிப்புகளை இந்நாவல் கடந்திருப்பதோடு, நாவலாசிரியர் சிவகாமியாலேயே ஆங்கிலத்தில் சிறப்புற மொழிபெயர்க்கப்பட்டு தற்பொழுது வெளிவந்திருக்கிறது. கால இடைவெளிக்குப் பிறகு இப்போது புரட்டிப் பார்த்தாலும் அது இன்றைய சமூக உண்மையைப் பளிச்சென உணர்த்துகிறது. 'பழையன கழிதலும்...' இன்றும் புதிதாய் இருப்பதன் காரணம் அதுதான்.

நாவலின் முக்கிய கதாபாத்திரங்களும் சரி, அவ்வப்போது வந்து போகும் நபர்களும் சரி, நம்முடன் இன்றும் சேரிகளில் வாழ்கிறவர்கள். கிராமத்துக்கும் சேரிக்கும் இடையில் நிரந்தரமாகத் தங்கி தேங்கிக் கிடக்கிற பதற்றத்தை அப்படியே படம் பிடித்துக் காட்டுகின்றன ஆசிரியரின் எழுத்துகள். முகத்துக்கு முன் புன்னகைத்துக் கொள்வதும் முதுகில் ஆயுதங்களை மறைத்து வைத்திருப்பதுமாக ஓர் அவலமான பாதுகாப்பின்மையோடுதானே தலித் ஆதிக்க சாதியினரின் உறவு தொடர்கிறது. அதையேதான் நாவலும் சொல்கிறது. தலித் மக்களுக்கு எதிர்ப்புணர்வு வளர்ந்துவிட்டதும் அவர்களின் கட்டுக்கடங்கா எழுச்சியும் நாவலில் வரும் புளியூர் சேரி மக்கள் வாயிலாகத் தெளிவுபடுத்தப்பட்டிருக்கிறது. அடி விழுந்து விடாமல் தடுக்கவும் அடித்தால் திருப்பி அடிக்கவும் விம்மித் துணிந்த சேரி இளைஞர்களால் அதைத் தவிர வேறெதையும் செய்ய முடியாத இயலாமையை வலியோடு உரைக்கிறது.

இன்றைய சூழலில் தலித் மக்களின் முக்கியப் பிரச்சனைகளாக குறிப்பாக, கல்வியறிவற்ற கிராமப்புற சேரி மக்களின் வாழ்நிலையைப் பிரதிபலித்துப் பட்டியலிட ஆசிரியர் முயன்றிருப்பது நாவலின்

போக்கில் புரிகிறது. எந்தவொரு கதாபாத்திரத்தையும் முதன்மைப்படுத்தாமல் ஒரு சமூகத்தை அருகிலிருந்து பதிவு செய்வதாகவும் அதன் போக்கில் நபர்கள் வந்து போவதாகவும் இருப்பது சிறப்பு. காத்தமுத்து, கவுரி தங்கம், சந்திரன் என யார் வேண்டுமானாலும் மய்யப் பாத்திரமாகிவிடக் கூடும் நிலையில் அப்படி ஆக்கிவிடாமல் சமூகச் சூழலை மட்டுமே உணர்த்த வேண்டி ஆங்காங்கே பல நபர்கள் கவனமாக நிறுத்தப்பட்டிருக்கிறார்கள். அவர்களின் வாழ்வனுபவமே வாசிப்போருக்கு சமூக அனுபவமாக அளிக்கப்பட்டிருக்கிறது.

ஆதிக்க சாதியினரிடம் விவசாயக் கூலியாக வேலை பார்க்கும் தலித் பெண்கள், எந்நேரமும் பாலியல் வல்லுறவுக்கு ஆளாக நேரிடும் அவல நிலையை தங்கம் என்ற கதாபாத்திரத்தின் மூலம் விவரித்திருக்கும் அதே வேளை, அவர்களை தலித் ஆண்களே சுரண்டுகிறார்கள் என்ற உண்மையையும் போட்டுடைக்கிறார் சிவகாமி. பரஞ்சோதி உடையாரால் தோட்டத்தில் வைத்து பலாத்காரம் செய்யப்படும் தங்கம், வேறு வழியின்றி 'வைப்பாட்டி' ஆகிறார். பரஞ்சோதியைக் கண்டிக்கத் துணியாத அவர் சாதிக்காரர்கள், தங்கத்தை தெருவில் இழுத்துப் போட்டு அடிக்கிறார்கள். சேரி தோறும் எத்தனை தங்கங்கள் சீரழிக்கப்படுகிறார்கள்! அவர்களின் துன்பங்களுக்கெல்லாம் என்னதான் தீர்வு? தங்கம் நியாயம் கேட்டு தலித் தலைவரான காத்தமுத்துவிடம் போகிறாள். உடையாரை மிரட்டி இழப்பீடு வாங்கித்தரும் காத்தமுத்து தங்கத்தின் பணத்தை அபகரிப்பதோடு அவரைத் தனது மூன்றாவது மனைவியாக்குகிறார்.

ஒரு தலித் பெண் சுயமரியாதையோடு வாழ்வதை எந்த ஆணும் விரும்புவதுமில்லை, அனுமதிப்பதும் இல்லை. அடச்சே! தலித் பெண்களுக்கு விதிக்கப்பட்டது இதுதானா என்று நாம் கொந்தளித்து அடங்குவதற்குள் இதுதான் உண்மை என உணர்த்திவிட்டு, அடுத்த நிகழ்வுக்குள் நுழைந்து விடுகிறது நாவல்.

'தலித்துகள் என்றாலே கூலிக்கு மாரடிப்பவர்கள் தானே' என்ற எண்ணம் சாதி இந்துக்களிடம் ஆழமாகப் பதிந்துள்ளது. அடிமைத்தனங்களை எதிர்த்து தலித் மக்கள் சிலிர்த்துக் கொள்ளும் போதெல்லாம் ஆதிக்க சாதிக்காரர்கள் கை வைப்பது அவர்களின் வேலையிலும் கூலியிலும்தான். வயிறு பசிக்கும்போது போராடும் எண்ணம் தடைபடும் என்பது சூட்சுமம். வேலையும் கூலியும்

போனாலும் பரவாயில்லை, சுயமரியாதையும் உரிமையுமே முக்கியம் என தலித் மக்கள் முடிவெடுக்கத் துணியும் போதே கலவரங்கள் நிகழ்த்தப்படுகின்றன; தலித் உயிர்கள் காவு வாங்கப்படுகின்றன. கீழ் வெண்மணி, கொடியன்குளம், மாஞ்சோலை, மேலவளவு போன்றவற்றில் அப்படி காவு வாங்கப்பட்டதன் வடுக்கள் நிறைந்திருக்கின்றன. எரித்து விளையாடத்தான் தலித் மக்களின் குடிசை; சூறையாடத்தான் அவர்களின் பொருட்கள்; சுரண்டப்படத்தான் அவர்களின் உழைப்பு; அடிமைப்படுத்தத்தான் அவர்களின் உடல்கள் என்ற நிலை எள்ளளவும் மாறவில்லை. புளியூரில் இவையனைத்தும் நிகழ்கின்றன.

இயல்பாகவே தலித் மக்கள் பெரிதாக எதற்கும் அலட்டிக் கொள்ளத் தெரியாதவர்கள். ஆண்டாண்டுக் காலமாக அடிமைத்தனம் அவர்களை அப்படி மரத்துப் போகச் செய்திருக்கிறது என்பதே உண்மை. வீடு எரிந்தாலும் உடல் துன்புறுத்தப்பட்டாலும் உயிரே போனாலும்கூட ஒரேயடியாய் அழுது தீர்த்துவிட்டு அடுத்த வேலையைப் பார்ப்பதற்கு சாதியச் சமூகம் நிர்பந்தமாகப் பழக்கிவிட்டிருக்கும் கொடுமையை 'பழையன கழிதலும்' முகத்தில் அறைந்தால் போல் பறை சாற்றுகிறது.

இப்போது போராட்டம் வெடிக்கப் போகிறது என்று வாசகர்கள் எதிர்பார்க்கும் இடத்திலெல்லாம் சிறு தூறலுக்கு நமத்துப் போகும் பட்டாசு போல போராட்டங்கள் கட்டுப்படுத்தப்படுகின்றன. பிடிவாதமாக எதிர்க்க முடியாமல் போவதன் விளைவை தலித் விடுதலை தள்ளிப் போவதற்கான முக்கியக் காரணமாகக் கொள்ள முடியும்.

சிக்கலில்லாத எழுத்தோட்டமும் வெறுமனே உணர்ச்சியைத் தூண்டாத கதைப் போக்கும் சுய பச்சாதாபத்தைத் தவிர்த்த இயல்பும் 'பழையன கழிதலு'க்கு அணிகலன்களாகி இருக்கின்றன. நாவல் படிக்கும்போதும் முடித்த பின்பும் வாசக மனதுள் எழும் சந்தேகங்களுக்கும் மற்றும் கேள்விகளுக்கும் 'பழையன கழிதலும் ஆசிரியர் குறிப்பில்' பதில்கள் நிறைந்திருக்கின்றன. அதுவொரு சுய விமர்சனமாகவே அமைந்திருக்கிறது.

"இப்பல்லாம் யாருங்க ஜாதி பாக்குறாங்க" என்ற போலியான, வஞ்சகம் மிக்க வாக்கியத்தின் வலுவான, அழிவற்ற அர்த்தமென

பளீரெனப் பல்லிளிக்கிறது ஜாதி. உயர்கல்வி நிறுவனங்களில் இடஒதுக்கீட்டுக்கு எதிராகத் திரண்டு, குய்யோ முறையோ என்று கதறுகிறவர்களைப் பார்க்கிறோமல்லவா? பாப்பாபட்டி, கீரிப்பட்டியில் உள்ளாட்சித் தேர்தலை நடத்த முடியாமல் தவிக்கிறோமல்லவா? இல்லாத மாதிரியே இருக்கும். ஆனால் விழுந்து கிடந்தவர்கள் எழ எத்தனிக்கும்போது, தன் அகலக் கால்களால் அழுத்தி மிதிக்கும். அதுதான் ஜாதி.

நாவல் முடிவை நெருங்க நெருங்க, தலித் விடுதலையை இளைஞர்கள் கைகளில் முழுமையாக ஒப்படைத்து விடுகிறார் ஆசிரியர். அடிமைத்தனங்களிலிருந்து தலித் மக்களை விடுவிக்கும் போராட்டத்தில் பிற சாதியினரையும் இணைத்துக் கொள்வதோடு கவுரி என்ற பெண்ணை தலித் பெண் விடுதலையின் அடையாளமாகவும் முன்னிறுத்துகிறார். சுயநலமற்ற, சுயமரியாதையின் அவசியத்தை உணர்ந்த, பழைய கற்பிதங்களுக்கு விலை போகாத இளைய சமூகத்தால் சாதிக்கெதிராகத் திரண்டெழ முடியும் என்கிறது 'பழையன கழிதலும்...'

அவர்களால் சாதியை அடையாளமின்றி அழித்தொழிக்க முடியுமா? அல்லது காத்தமுத்து மிக எதார்த்தமாகச் சொல்வது போல "இன்றைக்கு சாதி கேக்காத இடம் எது சொல்லுங்க பாப்பம்? எங்கயும் சாதி இருக்கு. எல்லாத்துலயும் சாதி இருக்கு. சாதி பிடிக்கலன்னா சொல்லாம இருக்கலாமே தவிர, சொல்லாம இருந்தாக்க சாதி இல்லாமப் போயிடாது - நானும் நீங்களும் சாகிற வரை இருக்கும். ஏன்? நம்ம புள்ளைங்களும், ஒங்க புள்ளைங்களும் சாகிற காலம் வரைக்கும் இருக்கும்." இருக்குமா? இருக்கக் கூடாது. இருக்க விடக்கூடாது.                •

- சூலை 2006

# 22

## விடுதலையென்பது...

இந்து மதம் அழிந்தால்தான் சாதியும் அழியும் என்பது எவ்வளவு உண்மையோ, அது போல தான் பெண்ணடிமைத்தனமும். சாமியிடம் போய் சாதி அழிய வேண்டுவது முட்டாள்தனம். பெண்ணடிமைத்தனமும் அப்படியே!

**அடக்கி** ஆள்வதற்கும் அடிமைப்படுத்துவதற்குமே உருவாக்கப்பட்ட கடவுள் எனும் சர்வாதிகாரக் கோட்பாட்டை மனித சமூகம் தங்களுக்கான நெறியாகக் கொண்டாடத் தொடங்கியதிலிருந்துதான் வெளிப்படையாக அரங்கேறின பல்வேறு அசிங்கங்கள். கடவுளும் கடவுளின் பெயரால் உருவாக்கப்பட்ட மதமும் இரண்டு நிரந்தர இழுக்குகளை இந்தச் சமூகத்தின் மீது சுமத்தின. அழிக்க அழிக்க வீறு கொண்டு எழுந்து நின்று அச்சுறுத்தும் அவை - ஜாதியும் பெண்ணடிமைத்தனமும். சமூகத்தின் ஒரு பிரிவு மக்களைத் தீண்டத்தகாதவர்களாக ஒதுக்கி வைத்ததைப் போலவே ஒட்டுமொத்த பெண் சமூகத்தையே தீண்டாமைக்கும் வன்முறைக்கும் இரையாக்கியது. மதம் மனிதர்களுக்கான நெறியாக உருவாக்கப்படவில்லை. அது, மனிதர்களைக் கூறு போடவே பயன்படுகிறது. எளியோரை வலியோர் சூறையாட மதம் அனுமதியளிக்கிறது.

பெண் உடலின் இயற்கையான வளர்ச்சியையும் மாற்றங்களையும் இந்து மதம் 'தீட்டு' என்கிறது. பெண்ணை பலவீனமானவளாகவும் பேதையாகவும் சித்தரிப்பதோடு, கடவுளின் அருகில் செல்லத் தகுதியற்றவளாக்குகிறது. ஆணை ஆளப்பிறந்தவனாகவும் பெண்ணை அடங்கிப்போக வேண்டியவளாகவும் நிர்பந்திக்கிறது. ஆண் தலைமையிலான குடும்ப அமைப்பை வலியுறுத்தி கணவனைத் துதிக்கச் சொல்கிறது. தாலியை வேலியாக்கி, தனக்கெதிரான வன்முறைகளை எதிர்த்து வெளியேறும் / ஆண் சார்ந்து வாழ்வதைப் புறக்கணிக்கும் பெண்களை 'வேசி' என்கிறது. பார்ப்பன இந்து மதமும் அதன் சட்டதிட்டமான மநு தர்மமுமே இன்றைய சமூகத்தின் அத்தனை பெண்ணடிமைத் தனங்களுக்கும் ஆணி வேர். அதை உணர்ந்தோமா நாம்? பகுத்தாய்ந்தோமா? அந்த

ஆணி வேரைப் பிடுங்கி எறிவதற்குப் பதிலாக அதற்கு நாள்தோறும் நீர் வார்த்தல்லவா செழிக்க வைத்திருக்கிறோம்!

ஆண்களை விடவும் பெண்கள் பக்தியிலும் கடவுள் நம்பிக்கையிலும் தீவிரமாக இருப்பதன் காரணம் என்ன? பெண் அப்படிப் பழக்கப்படுத்தப்படுகிறாள். உண்பதையும் உறங்குவதையும் போல, தொழுதல் அவளின் அன்றாடக் கடமையாக்கப்படுகிறது. பெண்களின் அணிகலன்களாகக் கருதப்படும் அச்சம், மடம், நாணம், பயிர்ப்பு ஆகியவற்றை மறுதலிக்கத் துணிகிறவர்கள் களங்கமுற்றவர்களாகிறார்கள். அதனாலேயே பெண் சிறு வயது முதலே அடக்கமானவளாகவும், கடவுளை வணங்குகின்றவளாகவும் அதன் மூலம் 'ஆண்மை'க்கு அடங்கிப் போகின்றவளாகவும் வளர்க்கப்படுகிறாள். இந்த அடிமைத்தனக் கட்டமைப்பின் சிறு கல் ஆட்டம் கண்டாலும் சமூகம் முழுவதுமே கொதித்தெழுகிறது; ஆண்களோடு சேர்ந்து கொண்டு பெண்களும் அதற்கு ஆமோதிக்கின்ற நிலையே நிலவுகிறது. இதற்கெல்லாம் முக்கிய காரணம் எது அடிமைத்தனம் என்ற தெளிவு பெண்களிடம் இல்லாததுதான்.

கேரள மாநிலம் சபரிமலை அய்யப்பன் கோயிலுக்கு ஆண்டுதோறும் பல்லாயிரக்கணக்கான (ஆண்) பக்த கோடிகள் 'பாதயாத்திரை' செல்கின்றனர். இங்கு பெண்களுக்கு அனுமதியில்லை. அதாவது பருவமடையாத பெண்களும் மாதவிலக்கு நின்ற முதியவர்களும் செல்லலாமாம். அதற்கான வயது வரம்பையும் கோயில் நிர்வாகமே நிர்ணயித்துள்ளது. சபரிமலை கோயிலுக்கு ஆண்டுதோறும் தமிழகத்தில் இருந்தும் குறிப்பாக கிராமங்களிலிருந்தும் ஏராளமானோர் செல்கின்றனர். அது வரையிலும் ஊரில் ரவுடியாகவும் பொறுக்கியாகவும் திரிந்த ஆண்கூட, திடீரென மாலை போட்டு 'சாமி'யானவுடன் அவனுக்கு கிடைக்கும் மரியாதையைப் பார்க்க வேண்டுமே!

முருகனுக்கும் அய்யப்பனுக்கும் மாலை போடும் கார்த்திகையும் மார்கழியும் பெண்களுக்கு சபிக்கப்பட்ட மாதங்கள். ஏற்கனவே இருக்கும் குடும்பப் பொறுப்புகள் மற்றும் வேலைப்பளுவோடு இந்த 'சாமி'களுக்காக இன்னும் சீக்கிரம் எழுந்து பணிவிடைகளைத் தொடங்க வேண்டும். இதிலெல்லாம் நம்பிக்கை இல்லையென்றோ, விருப்பமில்லையென்றோ எந்தப் பெண்ணும் சொல்லிவிட முடியாது. ஆண் நிலை அப்படியில்லை. தனக்கான கடவுளை

வணங்கும் உரிமை, மாற்றிக்கொள்ளும் உரிமை, மறுதலிக்கும் உரிமை அவர்களுக்கு உண்டு. அதே நேரத்தில் ஆண் சார்ந்த வழிபாடுகளைச் செய்ய மட்டுமே பெண்கள் அனுமதிக்கப் பட்டிருக்கிறார்கள்.

அய்யப்பனுக்குப் பெண் வாடையே ஆகாதாம்! அதனால் பெண்களுக்கு அனுமதியில்லையாம். ஆனால், இவை எதைப் பற்றியும் கவலைப்படாமல் கன்னட நடிகை ஜெயமாலா பதினெட்டு ஆண்டுகளுக்கு முன்பு அதாவது அவருடைய இளம் வயதில் அய்யப்பன் கோயிலுக்குள் சென்றது மட்டுமின்றி பாதங்களையும் தொட்டு வணங்கியதாகப் பேட்டியளிக்கத் தொடங்கிய குழப்பம் மாதக்கணக்கில் நீடிக்கிறது. “பெண்களைத் தன் கோயிலுக்குள் வரவிடாதது பற்றி அய்யப்பன் எதிர்ப்பு காட்டவில்லையே. இதிலிருந்தே தெரியவில்லையா பெண் வாடை ஆகாதென்று!” என வாதிடுவோர் உண்டு. பதினெட்டு ஆண்டுகளுக்கு முன் அய்யப்பனைத் தொட்டு வணங்கியதாக ஜெயமாலா இன்று சொன்னதைத் தொடர்ந்து இன்னும் சில நடிகைகள் தாங்களும் சென்றதாக ஒப்புக் கொண்டிருக்கிறார்கள். இதற்கும் அய்யப்பன் எதிர்ப்புக் காட்டவில்லையே! பதினெட்டு ஆண்டுகளாக செல்வச் செழிப்போடு மகிழ்ச்சியாகத் தானே வாழ்கிறார் ஜெயமாலா! தெய்வக்குத்தம் என்றால் ரத்தம் கக்கி செத்துப் போயிருக்க வேண்டுமே?

அய்யப்பனை விட்டுவிடுவோம். ஆண்களுக்கு என்ன பிரச்சனை என்றால் தங்களின் சர்வாதிகார வட்டத்துக்குள் ஒரு பெண் நுழைந்தால் எல்லாம் கண்காணிக்கப்படும் கேள்விக்குள்ளாக்கப்படும் என்ற பதற்றம்! அதனால்தான் ஒரு பெண் அய்யப்பன் சந்நிதானத்துக்குள் நுழைந்தாள் என்ற உண்மையை ஏற்க மறுக்கின்றனர்! சட்டம் தீண்டாமையை குற்றம் என்கிறது. ஆணுக்கும் பெண்ணுக்கும் சம உரிமை என்கிறது. ஆனால், யார் கண்டுகொண்டார்கள்?

சமூகத்தின் எல்லா விதிகளும் ஆணுக்காகவே உருவாக்கப்படுவதும் ஆண் தன் வசதிக்கேற்ப மாற்றிக் கொள்வதுமே கண்கூடு. அய்யப்பன் கோயிலின் தந்திரி, வழிபாட்டுக்கு முன் பம்பை ஆற்றில் நீராட வேண்டும் என்பது விதி. கன்டரரு மோகனரு தந்திரி ஷவரில் குளிப்பது வழக்கம். கேட்டால், பம்பை ஆற்று நீர்தானே ஷவரில் வருகிறது என்கிறார். நியாயம்தான் என அய்யப்பன்

மன்னித்துவிடக்கூடும். அதே தந்திரி, பாலியல் தொழிலாளியிடம் போனதையுமா பெண் வாடையே பிடிக்காத அய்யப்பன் மன்னிப்பது?

இங்கு சங்கராச்சாரிக்கு இருக்கும் பெண்கள் தொடர்பைப் போலவே தந்திரி மோகனருக்கும் இருப்பதாக நாளொரு தகவல்கள் வெளியாகிக் கொண்டிருக்கின்றன. சாமியார்களின் அயோக்கியத்தனங்கள் வெறும் கிளுகிளுப்பான செய்திகளாக மட்டுமே இங்கு சித்தரிக்கப்படுகின்றன. அதனால் பெருகும் சமூகச் சீர்கேட்டை யாரும் உணர்ந்தபாடில்லை. கொலையும் செய்து, கோடி கோடியாக கொள்ளையும் அடித்து, பெண்களுடனும் கூத்தடித்ததாக சங்கராச்சாரி கையும் களவுமாகப் பிடிபட்டபோதும் சுதந்திரமாக வெளியில் உலவ முடிகிறது. அதற்கு இந்த மதவாத சமூகமும் அனுமதிக்கிறது. கடவுள், மதம், சாதியை நம்பும் இளிச்சவாய் மக்கள் கூட்டம் இருக்கும் தைரியத்தில் தான் கொஞ்சம் கூட வெட்கமே இல்லாமல் குற்றவாளி சங்கராச்சாரியால் தனது 75 ஆவது பிறந்த நாளுக்காக கும்பாபிஷேகத்தை நடத்திக் கொள்ள முடிகிறது.

ஒரு காலத்தில் கோயில் நுழைவுப் போராட்டங்கள் தீவிரமாக நடைபெற்றன. மனிதர்களுள் ஏற்றத் தாழ்வுகளை ஏற்படுத்தி, மூடநம்பிக்கைகள் பரவக் காரணமாயிருந்த கோயில் சிலைகளை பெரியார் செருப்பால் அடித்தார். உரிமைகளை வென்றெடுக்கும் முயற்சியாகவே அவை நடந்தேறின. ஜெயமாலா செய்தது அந்த மாதிரியான ஒரு போராட்டமா என்றால் அதுதான் இல்லை. மூடநம்பிக்கையின் உச்சபட்சமே அவரை அய்யப்பன் கோயிலுக்குள் நுழைய வைத்தது. பிரசன்னம் பார்த்து அய்யப்பன் கோபமாக இருப்பதாக உன்னிக்கிருஷ்ணன் சொன்னவுடன் தன் குடும்ப நலனுக்காகப் பரிகார பூசை செய்யும் மழுங்கிப் போன மதவாதிதான் அவரும்.

ஆக, பிரச்சனை இதுதான். ஆண்கள் கண்டுபிடித்த கடவுளும் கடவுளின் பெயரால் உருவான மதமும் மதம் வலியுறுத்தும் சாதியும் பாலினப் பாகுபாடுகளும் பாகுபாடுகளைத் தூக்கிப் பிடிக்கும் ஆண்களும் ஆண்கள் தலைமையிலான குடும்ப அமைப்புமே பெண்களுக்கெதிரான எல்லா துன்பங்களுக்கும் காரணம். பெண் விடுதலைக்காகப் போராடும் யாரும் இதைத் துல்லியமாகக் கணிக்கவில்லை. பெரியார் மட்டுமே அதைத் துணிச்சலாகச்

செய்தார். இன்றைய பெண்ணியவாதிகள் யாருக்கும் அத்தகையதொரு தெளிவு இருப்பதாகச் சொல்வதற்கில்லை. பிரச்சனையின் ஊற்றுக்கண்ணை அவர்கள் தப்பவிட்டு, அதன் வெளிப்பாடுகள் மீதுதான் பெண்ணியவாதிகள் பெரும்பாலும் தாக்குதல் நிகழ்த்துகிறார்கள். வரதட்சணையை எதிர்க்கிறார்கள், இடஒதுக்கீடு கேட்கிறார்கள், குடும்ப வன்முறையை எதிர்க்கிறார்கள். எல்லாம் சரி. ஆனால், அடிமைத்தனத்தை அடியோடு அழிக்கும் அந்த ஆயுதத்தை யாரும் கையிலெடுத்த பாடில்லை. அது, பகுத்தறிவைப் பரப்புவது.

கடவுள் நம்பிக்கை என்பது அவரவர் தனிப்பட்ட விருப்பமாகவே பார்க்கப்படுகிறது. அது மிகப் பெரிய சமூக அவலம் என்பதைச் சொல்ல இன்றைக்கு ஆளில்லை. வரதட்சணைக்கு எதிராக எத்தனை காலமாகப் போராடுகிறோம்! அது ஒழிந்ததா? பாலியல் வன்முறைக்கு எதிரான கடுமையான சட்டங்கள் இருக்கின்றன. ஆனாலும் இந்தியாவில் அரை மணி நேரத்துக்கு ஒரு பெண் பாலியல் வன்முறைக்கு ஆளாகிறாள். ஏன்? பெண் உரிமைக்கு குரல் கொடுப்பவர்களும் சட்டமும் பிரச்சனையை மேலோட்டமாக அணுகுவதே காரணம். இந்து மதம் அழிந்தால்தான் சாதியும் அழியும் என்பது எவ்வளவு உண்மையோ, அது போலதான் பெண்ணடிமைத்தனமும். சாமியிடம் போய் சாதி அழிய வேண்டுவது முட்டாள்தனம். பெண்ணடிமைத்தனமும் அப்படியே!

படிப்பறிவு வேறு, பகுத்தறிவு வேறு. நம் கல்வி அமைப்பு சமூக அறிவையும் பகுத்தறிவையும் அளிப்பதில்லை. அதனாலேயே பெரிய படிப்பு படித்து உயர் பதவியிலிருக்கும் பெண்களாகட்டும், நவ நாகரிக மங்கைகளாகட்டும், அவர்களால் குடும்ப வன்முறையை எதிர்க்க முடிவதில்லை. மாவட்ட ஆட்சித் தலைவரான அமுதா தீ மிதிக்கும்போது கல்வியறிவற்ற பெண்கள் என்ன செய்வார்கள்? இப்போதைக்கு நாம் செய்ய வேண்டியதெல்லாம் ஒன்றே ஒன்றுதான்.

உரிமைகளுக்கான முழக்கங்களோடு, வன்முறைகளுக்கான எதிர்ப்புகளோடு உடலை, உணர்வை கொண்டாடும் வீரிய படைப்பிலக்கியங்களோடு, கடவுள் - மதம் - ஜாதி அழிந்தொழிய பாடுபடும்போதுதான் பெண்ணியம் வலிமைமிக்கதாகும். இல்லையெனில் இப்படித்தான் வரதட்சணை பெருகும்; இடஒதுக்கீடு கானல் நீராகவே இருக்கும்; குடும்ப வன்முறைக்கும்

பாலியல் வன்முறைக்கும் பலியாவது அதிகரிக்கும்; பெண்ணை வெறும் உடலாகப் பார்க்கும் பார்வை மாறவே மாறாது. பெண்ணிய அமைப்புகள் தங்களுக்கான திட்டங்களை வகுக்கும்போது, பகுத்தறிவுப் பரவலை முதன்மைப்படுத்த வேண்டியது அவசியம்.

பகுத்தறிவை எட்டிய பெண், பலவீனமானவளாக இருக்க மாட்டாள். கடவுளைப் புறக்கணிக்கும் பெண், அடிமைத்தனங்களைப் புறக்கணிப்பவளாகிறாள்; தன்னை வெறும் உடலாகப் பாவிப்பதை எதிர்ப்பாள்; தனக்கெதிரான அநீதிகளைத் துணிச்சலாக சந்திப்பாள்; சமத்துவத்தைக் கொண்டாடுவாள். பெண் விடுதலை வேண்டுமெனில் ஒவ்வொரு பெண்ணும் தங்கள் மீது சுமத்தப்பட்ட கடவுளை மறுத்து, மதங்களைத் துறந்து, சாதியைப் புறக்கணித்துப் பகுத்தறிவாளராக வேண்டும். அந்த அறிவும் தெளிவும் யாரையும் யாருக்கும் அடிமையாக வாழவும் அனுமதிக்காது, அடிமைப்படுத்தவும் துணியாது. ●

– ஆகஸ்ட் 2006

# 23

## பொய்யர்கள் ஆளும் பூமி!

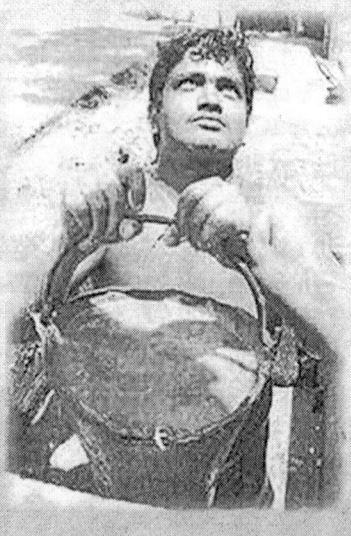

"தாங்கள் இந்தத் தொழில் செய்யவே படைக்கப்பட்டவர்கள்" என அருந்ததியினரை நம்ப வைத்து, இன்று வரை காரியம் சாதித்து வருகிறது சாதியச் சமூகம். அந்த அடிமைச் சிந்தனையிலிருந்து ஒவ்வொருவரையும் வெளியேற்றி விடுதலையுணர்வை அளிக்க வேண்டியதே முதற் கடமை.

**சாதி** அமைப்பில் கடைநிலையிலும் வாழ்நிலையில் படுகுழியிலும் நிற்கும் துப்புரவுத் தொழிலாளர்களான அருந்ததியின மக்களின் வாழ்க்கை, நாடு விடுதலையடைந்து இந்த அறுபதாண்டுகளில் இம்மியளவும் மாறவில்லை.

வல்லரசுக் கனவோடு அணு ஆயுதங்களுக்காக பல்லாயிரம் கோடிகளைக் கொட்டிக் கரியாக்கும் இந்த இந்திய தேசத்தில் லட்சக்கணக்கான மக்கள் அவர்களின் முன்னோர், வாரிசுகள் எனத் தலைமுறை தலைமுறையாய் தினம் தினம் மலக்குழிக்குள் இறக்கிவிடப்படுகின்றனர். சவக்குழிக்குள் இறங்குவதை விடவும் நூறு மடங்கு வேதனையான இந்த வழக்கத்தைத் தொழிலாக்கி, மலமள்ளுவதை வாழ்வாதாரமாக அனுமதித்திருக்கும் இந்நாடு எப்படி உருப்படும், முன்னேறும், வல்லரசாகும்?

துப்புரவு செய்யும் வழக்கம் அருந்ததியர்கள் மீது நூற்றாண்டுகளாகத் திணிக்கப்பட்டு வருகிறது. எனினும் 1993 இல் தான் சட்டப்படி அது தடைசெய்யப்பட்டது. 'துப்புரவுத் தொழிலாளர்களைப் பணியில் அமர்த்தும் மற்றும் உலர் கழிப்பிடங்கள் கட்டுமானத் தடைச் சட்டம் - 1993' என்ற அந்தச் சட்டத்தை எந்த மாநில அரசும் மதிக்கவில்லை. சுமார் பத்து ஆண்டுகள் கழித்து போனால் போகட்டுமென சில மாநிலங்கள் அச்சட்டத்தை ஏற்றுக் கொண்டன. தங்கள் மாநிலத்தில் துப்புரவுத் தொழிலாளர்களே இல்லை என மறுத்து பல மாநில அரசுகள் அச்சட்டத்தைப் புறக்கணித்தன.

அருந்ததியர் மக்களுக்கான 'சபாய் கரம்சாரி அந்தோலன்' அமைப்பு பிற அமைப்புகளுடன் இணைந்து, துப்புரவுத் தொழிலாளர்கள் தடைச் சட்டத்தை நடைமுறைப்படுத்தக் கோரி

2003 இல் உச்ச நீதிமன்றத்தில் ஒரு வழக்கைத் தொடர்ந்தது. அதற்கு பதிலளித்த மாநில அரசுகள், தங்கள் மாநிலத்தில் உலர் கழிப்பிடங்கள் இல்லை; அதனால் துப்புரவுத் தொழிலாளர்கள் இல்லை எனக் காட்டமாக மறுத்தன. மேலும் துப்புரவுத் தொழிலாளர்கள் மாற்றுத் தொழில்களில் அமர்த்தப்பட்டு மறுவாழ்வு அளிக்கப்பட்டதாக அப்பட்டமாகப் புளுகின. 'சபாய் கரம்சாரி அந்தோலன்' அமைப்பின் தேசிய ஆலோசகரான பெசவாடா வில்சன் வருத்தப்படுவது போல, ஒரு பிரச்சனை இருக்கிறது என்பதை ஒப்புக் கொண்டால்தானே அதற்கான தீர்வைப் பற்றி யோசிக்க முடியும்! இல்லாத துப்புரவுத் தொழிலாளர்களை எப்படி மேம்படுத்துவது என்று மாநில அரசுகள் கேட்கின்றன. அதுசரி!

மத்திய சமூக நீதி மற்றும் அதிகாரப்படுத்தும் அமைச்சகம் 2002-03 ஆண்டுகளில் வெளியிட்ட புள்ளிவிவரத்தின் படி, 21 மாநிலங்கள் மற்றும் யூனியன் பிரதேசங்களில் 6.76 லட்சம் பேர் துப்புரவுத் தொழிலில் ஈடுபடுத்தப்பட்டிருப்பதாகவும் 92 லட்சம் உலர் கழிப்பிடங்கள் இருப்பதாகவும் கூறியிருக்கிறது. ஆனால், இந்தக் கணக்கே பாதிக்கு பாதிதான். இந்தியா முழுக்க சுமார் 13 லட்சம் துப்புரவுத் தொழிலாளர்கள் இருப்பது, தங்கள் அமைப்பு நடத்திய உதாரண கணக்கெடுப்பில் தெரிய வந்ததாக பெசவாடா வில்சன் கூறுகிறார். எத்தனை ஆதாரங்களைக் கொடுத்தாலும் மாநில அரசுகள் துப்புரவுத் தொழிலாளர்களே இல்லையென சாதிக்கின்றன. துப்புரவுத் தொழிலாளர்கள் மறுவாழ்வுக்கென ஒதுக்கப்படும் கோடிக்கணக்கான நிதியை விழுங்கி ஏப்பம் விட்டு மாநில அரசுகள் பொய் சொல்கின்றன. உச்ச நீதிமன்றமும் அதை ஏற்றுக் கொள்கிறது. எந்தப் பின்புலமும் இல்லாத மக்கள் நியாயம் கேட்டு வேறெங்கு செல்ல முடியும்? மலமள்ளும் கொடுமை கேட்பாரற்றுத் தொடர்வது அதனால்தான்!

'ப்ரண்ட் லைன்' ஆங்கில ஏடு (22.9.2006) தனது ஆய்வில் இந்தியாவின் தலைநகரான டெல்லியிலும் இந்த அவலம் இருப்பதைப் போட்டுடைக்கிறது. டெல்லி அரசு உச்ச நீதிமன்றத்துக்கு அளித்த பதில் அறிக்கையில், 'உண்மையைக் கண்டறியாமல் அரசுக்கு எதிராக அவதூறு பரப்புவதாக' வழக்குத் தொடுத்தவர்களான 'சபாய் கரம்சாரி அந்தோலன்' அமைப்பினரைக் குற்றம் சாட்டியது. உண்மையைக் கண்டறியும் பொருட்டு 'ப்ரண்ட் லைன்' குழு டெல்லியின் நந்த் நகரி என்ற பகுதிக்குச் சென்று அங்கு இருபது வயது மீனாவை சந்தித்தது. தான் ஒன்பது வயதிலிருந்தே

துப்புரவுப் பணியில் ஈடுபட்டிருப்பதாகக் கூறும் மீனா, தனது முதல் அனுபவத்தை நடுக்கத்தோடு விவரிக்கிறார் : 'கூடை நிறைய மலத்தைத் தலையில் சுமந்து கொண்டு நடந்தேன். அப்போது கால்கள் தடுமாறி கீழே விழுந்தேன். அழுது கொண்டிருந்த என்னைத் தூக்கிவிட யாரும் வரவில்லை. காரணம், கூடையிலிருந்த மொத்த மலமும் என் மேல் கொட்டியிருந்தது. இன்னொரு துப்புரவுப் பெண் வந்து தூக்கிவிடும் வரை நான் அழுதபடி அப்படியே கிடந்தேன். மொத்த உலகத்தில் மிகவும் துரதிர்ஷ்டமான பெண்ணாக என்னை அப்போது உணர்ந்தேன்.'

மீனா கூறும் கணக்குப்படி, அந்தப் பகுதியில் மட்டும் சுமார் நூற்றைம்பது துப்புரவுத் தொழிலாளர்கள் உள்ளனர். டெல்லியில் பல பகுதிகளில் மக்கள் திறந்தவெளிகள் அல்லது நிலத்தில் குழிதோண்டி, அதில் மலம் கழிப்பதும் பின்னர் குறிப்பிட்ட அருந்ததியின மக்களை அழைத்து சுத்தம் செய்யச் சொல்வதும் அங்கு எழுதப்படாத சட்டம். இந்த அவலத்தை சுமக்கக் கொடுக்கப்படும் கூலி, வீட்டுக்கு மாதம் பத்து ரூபாய்.

'நவ்சர்ஜன்' என்ற அமைப்பு குஜராத்தில் 55,000 ஆயிரம் துப்புரவுத் தொழிலாளர்களை கண்டறிந்துள்ளது. அரசாங்கம், உள்ளூர் நிறுவனங்கள் மற்றும் பஞ்சாயத்துகளில் பணிபுரிவோரை வைத்து சேகரிக்கப்பட்ட புள்ளி விவரம் இது. அரியானாவும் பஞ்சாப்பும் துப்புரவுத் தொழிலாளர்களே இல்லை என்று அடித்துக் கூறுகின்றன. இவை துப்புரவுத் தொழிலை ஒழிக்கத் தவறியதோடு உச்ச நீதிமன்றத்திடம் பொய்யும் சொல்லியுள்ளன. உலர் கழிப்பிடங்களையும் மலமள்ளும் தொழிலாளர்களையும் அங்கு எந்த நாளும் பார்க்க முடியும். உச்ச நீதிமன்றம் என்ன தெருவுக்கு வந்து கண்டுபிடிக்கவா போகிறது? அப்படியே கண்டுபிடித்தாலும் மாநில அரசின் இந்த 'சாதாரணத் தவறு'க்காக தண்டித்துவிடவா போகிறது!

அரியானாவைச் சேர்ந்த துப்புரவுப் பணிப்பெண் பாலா, பதினெட்டு ஆண்டுகளாக வீடுகளில் உள்ள உலர் கழிப்பிடங்களை சுத்தம் செய்கிறார். 'அடுத்தவங்க மலத்தை சுத்தம் செய்ய யாரு விரும்புவா? நாங்க ஏழைகளா இருக்கறதுனால இதச் செய்ய நிர்பந்திக்கப்படுறோம். எந்த வீடும் 15 ரூபாய்க்கு மேல தர்றதில்ல. அரசாங்கம் மாற்றுத் தொழில் ஏற்பாடு செஞ்சா தாராளமா செய்வேன்' என்கிறார். துப்புரவுத் தொழிலாளர்களின் வலியும்

வேதனையும் எந்த அரசாங்கத்தின் உணர்வையும் தொடவில்லை. அரியானாவும் உச்ச நீதிமன்றத்தில் பொய்யறிக்கையையே அளித்தது. அதில் 1992 வரை 2.02 லட்சம் உலர் கழிப்பிடங்கள் இருந்ததாகவும் தற்போது அத்தனையும் ஒழிக்கப்பட்டு ஒன்றுகூட இல்லையெனவும் குறிப்பிட்டது. மேலும் மத்திய அரசிடமிருந்து பெறப்பட்ட 18.36 கோடி துப்புரவுத் தொழிலாளர்களைப் பயிற்றுவிக்கவும் மறுவாழ்வு அளிக்கவும் செலவழிக்கப்பட்டதால் தற்போது அரியானா துப்புரவுத் தொழிலாளர்களே இல்லாத மாநிலமாக ஒளிர்கிறதாம்!

பொய் சொல்வதில் அரியானாவை மிஞ்சியது பஞ்சாப். 'தேசிய வங்கிகள் இம்மக்களுக்கு கடனுதவி செய்யத் தாமதிப்பதால், 'பஞ்சாப் தாழ்த்தப்பட்டோர் நில மேம்பாடு மற்றும் நிதி ஆணையம்' கடனுதவி வழங்க ஏற்பாடு செய்தது. ஆனால், இந்த மக்கள் கடனுதவியைப் பெற ஆர்வம் காட்டவில்லை. ஆகையால் துணை ஆணையர்களை வைத்து புதிதாக ஒரு கணக்கெடுப்பு நடத்தப்பட்டது. அதன்படி, 'பஞ்சாபில் வெறும் 531 துப்புரவுத் தொழிலாளர்களே உள்ளனர் என்பது கண்டறியப்பட்டு, அதில் 389 பேர் தாமாகவே வேறு தொழில்களைத் தேடிக் கொண்டனர்; மீதமுள்ள 142 பேர் மாநகராட்சி மூலம் மறுவாழ்வு அளிக்கப்பட்டனர்' என்று திட்டவட்டமாகக் கூறியுள்ளது.

ஆனால், பஞ்சாப் மாநில துப்புரவுத் தொழிலாளர்களோ அரசாங்கம் தங்களுக்காக இத்தனைத் திட்டங்களை வகுத்து, அவர்களை முன்னேற்றத் 'துடிப்பதை' அறியாதவர்களாக இருக்கின்றனர். உலர் கழிப்பிடங்களை சுத்தம் செய்யும் சுமார் 15 பெண்களிடம் அரசாங்கத் திட்டங்கள் குறித்து விசாரித்தபோது, தங்களைப் பயிற்றுவித்து மறுவாழ்வளிக்கும் எந்த அரசாங்கத் திட்டம் குறித்தும் தாங்கள் கேள்விப்படவில்லை எனவும் 'லோன் வேணுமா லோன்' என எந்த அதிகாரியும் தங்களைத் தேடி வரவில்லை எனவும் பரிதாபமாகக் கூறியிருக்கின்றனர். 'சபாய் கரம்சாரி அந்தோலன்' அமைப்பினரின் தலையீடு இல்லையெனில் அரசு கணக்கெடுப்பிலிருந்தும் தாங்கள் விடுபட்டிருப்போம் என்கிறார்கள்.

தமிழகத்தைப் பொருத்தவரை 2006-07 நிதியறிக்கையில், 'துப்புரவுத் தொழில் முற்றிலுமாக ஒழிக்கப்பட்டு, இந்தத் தொழிலாளர்கள் மாற்றுத் தொழிலில் ஈடுபடுத்தப்படுவார்கள்.

அதன்படி 11,691 பேர் ரூபாய் 50 கோடி செலவில் புனரமைக்கப்படுவார்கள்' என ஆளும் தி.மு.க. அரசு கூறியுள்ளது. ஆனால், இந்த எண்ணிக்கையானது உண்மையான மக்கள் தொகையில் மிகவும் சொற்பமே! இதில் ஒரே ஆறுதல் என்னவெனில் கடந்த அ.தி.மு.க. அரசு துப்புரவுத் தொழிலாளர்களும் உலர் கழிப்பிடங்களும் தமிழகத்தில் முற்றிலுமாக இல்லை என உச்ச நீதிமன்றத்தில் மறுத்ததை மாற்றி, இந்த அளவுக்கேனும் தி.மு.க. அரசு அதை ஒப்புக்கொண்டிருக்கிறது என்பதே. துப்புரவுத் தொழிலாளர் பிரச்சனை மாநிலம் முழுக்க 12 மாவட்டங்களில் மிகத் தீவிரமாக இருப்பதாக ஆய்வுகள் உணர்த்தியுள்ளன. துப்புரவுத் தொழிலாளர்களைப் பணியிலமர்த்தும் மற்றும் உலர் கழிப்பிடங்கள் கட்டுமானத் தடைச் சட்டத்தை முதன் முதலில் ஏற்றுக் கொண்ட மாநிலங்களில் தமிழகமும் ஒன்று. ஆனால், மாற்றம் மட்டும் நிகழவில்லை.

தெருவில் கண்ட இடங்களில் மலம் கழிக்கும் பழக்கத்தால் அதை சுத்தப்படுத்த துப்புரவுத் தொழிலாளர்கள் ஈடுபடுத்தப்படுகின்றனர். 2001 இல் எடுக்கப்பட்ட கணக்கெடுப்பின்படி, தமிழகம் முழுவதும் 1.41 கோடி வீடுகள் உள்ளதாகவும் அவற்றில் 91.90 லட்சம் வீடுகளில் கழிப்பறைகள் இல்லையெனவும் 32.91 லட்சம் வீடுகளில் தண்ணீர் வசதியுள்ள கழிப்பறைகளும் 6.56 லட்சம் வீடுகளில் உலர் கழிப்பறைகளும் 10. 35 லட்சம் குழிக்கழிப்பறைகளும் உள்ளதாகக் கூறப்படுகிறது. வீட்டுக்கு வீடு வண்ணத் தொலைக்காட்சி கொடுப்பதில் காட்டும் ஈடுபாட்டை, உருப்படியாக கழிப்பறைகள் கட்டித் தருவதில் காட்ட அரசுக்கும் ஆர்வமில்லை; மக்களுக்கும் விருப்பமில்லை.

ஆந்திரப் பிரதேசமும் இந்தக் கொடுமைக்கு விதிவிலக்கல்ல. சட்டம் இயற்றப்பட்டு அய்ந்தாண்டுகள் கழித்துதான் அதை கவனத்தில் எடுத்துக் கொண்டது. 2002 டிசம்பரிலிருந்து மாநிலம் முழுக்க உலர் கழிப்பிடங்களை ஒழிக்க முயன்று, அது முடியாமல் 2005 டிசம்பர் வரை நீட்டிக்கப்பட்டு, நிலைமை இன்று வரை சற்றும் மாறவில்லை. இங்கேயும் அதே கதிதான். சரியான புள்ளிவிவரங்களைக் கண்டறிய அரசு மெனக்கெடவில்லை. ஆந்திரப் பிரதேச துப்புரவுத் தொழில் ஒழிப்புத் திட்டம் மாநிலம் முழுவதும் சுமார் மூன்று லட்சம் உலர் கழிப்பிடங்கள் இருப்பதாகக் கூறுகிறது. தென்னிந்தியாவிலேயே மிக அதிகமான எண்ணிக்கை

இது. ரூ 61.43 கோடி செலவில் 28,099 துப்புரவுத் தொழிலாளர்கள் கவுரவமான வேலைகளுக்கு மாற்றப்பட்டு விட்டார்கள் என்ற அரசுத் தரப்பு வாதத்தில் எந்த அளவுக்கு உண்மையிருக்கும் என்பது தெரிந்ததே! மேலும் 11,975 பேர் மற்றும் அவர்களை சார்ந்த குடும்பத்தாரை வாழ வைக்கக் கூடுதலாக 23.96 லட்சம் ஒதுக்கீடு செய்யப்பட்டிருக்கிறதாம்! நம்ப வேண்டியதுதான்.

நாட்டிலேயே அதிகம் பேரை (1.49 லட்சம்) துப்புரவுத் தொழிலில் ஈடுபடுத்தியிருக்கும் மாநிலமான உத்திரப்பிரதேசத்தில் துப்புரவுத் தொழிலாளர் தடைச் சட்டம் நடைமுறைக்கு வந்தது வெகு அண்மையில்தான். அதுவும் பல்வேறு சமூக ஆர்வலர்களின் தொடர் போராட்டத்தின் விளைவாக.

மேற்கு வங்கத்தைப் பொருத்தவரை, நிலைமை மாறுபட்டிருப்பதாக அம்மாநில அரசு கூறியிருக்கிறது. எட்டு ஆண்டுகளுக்கு முன்பு வரை சுமார் இருபதாயிரம் துப்புரவுத் தொழிலாளர்கள் இருந்ததாகவும் வெகு சிலரைத் தவிர அனைவரும் விடுவிக்கப்பட்டு, வெவ்வேறு பணிகளில் அமர்த்தப்பட்டு விட்டனர் என்பதும் அரசுத் தரப்பு வாதம். புனரமைக்கப்பட்டோர் தவிர 178 பேர் எஞ்சியுள்ளனர். "நாங்களே எங்களுக்கோர் முடிவு நாளை வகுத்துக் கொண்டு பணியாற்றி வருகிறோம். இன்னும் சிறிது காலத்தில் மேற்கு வங்கத்தில் ஒரு நபர்கூட இந்தக் கேவலமான பணியில் இருக்க மாட்டார்கள்" என நகராட்சி விவகாரம் மற்றும் நகர்ப்புற வளர்ச்சி அமைச்சர் அசோக் (பட்டாச்சார்யா) வாக்குமூலம் கொடுத்திருக்கிறார். மேலும் பிற மாநிலங்களுக்கும் மேற்கு வங்கத்திற்கும் உள்ள மிக முக்கியமான வேறுபாடாக அவர் கருதுவது, எஞ்சிய துப்புரவுத் தொழிலாளர்களுக்கும் பிற அரசு அலுவலர்களைப் போல கவுரவமான ஊதியம், வசிப்பிடம், சலுகைகள், உரிமைகள் அனைத்தும் வழங்கப்பட்டிருக்கின்றன என்பதே!

எல்லா சாதிக்காரர்களிலும் ஏழைகள் இருக்கிறார்கள். அந்த ஏழைகளின் வறுமையை ஒழிக்கவும் வாழ்நிலையை மேம்படுத்தவும் அரசு இதேபோல அவர்களையும் துப்புரவுப் பணியில் ஈடுபடுத்தலாமே! அருந்ததியர் அல்லாத பிற சாதியினர் கோடி ரூபாய் கொடுத்தாலும் மலமள்ளும் தொழிலை செய்யத் துணிவார்களா? அதைத் தங்கள் சாதி கவுரவத்திற்கும்

சுயமரியாதைக்கும் ஏற்பட்ட இழுக்காகக் கருதி சண்டைக்கு வரமாட்டார்களா? மாதச் சம்பளம், குடியிருப்பு வசதிகள், சலுகைகள் என எவ்வளவு கொடுத்தாலும் கடைசியில் மலமள்ளத்தானே அருந்ததியரை நிர்பந்திக்கிறது அரசு. இந்த சாதிய சிந்தனையை அரசாங்கம் எந்தளவுக்கு ஊக்குவிக்கிறது என்றால், வேலைவாய்ப்பு அளிக்கப்படும்போது துப்புரவுப் பணிக்கு அருந்ததியர்களுக்கு மட்டுமே விண்ணப்பப் படிவம் அனுப்புகிறது. அவர்களின் கல்வித் தகுதி என்னவாக இருந்தாலும் அதுபற்றி அரசுக்கு அக்கறையில்லை. பியூன், பெருக்கும் பணி, தோட்ட வேலை இவற்றுக்குக்கூட அருந்ததியர்கள் தகுதியற்றவர்கள் என்றும் மலமள்ளுவது ஒன்றே அவர்களுக்கு விதிக்கப்பட்டுள்ளது என்றும் அரசு உறுதியாக நம்புகிறது. அதனாலேயே அதை ஒழிக்கத் துணிவற்று கட்டிக் காக்கிறது.

சட்டம் வகுத்து, நிதி ஒதுக்கீடு செய்ததோடு தன் கடமை முடிந்ததென மத்திய அரசு பிரச்சனையைப் புறந்தள்ளி விட்டது. அதனால்தான் கோடிகளை விழுங்கி ஏப்பம் விட்டு மலைப்பாம்பைப் போல சோம்பிக் கிடக்கின்றன மாநில அரசுகள். ‘சபாய் கரம்சாரி அந்தோலன்’ அமைப்பினர் தொடுத்த வழக்கை கடந்த ஏப்ரலில் விசாரணைக்கு எடுத்துக் கொண்ட உச்ச நீதிமன்றம், ஆறு மாதங்களுக்குள் பதில் அளிக்கக் கோரி மாநில அரசுகளுக்கு நோட்டிஸ் அனுப்பியது. துப்புரவுத் தொழில் இன்னும் ஒழிக்கப்படாமல் இருந்தால் ஒழிப்பதற்கான கால வரையறையை நிர்ணயித்து முழு வீச்சில் செயல்படுமாறும் அது கேட்டுக் கொண்டது. மேலும், பொய்யான வாதங்களைக் கூற வேண்டாம் என்றும் எச்சரித்தது. அடுத்ததாக நவம்பரிலும் 2006 ஏப்ரலிலும் விசாரணை நடந்தபோது அனைத்து மாநில அரசுகளும் சொல்லி வைத்தார் போல் தங்கள் மாநிலங்களில் உலர் கழிப்பிடங்கள் முற்றிலுமாக ஒழிக்கப்பட்டுவிட்டதாக அறிக்கை தாக்கல் செய்தன. ‘சபாய் கரம்சாரி அந்தோலன்’ அமைப்பினர் மாநில அரசுகளின் முகமூடிகளைக் கிழிப்பதற்காக இப்போது போராடிக் கொண்டிருக்கிறார்கள்.

சாதியை உள்ளடக்கிய தொழில்களில் துப்புரவுத் தொழிலும் ஒன்று என்பதால்தான் வெட்கங்கெட்ட இந்நாட்டிலிருந்து அதை விரட்ட முடியவில்லை. ‘தாங்கள் இந்தத் தொழில் செய்யவே படைக்கப்பட்டவர்கள்’ என அருந்ததியினரை நம்ப வைத்து, இன்று

வரை காரியம் சாதித்து வருகிறது சாதியச் சமூகம். அந்த அடிமைச் சிந்தனையிலிருந்து ஒவ்வொருவரையும் வெளியேற்றி விடுதலையுணர்வை அளிக்க வேண்டியதே முதற் கடமை. பொய் சொல்லும் நாக்குகளை அறுக்கும் துணிவை அந்த விடுதலை உணர்வே தரும்.

- அக்டோபர் 2006

# 24

## நீதிமன்றங்கள் பலிபீடங்களா?

ஒருவர் குற்றம் செய்யாமல் தடுப்பதும் திருத்துவதுமே சட்டத்தின் நோக்கமாக இருக்க வேண்டுமே தவிர, 'பழிக்குப் பழி' என்பது போல் கொலைக்கு கொலையையே தண்டனையாக வழங்குவது எந்த விதத்தில் நியாயம்?

## அதிகாலை மணி

3. 00: தூக்கத்தில் இருந்து எழுப்பப்பட்டார். குளித்தார்.

3. 30: புதிய சட்டையும் பைஜாமாவும் அணிந்து கொண்டு பூசை செய்தார்.

3. 45: மனைவி எழுதிய கடைசிக் கடிதத்தை அமைதியாகப் படித்தார். முகத்தில் எந்த உணர்ச்சியும் வெளிப்படவில்லை.

4. 00: சிறையில் இருந்து தூக்கு மேடைக்கு அழைத்து வரப்பட்டார்.

4. 10: மூத்த போலிஸ் அதிகாரிகள், மருத்துவர்கள், இரு மாஜிஸ்திரேட்டுகள் முன்னிலையில் தூக்குத் தண்டனை உத்தரவை சிறைக்கண்காணிப்பாளர் வாசித்தார்.

4. 15: தூக்கு மேடையில் மெதுவாக ஏறினார். கொஞ்ச நேரம் நின்றார். அங்கிருந்த அதிகாரிகளை நோக்கி "கடவுள் உங்களை ஆசிர்வதிக்கட்டும்" என்று கூறி விடை பெற்றார்.

4. 20: தூக்கு தண்டனையை நிறைவேற்றும் ஊழியர் முன்னால் வந்து கை கூப்பி மன்னிப்புக் கோரி, முகத்தை கருப்புத் துணியால் மூடினார்.

4. 30: கழுத்தில் தூக்குக் கயிறு மாட்டப்பட்டது. மாஜிஸ்திரேட் தன் கையில் இருந்த சிவப்புக் கைக்குட்டையைக் கீழே போட்டவுடன் தூக்கு மேடையை விலக்கும் விசை அழுத்தப்பட்டது. தூக்கு மேடைக்கு அடியில் இருந்த குழியில் அவர் விழுந்தார். அவரது கபத்தை தூக்குக் கயிறு இறுக்கியது.

5. 00: அவரைப் பரிசோதித்த மருத்துவர் இறந்துவிட்டதாக அறிவித்தார்.

என்ன ஒரு திட்டமிட்ட, கச்சிதமான, பிசகில்லாத, நேர்த்தியான, எதிர்ப்பில்லாத படுகொலை பாருங்கள்! நெஞ்சில் ஈரமுள்ள யாரையும் உறைய வைக்கும் ஓர் உயிரின் கடைசி நிமிடங்கள் இவை. பதினான்கு வயது சிறுமியை பாலியல் வன்முறைக்கு இரையாக்கிக் கொலை செய்த கொல்கத்தாவைச் சேர்ந்த தனஞ்செய் சாட்டர்ஜி, 14 ஆண்டுகளை சாவு பயத்திலேயே சிறையில் கழித்து, அத்தனை கருணை மனுக்களும் நிராகரிக்கப்பட்ட நிலையில் இரண்டாண்டுகளுக்கு முன்பு (மேற்சொன்னபடி) மரண தண்டனையை ஏற்க நேர்ந்தது. இந்திய அரசமைப்புச் சட்டத்தில் மனிதத் தன்மையற்ற இந்தப் படுகொலைக்கு மரண தண்டனை என்று பெயர். நீதி தேவதைக்குக் கொடுக்கப்படும் நரபலி! அம்பேத்கர், காந்தி தொடங்கி எத்தனையோ தலைவர்களும் மனித உரிமை ஆர்வலர்களும் மரண தண்டனை கூடாதென வலியுறுத்திய போதும் உயிர் வாழ்வதற்கான உரிமையை முதன்மை அடிப்படை உரிமையாகக் கொண்டாடும் இந்தியா என்ற மாபெரும் ஜனநாயக நாடு அதை ஒழிக்க இன்றளவும் துணிவற்று இருக்கிறது.

மரண தண்டனையை இந்தியா ஒழித்துக் கட்ட வேண்டுமென்ற முழக்கம் மீண்டும் தற்போது வலுவாகக் கேட்கத் தொடங்கியிருக்கிறது. காரணம், முகமது அப்சல் குரு 2001 டிசம்பரில் இந்திய நாடாளுமன்றத்தைத் தாக்க முற்பட்ட வழக்கில் கைது செய்யப்பட்டு அவருக்கு தூக்கு தண்டனையை சென்ற மாதம் உறுதி செய்தது உச்ச நீதிமன்றம். அப்சலின் மனைவி தபசும் குடியரசுத் தலைவரிடம் கருணை மனு அளித்ததைத் தொடர்ந்து தற்காலிகமாக தண்டனை நிறுத்தி வைக்கப்பட்டிருக்கிறது. காஷ்மீர் முதலமைச்சரும் மனித உரிமை ஆர்வலர்களும் அப்சலை தூக்கிலிட எதிர்ப்புத் தெரிவித்திருக்கும் நிலையில் இந்துத்துவா சக்திகளும் அவை சார்ந்த ஊடகங்களும் கொலைக்கு ஆதரவு தெரிவித்திருக்கின்றன.

மரண தண்டனை ஆதரவு கூச்சல்களுக்குப் பின்னால் இருக்கும் சிறுபான்மையினர் எதிர்ப்பு அரசியல் நாமறியாததல்ல. வன்முறையின் 'பிதாமகன்'களான இந்துத்துவாவாதிகள் நடத்திய வெறியாட்டங்களில் உயிரிழந்தோர், உறுப்பிழந்தோர், உடைமையிழந்தோர் குறித்த சரியான புள்ளி விவரங்கள் இதுவரை இல்லை. அதற்கான நீதியும் ஆண்டாண்டு காலமாக மறுக்கப்பட்டே வருகிறது. பாபர் மசூதியை இடித்து, குஜராத்தில் கலவரத்தை மூட்டி, சிறுபான்மையினரை வேட்டையாடியவர்கள் யாரெனத் துல்லியமாகத் தெரிந்தும் குற்றவாளிகளை இந்தியச் சட்டத்தால்

பிடிக்க முடியவில்லை. நரேந்திர மோடிக்கும் அத்வானிக்கும் குறைந்தபட்ச தண்டனை கூட வழங்காமல் அவர்கள் சுதந்திரமாக உலா வரவும் கருத்துச் சொல்லவும் கலவரங்களைத் தூண்டவும் அனுமதிக்கிற ஜனநாயகம், அப்சல் போன்றோருக்கு தன் சர்வாதிகாரக் கரங்களால் தூக்குக் கயிற்றை இறுக்குகிறது.

"மிகப் பெரிய ஜனநாயக நாட்டின் நாடாளுமன்றத்தைத் தாக்கி, பாதுகாப்புப் படையினரைக் கொன்ற அப்சலுக்கு கருணை காட்டப்படுமெனில் அது நாட்டின் பாதுகாப்புக்கு பெரும் அச்சுறுத்தலாக அமைவதோடு பாதுகாப்புப் படையினரின் மன உறுதிக்கும் பங்கம் விளைவிக்கும்" என இன்று கதறும் இந்துத்துவவாதிகள் அன்று 'தேசத் தந்தை' எனச் சொல்லப்பட்ட காந்தியை சுட்டுக் கொன்ற இந்து வெறியனான நாதுராம் கோட்சேவுக்கு தூக்குத் தண்டனை வழங்கப்பட்டபோது பதறிப் போனார்கள். ஆக, இந்துத்துவவாதிகளைப் பொருத்தவரை, இங்கு மரண தண்டனை ஆதரவு, எதிர்ப்பு இரண்டும் மத உணர்வின் அடிப்படையிலேயே மதிப்பீட்டுக்கு உள்ளாகிறதே தவிர, மனிதாபிமானத்தினால் அல்ல.

வேற்றுமையில் ஒற்றுமை பாராட்டுவதாக போலி தேசாபிமானத்தால் பெருமைப்பட்டுக் கொள்ளும் இந்த நாட்டில் வன்முறைக்கு முடிவேயில்லை. நீதிமன்றத்தின் தீர்ப்பு வழியாக அரங்கேறும் கொலை ஒருபுறமெனில் அரசு நிறுவனங்களால் ஏவப்படும் கொலைகள் இன்னொருபுறம். காஷ்மீரிலும் வடகிழக்கு மாநிலங்களிலும் ராணுவத்தினரால் பொது மக்களின் வாழ்வுரிமைக்கு எதிராக ஏவப்படும் அட்டூழியங்கள் எத்தனை எத்தனை? அரசால் பயிற்றுவிக்கப்படும் அங்கீகரிக்கப்பட்ட வன்முறை கும்பல்களான ராணுவமும் அதிரடிப்படையும் காவல் துறையும் கொன்று புதைத்தவர்களுக்கும் பாலியல் வல்லுறவு செய்தவர்களுக்கும் கணக்கில்லை. இதுவரை நடவடிக்கை எடுக்கப்பட்டதாக எந்த செய்தியையாவது கேட்டிருக்கிறோமா? கத்தியின்றி ரத்தமின்றி யுத்தம் புரிந்து விடுதலை கண்ட நாட்டில்தான் இத்தனை ரணகளமும். அகிம்சை அகிம்சை என ஒரு பக்கம் துதி பாடிக் கொண்டே மறு பக்கம் கொலைக்களங்களை உருவாக்கும் நரித்தனம்.

உலகில் நூற்றுக்கும் மேற்பட்ட நாடுகள் மரண தண்டனையை ஒழித்துவிட்டபோதும் இந்தியா தயங்குகிறது. காரணம், மரண

தண்டனை இல்லையென்றால் குற்றங்கள் பெருகுமாம்! மரண தண்டனை ஒழிக்கப்பட்ட நாடுகளில் குற்றங்கள் தலை விரித்தாடவில்லை. அதே போல் மரண தண்டனையை விடாமல் பிடித்துக் கொண்டிருப்பதால் மட்டும் குற்றங்கள் நிகழாமலும் இல்லை. கொலை செய்கிறவன், "அய்யோ நமக்கு மரண தண்டனை வழங்கப்படும்" என்று கொலையை செய்யாமல் விடுகிறானா என்ன? அந்த நேரச் சூழலும் மனப்பிறழ்வுமே ஒரு மனிதனை கொலைகாரனாக்குகிறது.

ஒருவர் குற்றம் செய்யாமல் தடுப்பதும் திருத்துவதுமே சட்டத்தின் நோக்கமாக இருக்க வேண்டுமே தவிர, 'பழிக்குப் பழி' என்பது போல் கொலைக்கு கொலையையே தண்டனையாக வழங்குவது எந்த விதத்தில் நியாயம்? தூக்கு என்பது பிரச்சனைக்கானத் தீர்வாக இல்லாமல் வெற்று முடிவாக அமைவதால் தானே குற்றங்கள் குறையாமல் தொடர்கின்றன? கடந்த பதினைந்து ஆண்டுகளில் மரண தண்டனையை ரத்து செய்த நாடுகள் சிலவற்றில் ஒரு கொலைகூட நடக்கவில்லை என்கிறது ஓர் அறிக்கை. மரணத்தை தண்டனையாக அளிப்பதனாலேயே புத்தி வந்துவிடும் என்பது ஓர் உளவியல் மாயை.

மரண தண்டனையைப் பொருத்தவரை, குடியரசுத் தலைவரின் முடிவே இறுதித் தீர்ப்பாகிறது. குடியரசுத் தலைவர் விரும்பினால் மரண தண்டனையில் இருந்து குற்றம் சாட்டப்பட்டவருக்கு விலக்கு அளிக்க அமைச்சரவைக்குப் பரிந்துரை செய்யலாம். அப்சல் வழக்கில் குடியரசுத் தலைவர் முடிவெடுப்பதற்கு முன் முந்திக் கொண்டு உச்ச நீதிமன்றம் "குடியரசுத் தலைவரோ, ஆளுநரோ தண்டனை பெற்றவர்களுக்கு மன்னிப்போ அல்லது தண்டனை குறைப்போ வழங்குவதில் தங்கள் அதிகாரத்தைத் தவறாக, பொருத்தமற்ற வகையில் பயன்படுத்தி இருந்தால் அதில் தலையிட நீதிமன்றத்துக்கு உரிமை உண்டு. சாதி, மதம், அரசியல் நோக்கம் ஆகியவற்றின் அடிப்படையில் கருணை மனுக்களை பரிசீலிக்கக் கூடாது" என வேறொரு வழக்கின் மூலம் ஒரு கருத்தை வெளியிட்டுள்ளது. ஒரு வேளை குடியரசுத் தலைவர் அப்துல் கலாம் அப்சலுக்கு மரண தண்டனையிலிருந்து விலக்களிக்க முயன்றால் அது மத உணர்வினாலே என்று கருதி நீதிமன்றம் தலையிட்டாலும் வியப்படைவதற்கில்லை.

நீதிமன்றத்தை மீறிய ஒரு நீதி இருக்கவே முடியாதா?

நீதிபதிகள் பணம், பதவி, மதம், சாதிய உணர்வு என எவற்றுக்கு வேண்டுமானாலும் அடிமையாகக் கூடியவர்களே! ஊழல் புரிந்த, பெண்களோடு சிக்கிய நீதிபதிகளை வெகு அண்மையில்கூட நாம் பார்த்திருக்கிறோம். அப்படியிருக்கையில் நீதிபதிகளை உணர்ச்சிகளுக்கு அப்பாற்பட்டவர்களாக, 'கடவுளர்களாக' கொள்வது சரியல்ல. அரிதிலும் அரிதான வழக்கில் மட்டுமே மரண தண்டனை கொடுக்கலாம் என்பதுதான் சட்டம். ஆனால், 'அரிதிலும் அரிதான' என்பதற்கு எந்த வரையறையும் இல்லை. அதை முடிவு செய்வதும் நீதிபதியே! நீதிபதிகளும் சாதாரண மனிதர்கள்தான். சட்டம் படித்ததால் மட்டும் அவர்கள் நீதிமான்களாக இருப்பார்கள் என்ற கட்டாயம் இல்லை. வழக்குரைஞர்கள்தான் நீதிபதிகளாகிறார்கள். ஊழல் புரியும், பொய் சொல்லும் வழக்குரைஞர்களை நாம் அன்றாடம் கடந்து வருகிறோம். இவர்கள் நீதிபதிகளாகும்போது மட்டும் 'புத்தர்'களாகிவிடுவார்களா என்ன? இந்த சாதியச் சமூகத்தில்தான் அவர்களும் பிறந்து வளர்ந்திருக்கிறார்கள். பிற்போக்குச் சிந்தனையும் சாதி மத ஆதிக்கமும் ஆண்டான் அடிமை சித்தாந்தங்களும் நீதியை எந்தத் திசையிலும் புரட்டிப் போடலாம் என்பதை அனைவரும் உணர வேண்டும்.

குற்றமற்றவரை குற்றவாளியாக்கும் ஏழைகளின் உயிரை மலிவாகப் பார்க்கும் சீக்குப் பிடித்த சமூகம் இது. அதிகாரம் கொண்ட யாரும் யாரை வேண்டுமானாலும் பொய் வழக்குகள் மூலம் சிறையில் அடைத்துவிட முடியும். இதற்கு காவல் துறை முதற்கொண்டு நீதிமன்றங்கள் வரை துணைபோகும் என்பதே வெட்கப்பட வேண்டிய உண்மை. குற்றவாளிகளுக்கு மரண தண்டனை கூடாது, அவர்கள் திருந்தி வாழ வாய்ப்பு வழங்கப்பட வேண்டும் என்று வாதிடப்படும் சூழலில் ஒரு குற்றமற்றவர் சூழ்ச்சியாலோ சூழலினாலோ சட்டத்தின் பிடியில் சிக்கிக் கொள்ளும்போது, மரண தண்டனையானது எத்தனைக் கொடூரமானது என்பதை நினைத்துப் பார்க்க வேண்டும்.

தீவிரவாதம், பயங்கரவாதம் என்பதன் பின்னணியில் பின்னப்படும் அரசியல் சூழ்ச்சிகள் இந்த நாட்டைக் கூறு போடுவதற்குப் போதுமான காரணமாக இருக்கின்றன. நாட்டுப் பற்று என்பதை ராணுவத்தோடு தொடர்புபடுத்தவும், தேச விரோதம் என்பதை தீவிரவாதத்தோடு தொடர்புபடுத்தவும் பொது

மக்களை தொடர்ச்சியான மூளைச் சலவையின் மூலம் தயார்படுத்தி விட்டது அதிகார வர்க்கம். 'இஸ்லாமியர்களே தீவிரவாதிகள்' என்ற கருத்தை பிறக்கும் ஒவ்வொரு குழந்தையின் மனதிலும்கூட விதைத்துவிடும் நாச வேலையை ஊடகங்கள் இடையறாமல் செய்கின்றன. இந்துத்துவவாதிகள் எத்தகைய கொடூரங்களை அரங்கேற்றினாலும், அதை 'சனாதன தர்ம'மாகப் பார்க்க மக்கள் பழக்கப்படுத்தப்பட்டு விட்டனர். நாட்டில் எங்கு வன்முறை நிகழ்ந்தாலும் அதை முஸ்லிம்களே செய்திருப்பார்கள் என ஊடகங்கள் முந்திக் கொண்டு ஊகங்களை வளர்க்கின்றன. 2006 சூலை மாதம் மும்பை ரயில் நிலையங்களில் குண்டு வெடிப்புகள் நிகழ்ந்தபோதுகூட, இஸ்லாமிய அமைப்புகளே குறி வைக்கப்பட்டன. ஆனால், அடுத்த சில நாட்களில் காவல் துறை நடத்திய சோதனையில் ஆர்.எஸ்.எஸ். தொண்டர்களிடம் வெடி மருந்துகளோடு முஸ்லிம்கள் அணியும் குல்லாவும் அங்கியும் கண்டுபிடிக்கப்பட்டன. ஆனால், இது பரபரப்பான செய்தியாகவில்லை. முஸ்லிம்கள் தீவிரவாதிகள் என்ற கருத்திலிருந்து வெகு மக்கள் துளியும் மாறிவிட இந்து அதிகார வர்க்கம் இடம் கொடுக்காது.

காஷ்மீர், வடகிழக்கு மாநிலங்களின் சூழல் தமிழ்நாட்டுக்கு ஏற்படுமெனில் இங்கும் அதே அதிகார வேட்டைதான் நிகழ்த்தப்படும். ராணுவம் குவிக்கப்பட்டு நம் ஒவ்வொரு அசைவும் கண்காணிக்கப்படும். உங்கள் மேல் சிறு சந்தேகம் ஏற்படினும் சுட்டுத் தள்ளத் துப்பாக்கி குறி பார்க்கும். பெண்கள் எந்நேரமும் பாலியல் வன்முறைக்கு ஆளாகும் அச்சத்தோடு வாழ வேண்டியதுதான். அரச பயங்கரவாதத்துக்கு எதிராக அப்போது நாமும் திரண்டெழுவோம்; தீவிரவாதிகளாக்கப்படுவோம் என்பதே உண்மை. இந்தப் பின்னணியில் அப்சல் வழக்கை அணுகுவதே பகுத்தறிவு, மனிதாபிமானம். புழுத்துப் போனப் பிற்போக்குச் சிந்தனையிலும் முறுக்கேறிய அதிகாரத்திலும் திளைத்திருந்தால் மனிதநேயத்தை நிலைநிறுத்த முடியாது.

மரண தண்டனை கூடாதென்பதை - தண்டனையே கூடாதென்பதாக - எடுத்துக் கொள்ளக் கூடாது. ஓர் உயிரைப் பறிக்கும் உரிமை யாருக்குமே இல்லை. சட்டமும் இதற்கு விதிவிலக்கல்ல. குற்றம் புரிந்தவர்கள் திருந்துவதற்கும் மேலும் அதைச் செய்யாமல் தயக்கப்படுத்துவதற்கும் தண்டனையானது பயன்பட வேண்டும். தவறிழைப்பது மனித இயல்பு எனும்

நிலையில் திருந்தி வாழ்வதற்கான வாய்ப்பே ஒரு நாட்டில் மறுக்கப்படுமெனில் அப்புறமென்ன ஜனநாயகம்? தப்பு செய்தவன் தண்டனை பெறுவான் என்பதே பழமொழி; மரண தண்டனை பெறுவான் என்பதல்ல. மனிதநேயத்திலும் உரிமையிலும் அரசியல் கலக்கக் கூடாது, தலையிடக் கூடாது. மரண தண்டனை வேண்டாமென்பதன் உண்மையான பொருள் மனிதநேயத்தை வளர்த்தெடுப்போம், மனித உரிமையைக் காப்போம் என்பதே! இதற்கு அரசியல், சாதி, மதமெனும் எந்த சாயமும் பூசாமல் இருப்பதுதான் நாகரிக சமூகத்தின் அடையாளம். •

- நவம்பர் 2006

# 25

# முஸ்லிம்கள்:
# ஜனநாயகம் புறக்கணித்த
# குடிமக்கள்

இந்துத்துவவாதிகள் ஆழமாக விதைத்திருக்கும் கருத்தாக்கங்களைக் களைந்து, முஸ்லிம்களை இந்நாட்டின் குடிமக்களாக உணரச் செய்தலே அரசின் முதல் பணி. அதற்கான அடித்தளம், பாரபட்சமற்ற பிரதிநிதித்துவத்தை முஸ்லிம்களுக்கு வழங்குவதில்தான் தொடங்கும்.

**உலகின்** எந்த மூலையில் தீவிரவாத வன்முறைத் தாக்குதல்கள் நடந்தாலும் முஸ்லிம் அமைப்புகளை நோக்கியே கைகாட்ட நாம் பழக்கப்படுத்தப்பட்டிருக்கிறோம். இடிக்கப்பட்டது பாபர் மசூதிதான் என்றாலும் இடித்தது இந்து வெறியர்களே எனினும் அவப்பெயர் என்னவோ முஸ்லிம்களுக்குதான்! இந்து - முஸ்லிம் மதக்கலவரத்தில் இந்துக்களால் சூறையாடப்படுவது முஸ்லிம்களின் வாழ்வியல் ஆதாரங்கள், பறிக்கப்படுவது முஸ்லிம் உயிர்கள், பலாத்காரம் செய்யப்படுவது முஸ்லிம் பெண்கள், கருவோடு சிதைக்கப்படுவது முஸ்லிம் சிசுக்கள், உருக்குலைக்கப்படுவது இஸ்லாமிய வழிபாட்டுத்தலங்கள்தான். எனினும் இந்தியாவில் முஸ்லிம்களே பயங்கரவாதிகள்!

பட்டாசு வெடிக்கிற சத்தம் கேட்டாலும் குண்டு வைத்துவிட்டார்களோ எனத்தெருவில் கூடியிருக்கும் முஸ்லிம் குடும்பத்தை சந்தேகப்பட வேண்டுமென்ற இந்துத்துவவாதிகளின் மூளைச்சலவையில் நாம் சிக்கியிருக்கிறோம். இந்து சிறுவனுக்கும் முஸ்லிம் சிறுவனுக்கும் சண்டை வந்தால்கூட, நமது நியாயம் இந்து சிறுவனுக்கே பரிந்து பேச வைக்கிறது. குல்லாவும் தாடியும் நீள அங்கியும் முஸ்லிம்களின் அடையாளம் என்பதை மீறி அவை தீவிரவாதத்தின் சின்னங்களாக்கப்பட்டிருக்கின்றன. துக்கத்திலும் துக்கம்! அவமானத்திலும் அவமானம்! இப்படியாகத்தான் இந்தியாவின் ஜனநாயகம் முஸ்லிம்களுக்கெதிரான சர்வாதிகாரமாகத் தழைத்தோங்கியிருக்கிறது. விளைவு, இன்று தலித் மக்களைப் போலவே பின்தங்கிய வாழ்நிலையில் முஸ்லிம்கள் உழல்கின்றனர்.

எந்நேரமும் வேவு பார்க்கும், எதற்கெடுத்தாலும் சந்தேகப்படும், அடித்து உதைக்கும், சிறைப்படுத்தும் கணவனுடன் மனைவியே

வாழ முடியாது என்ற சூழலில் முஸ்லிம்கள் என்ற சமூகத்தை - இந்நாட்டின் பூர்வீகக் குடிமக்களை - அவர்கள் சார்ந்த ஒரு மதத்திற்காகவே இந்த நாடு தீவிரவாத முத்திரை குத்தி வதைக்குமெனில் எப்படி அச்சமுதாயம் வளர்ச்சியடையும்? மக்கள் தொகையில் 13.4 சதவிகிதம் இருக்கும் முஸ்லிம் குடிமக்களுக்கு நமது ஜனநாயகம் என்ன செய்திருக்கிறது என்பதுதான் இப்போது எழுந்திருக்கும் முக்கியக் கேள்வி. சமூக, பொருளாதார, கல்வித் தகுதியிலும் வேலைவாய்ப்புகளிலும் அவர்களின் நிலை குறித்துப் பேச, நாடு விடுதலையடைந்து இந்த அறுபதாண்டுகளில் இப்போதுதான் நமக்கோர் வாய்ப்பேற்பட்டிருக்கிறது, சச்சார் குழு வாயிலாக.

இந்தியாவில் முஸ்லிம்களின் சமூக, பொருளாதார, கல்வி நிலை குறித்து ஆய்வு செய்ய நீதிபதி ராஜிந்தர் சச்சார் தலைமையில் ஏழு பேர் அடங்கிய குழுவை மத்திய அரசு 9.3.2005 அன்று நியமித்தது. ஓராண்டுக்கும் மேலாக நடத்தப்பட்ட தீவிர ஆய்வுக்குப் பிறகு அண்மையில் தனது அறிக்கையை அக்குழு பிரதமரிடம் ஒப்படைத்தது. இவ்வறிக்கை 30.11.2006 அன்று நாடாளுமன்றத்தில் தாக்கல் செய்யப்பட்டுள்ளது. இந்நிலையில் அதில் பொதிந்திருக்கும் கசப்பான உண்மைகள் ஜனநாயகக் கட்டமைப்பில் சமத்துவத்தில், மனித உரிமையில் நம்பிக்கையுள்ளவர்களை உறைய வைப்பதாக இருக்கிறது. இந்துக்களாக்கப்பட்ட தலித்துகள், பிற்படுத்தப்பட்டோர், பழங்குடியினர்தான் இந்த நாட்டின் அடிமைக் கட்டமைப்பை உடைக்க முடியாமல் பின்தங்கியுள்ளனர் என்றால் சமூகப் புறக்கணிப்பின் நீட்சியாக முஸ்லிம்களும் வதைபடுகின்றனர் என்ற உண்மையை சச்சார் குழுவின் அறிக்கை தெளிவுபடுத்துகிறது.

மனித சமூகத்தை நாகரிகப்படுத்துவதும் அடுத்தகட்ட வளர்ச்சிக்கு இட்டுச் செல்வதுமான கல்வித் தகுதியில் முஸ்லிம்கள் மிக மிகப் பின் தங்கியுள்ளனர். 1965 இல் 72 சதவிகிதமாக இருந்த நகர்ப்புற முஸ்லிம் மாணவர் சேர்க்கை 2001 இல் 80 சதவிகிதமாகியிருக்கிறது. ஆனால், நகர்ப்புற தலித் மாணவர்களின் எண்ணிக்கையோ 90 சதமாக உயர்ந்திருக்கிறது. 36 ஆண்டுகளில் கிராமப்புற, நகர்ப்புற, ஆண்-பெண் என எந்தப் பிரிவை எடுத்துப் பார்த்தாலும் முஸ்லிம்களிடையே கல்விப் புரட்சி என எதுவும் ஏற்படவில்லை. கல்வி மறுக்கப்பட்ட ஒரு சமூகம் மற்ற துறைகளில் எப்படி வளர்ச்சி அடையும்? பள்ளிகளில் முஸ்லிம் மாணவர்களுக்கெதிரான பாரபட்சங்கள் ஒருபுறமும் வறுமையில் உழலும் குடும்பச் சூழல் மறுபுறமும் சேர்ந்து பள்ளிக் கல்வியைக்கூட

முடிக்க முடியாத அவல நிலைக்கு முஸ்லிம்களைத் தள்ளிவிட்டது.

தேர்தல் அறிக்கைகளைப் பார்த்தால் அசந்து போவோம். சிறுபான்மையினர் நலத்திட்டங்கள் பற்றி வாய் கிழியப் பேசும் அரசியல்வாதிகள், தேர்தல் முடிவுகளோடு வாக்குறுதிகளுக்கும் முடிவு கட்டிவிடுகின்றனர். எந்த மாநிலத்திலும் இடதுசாரிகள் ஆளும் மாநிலங்கள் உட்பட, எங்கும் முஸ்லிம்களின் மக்கள் தொகைக்கேற்ப அவர்களுக்குரிய பிரதிநிதித்துவம் வழங்கப்படவில்லை என்கிறது சச்சார் அறிக்கை. எடுத்துக்காட்டாக, மேற்கு வங்கத்தை எடுத்துக் கொண்டால் அதன் மொத்த மக்கள் தொகையில் 25.2 சதவிகிதம் முஸ்லிம்களே! முப்பது ஆண்டுகளாக இடதுசாரிகள் அங்கே கோட்டை கட்டி கொடியை நாட்டி ஆட்சி புரிகிறார்கள். எனினும், மற்ற மாநிலங்களைவிட மிகக் குறைந்த சதவிகிதமே அரசுப் பணிகளில் முஸ்லிம்கள் அமர்த்தப்பட்டிருக்கின்றனர். அதாவது, வெறும் 4.2 சதவிகிதம்தான். பீகாரிலும் உத்திரப்பிரதேசத்திலும் முஸ்லிம்களின் மக்கள் தொகைக்கு ஏற்ப மூன்றில் ஒரு பங்குகூட அவர்களுக்கு அரசு வேலைவாய்ப்பு அளிக்கப்படவில்லை. கர்நாடகத்தில் முஸ்லிம்களின் எண்ணிக்கை 12.2 சதவிகிதமாக இருப்பினும் அரசு வேலைகளில் அவர்களுக்கான பிரதிநிதித்துவம் 8.5 சதவிகிதம்தான் உள்ளது. குஜராத்தில் 9.1 சதவிகிதம் மக்கள் தொகைக்கு அளிக்கப்பட்டுள்ள பங்கு 5.4 சதவிகிதம் மட்டுமே. சிறுபான்மையினச் சகோதரர்கள் என வாயார அழைத்தே ஆட்சியை மாறி மாறிப் பிடிக்கும் தமிழகத்திலோ 5.6 சதவிகிதம் முஸ்லிம்கள் இருக்கிறார்கள். ஆனால் வெறும் 3.2 சதவிகிதம் பிரதிநிதித்துவமே உள்ளது. எல்லா மாநிலங்களிலும் நிலைமை இதேதான்.

முஸ்லிம்களுக்கு உடல் ரீதியான பாதுகாப்பு உத்திரவாதத்தை அளித்திருக்கும் மேற்கு வங்கத்திலாகட்டும், அரசியல் ரீதியான அங்கீகாரத்தை வழங்கியிருக்கும் பீகார் மற்றும் உத்திரப்பிரதேசம் ஆகட்டும் வேலைவாய்ப்பிலும் பொருளாதார ரீதியிலும் முஸ்லிம்கள் புறக்கணிக்கப்பட்டுள்ளதாக அறிக்கை விளக்குகிறது. பொதுப் பணித்துறையும் இந்தப் பாகுபாட்டிற்கு விதிவிலக்கல்ல. அதிகபட்சமாக கேரளாவில் 9.5 சதவிகித முஸ்லிம்கள் உயர் பதவிகளில் உள்ளனர். மேற்கு வங்கத்தில் பூஜ்யம். மற்ற மாநிலங்களில் பாதிக்குப் பாதி என்ற அடிப்படையில்கூட முஸ்லிம்களின் பங்களிப்பில்லை.

கல்வி, சுகாதாரம், போக்குவரத்து, உள்துறை என மாநில அரசுகளின் எல்லா துறைகளிலும் முஸ்லிம்களுக்கான

பிரதிநிதித்துவம் வழங்கப்படவில்லை என்பதுதான் சச்சார் குழுவின் முக்கியக் கண்டுபிடிப்புகளில் ஒன்று. நீதித்துறையும் முஸ்லிம்களுக்கு அநீதியே இழைத்துள்ளது. சச்சார் குழு தனது ஆய்வை மேற்கொள்வதற்காக கீழ் நீதிமன்றங்களில் அடிமட்ட ஊழியர்கள் தொடங்கி நீதிபதிகள் வரை கணக்கெடுப்பு நடத்தியதில் முஸ்லிம்களை அங்கொன்றும் இங்கொன்றுமாகவே காண முடிந்தது. முஸ்லிம்கள் அதிகமுள்ள 12 மாநிலங்களில் நீதித்துறையில் வெறும் 7.8 சதவிகிதம்தான் உள்ளனர். மக்கள் தொகையில் 66.97 சதவிகித முஸ்லிம்களைக் கொண்ட ஜம்மு காஷ்மீரில்கூட, 48.3 சதவிகித பிரதிநிதித்துவமே நீதித்துறையில் அளிக்கப்பட்டிருக்கிறது. வேறெந்த மாநிலத்திலும் இல்லாத வகையில் ஆந்திராவில் மட்டுமே மக்கள் தொகைக்கு அதிகமான எண்ணிக்கையில் முஸ்லிம்கள் நீதித் துறையில் உள்ளனர்.

ஒரு முஸ்லிம் நீதிபதியையோ, வழக்குரைஞரையோ அவர்களின் பதவியைக் கொண்டு பார்க்காமல் முஸ்லிமாகப் பார்க்கவே இச்சமூகம் தலைப்படுகிறது. மதக்கலவரங்களை விசாரிக்க இதுவரை ஒரு முஸ்லிம் நீதிபதிகூட நியமிக்கப்பட்டதில்லை. காரணம், ஒரு முஸ்லிம் மற்றொரு முஸ்லிமைத்தான் ஆதரிப்பார் என்ற கண்மூடித்தனமான நம்பிக்கை. இதுதான் பாரபட்சத்தின் ஆணிவேர். இந்துக்கள் எல்லோரும் நீதிமான்கள் என்பது போலவும், முஸ்லிம்கள் மட்டும் மதவெறியர்கள் என்பது போலவும் ஒரு மோசமான கருத்து இங்கு விதைத்து வளர்க்கப்பட்டிருக்கிறது. அதனால்தான் அதிகளவில் முஸ்லிம்கள் 'குற்றவாளி'களாகவும், இந்துக்கள் 'நீதிமான்'களாகவும் உள்ளனர்.

தமிழகத்தில் கடந்த ஜெயலலிதா ஆட்சியின்போது நடந்த அநீதி ஒன்றை இதற்கு எடுத்துக்காட்டாகக் கொள்ளலாம். இந்துத்துவவாதிகளும் அரசியல்வாதிகளுமே முஸ்லிம்கள் மீதான தவறான பார்வையை மக்கள் மத்தியில் உருவாக்கினர் என்பதற்கு ஒரு சோற்றுப் பதமே அய்.ஏ.எஸ். அதிகாரி முனீர் ஹோடா மீது ஏவப்பட்ட மதவெறி ஆயுதம். கோவை குண்டு வெடிப்பு வழக்கில் கைது செய்யப்பட்ட அப்துல் நாசர் மதானிக்கு செயற்கைக் கால் பொருத்துவதற்காக அனுமதி கேட்டு அனுப்பப்பட்ட மனுவை பரிசீலித்து ஒப்புதல் அளித்தார் அப்போதைய உள்துறை செயலாளர் முனீர் ஹோடா. முஸ்லிம் என்பதாலேயே ஒரு தீவிரவாதிக்கு ஹோடா உதவ முன்வந்ததாக குற்றம் சாட்டப்பட்டதோடு, தீவிரவாதத்திற்கு அவர் துணை புரிவதாகவும் பழிசுமத்தி, பதவியில் இருந்து தூக்கியெறிந்தார் அப்போதைய

ஜெயராணி 253

முதல்வர் ஜெயலலிதா. தி.மு.க. ஆட்சிக்கு வந்த பிறகு முனீர் ஹோடாவுக்கு சிறப்புச் செயலாளர் பதவி வழங்கப்பட்டது. இப்போதும் ஜெயலலிதா, "தீவிரவாதி தப்பித்துப் போக உதவிய ஹோடாவுக்கு உயர் பதவி வழங்கியிருப்பதாக"க் குற்றம் சாட்டுகிறார். ஓர் அய்.ஏ.எஸ். அதிகாரியை முன்னாள் முதல்வரே வீண் பழியால் மதவெறித் தாக்குதல் நடத்தும் சமூகத்தில் முஸ்லிம்கள் எப்படி முன்னேற முடியும்?

முஸ்லிம்கள் அவர்கள் மக்கள் தொகையைவிட அதிகம் பங்கு அளிக்கப்பட்டுள்ள ஒரே இடம் சிறைச்சாலை மட்டுமே. சச்சார் குழு தனது ஆய்வுக்காக மொத்தம் 1,02,652 கைதிகளை கணக்கில் எடுத்தது. அதில் பெரும்பாலானவர்கள் இழைத்த குற்றம் தீவிரவாதம் அல்ல. முஸ்லிம்கள் அதிகம் உள்ள 12 மாநிலங்களின் சிறைச்சாலைகளில் உள்ள முஸ்லிம்கள் பற்றின தகவல்களைத் திரட்டித் தருமாறு ஆய்வுக் குழு கேட்டுக் கொண்டது. மேற்கு வங்கம், உத்திரப்பிரதேசம், பீகார், ஆந்திரப்பிரதேசம் ஆகியவை தகவல்களைத் தராததால் மீதமுள்ள எட்டு மாநிலங்கள் கொடுத்த தகவல்களைக் கொண்டு குழு அறிக்கையை தயார் செய்தது. 10.6 சதவிகித முஸ்லிம்களைக் கொண்ட மகாராட்டிர சிறைச்சாலையில் உள்ள முஸ்லிம்களின் எண்ணிக்கையோ 32.4 சதவிகிதம். குஜராத்தில் பத்து சதவிகிதத்திற்கும் குறைவாகவே முஸ்லிம்கள் உள்ளனர். ஆனால், சிறைக் கைதிகளின் தொகையோ 25 சதவிகிதத்திற்கும் அதிகம். காஷ்மீருக்கு அடுத்ததாக முஸ்லிம் மக்கள் தொகையை அதிகம் கொண்ட அஸ்ஸாமிலும் இதே நிலைதான்.

முஸ்லிம்களுக்கு முறையாகச் சேர வேண்டிய உரிமைகளும் வாய்ப்புகளும் மறுக்கப்பட்டதால் முஸ்லிம்கள் அதிகளவில் வறுமையில் வாடுகின்றனர். வறுமையில் உழலும் நகர்ப்புற முஸ்லிம்களின் எண்ணிக்கை ஒட்டுமொத்த தேசிய அளவைவிட ஒரு மடங்கு அதிகம். குற்றங்களுக்கு மிக அருகில் வசிப்பவர்கள் ஏழைகளே. குற்றமிழைக்கவில்லை என்றாலும் அருகில் வசிப்பதாலேயே அவர்கள் குற்றவாளிகளாக்கப்படுவது அதிகாரவர்க்க நீதியின் நடைமுறை.

அடுத்து, காவல் துறையின் மதப்பாகுபாடு. முஸ்லிம்களைத் தீவிரவாதிகளாகச் சித்தரிப்பதில் பெரும் பங்காற்றுகிறவர்கள் காவல் துறையினரே! ஒரு தலித்தை திருட்டு வழக்கிலும் கொலை வழக்கிலும் சிக்க வைப்பது காவல் துறைக்கு எவ்வளவு எளிதான ஒரு செயலோ அதே போலத்தான் ஒரு முஸ்லிமை பயங்கரவாத, தீவிரவாதச் செயல்களுக்காக கைது செய்வதும். கலவரத்தைத்

தூண்டினார், சமூக அமைதிக்குப் பங்கம் விளைவித்தார் என எந்த வழக்கிலாவது அவர்களை இணைத்து விசாரணைக் கைதியாகவே நாட்களை நகர்த்த நேர்வது இந்தியாவின் எல்லா மாநிலங்களிலும் பாரபட்சமின்றி வாடிக்கையாகிப் போயிருக்கிறது.

'முஸ்லிம்களுக்கான பிரதிநிதித்துவம் மறுக்கப்படுவதாலேயே குற்றங்களில் அவர்கள் எளிதாகச் சிக்குகின்றனர். குறைவான வாய்ப்புகள் வழங்கப்படும் இடத்தில் குற்றமே தொழிலாகிறது. முஸ்லிம்கள் தீவிரவாதிகள் என்ற மனப்போக்கு காவல் துறையிடம் வேரூன்றியுள்ளது. ஏதாவது பிரச்சனையில் ஒரு முஸ்லிம் ஈடுபட்டால், காவல் துறை பத்து முஸ்லிம்களை கைது செய்கிறது. தேவையில்லாமல் பலரை கைது செய்துவிட்டு, பிறகு குற்றத்தை நிரூபிக்க முடியாமல் வழக்குகளைக் கிடப்பில் போடுகின்றனர்' என்கிறார் முன்னாள் அமைச்சர் சையது ஷகாபுதீன்.

அரசுப் பணிகளிலேயே புறக்கணிக்கப்பட்ட முஸ்லிம்களுக்கு புலனாய்வுத் துறை, உளவுத் துறை, ராணுவம் போன்றவை வெறும் கனவுதான். உளவுத் துறையை (RAW) பொருத்தவரை, 1969 தொடங்கி இன்று வரை அதன் பணியாளர்களின் எண்ணிக்கை பத்தாயிரம். உளவுப் பணியில் முஸ்லிம்களை சேர்க்கக் கூடாதென்பது இந்த மதச்சார்பற்ற தேசத்தின் எழுதப்படாத சட்டம். தகுதி, திறமை, தேச பக்தியுள்ள ஒருவர் அவர் இஸ்லாமிய மதத்தைச் சார்ந்த ஒரே காரணத்துக்காக தகுதியற்றவராகிறார். முஸ்லிம்களை உளவுத் துறையில் இணைத்துக் கொள்ள வேண்டுமென பல அதிகாரிகள் வேண்டுகோள் விடுத்தபோதும், எழுதப்படாத அந்தச் சட்டத்தை மீற இதுவரை யாரும் துணியவில்லை.

ராணுவமோ, 'எங்களின் ரகசியங்களை யாருக்கும் வெளியிட இயலாது' என அரசால் நியமிக்கப்பட்ட சச்சார் குழுவுக்கே 'தண்ணி' காட்டிவிட்டது! புள்ளிவிவரங்களைத் தர மறுத்துவிட்டதால் ராணுவத்தில் முஸ்லிம்களின் பிரதிநிதித்துவத்தைக் கண்டறிய முடியவில்லை. மத்திய அரசுக்கும் கட்டுப்படாமல் ராணுவம் சர்வாதிகாரப் போக்கில் ஒரு தனி ராஜாங்கம் நடத்தி வருகிறது. 'புள்ளி விவரங்களைக் கொடுத்தால் அது பாதுகாப்புப் படையினருக்கு தவறான எண்ணத்தைத் தூண்டும். இதுவரை கட்டிக்காத்த ஒற்றுமையையும் உற்சாகத்தையும் சமத்துவ நீதியையும் அது குலைக்கும். ராணுவத்தைப் பொருத்தவரை இட ஒதுக்கீட்டுக்கான தேசிய கொள்கை பொருந்தாது' என ராணுவம் வாதிட்டதால் சச்சார் குழுவுக்கு உண்மை நிலவரம் மறுக்கப்பட்டது. ராணுவ உயர் பதவிகளில் முஸ்லிம்களின் பிரதிநிதித்துவத்தை அறிந்து

கொள்ளாமல் அரசால் அவர்களுக்கான நலத்திட்டத்தை வகுக்க இயலாது. இடஒதுக்கீடு ராணுவத்திற்குப் பொருந்தாது என்பதால்தான் அங்கு உயர் பதவிகள் அனைத்திலும் சாதி இந்துக்கள் நிறைந்திருக்கிறார்கள். இந்நிலையில், உண்மைத் தகவல்களைத் தர முடியாது என ராணுவம் மறுத்திருப்பது, இந்நாட்டின் சிறுபான்மைச் சமூகத்திற்கு எதிரான செயல். ரகசியத்தைப் பாதுகாக்கிறோம் என்ற பெயரில் அங்கு நடக்கிற எந்த அநீதிகளையும் மக்களின் பார்வைக்கு வரவிடாமல் தடுத்து விடுகின்றனர். காஷ்மீரும் வடகிழக்கு மாநிலங்களும் இதற்கு நேரடி எடுத்துக்காட்டு.

முஸ்லிம்களின் கல்வி, பொருளாதார, சமூக நிலையைக் கண்டறிந்து மேம்படுத்தவே சச்சார் குழு நியமிக்கப்பட்டதாகக் கூறப்படுகிறது. 'மத்திய மாநில அரசுப் பணிகளிலும் பொதுப்பணித் துறையிலும், சிறுபான்மையினருக்குரிய பங்கு கட்டாயம் அளிக்கப்பட வேண்டும்' என பிரதமர் மன்மோகன்சிங் அண்மையில் தெரிவித்திருப்பது நல்ல அறிகுறி. முஸ்லிம்கள் மேம்பாட்டுக்காக வகுக்கப்பட்ட பதினைந்து அம்சத் திட்டம் சனவரி 2007 இல் நடைமுறைப்படுத்தப்படும் என்றும் எதிர்பார்க்கப்படுகிறது.

நாடு முழுவதுமான முஸ்லிம்களின் சமூக, பொருளாதார, கல்வி சூழல் பற்றிய முழு முதல் ஆய்வு, சச்சார் குழுவினுடையதுதான் என்றாலும் ஏற்கனவே இந்திரா காந்தி ஆட்சியின்போது கோபால் சிங் என்பவர் தலைமையில் ஓர் உயர்மட்டக் குழு முஸ்லிம்களின் கல்வி, பொருளாதார, அரசு வேலைவாய்ப்பு குறித்து ஓர் ஆய்வை மேற்கொண்டது. அப்போதிருந்த அய்நூறு மாவட்டங்களில் 80 மாவட்டங்களில்தான் அக்குழு ஆய்வு செய்தது. அந்த ஆய்வறிக்கையின் முடிவும் முஸ்லிம்கள் சமூக வளர்ச்சியில் மிகவும் பின் தங்கியிருப்பதாகவும் ராணுவத்திலும் நீதித்துறையிலும் சிறுபான்மையினருக்கான பங்கு போதிய அளவுக்கு வழங்கப்படவில்லை எனவும் எச்சரித்திருந்தது. அப்போதிருந்தே முஸ்லிம்களுக்கான இடஒதுக்கீட்டையும் நலத்திட்டங்களையும் நடைமுறைப்படுத்தியிருந்தால் இன்றைக்கு அவர்களின் நிலை இந்தளவுக்கு கீழிறங்கி இருக்காது.

இச்சூழலில் சச்சார் குழுவின் முக்கிய கண்டுபிடிப்புகளும் பரிந்துரைகளும் பெரும் சலசலப்பை ஏற்படுத்தத் தொடங்கியிருக்கின்றன. முஸ்லிம்களுக்குத் தனி இடஒதுக்கீடு கொடுக்கக் கூடாது என இந்துத்துவவாதிகளும் சில ஊடகங்களும்

தங்களது பிரச்சாரத்தைத் தொடங்கிவிட்டன. 'இடஒதுக்கீடு என்பது சாதி அடிப்படையில் வழங்கப்படுவது. மத அடிப்படையில் கொடுப்பதை ஏற்றுக் கொள்ள முடியாது. வேண்டுமானால் பிற்படுத்தப்பட்டோருக்கு வழங்கப்படும் இடஒதுக்கீட்டில் முஸ்லிம்களையும் இணைத்துக் கொள்ளலாம்' என பா.ஜ.க. முதலான இந்துத்துவ அமைப்புகள் தங்கள் வயிற்றெரிச்சலை காட்டத் தொடங்கிவிட்டன. ஆந்திர மாநில அரசு முஸ்லிம்களுக்கு வழங்கிய 5 சதவிகித இடஒதுக்கீட்டை மத அடிப்படையிலானது என்று சொல்லி நீதிமன்றம் தற்போது நிறுத்தி வைத்திருக்கிறது.

முஸ்லிம்களுக்கெதிரான பாரபட்சம் மத அடிப்படையிலானதாக இருக்கும்போது அவர்களுக்கு வழங்கப்படும் இடஒதுக்கீடும் நலத்திட்டங்களும் மத அடிப்படையில் வழங்கப்படுவதில் என்ன தவறு இருக்க முடியும்? சச்சார் குழு தனது பரிந்துரையில் தனி இடஒதுக்கீடு தேவையில்லை எனவும் பிற்படுத்தப்பட்டோர் இடஒதுக்கீட்டில் முஸ்லிம்களை இணைக்கவும் கூறுகிறது. மேலும் கல்வி, பொருளாதார வளர்ச்சிக்கு சிறப்பு நலத் திட்டங்களை வகுக்கவும் வலியுறுத்தியுள்ளது.

ஊடகத் துறையில் முஸ்லிம்களின் பிரதிநிதித்துவம் குறித்து இதுவரை வெளியிடப்பட்ட அறிக்கையில் எந்தக் குறிப்பும் இல்லை. எனினும் நாம் ஏற்கனவே அறிந்தபடி ஊடகத் துறையின் முக்கியப் பொறுப்புகளில் வெறும் 3 சதவிகிதம் முஸ்லிம்களே உள்ளனர். ஆனால், மக்கள் தொகையில் 3 சதவிகிதம் இருக்கும் பார்ப்பனர்களோ இத்துறையில் 49 சதவிகிதம் இருக்கின்றனர். இந்து ஆதிக்கவாதிகள் நிரம்பி வழியும் ஊடகங்கள் தொடர்ந்து முஸ்லிம்களுக்கு எதிரான செய்திகளை வெளியிடுவதை ஒரு பிரச்சாரமாகவே மேற்கொண்டு வருகின்றன. 'முஸ்லிம்கள் அழித்தொழிக்கப்பட வேண்டிய தீவிரவாதிகள்' என்ற மதவெறிக் கருத்தை இவை வெளிப்படையாக மக்களிடையே பரப்புகின்றன.

பள்ளியில் எழுபது சதவிகிதம் மாணவர் சேர்க்கையில் 11.6 சதவிகிதம் பேர் பாதியிலேயே படிப்பைக் கைவிடுகின்றனர். 3.6 சதவிகித பட்டதாரிகளையும் 1.2 சதவிகிதம் மட்டுமே பட்ட மேற்படிப்பை முடித்தவர்களையும் கொண்டிருக்கிறது இந்தியாவின் மிகப் பெரிய சிறுபான்மைச் சமூகம். அடிப்படைக் கல்வியில் இத்தகைய சரிவு ஏற்படுவதாலேயே அலிகார் முஸ்லிம் பல்கலைக் கழகத்தில் உள்ள அய்ம்பது சதவிகிதம் இடஒதுக்கீட்டைக்கூட அவர்களால் நிரப்ப முடியவில்லை. 94.9 சதவிகித முஸ்லிம்கள்

அன்றாடம் உணவுக்கே அல்லல்படுகின்றனர். படிப்புதான் இல்லை, சுயதொழில் செய்யலாம் என வங்கிகளில் கடன் கேட்டால் முஸ்லிம்களுக்கு கடன் கொடுக்க அவை முன் வருவதில்லை. இதுவரை வெறும் 3.2 சதவிகிதம் பேருக்குதான் வங்கிக் கடன் வழங்கப்பட்டிருக்கிறது. கிராமப்புறங்களில் 60.2 சதவிகிதம் பேருக்கு நிலங்கள் இல்லை. நிலமற்றவர்கள் கூலிகளாக இருப்பதும் கூலிகள் வறுமையில் உழல்வதும், வறுமை கல்வியைத் தடுப்பதும் கல்வித் தடை மற்ற எல்லா வளர்ச்சிகளையும் முடக்கிப் போடுவதும்தானே இயற்கை! முஸ்லிம்களுக்கும் அதுவே நேர்ந்திருக்கிறது.

தலித் மக்களை தீண்டத்தகாதவர்களாக்கி ஒதுக்கி வைத்துள்ள இந்த சாதியச் சமூகம், முஸ்லிம்களைத் தீவிரவாதிகளாக்கி ஒதுக்கி வைத்துள்ளது. இந்தியாவின் முதன்மையான சிறுபான்மை மதமாக இருக்கும் இஸ்லாத்தை வளரவிடாமல் செய்வதற்கு இந்துத்துவவாதிகள் அரங்கேற்றிய சதியே இந்தியாவில் இஸ்லாம் தீவிரவாத மதமாக்கப்பட்டதற்கான காரணம். இந்து மதத்தின் சாதிப் பிடியிலிருந்து வெளியேறி இஸ்லாமிய மார்க்கத்தைப் பெருமளவில் தலித் மக்கள் தழுவுவதைக் காணச் சகிக்காத இந்து வெறியர்கள் நடத்திய வெறியாட்டங்களே, முஸ்லிம்களுக்கெதிரான கருத்தை மக்களிடம் திணித்தன. மதமாற்றத்தைத் தடுக்க இந்துத்துவவாதிகள் கையாண்ட உத்தி அது. தான் தீண்டத்தகாதவனாகப் பார்க்கப்படுவோமா என்ற தயக்கம் எப்படி தலித் மக்களின் வளர்ச்சிக்கு முட்டுக்கட்டையாக இருக்கிறதோ, அதே போலத்தான் முஸ்லிம்களுக்கு தான் தீவிரவாதி ஆக்கப்படுவோமோ என்ற அச்சமும். இங்கு மதமாற்றம் தடைபட்டு நிற்பதற்கான காரணமும் அதுவே.

இந்த அச்சத்தைக் களைய வேண்டியது அரசின் கடமை. எல்லா துறைகளிலும் அவர்களுக்கு உரிய பிரதிநிதித்துவத்தை முறையே வழங்குவதுதான் நேர்மை. வறுமையிலிருந்து மீட்டு, கல்வி அளித்து, சுகாதார உத்திரவாதம் வழங்கி, எல்லா துறைகளிலும் அவர்கள் மக்கள் தொகைக்கேற்ப வாய்ப்புகளை வழங்கும் திட்டங்களை வகுத்து, இவ்வளவு காலம் முஸ்லிம்கள் அனுபவிக்காத உரிமைகளை மீட்டுக் கொடுக்க வேண்டியது அரசின் கடமை.

முஸ்லிம்களை அதிகம் கொண்ட உத்திரப்பிரதேசத்தின் தேர்தலை மனதில் கொண்டே இந்த அரசியல் நாடகம் நடத்தப்படுகிறது என்பது ஒரு சாராரின் குற்றச்சாட்டு. அப்படியே இருந்தாலும்கூட, அரசை நிர்பந்திக்க வேண்டியதும் போராடிப்

பெற வேண்டியதும் சமத்துவத்தில் நம்பிக்கையுள்ள அனைவரின் பொறுப்பு. சச்சார் குழுவின் அறிக்கை, முஸ்லிம்கள் தங்களைப் பார்த்துக் கொள்ளக் கிடைத்த கண்ணாடி. இந்த நாடு தங்களை எந்தளவுக்குப் புறக்கணித்திருக்கிறது என்ற தன்னிலை உணர்தலுக்கான வாய்ப்பு இப்போது ஏற்பட்டிருக்கிறது. ஆட்சியைப் பிடிப்பதற்கான அரசியல் ஊறுகாய் அல்ல முஸ்லிம்கள் என ஜனநாயகவாதிகள் விழித்துக் கொண்டு போராட வேண்டிய தருணமிது.

தனி இடஒதுக்கீடோ, பிற்படுத்தப்பட்டோருக்கான இடஒதுக்கீட்டில் உள் ஒதுக்கீடோ எதுவாக இருந்தாலும் தங்கள் சமூகத்தின் கடைசி மனிதனின் வளர்ச்சியையும் கருத்தில் கொண்டு அதை முடிவு செய்ய வேண்டியது முஸ்லிம்களே! இதில் தலையிட யாருக்கும் உரிமை இல்லை. ஆனால், இதுவரை தங்களுக்கு மறுக்கப்பட்ட உரிமைகளை மொத்தமாகப் பெறுவதாகவும் இனிமேல் தங்கள் சமூக, பொருளாதார, கல்வி வளர்ச்சிக்கு உத்திரவாதம் அளிப்பதாகவும் உள்ளதெனில் மட்டுமே அதை ஏற்றுக் கொள்ள வேண்டும். இந்துத்துவவாதிகள் ஆழமாக விதைத்து விட்டிருக்கும் கருத்தாக்கங்களைக் களைந்து, முஸ்லிம்களை இந்நாட்டின் குடிமக்களாக உணரச் செய்தலே அரசின் முதல் பணி. அதற்கான அடித்தளம் பாரபட்சமற்ற பிரதிநிதித்துவத்தை முஸ்லிம்களுக்கு வழங்குவதில்தான் தொடங்கும். இல்லையெனில், இந்த இந்து வெறிச் சமூகம், இன்னும் முழு வீச்சோடு ஒவ்வொரு முஸ்லிம் மீதும் தீவிரவாத முத்திரை குத்தி அவர்கள் கையில் ஆயுதத்தைத் திணிக்கும். இது, ஜனநாயகத்திற்கு விடப்பட்டிருக்கும் கடுமையான எச்சரிக்கை!   ●

— டிசம்பர் 2006

# 26

## சாந்தியை கொண்டாடுவோம்!

ஒருவர் நிகழ்த்திய சாதனையைக் கொண்டாட மனமற்றவர்களா நாம்? சாந்திக்கு இந்த நேரத்தில் கொடுக்கப்படும் ஊக்கமும் தன்னம்பிக்கையும் – தாழ்த்தப்பட்ட சாதியென்ற தாழ்வு மனப்பான்மையில் முடங்கிக் கிடக்கும் இளைஞர்களைத் தன்னம்பிக்கையுடன் விழித்தெழச் செய்யும். தலித் விடுதலை, போராட்டங்களால் மட்டும் உருவாக்கப்படுவதல்ல; அது சாதனைகளால் அழகுபடுத்தப்படுவதும்கூட!

**சாதியின்** நாக்குகள் மிக நீளமானவை, நகங்கள் மிகக் கூர்மையானவை. அதன் அருவருப்பான எல்லைக்குள் நுழையாமல் தப்பிக்க, எவ்வளவுதான் எதிர்த்துப் போராடினாலும் அகப்பட்டுக் கொள்ள நேர்வது இந்த ஆதிக்க சமூகம் ஏற்படுத்தியிருக்கும் தீரா அவலம். மெத்தப் படித்திருந்தாலும் சிகரம் தொட சாதனைகள் புரிந்திருந்தாலும் சாதியை உதிர்த்துவிட்டு ஒருவரை அங்கீகரிப்பதென்பது இங்கு மிகவும் கடினம். அப்படி சாதிக்கக் கிளம்பிய பல்வேறு துறைகளைச் சேர்ந்த எத்தனையோ திறமைசாலிகளை, சாதனையாளர்களை இந்த சாதியச் சமூகம் தன் காலடியில் மிதித்து நசுக்கி அழித்திருக்கிறது. ஆம், ஆசிய விளையாட்டுப் போட்டியில் வெள்ளிப் பதக்கம் வென்ற சாந்தியைச் சுற்றிப் பின்னப்பட்ட சதிவலை அத்தகையதே!

பாலினத்தில் பெண். ஜாதியில் தாழ்த்தப்பட்டவர். பொருளாதாரத்தில் ஏழை. இந்த முப்பெரும் தடைகளையும் மீறி சாந்தி சாதிக்கத் துடித்தது பெரிய ஆச்சர்யம். புதுக்கோட்டை மாவட்டம் கத்தக்குறிச்சி கிராமத்தில் செங்கல் சூளையில் கல்லறுக்கும் கூலித் தொழிலாளர்களுக்கு மூத்த மகளாகப் பிறந்த சாந்தி, 'நியாயமாக'ப் பார்த்தால் தானும் ஒரு கூலித் தொழிலாளியாகி, குடும்ப பாரத்தைத் தாங்கியிருக்க வேண்டும்; அல்லது படிப்பை நிறுத்திவிட்டு பெற்றோருக்கு பாரமின்றி திருமணம் முடித்திருக்க வேண்டும். சாதி ஆதிக்கச் சமூகம் - தலித் மக்களுக்கு; ஏற்றத்தாழ்வைப் போற்றும் சமூகம் - ஏழைகளுக்கு; ஆணாதிக்கச் சமூகம் - பெண்களுக்குத் தரும் முடிவு அதுதான். ஒரு வேளை சோற்றுக்குக்கூட வழியற்ற நிலையிலும் விளையாட்டில் சாதிக்க வேண்டுமென்ற விதையை மனதில் ஊன்றி வளர்த்தெடுத்ததுதான் சாந்தி இன்று சாதனை நாயகியாக நிமிர்ந்து நிற்பதற்கான முழு முதல் காரணம்.

வயிறு பசிக்கும்போது எதில் கவனம் செலுத்த முடியும்? சாந்தி தன் இலக்கில் லட்சியத்தில் உறுதியாக நின்று அதில் தன் முழு ஆற்றலையும் ஈடுபடுத்தினார். விடா முயற்சியின் பலனாக உழைப்பிற்கான அங்கீகாரம் மெல்ல மெல்லக் கிடைக்கத் தொடங்கியது. பள்ளியில் தனித்து நின்று, மாநில அளவில் சாதித்து, தேசிய அளவை எட்டியது வரை சாந்தியின் உழைப்பு அசாத்தியமானது; வார்த்தைகளுக்கு அப்பாற்பட்டது. பல்வேறு சர்வதேசப் போட்டிகளில் பங்கேற்று சாதனைகளை நிகழ்த்தினார். ‘ஆசிய தடகளப் போட்டி’, தெற்காசிய விளையாட்டுப் போட்டி, ‘கிராண்ட் ப்ரீ’ எனப் பதக்கங்களை அள்ளிக் குவித்தார்; புதிய சாதனைகளை உருவாக்கினார். அப்போதெல்லாம் சாந்தி என்ற ஒரு சாதனையாளர் இருப்பதாகவே இந்த சமூகம் கண்டுகொள்ளவில்லை; நம்பிக்கை நட்சத்திரமாகக் கொண்டாடவில்லை.

கத்தார் நாட்டுத் தலைநகர் தோகாவில் கடந்த மாதம் நடந்து முடிந்த ஆசிய விளையாட்டுப் போட்டிகளில் சாந்தி வெள்ளிப் பதக்கம் வென்றபோதுகூட, அவரை யாரும் உன்னிப்பாக கவனிக்கவில்லை. அவருடைய சாதனையை மெச்சி தமிழக அரசு பதினைந்து லட்சம் ரூபாய் பரிசை அறிவித்தபோதுகூட சாந்தி அந்தளவுக்கு பிரபலமாகவில்லை. ஆனால், ‘பாலினச் சோதனையில் தோல்வியடைந்தார்’ என்ற செய்தி வந்தவுடன் பத்திரிகைகளும் தொலைக்காட்சிகளும் போட்டிப் போட்டுக் கொண்டு சாந்தியைக் குற்றவாளியாக முன்னிறுத்தின. ‘சாந்தி ஏமாற்றுக்காரர்’ என்ற பிம்பத்தை உருவாக்கப் பெரும் சிரத்தை எடுத்தன. ஆதிக்க சாதி ஊடகங்களின் சுரணையற்றப் போக்கு தெள்ளத் தெளிவானது. பாலினக் குறைபாடென்பது அவமானத்துக்குரியதென அவை சித்தரித்தன. ‘புகழைப் பின்தொடர்ந்த அவமானம்’ என்ற தலைப்பில் அவை வெளியிட்ட செய்திகள் அனைத்தும் மனிதப் பண்புக்கு முற்றிலும் எதிரானவை.

தொடர்ந்து உடலை வருத்தி உழைக்கும் ஒரு பெண்ணுக்கு, ஆணுக்குரிய ஹார்மோன்கள் கூடுதலாகச் சுரப்பது இயல்பானதே என்கிறார்கள் மருத்துவர்கள். சிகிச்சை மூலம் சரிசெய்யக் கூடிய சாதாரண குறைபாடு இதுவெனவும் அவர்கள் விளக்குகிறார்கள். பொதுமக்களுக்கு இதைத் தெளிவுபடுத்த வேண்டிய ஊடகங்களோ, சாந்தி ஆணா பெண்ணா என்று பட்டிமன்றமே நடத்தின. சாந்தி பாலினச் சோதனையில் தோல்வியடைந்ததை விவரித்த சி. என். என். நிருபர் சற்றும் சலனமின்றி “சாந்தி ஓர் ஆண்” என்று

குறிப்பிட்டு செய்தியை முடித்தார். உடலை வருத்தி இலக்கை எட்டிய சாந்தியின் சாதனையை காற்றில் பறக்கவிட்டு, அவர் ஆணா?, பெண்ணா? என வாதிடத் தொடங்கிவிட்டது சமூகம். இதே பிரச்சனை ஓர் ஆதிக்க சாதி பெண்ணுக்கு நேர்ந்திருந்தால் அதை இந்த ஊடகங்கள் இவ்வளவு கீழ்த்தரமாகவா அணுகியிருக்கும்?

'சாந்தி பாலினச் சோதனையில் தோல்வியடைந்தார்' என்று மட்டுமே ஆசிய விளையாட்டுக் குழு கூறியிருக்கிறது. ஆனால், அது குறித்த விளக்கங்கள் தரப்படவில்லை. சுமார் பத்தாண்டுகளுக்கு முன்பே பாலினச் சோதனைக்கு தடைவிதிக்கப்பட்டு விட்ட நிலையில் தற்போது சாந்திக்கு அதைச் செய்திருப்பது திட்டமிட்ட சதியில்லாமல் வேறென்ன? புகாரின் அடிப்படையில் பாலினச் சோதனை செய்யலாமெனில் புகார் கொடுத்தது யார், எடுக்கப்பட்ட சோதனைகள் என்னென்ன, அவற்றின் முடிவுகள் யாவை என்பது பற்றியும் முழுமையான செய்திகளை வெளியிட வேண்டும். அதுதான் நியாயம். அரைகுறை உண்மைகள், பொய்யைவிட ஆபத்தானவை.

சாந்தி பிரச்சனையில் அதுதான் நடந்தது. இதனால் சாந்தியின் தனிப்பட்ட வாழ்க்கை, விளையாட்டுத் துறையில் அவருடைய எதிர்காலம் என இரண்டுமே கடுமையான பாதிப்புக்குள்ளாகி இருக்கிறது. அசாத்திய உடல்பலத்தோடு நெஞ்சுரமும் இருப்பதால்தான் சாந்தி இதை தைரியமாக சந்தித்தார். பதக்கம் தன்னிடம்தான் இருப்பதாகவும் அதைத் திருப்பித் தரப்போவதில்லை எனவும் அறிவித்தார். "ஆம்பளையா? பொம்பளையா?" என்ற தராதரமற்ற கேள்விகளுக்கெல்லாம் அவர் நின்று பதில் சொல்லிக் கொண்டிருக்கவில்லை.

இந்திய விளையாட்டுத் துறையில் இருக்கிற அளவுக்குப் பிரச்சனைகள், போட்டி , பொறாமைகள், பாரபட்சங்கள் வேறொரு துறையில் இருக்குமா என்பது சந்தேகமே! தமிழ் நாட்டைப் பொருத்தவரை, முழுக்க முழுக்க அது கேரளத்துக்காரர்களின் ஆதிக்கக் கரங்களுக்குள் சிக்கிச் சீரழிந்து கொண்டிருக்கிறதென்றுதான் சொல்ல வேண்டும். முல்லைப் பெரியாறு பிரச்சனையில் இவ்வளவு முரண்டு பிடிக்கிறது கேரளா. ஆனால், இங்கு விளையாட வரும் கேரள வீரர்களுக்கு எந்தவிதக் கட்டுப்பாடோ விதி முறைகளோ இன்றி பணத்தை வாரி இறைக்கிறது தமிழகம். பி.டி.உஷா தொடங்கி, இன்றைய அஞ்சுபாபி ஜார்ஜ் வரை எத்தனை வீராங்கனைகளுக்கு கோடிக்கணக்கில் அள்ளி வழங்குகிறது தமிழக அரசு?

திறமையும் உழைப்பும் தன்னம்பிக்கையும் நிறைந்த எத்தனையோ தமிழக வீரர்கள் வறுமையைக் கடக்க முடியாமல் முட்டை, கொண்டைக் கடலை போன்ற அத்தியாவசியப் உணவுப் பொருட்களைக் கூட வாங்க முடியாமல் விளையாட்டைக் கை விடுகின்றனர். தமிழக விளையாட்டுத் துறை மொத்தமாக கேரள அதிகாரிகளின் ஆதிக்கத்தில் இருப்பதால் தங்களுக்கு நியாயமாக கிடைக்க வேண்டிய வாய்ப்புகள் மறுக்கப்படுவதாக தமிழக வீரர்கள் வருத்தத்தில் குமுறுகின்றனர். மாநில அளவில் சாதனை புரிந்த நம் வீரர்கள், தேசிய அளவிலானப் போட்டிகளில் பங்கேற்கும் வாய்ப்புகளுக்காகக் காத்திருக்கையில் அவை எந்த சிரமமுமின்றி கேரள வீரர்களுக்குப் போய் சேர்கிறது.

இந்நிலையில் சாந்தி மீது புகார் எழுப்பியதும்கூட ஒரு கேரள வீராங்கனை தான் என்று கூறப்படுகிறது. அதனாலேயே இப்படியொரு அவதூறு கிளப்பப்பட்டது. அதை இந்திய தேசிய விளையாட்டு ஆணையத்தின் அதிகாரிகள் மறுக்கவில்லை, கண்டிக்கவில்லை. தமிழக வீராங்கனை ஒருவர் பதக்கம் வாங்கியதால் ஒட்டுமொத்த கவனமும் இனி திசை திருப்பப்படும் என்ற பதற்றத்திலேயே இப்படியொரு பழி சுமத்தப்பட்டதாக முன்னாள் தமிழக வீரர்கள் கொந்தளிக்கிறார்கள். ஏற்கனவே கேரள வீராங்கனைகளை விடவும் திறமைசாலிகளாக இருந்த சோலைமதி, பாண்டீஸ்வரி போன்றோர் மீது இதே புகாரை எழுப்பி அவர்களை ஓரங்கட்டியதையும் அவர்கள் சுட்டிக் காட்டுகின்றனர். ‘தங்க மங்கை’ என தமிழகமே தலையில் தூக்கி வைத்துக் கொண்டாடிய கேரள வீராங்கனை பி.டி.உஷா, ஓட்டப் பந்தய வீரர்களுக்கான தன்னுடைய பயிற்சிப் பள்ளியை கேரளத்தில்தான் நிறுவியிருக்கிறார். பயிற்சிக்கான நிதிக்கு வேலைவாய்ப்பும் சர்வதேசப் போட்டிகளில் பங்கேற்பதற்கான வாய்ப்புக்கும் மட்டுமே தமிழகம். அதனால் கிடைக்கும் பலன் அனைத்தையும் கேரளத்தில் அறுவடை செய்யவே அவர்கள் விழைகின்றனர்.

இந்த பாரபட்ச அரசியலைக் கடந்து முட்டி மோதி மாநில அளவிலான போட்டிகளில் பங்கேற்க வரும் வீரர்களுக்கு குறைந்தபட்சம் சில ஆயிரங்களைக்கூட செலவு செய்யத் துணியாத தமிழக அரசு, அஞ்சு பாபி ஜார்ஜ் மாதிரியான கேரளத்துக்காரர்கள் அமெரிக்காவில் பயிற்சி பெறுவதற்தான செலவு அனைத்தையும் ஏற்றுக் கொள்வது நம் வீரர்களுக்கு இழைக்கப்பட்டு வரும் அநீதியேயன்றி வேறென்ன? போட்டிகளில் பங்கேற்க தமிழக வீரர்கள் முன் பதிவு செய்யப்படாத ரயில்களில்தான் அழைத்துச்

செல்லப்படுகின்றனர். உணவு, சீருடை என அனைத்து செலவுகளையும் தாங்களாகவே பார்த்துக் கொள்கின்றனர். சாந்தியும்கூட அப்படியெல்லாம் துன்பப்பட்டு வந்தவர்தான்.

சாந்தியின் பெற்றோர் கண்ணீருடன் சொன்னது போல், "அது பயிற்சியால் கட்டுக்குள்ளிருக்கும் உடலல்ல; பசியால் இளைத்த உடல்." அன்றாடம் பசியை விரட்டுவதே பெரும் சவாலான நிலையில் சாந்தி தன் திறமையை இந்த அளவுக்கு செதுக்கியதும் சற்றும் தளராமல் விடாப்பிடியாக வெற்றிகளைக் குவித்ததும் இணையற்ற சாதனை இல்லையா?! ஒவ்வொரு நாளும் அதிகாலை எழுந்து பயிற்சியை முடித்த பிறகு கொடூரமாகப் பசிக்கும் வயிற்றை அவர் எப்படி ஆற்றுப் படுத்தியிருப்பார்? எங்கோ குளிரூட்டப்பட்ட அறைகளில் அமர்ந்து கொண்டு வறுமையை இந்தியாவின் 'தலையெழுத்தாக'வும், சாதியைப் புனிதமாகப் போற்றுகின்றவர்களுக்கும் சாந்தியின் பெயரைச் சொல்லக்கூட அருகதையில்லை. தியாகத்துக்கு இணையான அந்த சாதனையைக் கொண்டாட மனமில்லாமல் இந்தச் சமூகம் அவரை கேலிக்குள்ளாக்கியிருக்கிறது.

இங்கு நாம் வருத்தப்பட வேண்டிய முக்கியமான செய்தி பெண்கள் அமைப்புகளும் மனித உரிமை ஆர்வலர்களும் தமிழ் தமிழ் என உயிரை விடுகிறவர்களும் சாந்திக்கு இழைக்கப்பட்ட அநீதிக்காகக் கோபப்படாமல் இருப்பதுதான். இவர்கள் அனைவரும் ஒன்று கூடி தோள் கொடுத்திருந்தால் சாந்தி இச்சூழலை தெம்போடு எதிர் கொண்டிருக்க முடியும். பெண்கள் அமைப்புகள் எல்லாம் வாய்மூடி இருக்கும் நிலையில் தமிழக முதல்வர் மு. கருணாநிதியின் துணிச்சலான முடிவு ஒன்றே சாந்திக்கு பக்க பலமாகத் துணை நின்றிருக்கிறது. ஒருவேளை தமிழக அரசு பரிசுப் பணத்தைத் தராமல் புறக்கணித்திருக்குமானால் இந்த ஊடகங்களும் சமூகமும் சாந்தியை நிச்சயம் கூறு போட்டிருக்கும். ஒரு தனி மனிதரின் மனிதாபிமானமிக்க முடிவு ஒன்றே சாந்தியை மிகப் பெரிய இழிவிலிருந்து காத்திருக்கிறது. "பெரியார் பயிற்சிப் பட்டறையிலிருந்து வந்ததே அதற்கான காரணம்" என்று முதல்வர் அதற்கு விளக்கமும் கொடுத்திருக்கிறார். பெண்கள் அமைப்புகள் தொடங்கி, சமூகமே பெரியாரை கற்றுத் தெளிய வேண்டியதன் அவசியத்தைத்தான் இச்சூழல் உணர்த்துகிறது.

சாந்தி பெண் என்பதில் சந்தேகம் ஏற்பட்டதால்தான் பெண்கள் அமைப்புகள் கண்டுகொள்ளவில்லையா? அல்லது சாந்தியின்

பிரச்சனை பெண்ணியப் பிரச்சனையில்லையா? பாலினத்தில் ஒரு சில குறைபாடுகள் இருப்பதாலேயே ஒருவரைப் புறக்கணிக்க நேருமெனில் இச்சமூகத்தில் ஒரு பகுதியினரை நாம் ஒதுக்கித் தள்ள வேண்டியிருக்கும். ஹார்மோன் குறைபாடுகளுக்காக எத்தனைப் பெண்கள், ஆண்கள் சிகிச்சை எடுக்கின்றனர். மாத விலக்காகாதவர்களும் கருத்தரிக்க இயலாதவர்களும் பெண்கள் இல்லையென சொன்னால் அது எவ்வளவு மூடத்தனமோ அந்தளவு மூடத்தனமே சாந்தியின் மீதான அவதூறும்.

பாலினக் குறைபாடு உள்ளவரை, தலித் என்றோ, தமிழர்கள் என்றோ, மனிதர்கள் என்றோ இச்சமூகம் ஆதரிக்காதா? சாந்தி பிரச்சனையில் தலித் அமைப்புகள், தமிழ்த் தேசியவாதிகள், மனித உரிமை ஆர்வலர்கள் காத்த கொடூரமான அமைதி வன்மையான கண்டனத்திற்குரியது. இந்நிலையில், சாந்திக்கு மாபெரும் பாராட்டுக்கூட்டம் நடத்துவதாக திராவிடர் கழகம் அறிவித்திருப்பது ஆறுதலளிப்பதாக இருக்கிறது.

படித்த, நகரவாசிகளுக்குத் தெரியாத மனித நேயத்தை கத்தக்குறிச்சி கிராம மக்கள் கற்றுக் கொடுத்திருக்கிறார்கள். சாந்தி பிரச்சனையை அவர்கள் எதிர்கொண்ட விதம் வியப்பூட்டுகிறது. சாந்தி எப்படி ஊரில் தலைகாட்டப் போகிறார் என்பதுதான் மனித நேயமுள்ளவர்களின் முதல் பதற்றமாக இருந்தது. ஆனால், எந்தவித சர்ச்சைக்கும் இடமளிக்காமல் கத்தக்குறிச்சி மக்கள் சாந்தியையும் அவர் குடும்பத்தையும் வாஞ்சையோடு அரவணைத்துக் கொண்டது நாகரிக சமூகம் கற்றுக் கொள்ள வேண்டிய பாடம். இப்படியொரு வரவேற்பைதான் தமிழகமும் இந்திய நாடும் சாந்திக்கு வழங்கியிருக்க வேண்டும். ஆனால், கல்லெறியாத குறையாக ஊடகங்கள் அவரை விரட்டின.

தலித் மக்கள் மீது ஏவப்படும் வன்முறைகள் பற்றி ஒரு வரி வாசிக்கத் துணியாத இந்த ஊடகங்கள், ஒரு தலித்தின் சாதனையைக் கொச்சைப்படுத்துவதை திருவிழாவைப் போலக் கொண்டாடித் தீர்க்கின்றன. இந்நிலையில் நாம் எப்படி தேசிய ஒருமைப்பாட்டை வலியுறுத்துவது, வேற்றுமையில் ஒற்றுமையைப் பாராட்டுவது? தலித் மக்களை எப்போதும் குற்றவாளிகளாகச் சித்தரிக்கும் சாதி இந்து ஊடகங்களுக்கு மாற்றாக, மக்களுக்கான ஊடக வெளியை உருவாக்க வேண்டியதே இப்போதைய தேவை. பேசத் தெரிகிறவர்களும் எழுத முடிகிறவர்களும் நிருபர்களாகிவிடும் போக்கு அழிந்து சமூக அறிவும் வேரிலிருந்து நுனிவரையுள்ள

அனைத்துத் தரப்பு மக்களுக்காகவும் குரல் கொடுக்கும் மனித நேயமுள்ளவர்களும் மனித உரிமையில் நம்பிக்கை கொண்டவர்களும் ஊடகங்களுக்குப் படையெடுக்க வேண்டும்.

வன்கொடுமைகளுக்கு எதிராகக் களமிறங்குவதும்/இடஒதுக்கீடு உள்ளிட்ட உரிமைகளைப் போராடிப் பெறுவதும் - தலித் விடுதலைக்கு வழிவகுக்கும் என்பது உண்மைதான். அதே நேரத்தில் சாந்தி போன்ற தனி மனிதர்கள், சமூகம் தன் மீது திணித்த அத்தனைத் தடைகளையும் தகர்த்தெறிந்து நிகழ்த்தும் சாதனைகளும் தலித் விடுதலைக்கு கண்டிப்பாக வலுசேர்க்கும் என்பதையும் உணர வேண்டும். சாந்தியின் வெற்றியைக் கொண்டாடி மகிழ வேண்டிய நாம், ஆதிக்கவாதிகளின் அவதூறுகளை நம்பி அவரை அலட்சியப்படுத்தி விட்டோம். தலித் தலைவர்கள் எவரும் சாந்தியைப் பாராட்டி அறிக்கைகூட விடாதது வேதனையளிக்கிறது. வன்கொடுமைகளையும் ஒடுக்குமுறைகளையும் நினைத்துப் புலம்புவதற்கு மட்டுமா தலித் மக்கள்! ஒருவர் நிகழ்த்திய சாதனையைக் கொண்டாட மனமற்றவர்களா நாம்? சாந்திக்கு இந்த நேரத்தில் கொடுக்கப்படும் ஊக்கமும் தன்னம்பிக்கையும் - தாழ்த்தப்பட்ட சாதியென்ற தாழ்வு மனப்பான்மையில் முடங்கிக் கிடக்கும் இளைஞர்களைத் தன்னம்பிக்கையுடன் விழித்தெழச் செய்யும்.

தலித் விடுதலை போராட்டங்களால் மட்டும் உருவாக்கப்படுவதல்ல; அது சாதனைகளால் அழகுபடுத்தப்படுவதும்கூட!

– சனவரி 2007

# 27
## குற்றவாளி பாபாவுக்கு வெண்சாமரமா?

பெருகும் சாமியார்களால் இந்த சமூகம் சீரழிந்து மூழ்குவதை நாமும் பார்த்துக் கொண்டிருக்கிறோம் வேதனையோடு. ஆன்மிகத்தை வேரோடு பிடுங்கியெறிய தெளிந்த தீர்வு நம் கையில் இருக்கிறது. என்ன செய்தால் இந்து மதத்தை ஒழிக்க முடியும் என்பதற்கு நம் கையிலும் பெரியார் கொடுத்துச் சென்ற செயல்திட்டம் இருக்கிறது.

**இங்கு** கடவுளாகவும் கடவுளுக்கு நெருக்கமானவராகவும் இருந்தால் நீங்கள் எதை வேண்டுமானாலும் சாதிக்க முடியும்... 'எதை வேண்டுமானாலும்'! புட்டபர்த்தி சாய்பாபா 'சாதித்தது' அப்படித்தான். கோடிக்கணக்கான மக்களைத் தனது பக்தர்களாகக் கொள்ள சாய்பாபா அப்படியொன்றும் சிரமப்படவில்லை. பயிற்சி எடுத்தால் உங்களுக்கும் எனக்கும்கூட சாத்தியப்படும் தந்திரங்களைக் கற்றுக் கொண்டு, அதை ஆன்மிக லீலையாக மாற்றியதுதான் சாய்பாபாவின் தொழில். காற்றிலிருந்து மோதிரம், சங்கிலி, திருநீறு வரவழைப்பது, வாயிலிருந்து லிங்கம் எடுப்பது என அவருடைய திறமைகளைக் காட்டி மக்களை வியப்பில் ஆழ்த்தினார். சாய்பாபா மட்டும் காவி உடைக்கு பதில் சார்லி சாப்ளின் மாதிரியான உடை அணிந்து, பம்பை முடியை வெட்டி தொப்பி அணிந்து, கையில் கோலோடு ஒரு மேடையில் இத்தகைய தந்திரங்களை நிகழ்த்தியிருந்தால் - சிறந்த 'மேஜிக் மேனாக' அறியப்பட்டிருப்பார். ஆனால், இவ்வளவு செல்வத்தையும் செல்வாக்கையும் அடைந்திருக்க மாட்டார்.

கடவுள் என்ற கருவே தந்திரமானதாகவும் ஆய்வுக்கு அப்பாற்பட்டதாகவும் இருக்கையில் தன்னுடைய மாய தந்திரத் திறமையை அதோடு இணைத்ததுதான் இன்று சாய்பாபா அடைந்திருக்கும் நிலைக்குக் காரணம். குடும்ப பாரங்களை சுமக்கும் துணிவற்று வீட்டை விட்டு ஓடிப்போய் சந்நியாசம் புகும் சாதாரண சாமியார்களைத் தலையில் தூக்கி வைத்துக் கொண்டாடும் மக்களைக் கொண்ட ஒரு சமூகத்தில் சாய்பாபா போன்ற மோசடிப் பேர்வழிகளுக்குக் கிடைக்கக்கூடிய வரவேற்பு அளப்பரியது.

பதினான்கு வயதில் ஒரு சிறுவன் 'நான் கடவுள், இவ்வுலகைக் காக்க அவதாரம் எடுத்தவன்' என்று பிதற்றினால், அவன் முதுகில் நாலு சாத்து சாத்தி ஒழுங்காகப் படியென்று பள்ளிக் கூடத்துக்கு

அனுப்பி வைக்காமல் அவன் உளறல்களை ஊக்குவித்ததன் விளைவு சாய்பாபாவாக, சமூகத்தின் சீரழிவாக வளர்ந்து வேரூன்றி விட்டது. இந்த மாதிரி தன்னைக் கடவுளாக அறிவித்துக் கொண்டவர்கள் இந்தியாவில்தான் அதிகம். அதாவது சுமார் அய்நூறு பேர். அவர்களில் சாய்பாபா அளவுக்குப் பணமும் புகழும் பெற்றிருப்பவர்கள் வெகு சிலரே! அந்த வெகுசிலர்தான் இந்தியாவின் நான்கு தூண்களுக்கும் அடித்தளம். இவர்கள் விரும்பினால் நான்கு தூண்களும் சரியும்... எழும்...

உலகம் முழுக்க 165 நாடுகளில் சாய்பாபாவின் பக்தர்கள் என்ற பெயரில் ஏமாளிகள் இருக்கிறார்கள். அவர்களுக்கெல்லாம் இந்தியா என்பது மண்ணில் இருக்கும் 'சொர்க்கம்'; சாய்பாபாவோ மனித உருவில் உள்ள தெய்வம்! வேற்று மத - பண்பாட்டைச் சேர்ந்தவர்களே இப்படி ஏமாறுகின்றனர் எனில் இந்து மதத்தின் பிடியிலிருக்கும் இந்தியர்களை கேட்க வேண்டுமா?! பிள்ளையார், முருகன் படத்தோடு சாய்பாபா படமும் இல்லாத வீடுகளைப் பார்ப்பது அரிது. குடியரசுத் தலைவர், பிரதமர், அமைச்சர்கள், நீதிபதிகள், காவல் துறையினர், உயர் அதிகாரிகள் என சாய்பாபாவைப் பார்த்து சிலிர்க்காதோர் இல்லை. இவர்கள் சாய்பாபாவின் மேஜிக் நிகழ்ச்சிகளுக்குச் சென்று அவர் மோதிரம் வரவழைத்துத் தருவதைப் பார்த்தும் வாய்பிளந்து நிற்கின்றனர். அது எப்படி சாத்தியம் என்று ஆராய இந்தியாவின் தலைசிறந்த விஞ்ஞானிகள்கூட துணிவதில்லை.

சாய்பாபா தரும் நவரத்தினக் கற்கள் பதித்த மோதிரத்தை அணிந்தால் தனக்கு கிடைத்திருக்கும் பணம், புகழ், பதவி எதுவும் தன்னை விட்டுப் போகாது என அவர்கள் நம்புகின்றனர். அதற்கு கூலியாக மக்களைச் சுரண்டி அரசாங்கத்தை ஏய்த்து சம்பாதித்த பணத்தில் கோடிக்கணக்கில் சாமியாரின் காலடியில் கொட்டுகின்றனர். அளவற்ற பணமும் புகழும் சட்டத்துக்கு கட்டுப்படாத சுதந்திரமும் ஒரு மனிதன் தொடர்ந்து குற்றமிழைக்கத் துணை போகின்றன. சாய்பாபா மீது அவ்வப்போது எழும் குற்றச்சாட்டுகளை அவரது பக்தர்களான அரசியல்வாதிகளும் அதிகாரிகளும் கண்டு கொள்வதில்லை. பல சாமியார்களைப் போலவே சாய்பாபா மீதும் பாலியல் குற்றச்சாட்டுகள் எழுந்தன. சாய்பாபா ஓரினச் சேர்க்கையாளர் என்றும் அவர் இளம் வயது சிறுவர்களை தனது பாலியல் இச்சைக்கு பலியாக்குகிறார் என்றும் பாதிக்கப்பட்டவர்களே புகார் அளித்தும் அதை யாரும் கண்டு கொள்ளவில்லை. புகார் கூறப்பட்டது இங்கல்ல, அமெரிக்காவில்.

பி. பி. சி. தொலைக்காட்சி, சாய்பாபா பற்றி தயாரித்த ஆவணப்படத்தில் பாதிக்கப்பட்டவர்களை பேட்டி கண்டு வெளியிட்டிருக்கிறது. அலாயா என்பவர் தன்னை 17 வயதிலிருந்தே சாய்பாபா பாலியல் வன்முறைக்கு ஆளாக்கியதாகக் கூறியுள்ளார். "குணப்படுத்தும் மருந்து என்றும் இதை வெளியில் சொன்னால் வலியும் வேதனையும் உன் வாழ்க்கை முழுவதும் வந்தடையும்" எனவும் மிரட்டியதால் அலாயா இதைத் தன் பெற்றோரிடம்கூட சொல்லாமல் மறைத்திருக்கிறார். இதனால் கடும் உளைச்சலுக்கு ஆளாகி மனோ ரீதியாக பாதிக்கப்பட்டிருந்தவரை, பெற்றோர் வற்புறுத்திக் கேட்க உண்மையை உடைத்திருக்கிறார். இத்தனை ஆண்டு காலம் சாய்பாபாவுக்காக உழைத்ததற்காக வெட்கப்பட்டதோடு, மகனைத் தீரா துன்பத்தில் தள்ளிய குற்ற உணர்வோடு சாய்பாபா சர்வதேச நிறுவனத்தின் அதிகாரியை சந்தித்து அவர்கள் புகார் அளித்தனர். ஆனால், புகார் பரிசீலனைக்குக்கூட எடுத்துக் கொள்ளப்படவில்லை.

ஓரினச் சேர்க்கை சட்ட ரீதியாகவும் சமூக ரீதியாகவும் அங்கீகரிக்கப்பட்ட அந்நாட்டிலேயே ஒரு சிறுவன் இத்தகைய மன உளைச்சலுக்கு ஆளாகி இருக்கும்போது, அதைக் கேவலமாகவும் குற்றமாகவும் மனித நாகரிகத்துக்கு அப்பாற்பட்டதாகவும் பார்க்கும் இந்தியாவில் பாதிக்கப்படும் சிறுவர்களின் மனநிலையை எண்ணிப் பாருங்கள். சாய்பாபாவை புனிதக் கடவுளாகவும் மனித உணர்ச்சிகளுக்கு அப்பாற்பட்டவராகவும் வணங்கும் பெற்றோர் இந்த உண்மையை ஏற்றுக்கொள்ள மறுத்து, தங்கள் பிள்ளைகளோடு ஆசிரமமே கதியென்று கிடக்கின்றனர். சாய்பாபா விருப்பப்பட்டு எந்த சிறுவனை கைகாட்டி தனது தனியறைக்கு அழைக்கிறாரோ அவனை பாக்கியம் செய்தவனாகக் கருதுகின்றனர். உள்ளே என்ன நடக்கிறது என்று விசாரிக்கும் அறிவு பெற்றோருக்கும் இல்லை; அதைச் சொல்லும் துணிவு சிறுவர்களுக்கும் இல்லை. உண்மை, சுவர்களுக்கு மட்டுமே தெரிந்த ரகசியமாக உறைந்து போகிறது.

சில ஆண்டுகளுக்கு முன் ஆசிரமத்தைச் சேர்ந்த நான்கு சிறுவர்களே சாய்பாபாவைக் கொலை செய்ய அவரது அறைக்குள் கத்தியோடு பாய்ந்தனர். அவர்களைக் காவல் துறையினர் சுற்றி வளைத்து சமூக விரோதிகளைக் கொல்வதைப் போல சாதாரணமாக சுட்டுக் கொன்றனர். ஒருவேளை அந்த சிறுவர்கள் நீதிமன்றக் கூண்டில் ஏறியிருந்தால் ஆசிரம மர்மங்கள் வெளி வந்திருக்கக்கூடும். சாய்பாபாவுக்கு சிக்கல் வருவதைத் தடுக்கவே அந்த காவலர்கள் சற்றும் தாமதிக்காமல் தாக்குதல் நடத்தியதாகத் தெரிகிறது.

இன்றுவரை அந்த வழக்கு விசாரணைக்கு வரவில்லை. எதற்காக அந்த சிறுவர்கள் சாய்பாபாவைக் கொல்லத் துணிந்தனர் என்ற மர்ம முடிச்சு அவிழ்க்கப்படவில்லை.

இந்தியாவில் ஓர் ஆன்மிகவாதிக்கு இருக்கும் செல்வாக்கு வேறு யாருக்குமே கிடையாது. அரசியல் தலைவர்கள் எல்லோருமே ஏதோவொரு சாமியாரின் காலில் விழுந்து ஆசி வாங்கும் படங்களை பத்திரிகைகளில் நாம் அடிக்கடி பார்த்து வருகிறோம். முக்கிய அரசு முடிவுகள்கூட இந்த சாமியார்களின் விருப்பு வெறுப்பு சார்ந்தே எடுக்கப்படுகின்றன. இந்நிலையில் ஆன்மிகவாதிகள் இழைக்கும் குற்றங்களுக்கான நீதியை எப்படி எதிர்பார்க்க முடியும்? கடவுளின் பெயரால் எல்லா குற்றங்களையும் செய்துவிட்டு, சமூக சேவைக்காக பணத்தை வீசிவிட்டால் போதும் அந்த அருஞ்செயலின் மகத்துவத்தைப் பரப்ப அரசே விழா எடுக்கிறது.

ஆந்திராவில் இருக்கும் அமெரிக்கத் தூதரகம் தங்கள் நாட்டிலிருந்து ஆந்திராவுக்கு வரும் சுற்றுலா பயணிகளுக்கு சாய்பாபா பற்றி நேரிடையாகவே எச்சரிக்கை விடுத்திருக்கிறது. அதையெல்லாம் புறந்தள்ளிவிட்டு, சாய்பாபா மக்களிடம் கொள்ளையடித்த பணத்திலிருந்து செலவழித்த 200 கோடிகளுக்கு ஒரு குற்றவாளிக்கு மேடை போட்டுப் பாராட்டியிருக்கிறது தமிழக அரசு. பெரியாரின் பகுத்தறிவுப் பாசறையில் பயிற்சி பெற்ற தமிழக முதல்வர் கருணாநிதி, எதற்காக இப்படி இரட்டை வேடம் போடுகிறார் என்பது நாமறிந்ததே!

"அதெப்படி? "கடவுளை நான் ஏற்றுக் கொள்கிறேனா என்பது பிரச்சினை அல்ல; கடவுள் என்னை ஏற்றுக் கொள்கிறபடி நடக்கிறேனா என்பதுதான் முக்கியம்" என்று தன் செயலுக்கு அவர் நியாயம் கற்பிக்கிறார். கடவுளை மறுக்கிற ஒரு பகுத்தறிவாளர் 'இல்லாத கடவுள்' ஏற்றுக் கொள்கிறபடி நடந்துகொள்ள விளைவதன் காரணம் ஒன்றே ஒன்றுதான். அது மக்களைக் குழப்புவது! சாய்பாபாவோடு மேடையில் கைகோத்து, வீட்டுக்கு வரவழைத்து தன் மனைவி தயாளு அம்மாள் அவர் காலில் விழுந்து ஆசிர்வாதம் வாங்குவதை வேடிக்கை பார்த்ததன் மூலம் பகுத்தறிவுச் சமூகத்திற்கு பெரும் பின்னடைவை ஏற்படுத்திவிட்டார் கருணாநிதி.

பகுத்தறிவு முதல்வர் கருணாநிதி சாய்பாபாவோடு உறவாட, அமைச்சர்கள் துரை முருகனும் தயாநிதி மாறனும் நடந்துகொண்ட

விதம் அருவருப்பானது. சாய்பாபா இவர்களின் கண் முன்னாலே கையை ஆட்டி ஆளுக்கொரு மோதிரம் வரவழைத்துக் கொடுத்தாராம். பகவான் சாய்பாபாவால் முடியாத காரியமே இல்லையாம்! அரசு நிகழ்ச்சி ஒன்றில், உதவியாளர் கொண்டு வந்த தட்டுக்கு அடியில் மறைத்து வைத்திருந்த சங்கிலியை சாய்பாபா துழாவி எடுப்பதும் அதன்பின் கையை ஆட்டி காற்றிலிருந்து வரவழைப்பது போல நடிப்பதும் அப்படியே வீடியோவில் பதிவாகியிருக்கிறது.

தூர்தர்ஷனில் ஒளிபரப்பாக இருந்த இந்த நிகழ்ச்சி கடைசி நேரத்தில் கண்டுபிடிக்கப்பட்டு நிறுத்தி வைக்கப்பட்டது. பி.பி.சி. தொலைக்காட்சி தனது ஆவணப்படத்தில் அந்தக் காட்சிகளைப் பெற்று இணைத்துள்ளது. சாய்பாபாவின் ஆன்மிக ஏமாற்று வித்தைப் புகார் பற்றியெல்லாம் சற்றும் கவலைப்படாமல் காற்றிலிருந்து மோதிரம் வந்ததற்காக இந்த அமைச்சர்கள் சிலாகிக்கிறார்கள். அது சரி, 'முரசொலி' தவிர இவர்கள் வேறு எந்த பத்திரிகையும் படிப்பார்களா? 'சன் டிவி' தவிர வேறு எந்த சேனலாவது பார்ப்பார்களா என்பது சந்தேகம்தானே!

ஆன்மிகமா? பகுத்தறிவா? என்ற விஷயத்தில் கருணாநிதிதான் சமரசமாக நடந்து கொள்கிறார் என்றால் குடும்பத்திலேயே பகுத்தறிவுவாதியாகவும் பெரியாரை முன்னிறுத்துபவராகவும் அறியப்பட்ட கனிமொழியும் தன்னை இப்படி அடையாளப்படுத்திக் கொண்டது ஏமாற்றமளிக்கிறது. அண்மைக்காலமாக அவரும் குழப்பமான 'நடுநிலை'க்கருத்துகளை உதிர்க்கத்தொடங்கியிருக்கிறார். ஒரு சாமியாரை சமூகத்தின் எல்லா துறைகளிலும் உயர் பதவியிலிருப்பவர்கள் போற்றித் துதிபாடுவது அவரை கோபப்படுத்தவில்லை; மாறாக ஆச்சரியப்படுத்தி இருக்கிறது. அவரும் பார்த்து வியந்து போனாராம். எந்தவொரு தீமை கேள்விப்படுத்தாமல் கோபப்படுத்தாமல் உங்களை ஆச்சரியப்படுத்துகிறதோ, அங்கேயே நீங்கள் மறைமுகமாக தீமைக்கு ஆதரவளித்து விடுகிறீர்கள். 'சாய்பாபா கூட்டத்தில் கனிமொழியா?' என்ற கேள்வி எழும் என்பதால் அவரே அதற்கு இப்படி பதில் சொல்கிறார். "உடனே எனக்கு கடவுள் நம்பிக்கை வந்து விட்டதா என்று கேட்காதீர்கள். அப்படி வந்தால் ஊரைக் கூட்டி சொல்வேன்."

நல்லது...ஒவ்வொரு பூனையாக வெளியே வந்து கொண்டிருக்கிறது.

ஆன்மிகம் தன் பெருவாய் திறந்து பகுத்தறிவை விழுங்குவதை வேதனையோடு பார்த்துக் கொண்டிருக்கிறோம். ஆம்! ஒரு பொய்,

உண்மையை எளிதாக அகற்றுவதைத் தடுக்க வழியற்றுத் திணறுகிறோம். சங்கராச்சாரிகளும் சாய்பாபாக்களும் அமிர்தானந்தமயிகளும் எண்ணிக்கையில் பன்மடங்காகப் பெருக, 'பெரியார்'கள் உருவாகவுமில்லை, உருவாக்கப் படவுமில்லை. ஆயிரக்கணக்கான மக்கள் காவல் துறையின் பாதுகாப்போடு சனிதோஷ பரிகார பூஜைக்கு படையெடுக்கின்றனர். நம் கூடாரத்திலிருந்து ஒவ்வொருவராக வெளியேறுகின்றனர். பணம், புகழ், பெரும் பதவியே ஆன்மிகத்தின் உடைமை என்பதால் மக்கள் அதை நோக்கியே ஈர்க்கப்படுகின்றனர். அதன் பளபளப்பின் முன் பகுத்தறிவின் எளிமை கேலிக்குள்ளாக்கப்படுகிறது. பகுத்தறிவென்பது வெறுமனே கடவுள் மறுப்பல்ல; அது தனிமனித ஒழுக்கத்தையும் சமூக ஒழுங்கையும் வலியுறுத்துவது. அதனாலேயே இங்கு அதற்கு மதிப்பில்லை. செய்கிற பாவங்களுக்கு பரிகாரங்கள் வைத்திருக்கிறது ஆன்மிகம். அதனாலேயே பெரிய பெரிய குற்றங்களையெல்லாம் செய்துவிட்டு உண்டியல்களை நிரப்பிவிடுகின்றனர். மனித உயிரை நேசிக்கச் சொல்லும் பகுத்தறிவு; நரபலியை நியாயப்படுத்தும் ஆன்மிகம்.

ஒரு மனிதன் பிறக்கிற போதே ஆன்மிகம் அவன் மீது திணிக்கப்படுகிறது. முதல் நாளிலேயே மதச் சடங்குகள் பயிற்றுவிக்கப்படுகின்றன. பெயர் வைப்பதில் தொடங்கி எல்லாவற்றுக்கும் ஜோசியம், ஜாதகம் என ஒரு குறுகிய அடிமை வட்டத்துக்குள் சுழலவிட, திட்டமிட்ட அட்டவணை கையில் திணிக்கப்பட்டு விடுகிறது. மழலையில் மழுங்கடிக்கப்படும் அந்த மூளை சுயமாக சிந்திக்க மறுக்கிறது. இவ்வளவு வீரியமான மதங்களுக்கு எதிரான பகுத்தறிவுப் புரட்சி பெரியாரோடு முடிந்தது என்றே சொல்ல வேண்டும். கடவுள், மதம், மூடநம்பிக்கை ஆகியவற்றை ஒழிப்பதை தன் வாழ்நாள் கடமையாக எடுத்து தீரமாகச் செய்ய இங்கு எவருமிலர். பெருகும் சாமியார்களால் இந்த சமூகம் சீரழிந்து மூழ்குவதை நாமும் பார்த்துக் கொண்டிருக்கிறோம் வேதனையோடு. ஆன்மிகத்தை வேரோடு பிடுங்கியெறிய தெளிந்த தீர்வு நம் கையில் இருக்கிறது. என்ன செய்தால் இந்து மதத்தை ஒழிக்க முடியும் என்பதற்கு நம் கையிலும் பெரியார் கொடுத்துச் சென்ற செயல்திட்டம் இருக்கிறது. கையில் எடுத்து களத்தில் இறங்க வேண்டியதே மிச்சம்!

•

– பிப்ரவரி 2007

# 28

## "இந்தியனே வெளியேறு" - II

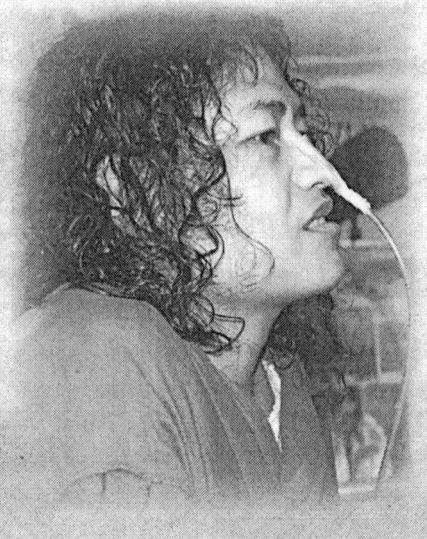

பல்வேறு பண்பாடு, மொழி, வாழ்க்கை முறையைக் கொண்ட மக்களைத் துப்பாக்கி முனையில் இணைத்து, இந்து சாம்ராஜ்யத்துக்குள் அடைத்ததே இந்திய ஜனநாயகத்தின் மிகப் பெரிய சாதனை! அப்படி இணைய மறுக்கிறவர்கள் தீவிரவாதிகளாகவும் நக்சலைட்டுகளாகவும் சித்தரிக்கப்பட்டு, ஆயுதங்களுக்கு பதில் சொல்லிக் கொண்டிருக்கின்றனர்.

"**இந்தியனே** வெளியேறு" என்ற இந்த முழக்கம் தேசாபிமானிகளுக்கு அதிர்ச்சியைக் கொடுக்கலாம். பலருக்கு பல கேள்விகளையும் குழப்பத்தையும் ஏற்படுத்தலாம். தங்கள் உரிமைகளை நசுக்கும் இந்திய ராணுவத்தினரை வெளியேறச் சொல்லி இப்படிப் போராடுவது பாகிஸ்தானியர்களோ, வங்க தேசத்தினரோ, இலங்கை மக்களோ அல்லது வேறெந்த நாட்டினரோ அல்ல. இந்தியாவில் உள்ள காஷ்மீரிகளும் அசாம், நாகலாந்து, மணிப்பூர், அருணாச்சலப் பிரதேசம், மிசோரம், திரிபுரா ஆகிய வடகிழக்கு மாநில மக்களும்தான் இப்படிப் போராடி வருகின்றனர்.

நள்ளிரவில் இந்தியா ஆங்கிலேயரிடமிருந்து 'விடுதலை' பெற்றபோது, பல மாநில மக்களின் உரிமைகள் இந்திய ஒருமைப்பாட்டுக்குள் முடக்கப்பட்டன. சாதி, மதம், மொழி என எல்லா பாகுபாடுகளுக்கும் விளக்கேற்றி வைத்துதான் இந்திய ஜனநாயகம் ஒளி பெற்றது. வெள்ளையர்களை வெளியேற்றிய கையோடு சாதி மத ஆதிக்கவாதிகள் சர்வாதிகாரத்தை கையிலெடுத்தனர். 'வேற்றுமையில் ஒற்றுமை' என்ற முகமூடியை அணிய பல தரப்பு மக்களும் நிர்பந்திக்கப்பட்டனர். அணிய மறுத்தவர்கள் வேட்டையாடப்பட்டனர். அவசர அவசரமாக இந்திய அரிதாரத்தைப் பூசிக்கொண்டு, மக்கள் அனைவரையும் இந்து ராஜ்ஜியத்துக்குள் இழுக்கும் கபட நாடகமும் அரங்கேறியது. அரிதாரமே உண்மை என மதி மயங்கி, பலர் தங்கள் சுயத்தை இழந்துவிட, பாரம்பரியத்தையும் பண்பாட்டையும் இந்து சாம்ராஜ்யத்துக்கும் இந்திய ஒருமைப்பாட்டுக்கும் காவு கொடுக்க விரும்பாத காஷ்மீரிகளும் வடகிழக்கு மாநிலத்தவரும் இன்று வரை எண்ணற்ற உயிர்களை பலி கொடுத்து, தங்கள் உரிமைகளை மீட்கப் போராடி வருகின்றனர்.

இந்தப் போராட்ட குணம்தான் அவர்களை இந்திய தேசாபிமானிகளுக்கு எதிரிகளாக்கியது. பாகிஸ்தான் எல்லையில் இருப்பதால் காஷ்மீரிகளின் துயரமாவது அவ்வப்போது செய்தியாக வெளியே கசியும். ஆனால், வடகிழக்கு மக்களின் நிலை இன்னும் பரிதாபமானது. பழங்குடியின மக்கள் அதிகம் வசிக்கும் வடகிழக்கு மாநிலங்கள் எந்த விதத்திலும் இந்தியாவோடு தொடர்பில்லாதவை. அவர்களின் பண்பாடு, பாரம்பரியம், தோற்றம், தொழில்கள், வாழ்க்கை முறை எல்லாமே இந்திய வேஷத்துக்குப் பொருத்தமற்றவை. உண்மையில் பிரிட்டிஷ் காலனியாதிக்கத்திற்கு முன்பும் சரி, காலனியாதிக்கத்தின் போதும் சரி, வடகிழக்குப் பகுதிகள் இந்தியாவோடு எந்தத் தொடர்புமின்றி ஒரு குறுநாடாகவே தனித்து இயங்கி வந்தன. விடுதலைக்குப் பின்னர்தான் இவை மாநிலங்களாக இணைக்கப்பட்டன. அதிகாரம் கைமாறியபோதும் வடகிழக்குப் பகுதிகளுக்குப் பெருமளவில் சுயாட்சி அதிகாரம் வழங்கித் தீர்மானம் நிறைவேற்றப்பட்டது: 'இந்தப் பகுதிகளை விருப்பத்துக்கு மாறாக, இந்திய யூனியனோடு இணைக்க இயலாது. இந்த பிரதேசங்கள் தனித்துப் பிரிந்து போக விரும்புகிறபோது, அப்படிப் போக உரிமை இருக்கிறது' என்கிறது அந்தத் தீர்மானம்.

ஆனால், மக்களின் விருப்பமோ அனுமதியோ இன்றி ஒவ்வொரு மாநிலமாக இந்திய யூனியனோடு இணைக்கப்பட்டது. வெண்கலக் கடைக்குள் யானை புகுந்தது போலானது வடகிழக்கு மாநிலங்களின் நிலை. அப்படி இணைக்கப்பட்ட பிறகும் நீண்ட காலத்திற்கு தாங்கள் இந்தியாவில் இருக்கிறோம் என்ற உணர்வே அந்த மக்களுக்கு ஏற்படவில்லை. பிற மாநிலத்தவரைப் பார்த்தால் 'நீங்கள் இந்தியர்களா?' என்று கேட்குமளவுக்கு அவர்கள் தனித்தன்மையோடு இருந்தனர். இந்நிலையில்தான் கொட்டிக் கிடந்த இயற்கை வளங்களைக் கொள்ளையடிப்பதற்காகப் பெரிய பெரிய மூட்டைகளோடு பன்னாட்டு நிறுவனங்களும் அரசியல்வாதிகளும் படையெடுத்தனர். பாரம்பரியமாக மண்ணின் மக்களாக வாழ்ந்து வந்த பழங்குடியினரின் இருத்தலே அங்கு கேள்விக்குறியானது. வெளி மாநிலங்களிலிருந்து வந்தவர்களின் ஆதிக்கம் கை ஓங்க, சொந்த மண்ணில் வாழ்வைத் தொலைத்தனர் வடகிழக்கு மக்கள். எல்லாமே கூறுபோடப்பட்ட நிலையில் மக்களுக்கு காய்கறிகள்கூட கிடைப்பது அரிதானது. பழங்குடியின மக்களின் தனித்துவ அடையாளம் சூறையாடப்பட்டது. குறிப்பாக, அவர்கள் இந்து மதப் பட்டியலில் இருக்க நிர்பந்திக்கப்பட்டனர்.

இந்த துரோகமும் உரிமை மீறல்களும் மக்களை கிளர்ந்தெழச் செய்தன.

வெள்ளையர்களை விரட்டியடிப்பதற்காக உருவான போராட்டக் குழுக்கள் மீண்டும் உயிர் பெற்றன. "வெள்ளையனே வெளியேறு" என்று முழங்கிய மக்கள், "இந்தியனே வெளியேறு" என்று முழங்க வேண்டியதாயிற்று. இந்தப் போராட்டக் குழுக்கள் தங்களுக்கு சுயாட்சியை வழங்கக் கோரி ஆயுதமேந்திப் போராட்டம் நடத்தின. இந்திய ஒருமைப்பாட்டையும் இறையாண்மையையும் வடகிழக்கு மாநிலங்கள் குலைப்பதாகக் கருதி அவற்றைப் பதற்றம் நிறைந்த பகுதிகளாக அறிவித்தது அரசு. விளைவு, போராட்டக் குழுக்களை ஒடுக்க இந்திய ராணுவம் அப்பகுதிகளில் குவிக்கப்பட்டது. "வெள்ளையனே வெளியேறு" இயக்கத்தை வழி நடத்திய இந்தியப் போராட்டக் குழுக்களை ஒடுக்குவதற்காக ஆங்கிலேயர்கள் இயற்றிய ஆயுதப்படைச் சிறப்புச் சட்டத்தை வடகிழக்கு மாநிலங்களில் நடைமுறைப்படுத்தியது இந்திய அரசு. அடிப்படை உரிமைகளை நசுக்கும் இச்சட்டத்தை துளியளவும் மாற்றாமல் 'ஆயுதப் படை (அசாம், மணிப்பூர்) சிறப்பு அதிகார அவசரச் சட்டம் 1958' என்ற பெயரில் மட்டும் சிறிய திருத்தம் செய்து தன் மக்கள் மீது ஏவி விட்டது இந்திய அரசு. 1980 ஆம் ஆண்டு வடகிழக்கு மாநிலங்களிலும் 1990 ஆம் ஆண்டு ஜம்மு காஷ்மீரிலும் இக்கொடிய சட்டம் நடைமுறைப்படுத்தப்பட்டது. எல்லைப் பாதுகாப்புப் படையினர், அசாம் ரைபிள்ஸ், ராஷ்ட்ரிய ரைபிள்ஸ், சீக்கியப் படைப்பிரிவு, தேசிய பாதுகாப்புப் படை எனப் பல்வேறு பெயர்களில் பயிற்றுவிக்கப்பட்ட இந்திய ராணுவத்தினர் ஆயுதப் படையினராக இந்தப் பகுதிகளில் ஏவி விடப்பட்டனர்.

ஆயுதப்படை சிறப்பு அதிகாரச் சட்டம், ராணுவத்தினருக்கு எல்லையில்லா சுதந்திரத்தை வழங்குகிறது. இச்சட்டத்தின்படி, ராணுவத்தினர் எந்த வீட்டிலும் தன்னிச்சையாக நுழைந்து தேடுதல் வேட்டை நடத்தலாம். வாரண்ட் இல்லாமல் யாரை வேண்டுமானாலும் கைது செய்யலாம்; விசாரணை என்ற பெயரில் சித்ரவதை செய்யலாம். சுட்டும் கொல்லலாம். இதில் கொடுமை என்னவென்றால் அப்படி நிகழ்த்தப்படுகிற எந்த 'என்கவுன்டர் கொலை'க்கும் தொடர்புடைய அதிகாரி மீது விசாரணை நடத்த இச்சட்டம் தடை விதிக்கிறது. அப்படியே நடத்த முற்பட்டாலும் அதற்கு மத்திய அரசின் ஒப்புதலைப் பெற வேண்டும். இந்நிலையில்

இதில் எங்கிருந்து விசாரணை நடத்தி மக்கள் தங்களுடைய நீதியைப் பெறுவது?

ஆயுதப் படையினருக்கு வழங்கப்பட்ட இந்தக் கட்டுப்பாடற்ற சுதந்திரம் அவர்களை வேட்டை மிருகங்களாக்கியது. காம வெறி தலைக்கேறும் போதெல்லாம் பெண்கள் விசாரணைக்கென இழுத்துச் செல்லப்பட்டனர். அப்படிக் கொண்டு செல்லப்பட்டவர்கள் பிணமாகக் கிடந்தனர் அல்லது காணாமல் போயினர். அரசாங்கக் கணக்குப்படி மட்டும் இதுவரை மணிப்பூரில் சுமார் இருபதாயிரம் பேர் சுட்டுக் கொல்லப்பட்டுள்ளனர். போராட்டக் குழுவை ஒடுக்குவதுதான் அரசின் நோக்கமென்றால் நியாயமான முறைகளில் அதை என்றோ நிறைவேற்றியிருக்கலாம். உண்மையில் ஆயுதப் படை சிறப்பு அதிகாரச் சட்டம் நடைமுறைக்கு வந்தபோது மணிப்பூரில் இருந்த போராட்டக் குழுக்களின் எண்ணிக்கை நான்கே நான்குதான். இப்போது இருபத்தைந்து. அரசுதான் அநீதியின் வாயிலாக மக்களைப் போராளிகளாக்கி இருக்கிறது. ராணுவத்துக்கு தீனி போடவும் அதன் மூலம் போலி தேசப்பற்றை வளர்த்து விடவும் இந்திய அரசு பணயம் வைத்தது தன் சொந்த மக்களை. மக்களுக்கெதிரான இச்சட்டத்தை திரும்பப் பெறச் சொல்லி பல ஆண்டுகளாக மனித உரிமை அமைப்புகளும் பெண்கள் அமைப்புகளும் பொது மக்களும் போராடி வருகிறார்கள். எத்தனை விதமானப் போராட்டங்கள்? ஒவ்வொன்றுமே உயிரை நடுங்கச் செய்பவை!

மணிப்பூரைச் சேர்ந்த கவிஞரும் போராளியுமான இரோம் ஷர்மிளா சானு ஆறு ஆண்டுகளாகப் பட்டினிப் போராட்டம் நடத்தி வருகிறார். நவம்பர் 2,2000 இல் ஒரு போராட்டக் குழு ஆயுதப் படை அலுவலகத்தின் மீது தாக்குதல் நடத்தியது. அதற்கு பதிலடி கொடுக்க விரும்பிய ஆயுதப் படையினர், பேருந்து நிலையத்தில் நின்று கொண்டிருந்த பொது மக்கள் மீது துப்பாக்கிச் சூடு நடத்தியதில் பத்து பேர் உயிரிழந்தனர். செய்தித் தாள்களின் முதல் பக்கத்தில் வெளிவந்த ரத்தக் கறை படிந்த அந்த புகைப்படங்கள் இரோம் ஷர்மிளாவின் உடலை நடுங்கச் செய்தது. பதற்றத்தோடு வீடு திரும்பியவர், அமைதியாக தன் குடிசையில் இருந்தபடி சாகும் வரை பட்டினிப் போராட்டத்தை அறிவித்தார்.

இரோமின் உடல்நிலை மோசமாகிற போதெல்லாம் அவரைக் கைது செய்து வலுக்கட்டாயமாக மருத்துவமனையில் சிறை

வைத்து, ட்யூப் வழியாக திரவ உணவை செலுத்தியது அரசு. ‘மருத்துவமனைக்கு பதில் என்னை நீதிமன்றத்திற்குக் கொண்டு செல்லுங்கள். எனக்கான நீதி அங்குதான் கிடைக்கும்’ என தன் மெல்லிய ஆனால் உறுதியான குரலில் முழங்கினார் இரோம். ஏழ்மையான குடும்பத்தில் எட்டாவது குழந்தையாக இரோம் பிறந்தபோது அவரது தாய்க்கு பால் சுரக்கவில்லை. இரவு நேரத்தில் இரோமைத் தூக்கிக் கொண்டு அவரது தந்தை வீடு வீடாகச் செல்வார். கைக் குழந்தை இருக்கிற தாய்மார்கள் இரோமுக்குப் பாலூட்டுவார்கள். இப்படியாக பல தாய்மார்களிடம் தாய்ப்பால் குடித்துதான் இரோம் வளர்ந்தார். ‘அந்த தாய்மார்களுக்கு தான் செய்ய வேண்டிய கடமையாகத்தான் இரோம் இந்தப் பட்டினிப் போராட்டத்தைக் கருதுகிறார்’ என்கிறார், இரோமை மருத்துவமனையில் கவனித்துக் கொள்ளும் அவரது அண்ணன் சிங்காஜித்.

இரோமின் குடும்பம் மட்டுமல்ல, வடகிழக்கு மாநிலப் பெண்கள் அனைவருமே இதே மன உறுதியோடும் போராட்டக் குணத்தோடும்தான் இருக்கிறார்கள். எப்போது முழு கடையடைப்பு, சாலை மறியல் அறிவிக்கப்பட்டாலும் அதற்கு முன்னிலை வகித்தனர். 2004 ஆம் ஆண்டு தங்ஜம் மனோரமா என்ற பெண் ஆயுதப் படையினரால் பாலியல் வல்லுறவு செய்யப்பட்டு, கொல்லப்பட்டதைக் கண்டித்து மணிப்பூர் தாய்மார்கள் நடத்திய நிர்வாணப் போராட்டம் மனித உரிமையில் நம்பிக்கை கொண்டவர்களை உறைய வைத்தது. ‘இந்திய ராணுவம் எங்கள் சதையைத் தின்கிறது’, ‘இந்திய ராணுவம் எங்களை பலாத்காரம் செய்கிறது’ என வெற்றுடம்போடு ஆயுதப் படைப்பிரிவு அலுவலகத்தின் முன் போராட்டத்தில் ஈடுபட்டனர். தாங்கள் அனுபவிக்கும் துயரங்களையும் அநீதியையும் உலகுக்கு உணர்த்தியதற்காக அவர்கள் மூன்று மாதங்கள் சிறைத் தண்டனையை அனுபவித்தனர். மாதக்கணக்கில் நீடித்த போராட்டங்களில் நாட்டின் பல பகுதிகளில் இருந்தும் மணிப்பூர் மக்களுக்கு ஆதரவு திரண்டது. 32 சமூக அமைப்புகள் அந்தப் போராட் டங்களுக்கு கைகொடுத்தன. அதன் விளைவாக, இம்பால் மாவட்டத்தில் மட்டும் அந்தச் சட்டம் திரும்பப் பெறப்பட்டது.

இத்தகைய போராட்டங்களை எந்த கட்சியின் அரசும் பொருட்படுத்துவதில்லை. இக்கொடுஞ்சட்டத்தை நியாயப்படுத்தவே

அவை முயல்கின்றன. 'வடகிழக்கு மாநிலங்களில் ஆயுதப்படை சிறப்புச் சட்டம் கட்டாயம் தேவை; இச்சட்டம் இல்லையெனில் ராணுவத்தால் பதற்றமான சூழலைக் கையாள முடியாது. ராணுவத்தினருக்கு எதிராகக் கிளம்பும் புகார்களை பொருட்படுத்தக் கூடாது. அப்போதுதான் ராணுவத்தினர் மனசாட்சியோடும் பாகுபாடின்றியும் நடந்து கொள்ள முடியும்' என்ற சுயநலக் கருத்தை வெளிப்படுத்துகிறார், ராணுவ உயரதிகாரிகளில் ஒருவரான அரவிந்த் ஷர்மா.

சர்வதேச மனித உரிமைகளையும் மனிதநேய சட்டங்களையும் ஆயுதப் படையினர் தொடர்ந்து அத்து மீறுகின்றனர் என்றாலும் நீதிமன்றம் இதில் மிக அலட்சியமாகவே செயல்பட்டது. 1980, 82, 84, 85 மற்றும் 1991இல் தொடுக்கப்பட்ட வழக்குகளை விசாரித்த உச்ச நீதிமன்றம், 'ஆயுதப்படைச் சட்டம் காரணமில்லாமல் நடைமுறையில் இல்லை. இந்திய அரசமைப்புச் சட்டத்தின் எந்த விதிமுறையையும் அது மீறவில்லை' என தீர்ப்பளித்தது. மேலும், 'பதற்றமான பகுதிகளாக அறிவிக்கப்பட்ட பகுதிகளை ஆறு மாதங்களுக்கு ஒரு முறை மறு பரிசீலனை செய்ய வேண்டும். ராணுவ அதிகாரி மீது வழக்குத் தொடர விரும்புகிறவர்கள் அரசாங்க அனுமதியோடுதான் அதைச் செய்ய இயலும். மத்திய அரசு அப்படி அனுமதி மறுக்கிற பட்சத்தில் நீதிமன்ற அனுமதியைப் பெறலாம்' என்று கூறியுள்ளது. நீதிமன்றத்தின் 'நீதி' இதுதான். ஆனால், இந்தத் தீர்ப்பு பரவலாக அதிர்ச்சியைக் கிளப்பியது. நிலைமையை இது மேலும் மோசமடையச் செய்யும் என வெளிப்படையாக விமர்சனங்கள் கூறப்பட்டன. 1997இல் வெளிவந்த இந்தத் தீர்ப்பைத் தொடர்ந்து தேசிய மனித உரிமை ஆணையம், ராணுவத்தினரின் சூழலை கவனமாகக் கையாள அந்தந்த அமைச்சகங்களுக்குப் பரிந்துரை செய்தது.

தொடர்ச்சியான போராட்டங்களை கட்டுப்பாட்டுக்குள் கொண்டு வர வேண்டிய நிர்பந்தத்தில் மன்மோகன் சிங் 2004இல் ஓர் உறுதிமொழியை அளித்தார். அதன்படி, 'ஆயுதப்படை சிறப்புச் சட்டத்திற்குப் பதிலாக மனித உரிமைகளுக்கு பங்கம் விளைவிக்காத வேறொரு நல்ல சட்டம் கொண்டு வரப்படும். அச்சட்டம் தேசப் பாதுகாப்புக்கான உத்திரவாதத்தையும் அளிக்கும்' என்று வாக்குறுதி அளித்தார். இதற்காக அமைக்கப்பட்ட பரிசீலனைக் குழு இன்றுவரை எந்த முடிவுக்கும் வந்ததாகத் தெரியவில்லை.

இந்நிலையில் 'அம்னஸ்டி இன்டர்நேஷனல்' அமைப்பு, இந்திய அரசுக்கு கடும் கண்டனத்தைத் தெரிவித்துள்ளது. ஆயுதப்படை சிறப்பு சட்டம் நடைமுறையில் உள்ள பகுதிகளில் மனித உரிமை அதிகார மீறல்கள் அப்பட்டமாக நடந்துள்ளதாகவும் இந்திய அரசு இந்த உரிமை மீறல்களை ஊக்குவிப்பதாகவும் அது கூறியுள்ளது. சர்வதேச மனித உரிமைக் கூட்டமைப்பின் உறுப்பினராக இருப்பதால் இந்திய அரசு சர்வதேச மனித உரிமைச் சட்டங்களுக்கு கட்டுப்பட வேண்டும் என்றும் அது வலியுறுத்தியுள்ளது. ஆயுதப்படை சிறப்பு அதிகாரச் சட்டத்தை உடனே நீக்க வேண்டும் என்றும் எதிர்காலத்தில் உருவாக்கப்படும் பாதுகாப்புச் சட்டமானது சர்வதேச மனித உரிமைக் கோட்பாடுகளை உள்ளடக்கியதாக இருக்க வேண்டும் என்றும் அது கடுமையாகக் கூறியுள்ளது. காஷ்மீரிலிருந்தும் இச்சட்டத்தை அப்புறப்படுத்த அம்னஸ்டி இன்டர்நேஷனல் பரிந்துரைத்திருக்கிறது. தவிர, ராணுவத்தினர் செய்ய வேண்டிய, செய்யக் கூடாத செயல்களையும் அது பட்டியலிட்டுள்ளது. 'முடிவில்லாத காலத்துக்கு விளக்க முடியாத காரணங்களுக்காக நடைமுறையில் இருக்கும் அறிவிக்கப்படாத அவசர நிலை' என்று வடகிழக்கு மாநிலங்களின் சூழலை விளக்குகிறது அம்னஸ்டி இன்டர்நேஷனல்.

ஆனால், இதற்கெல்லாம் இந்தியாவின் போலி தேசாபிமானிகள் செவிமடுப்பார்களா என்பதே கேள்வி. பல்வேறு பண்பாடு, மொழி, வாழ்க்கை முறையைக் கொண்ட மக்களைத் துப்பாக்கி முனையில் இணைத்து, இந்து சாம்ராஜ்யத்துக்குள் அடைத்ததே இந்திய ஜனநாயகத்தின் மிகப் பெரிய சாதனை! அப்படி இணைய மறுக்கிறவர்களே தீவிரவாதிகளாகவும் நக்சலைட்டுகளாகவும் சித்தரிக்கப்பட்டு, ஆயுதங்களுக்கு பதில் சொல்லிக் கொண்டிருக்கின்றனர். கிரிக்கெட்டில் இந்தியா பாகிஸ்தானை வெல்ல வேண்டும்; எல்லையில் இந்திய ராணுவம் பாகிஸ்தானிய ராணுவத்தினரைக் கூறு போட வேண்டும் என்பதுதான் பொதுப் புத்தியின் தேசப்பற்றாக இருக்கிறது. நாட்டைக் காக்கிறவர்கள் என ராணுவத்தினருக்குதான் எத்தனை மரியாதை! தவறுகளுக்கும் குற்றங்களுக்கும் அப்பாற்பட்டவர்களாக அவர்களை சட்டமும் அரசாங்கமுமே நடத்துவது மூடத்தனமில்லையா?

ஒரு குடும்பத்தின் நலனுக்காக ஓர் உறுப்பினரை இழக்கலாம்; ஓர் ஊரின் நலனுக்காக ஒரு குடும்பத்தை இழக்கலாம்; ஒரு

சமூகத்தின் நலனுக்காக ஓர் ஊரை இழக்கலாம்; ஒரு நாட்டின் நலனுக்காக ஓர் இனத்தையே அழிக்கலாம் என்பதுதான் சர்வாதிகாரிகளின் கோட்பாடு. இந்தியாவில் இந்து ஆதிக்கவாதிகள் ஊன்றி வளர்த்தது இந்தக் கோட்பாட்டைத்தான். அதனால்தான் காஷ்மீரிகளையும் வடகிழக்கு மக்களையும் வேட்டையாடி இந்திய ஜனநாயகத்தை நிலைநிறுத்துவதை அவர்கள் நியாயப்படுத்து கிறார்கள்.

அவரவர் உணவு, உடை, வாழ்க்கை முறை, மதம் மற்றும் பண்பாட்டைத் தேர்ந்தெடுக்கும் உரிமையை எந்த சமூகம் தன் மக்களுக்கு மகிழ்ச்சியோடு வழங்கியிருக்கிறதோ அதுவே ஜனநாயக நாடு. இந்தியா அப்படியொரு ஜனநாயக நாடாக எப்போதும் இல்லை. எல்லைகளை வளைப்பது என்பது வெறும் புவியியல் சார்ந்த பிரச்சனை அல்ல; அது உணர்வு ரீதியாக ஆராயப்பட வேண்டிய கோட்பாடு. ஆனால், ஆதிக்க அரசியலில் அதற்கான சாத்தியக் கூறுகள் இல்லை. இந்திய தேசியத்தை வணங்கி அதற்குள் மூழ்கிப் போய்விட்டால் எந்தப் பிரச்சனையும் இல்லை. அடிமைத்தனம் பழக்கமாகி, பின் அதுவொரு போதையாகி விடும். அப்படி மூழ்க முடியாதவர்கள்தான் "இந்தியனே வெளியேறு" என்று முழங்கிக் கொண்டிருக்கிறார்கள். ●

– மே 2007

# 29

## தலித் தலைவர்களுக்கு... குண்டாயிருப்பிலிருந்து ஒரு மனம் திறந்த மடல்

சாதியின் சூழ்ச்சியையும் பயங்கரத்தையும் எடுத்துச் சொல்லி தலித் மக்களை ஒன்று திரட்ட வேண்டிய தாங்கள் மக்களை உட்சாதிப் பிரிவின் மூலம் தனித்தனித் தீவுகளாக்கியதோடு பாகுபாட்டை அப்படியே கட்டிக் காக்கிறீர்கள்.

## வணக்கம்.

*குறிப்பு:* இங்கு நாம் தலித் தலைவர்கள் என்று குறிப்பிடுவதில் எந்த உட்சாதிப் பாகுபாடும் இல்லை. பள்ளர், பறையர், அருந்ததியர், புதிரை வண்ணார் எனப் பட்டியல்படுத்தப்பட்ட 78 சாதியினருக்கும் – இச்சமூகத் தலைவர்களுக்கும் – 'தலித்' என்ற கம்பீரமான அடைமொழி பொருந்தும்.

தலித் மக்களின் தலைவராக இருப்பது பல நேரங்களில் ஒருவித வசதியாகவும் மகிழ்ச்சியாகவும் இதுபோன்ற இக்கட்டான சில நேரங்களில் எரிச்சலாகவும் உங்களுக்கு இருக்கலாம். எனினும் அந்த அடையாளம்தான் உங்களின் அங்கீகாரம் என்பதாலும் சாதாரண மக்களாகிய நாங்கள் அந்த அங்கீகாரத்தாலேயே உங்கள் மீது நம்பிக்கை வைத்திருக்கிறோம் என்பதாலும் இந்தக் கடிதம் நேரடியாக உங்களுக்கே உரித்தாகிறது.

இந்த மூன்று பக்க வார்த்தைகள் எங்களின் மனக் குமுறலை உங்களுக்கு முழுமையாகச் சொல்லிவிடுமா என்று தெரியவில்லை. சேரியில் பிறந்து வாழ்வதன் துயரங்களைக் கடந்து வந்தவர்களே நீங்களும்! பசிக்கும் வயிறும் உரிமைகள் மறுக்கப்பட்ட வாழ்வும் தலைவிரித்தாடும் வன்முறையும் தந்த தாழ்வு மனப்பான்மையோடு சமூகத்தில் தலை நிமிர்ந்து நடக்கத் திராணியற்று திணறியிருப்பீர்கள். அடிபட்ட காயங்களோடு, எரிக்கப்பட்ட குடிசையின் சாம்பல் குவியலுக்கிடையில் படுத்துறங்கியிருப்பீர்கள். என்னதான் பெற்றவர்கள் கண்ணே மணியே என்று பெயர் வைத்திருந்தாலும் சாதிப் பெயர்தான் உங்களுக்கு சொந்தமாகியிருக்கும்.

பீடிகை போதும். பறையர்கள் அருந்ததியர்களைத் தாக்கும் அதே அசிங்கம் மீண்டும் நடந்தேறியிருக்கிறது, விருதுநகர்

மாவட்டம் குண்டாயிருப்பு பகுதியில். தலைவர்களே! அந்தத் துயரச் செய்தி உங்கள் காதுகளையும் எட்டியிருக்கும். உங்கள் தரப்பில் எந்தவித அதிர்வோ, அசைவோ ஏற்படவில்லை என்பதால் உங்களுக்கு இந்த வன்முறை நிகழ்வைப் பற்றி ஒன்றுமே தெரியாது என்ற அடிப்படையில் விரிவாக விளக்குகிறோம்.

குண்டாயிருப்பில் 12 அருந்ததியர் குடும்பங்கள், 45 பறையர் குடும்பங்கள், 18 தேவர், 1 நாயக்கர், 10 படையாச்சி, 30 செட்டியார் குடும்பங்கள் வசித்து வருகின்றனர். அருந்ததியர்கள் விவசாயக் கூலிகளாகவும் பட்டாசு தீப்பெட்டி தொழிற்சாலை கூலிகளாகவும் தங்கள் பிழைப்பை நடத்தி வருகின்றனர். அரசியல் ரீதியாகவும் பொருளாதார ரீதியாகவும் இங்கு பறையர்கள் பலம் பொருந்தியவர்கள். இவர்கள் விடுதலைச் சிறுத்தைகள் அமைப்பில் உறுப்பினராகவும் இருக்கிறார்கள்.

11.7.2007 அன்று மாலை 5 மணிக்கு பொது வீதியில் அருந்ததியர் சிறுவன் ஒருவன் சைக்கிளில் சென்று கொண்டிருக்கும் பொழுது, அதே ஊரைச் சேர்ந்த பறையர் சாதி சிறுவன் அவனை கல்லால் அடித்திருக்கிறான். இதனால் வலி பொறுக்க முடியாத சிறுவன் திரும்ப அடிக்க, இது பற்றிய விபரம் தெரிய வர, பறையர் சிறுவனின் உறவினரான முருகேஸ்வரி அருந்ததியர் சிறுவனை அவனுடைய தாய்க்கு முன்பே அடித்து உதைத்துள்ளார். இதுபற்றி இரண்டு குடும்பங்களும் பேசி முடித்த பிறகு, இரவு 9.30 மணிக்கு முத்துராசு என்பவர் "எப்படி என் அண்ணன் மகனை ஒரு சக்கிலியப் பய எதுத்து அடிக்கலாம்" என்று சாதிப் பெயர் சொல்லித் திட்டி, மீண்டும் சண்டைக்கு இழுத்துள்ளார்.

சிறுவர்களின் சண்டையைப் பெரிதாக்குவது எப்போதும் ஆதிக்க சாதியின் தந்திரமாகவே இருந்து வந்திருக்கிறது. இந்த சின்ன விஷயத்தை காரணமாக்கியே பெரும்பாலான சாதிச் சண்டைகளும் வன்கொடுமைகளும் நடந்தேறியிருக்கின்றன. சிறுவர்களின் சண்டையைப் பெரிதாக்க வேண்டாம் என்று சொன்ன கோவிந்தராசுவை, 'கை நீட்டிப் பேசுற அளவுக்கு சக்கிலியப் பயலுக்கு தைரியம் வந்துருச்சா' என்று விடுதலைச் சிறுத்தைகளைச் சேர்ந்த முத்துராசு, சுப்பையா, முருகேசன், சின்னப் பிரகாஷ், கருப்பசாமி ஆகியோர் பெரிய தடிகளுடன் சென்று கோவிந்தராசுவை கடுமையாகத் தாக்கியுள்ளனர். கோவிந்தராசுவைக் காப்பாற்ற முயன்ற தாய் வீரம்மாளை பிறப்புறுப்பில் ரத்தம் கசியும்

அளவிற்குத் தாக்கியுள்ளனர். பாட்டி முனியம்மாளின் இடுப்பு எலும்பு உடைந்து விட்டது. தங்கை முத்துமாரி என்பவரின் சட்டையைக் கிழித்து மானபங்கப்படுத்தியுள்ளனர். அவர்களுடைய வீடும் பொருட்களும் சூறையாடப்பட்டுள்ளன. "எங்கள எதிர்த்து உங்களால் எதுவும் செய்ய முடியாது. எதிர்த்தா குடிசையோடு பெட்ரோல் ஊத்தி கொளுத்திப்புடுவோம். எந்தத் தலைவன் வந்தாலும் எங்க மசுரக்கூட புடுங்க முடியாது" (உங்களைத்தான் தலைவர்களே!) என்று சூளுரைத்திருக்கின்றனர்.

பாதிக்கப்பட்ட கோவிந்தராசு காவல் நிலையத்தில் புகார் கொடுத்தபோது, வழக்கம் போல் அலட்சியம். தமிழ்நாடு அருந்ததியர் ஜனநாயக முன்னணியின் தலைமை நிலையச் செயலாளர் கி.முனியாண்டி உதவியோடு புகார் கொடுக்கப்பட்டது. மறுநாள் காலை கோவிந்தராசுவை வரவழைத்த காவல் ஆய்வாளர் சக்திவேல் மீண்டும் ஒரு முறை புகார் மனு எழுதித் தரும்படி கேட்டிருக்கிறார். இதற்குள் காவல் நிலையத்திற்கு வந்த விடுதலைச் சிறுத்தைகளின் மாவட்டச் செயலாளர், துணைச் செயலாளர் இருவரும் வழக்குப் பதிவு செய்ய வேண்டாம் என்று கூறி சமரசப் பேச்சுவார்த்தைக்கு அழைத்துள்ளனர். அருந்ததியர் மீதான பறையர்களின் வன்முறைத் தாக்குதல் அடிக்கடி நடக்கிறது என்றாலும் இந்த முறை பாதிப்பு அதிகம் என்பதால் குற்றவாளிகளை தண்டியுங்கள் என்று பேச்சு வார்த்தைக்கு மறுத்துவிட்டனர் அருந்ததிய மக்கள். இதனால் ஆத்திரமடைந்த விடுதலைச் சிறுத்தைகள் அருந்ததிய ஜனநாயக முன்னணியைச் சேர்ந்தவர்களிடம் 'வழக்கை வாபஸ் வாங்கலேன்னா பின் விளைவுகளை சந்திக்க தயாராகிக்கங்க' என்று கடுமையாக எச்சரித்துள்ளனர்.

புரட்சிப் புலிகள், தமிழ் நாடு அருந்ததியர் ஜனநாயக முன்னணியினர் சுவரொட்டிகள் ஒட்டியும் சி. பி. எம். கட்சி, தமிழ் நாடு அருந்ததியர் ஒருங்கிணைப்புக் குழு மற்றும் பல இயக்கங்களின் அழுத்தத்திற்குப் பிறகுதான் காவல் துறை வழக்குப் பதிவு செய்தது. ஆனால், பாதிக்கப்பட்ட கோவிந்தராசு மீது புதிதாக பொய் வழக்கு போடப்பட்டது. தங்களை எதிர்த்ததோடு மட்டுமின்றி, தங்கள் மீது வழக்குப் பதிவு செய்த அருந்ததியர்களை பொது வீதியில் நடக்கக் கூடாது எனவும் பொதுக் குழாயில் குளிக்கக் கூடாது எனவும் விடுதலைச் சிறுத்தைகள் தடை விதித்தது (பறையர்கள் மேல் சாதியாம்).

அதே போல குற்றவாளிகள் கைது செய்யப்படாததால் அன்று இரவு 9 மணியளவில் கோவிந்தராசு தனது மனைவி, குழந்தைகளுடன் தூங்கிக் கொண்டிருக்கையில் குடிசை கொளுத்தப்பட்டிருக்கிறது. ஆனால், புகார் கொடுத்தால் காவல் ஆய்வாளர் சக்திவேல், "யாரும் சாகலேல்ல... விட்டுத் தள்ளுங்க. தெரியாம பத்திக்கிச்சுனு ஒத்துக்கோ. வழக்குப் போடுறதுக்கு எனக்கு பேப்பரும் மையும் செலவாகும். அவ்ளோதான். உனக்கு பணம் இருக்கா, ஆள்பலம், கட்சி இருக்கா?" என்று மிரட்டியுள்ளார். இவ்வளவு நடந்தும் குற்றவாளிகள் கைது செய்யப்படவில்லை.

"காலம் பூரா அடிவாங்கியே சாகுறோம். எங்க பொண்டு புள்ளைங்க நிம்மதியா இருக்க முடியல. தெருவுல நடக்க முடியல. உசுர கையில புடிச்சுட்டு காலம் தள்ளுறோம். எங்கள வேற ஊருக்கு குடியமர்த்த முடியுமா?" என்று கதறி அழுத வீரம்மாளின் ஒப்பாரி, அந்தப் பகுதியையே உலுக்கியது. வீரம்மாளின் வேண்டுகோள்படி வேறு ஊரில் குடியமர்த்தலாம். ஆனால், சாதி தன் சாட்டையை சுழற்றியபடி அங்கும் துரத்திக் கொண்டு வரும்.

நடந்தது இதுதான். இது இரண்டு நாட்கள் பிரச்சனை அல்ல. பள்ளர்களின் ஜாதி வெறிக்கு ஓர் எடுத்துக்காட்டு: தேனி மாவட்டம் வாய்க்காபட்டியில் வார்டு உறுப்பினர் தேர்தலில் பள்ளர்களின் எதிர்ப்பை மீறி ஓர் அருந்ததியர் போட்டியிடுகிறார். இதில் ஏற்பட்ட மோதலில் 8.10.2006 அன்று எஸ். ஈஸ்வரன் என்ற அருந்ததியர் படுகொலை செய்யப்படுகிறார். வழக்கு நடக்கிறது. குற்றவாளிகள் சுதந்திரமாக வெளியில் வந்து மிரட்டுகின்றனர். இதற்கு முன்னும் பின்னும் நடந்த வன்கொடுமைகளும் - 'சக்கிலியனுங்க நமக்கு கீழ்தான்' என்ற பறையர்கள் மற்றும் பள்ளர்களின் மனப்போக்கும் - சாதியப் படிநிலையின் பார்ப்பனியத்தின் இந்து தர்மத்தின் எச்சமென்பதை நாம் மறுக்க முடியாது.

மூன்று மாதங்களுக்கு முன்பு சிறீவில்லிப்புத்தூர் - கூமாபட்டியில் ஒரு கோழி இறந்ததால் ஏற்பட்ட பள்ளர் - பறையர் மோதலையொட்டி, லட்சுமி அம்மாள் போலிஸ் தாக்குதலில் மரணமடைந்தார். தலைவர்களே! இவை, எங்கோ குண்டாயிருப்பிலும் வாய்க்காபட்டியிலும் கூமாபட்டியிலும் நடந்தேறும் ஓரிரு நிகழ்வுகள் அல்ல. பள்ளர், பறையர், அருந்ததியர், புதிரை வண்ணார் என சாதிப் படிநிலையில் உள்ள ஒருவரை

ஒருவர் அழுத்துவது, பழிப்பது, அடக்குவது, தாழ்த்துவது என எல்லாமே தொடர்ந்து நடைபெறுகின்றன.

சாதி தோன்றிய காலத்திலிருந்தே உட்சாதிப் பாகுபாடுகளும் இருந்துதான் தொலைக்கின்றன. ஒடுக்கப்பட்டவர்களுக்குகூட 'எனக்கு கீழ் அடிமையாக யாரும் இல்லை' என்ற பரந்த மனப்பான்மை இல்லாததன் விளைவு அது. சாதி ஒழிப்பு பற்றி எந்த சிந்தனையும் இல்லாத காலத்திலும் தலித் விடுதலை பற்றி புரிதல் எதுவும் இல்லாத நிலையிலும் "அவன் எங்கள ஒடுக்குறான்; நான் எனக்கு கீழே இருக்கிறவன ஒடுக்குறேன்" என்ற சூழல் இருந்திருக்கலாம். "எங்களை எவனும் ஒடுக்கக் கூடாது. அடங்க மறுப்போம், அத்துமீறுவோம்" என சாதிக்கு எதிராகப் போராடத் தொடங்கிய பின்னும் உட்சாதிப் பாகுபாடுகளை கட்டிக்காப்பது, சமத்துவக் கொள்கைக்கு முரணானதாகவும் மனித நாகரிகத்திற்கே அப்பாற்பட்டதாகவும் இல்லையா?

சாதியின் சூழ்ச்சியையும் பயங்கரத்தையும் எடுத்துச் சொல்லி, தலித் மக்களை ஒன்று திரட்ட வேண்டிய தாங்கள், மக்களை உட்சாதிப் பிரிவின் மூலம் தனித்தனித் தீவுகளாக்கியதோடு பாகுபாட்டை அப்படியே கட்டிக் காக்கிறீர்கள். "அங்கங்க நடக்கிற சின்னச் சின்னப் பிரச்சனை இது" என்று தயவு செய்து தப்பிக்க முயலாதீர்கள். ஏனென்றால், "உங்கள் குடிசை எரிந்தபோது வந்து பார்க்காத, ஆறுதல் சொல்லாத, நடவடிக்கை எடுக்காத" தலைவர்களை (கருணாநிதி, ஜெயலலிதா மாதிரியான) நீங்கள் நொந்து கொண்ட விதமும் கண்டித்த குரலும் - எங்கள் காதுகளில் இன்றும் ஒலித்துக்கொண்டு தானிருக்கிறது. இன்று அரசியல் அதிகாரம் கைவசப்பட்டிருக்கும் சூழலில் உங்களுக்கும்கூட சாதிய மோதல்கள் 'சின்ன விஷயமாகி'விட, தலித் அல்லாத கருணாநிதியும் பார்ப்பனரான ஜெயலலிதாவும் அப்படி நடந்து கொண்டதில் வியப்பேதும் இல்லை என்று மனசு சொல்கிறது.

தலைவர்களே! இயக்கங்களைக் கட்டி அமைக்கும் பணியில் நீங்கள் எங்களோடு இருந்தீர்கள். நாங்களும் உங்களோடு இருந்தோம். அப்போதெல்லாம் சேரிகள் உங்கள் தாய் வீடாக இருந்தன. எந்த குடிசை பற்றி எரிந்தாலும் உங்கள் கரங்கள் அணைக்க நீண்டு வந்தன. சமூக விடுதலை என்ற போர்க்குரலுக்கு கட்டுப்பட்டு உங்களைப் பின் தொடர்ந்தோம். 'அரசியல் அதிகாரத்தைக் கைப்பற்றுவோம்' என்று தாங்கள் திசை மாறுகிற

வரை, என்றாவது இந்த சாதி ஒழிந்துவிடும் என்ற நம்பிக்கை எங்களுக்கும் இருந்தது. சேரிகளிலிருந்து துண்டித்துக் கொண்டு, தாங்கள் எங்கோ உயரத்துக்குப் போன போது "நம்ம தலைவர் மேலே போறான்யா... நிச்சயம் நல்லது நடக்கும்" என்று சிலிர்ப்போடு பேசிக் கொண்டோம். இன்று எங்கள் கூக்குரல் உங்கள் காதுகளை எட்டவில்லை. தலைவர்கள் நீங்கள் முட்டிக் கொள்வதா, ஆரத்தழுவிக் கொள்வதா என்பதை மக்கள் நலனோ, சமூக விடுதலையோ தீர்மானிக்கவில்லை. ஊழல் அரசியலும் அதனால் விளையும் ஆதாயமுமே முடிவு செய்கிறது.

ஆதிக்க சாதியின் அதிகார மய்யங்களைத் தகர்த்து நீங்கள் அரியணையில் அமரும்போது சமத்துவத்தை மலரச் செய்வீர்கள் என்றுதான் எதிர்பார்த்தோம். அதிகாரத்தை முழுமையாக கைப்பற்றுவதற்குள் நீங்களும் அதிகாரிகளாகிப் போனீர்கள். 'எனக்கு கீழ் ஓர் அடிமை வேண்டும்' என்ற மனப்போக்கின் தொடக்கப் புள்ளி அதுதான். ஒருபுறம் சாதியை எதிர்த்துக் கொண்டே, இன்னொரு புறம் சாதியை வளர்க்கும் சாமர்த்தியம் இறுதியில் யார் கழுத்துக்கு சுருக்காகும் என்பதை நாங்கள் சொல்லித்தான் தெரிய வேண்டுமென்பதில்லை. பார்ப்பனியமும் இந்து தர்மமும் வலியுறுத்தும் சாதிப்படிநிலையைக் கட்டிக் காப்பதில் தலித் தலைவர்களுக்கும் பெரும்பங்கு இருக்கிறது என்பதை இப்போது உணர்கிறோம்.

ஆதிக்க சாதியினருக்கு எதிரான நமது போராட்டங்கள் சமரசமாகிவிட, தலித் மக்கள் தங்களுக்குள்ளேயே மோதிக் கொள்ளத் தொடங்கியுள்ளனர். பள்ளர் மற்றும் பறையர்களின் சாதி வெறியாட்டங்களை அடிக்கடி கடந்து வருகிறோம். சாதியை உருவாக்கியவர்களும் கட்டிக் காக்கிறவர்களும் நம்மை நகைப்போடு பார்க்கிறார்கள்.

தலைவர்களே! நாங்கள் சில கேள்விகளை உங்களிடம் கேட்க விரும்புகிறோம். உண்மையிலேயே சமத்துவத்தை நிலைநாட்ட தாங்கள் என்னென்ன முயற்சிகளை மேற்கொள்கிறீர்கள்? பாதிக்கப்பட்டது பள்ளரோ, பறையரோ, அருந்ததியரோ. 78 இல் யாரோ. எல்லோரும் ஒன்றாகச் சென்று, என்றாவது பாதிக்கப்பட்டவர்களுக்கு நம்பிக்கையையும் இனிமேல் இந்த அநீதி நடக்காது என்ற உத்தரவாதத்தையும் கொடுத்திருக்கிறீர்களா? தலைவர்களாகிய நீங்களும் ஒன்றிணையாமல் (அரசியல்

ஆதாயத்துக்காக அல்ல) மக்களாகிய எங்களையும் பிரித்தே வைத்திருக்கிறீர்கள் என்ற எங்களின் புரிதலுக்கு உங்களுடைய பதில்தான் என்ன? உட்சாதிப் பாகுபாடுகளைக் களைவது உங்கள் செயல்திட்டத்தில் இருக்கிறதா? ஆம் எனில், தலித் மக்களைப் பாகுபாடின்றி ஒன்றிணைக்க இதுவரை தாங்கள் எடுத்த முயற்சிகள்தான் என்ன? சாதித் தலைவர்களிடம் எளிதாகப் பழகி அவர்களின் குறைகளையும் குற்றங்களையும் சகித்துக் கொள்கிற உங்களுக்குள் ஒருவரையொருவர் ஏன் ஏற்றுக் கொள்ள முடியவில்லை?

இந்த கேள்விகளுக்கான பதிலைத் தெரிந்து கொள்ள நாங்கள் காத்திருக்கிறோம். கோபத்தோடோ, வருத்தத்தோடோ, எரிச்சலோடோ நீங்கள் எங்களுக்கு இந்த கேள்விகளுக்கான பதிலைச் சொல்லுங்கள். இங்கு 'எங்களுக்கு' என்ற சொல், சமூக விடுதலையில் அக்கறை கொண்ட எண்ணற்ற தலித் மக்களையே குறிக்கிறது. நீங்கள் எங்களுக்கு கடமைப்பட்டிருக்கிறீர்கள் என்பதை மறுக்க மாட்டீர்கள்தானே?

நம்பிக்கை அறுந்து போன தலித் மக்கள் சார்பில்.     ●

கள உதவி: **மா. பொன்னுச்சாமி**

– ஆகஸ்ட் 2007

# 30

## புதிரை வண்ணார்களாக்கப்பட்ட பூர்வீக வண்ணக் கலைஞர்கள்!

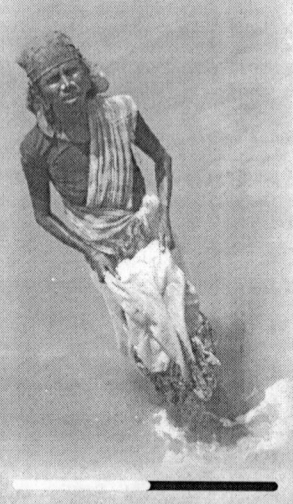

இனவெறி, பெண்ணடிமைத்தனம், முதலாளித்துவம், ஏகாதிபத்தியம் என உலகின் எந்த அடிமைத்தனத்தை விடவும் வலுவானது, கொடுமையானது ஜாதியம். காரணம், அதில் மேற்குறிப்பிடப்பட்ட எல்லா பாகுபாடுகளுமே உள்ளடங்கி விடுகின்றன என்பதே உண்மை.

**தோழர்களே!** அடிமைத்தனத்தில் பல வகையுண்டு.

மனரீதியானது, உடல் ரீதியானது, விருப்பப்பட்டு இருப்பது, விருப்பமின்றி தள்ளப்படுவது, வெளிவரக் கூடியது, வெளிவர முடியாதது, சித்ரவதையானது, சுகமானது... இப்படியாகப் பல வகைகள். மன ரீதியானதும் உடல் ரீதியானதும் விருப்பப்பட்டு இருப்பதும் விருப்பமின்றி தள்ளப்படுவதும் வெளிவரக் கூடியதும் வெளிவர முடியாததும் சித்ரவதையானதும் சுகமானதும் இப்படி எல்லாமானதுமாகவே இந்தியாவில் மதம் சார்ந்த, சாதியை மய்யப்படுத்திய அடிமைத்தனங்கள் நீண்டு விரிந்திருக்கின்றன. வெளிவர விருப்பமிருந்தும் சிரத்தையோடு எடுக்கப்படாத முயற்சிகளாலும் எவ்வளவோ முயற்சிகளுக்குப் பின்னும் விடுபட விருப்பமில்லாத மனப்போக்குகளாலும் மதம் இங்கு ஆழமானதாகவும் சாதி அதைவிட வலுவானதாகவும் வேரூன்றி இருக்கிறது. அடிமைத்தனத்தை ஒழிக்க வேண்டியவர்களே அதை வளர்க்கும் அதிசயம் சாதியில் மட்டுமே சாத்தியம். அதனாலேயே இந்தியாவில் - ஜாதி - அழிவுக்கு அப்பாற்பட்டதாக உயிரோட்டமுள்ளதாக வளர்ந்து கொண்டே இருக்கிறது.

"சக்கிலியனைத் தொட்டால் தீட்டு, புதிரை வண்ணானைப் பார்த்தாலே தீட்டு" என்கிறது ஒரு சொல் வழக்கு. இது மாதிரியான சாதியச் சொல் வழக்குகளை உருவாக்கியதும் அதைப் பின்பற்றுவதும் ஆதிக்க சாதியினரே என்றாலும் குறிப்பிட்ட இந்த சொல் வழக்கு தலித்துகளாலும் பயன்படுத்தப்படுவதுதான் வேதனையின் உச்சம். "காலம் மாறிப் போச்சு! இப்பல்லாம் யாருங்க ஜாதி பாக்குறாங்க" என்ற புளுகுக்கும் "ஜாதியால கஷ்டப்படுற தலித்துகளே ஜாதி பார்ப்பாங்களா?" என்ற சப்பைக் கட்டுக்கும் பெரிய வேறுபாடு

ஒன்றுமில்லை. தலித் மக்கள் பெரும்பான்மையாக வசிக்கும் ஊர்களில் ஒன்றிரண்டு குடும்பங்களாக வாழ்ந்து ஊர்தோறும் சேரிதோறும் சாதிய சவுக்கடிகளை வாங்கியபடி வாழ்க்கையை ஓட்டிக் கொண்டிருக்கிறார்கள் புதிரை வண்ணார்கள்.

இந்நிலையில் விருதுநகர் மாவட்டம் சிவகாசி அருகில் உள்ள திருத்தங்கலில் சுமார் ஆயிரம் புதிரை வண்ணார் குடும்பங்கள் வசிக்கின்றன என்ற தகவல் நமக்கு வியப்பை ஏற்படுத்தியது. சாதியின் அழுத்தத்தையும் அடக்குமுறையையும் தாங்க முடியாமல் சொந்த மண்ணை விட்டு ஓடி வந்தவர்கள், வேலைவாய்ப்பு நகரமான சிவகாசி அருகில் உள்ள திருத்தங்கலிலும் சுற்று வட்டாரப் பகுதிகளிலும் குடியிருக்கத் தொடங்கி இன்று அவர்களுடைய எண்ணிக்கை ஆயிரத்தைத் தாண்டிவிட்டது. அதோடு மட்டுமின்றி, புதிரை வண்ணார்களின் குலத் தொழிலாகக் கருதப்படும் துணி வெளுத்தல், சவரம் செய்தல், பிணத்தைக் கழுவுதல் போன்றவைகளைச் செய்ய மறுத்த திருத்தங்கல் புதிரை வண்ணார்களில் பெரும்பான்மையானோர் பட்டாசுத் தொழில் மற்றும் விவசாய வேலைகளில் ஈடுபடுகின்றனர். கல்வியறிவு பெற்றவர்கள் ஆசிரியர் பணியிலும் இருக்கிறார்கள். இதில் குறிப்பிடத் தகுந்த செய்தி என்னவென்றால் திருத்தங்கலில் இருக்கும் எல்லா குழந்தைகளுமே பள்ளிக்கூடம் செல்கின்றன. இதிலென்ன ஆச்சர்யம் என சிந்திக்கிறவர்கள், புதிரை வண்ணார்களின் வாழ்நிலை அவலத்தையும் அவர்கள் காலங்காலமாக அனுபவித்து வரும் சாதிய ஒடுக்குமுறைகளையும் புரிந்து கொள்ள வேண்டியது அவசியம்.

பள்ளர், பறையர் மற்றும் அருந்ததியர்கள் ஆதிக்க சாதியினருக்கு அடிமைத் தொழில் செய்கிறார்கள். அந்த அத்தனை அடிமை வேலைகளையும் தலித்துகளுக்கு செய்வதே புதிரை வண்ணார்களின் வேலை. ஊர் முழுவதும் சுற்றி மூட்டை மூட்டையாக அழுக்குத் துணிகளை எடுத்து வந்து பளிச்சென வெளுத்துக் கொடுத்தாலும் கூலி என்று எதுவும் இவர்களுக்கு கிடைக்காது. பழைய கஞ்சி கொடுத்தால் அதுவே பெரிய செய்தி! தவிர, தலித் மக்களுக்கு சவரம் செய்ய வேண்டியது புதிரை வண்ணார்களின் 'சமூகக் கடமை'. தலித் மக்களின் பிணத்தைக் குளிப்பாட்ட வேண்டியது புதிரை வண்ணார்கள் மறுக்கக் கூடாத 'பொறுப்பு'. "பள்ளப்பய, பறப்பய, சக்கிலியப்பய என சாதிப் பெயர்களால் தலித்துகள்

தாழ்த்தப்படுவது போல, "புதரப்பய" என்ற சொல் தலித்துகள் மத்தியில் மிகச் சாதாரணமாகப் புழக்கத்தில் உள்ளது.

நெல்லை மாவட்டம் இளைச்சநேந்தலில் இருந்து வந்து திருத்தங்கலில் குடியேறியிருக்கும் அருள்ராஜ், "ஒரு மனுசன் செத்துப் போயிட்டாங்கறத எத வச்சு கண்டு பிடிப்பீங்க? கண்ணு வெளிய தள்ளிறும். மலம் வெளியேறும். எங்க வேலை அத சோதிச்சு, சுத்தம் செய்றது; பிணத்தை சவரஞ் செஞ்சு, பாடை தூக்கி எல்லா வேலையும் செய்யணும். பொம்பளைங்க வயசுக்கு வர்றப்ப உடுத்துற துணிய முட்டுத் துணினு சொல்வோம். ரத்தக் கறையோட இருக்குற துணியை வண்ணான் தான் துவைக்கணுங்கறது சம்பிரதாயம். எங்க ஊர்ல எங்க அம்மா, அப்பா எல்லாம் இந்தத் தொழிலைதான் செஞ்சுட்டிருந்தாங்க. நான் பள்ளிக்கூடம் போய் படிச்சதால என்னால அந்த வேலைய பார்க்க முடியல. மாட்டேனு சொன்னதுக்கு வண்ணானுக்கு அவ்ளோ திமிரானு எதுத்தாங்க. நாங்க ஊரவிட்டு காலி பண்ணி இங்க வந்துட்டோம். இப்போ எங்க குடும்பத்துல யாரும் இந்த தொழில் பார்க்கல" என்கிறார் அருள்ராஜ், அவர் தற்போது திருத்தங்கலில் இருக்கும் 'புதிரை வண்ணார் முன்னேற்ற சங்க'த்தின் செயலாளர்.

சாதி ஒடுக்குமுறைகளைத் தாங்க முடியாமல் ஊரைவிட்டு ஓடி வந்தாலும் காற்றைப் போல எங்கும் நிறைந்திருக்கும் சாதியின் பிடியிலிருந்து அவ்வளவு எளிதாகத் தப்பித்துவிட முடியுமா என்ன? திருத்தங்கலில் இருக்கும் புதிரை வண்ணார் வகுப்பைச் சேர்ந்த ஒவ்வொரு குழந்தையும் சந்திக்கும் முக்கியமான பிரச்சனை சாதிச் சான்றிதழ். "புதிரை வண்ணார் என்ற சாதியே கிடையாது" என மறுப்பது அதிகாரிகளின் வழக்கமாக இருக்கிறது. வண்ணானுக்கு கழுதை இருக்கணும், துணி மூட்டை இருக்கணும் கார வீட்ல இருக்கிறவனுக்கும் தங்கச் சங்கிலி போட்டிருக்கவனுக்கும் எப்படி ஜாதி சர்டிபிகேட் குடுக்கறது?"ன்னு சிவகாசி தாலுகா ஆபீஸ்ல அதிகாரி கேக்குறாங்க. நான் கேக்குறேங்க, எல்லா ஜாதிக்காரங்களும் அவங்களோட குலத் தொழிலதான் செய்யுறாங்களா? பாப்பானுங்க பூசாரி வேலைய மட்டும்தான் பாக்குறாங்களா என்ன? அவங்கள போய் நீ குடுமி வெக்கல, கற்பூரம் தட்டு இருக்கா வீட்லனு இதே அதிகாரிங்க கேப்பாங்களா?" என்று ஆதங்கத்தோடு கேட்கிறார் அருள்ராஜ்.

புதிரை வண்ணார்கள் தங்கச் சங்கிலி போட்டிருந்தாலும் அவர்களுடைய சாதியை பிறப்புதானே தீர்மானித்திருக்கிறது.

அவர்கள் வீட்டில் கழுதை இல்லை எனினும் இந்த சமூகம் அவர்களை புதிரை வண்ணாராகத்தானே அங்கீகரித்திருக்கிறது? இதே சமூக அங்கீகாரத்தை சட்ட ரீதியாக (சாதி சான்றிதழ்) கொடுத்தால்தான் சில உரிமைகளைப் பெற முடியும் என்று கோரினால் அதற்கு இந்த சமூகமும் அரசும் திமிரோடு கேட்கும் கேள்வி: "நீ தான் தங்கச் சங்கிலி போட்டிருக்கியே; கழுதை வளர்க்கலையே". நாமும் இந்து சமூகத்திடமும் அரசாங்கத்திடமும் அதைத்தான் சொல்கிறோம், வலியுறுத்துகிறோம்: பிறப்பால் புதிரை வண்ணார்களாக்கப்பட்ட ஆனால் கழுதையில்லாத, தங்கச் சங்கிலி அணிந்திருக்கின்றவர்களை 'மேல் ஜாதி'க்காரன் என்று அங்கீகரி. அதற்குத் துப்பில்லாத வரை, அவர்கள் அய்.ஏ.எஸ். அதிகாரிகளாகப் பதவி வகித்தாலும் அவர்களுக்கும் அவர்களுடைய குழந்தைகளுக்கும் சட்டப்படி சாதிச் சான்றிதழ் கொடு. சமூக நீதி பற்றி வாய்கிழிய பேசும் தி.மு.க. அரசு இதில் கவனம் செலுத்த வேண்டும். 69 சதவிகித இடஒதுக்கீட்டைப் பற்றி பேசுவது மட்டுமே சமூகநீதி அல்ல. திருத்தங்கல்லில் பிறக்கும் ஒவ்வொரு குழந்தையும் பெரும் போராட்டத்துக்குப் பின்னரே சாதிச் சான்றிதழ் பெற்று பள்ளிக்குச் செல்கின்றன. பெரும்பான்மையாக இருந்து, ஏதோ சங்கம், முன்னேற்றம் என்று இருக்கிற இடத்திலேயே இப்படி என்றால், ஓரிரு குடும்பங்கள் மட்டுமே இருக்கிற ஊர்களில் என்ன நடக்கும் என்று நினைத்துப் பாருங்கள்.

"ஏதோ இங்க கொஞ்சம் படிச்சவங்களும் விழிப்புணர்வும் இருக்குறதுனால இதெல்லாம் பேச முடியுதுங்க. மத்த இடத்துல இதுக்கெல்லாம் வாய்ப்பே இல்லை. எங்க ஊரு கீழ முடிமன்னார்கோட்டை. அங்க பறையருங்க மெஜாரிட்டி. அவுங்களுக்கு நாங்க அடிமை வேலை பார்த்துட்டிருந்தோம். அப்போ எல்லோருக்கும் பட்டா வீடு கொடுத்தாங்க. நாங்க 15 குடும்பம் இருந்தோம். எங்களுக்கும் பட்டா வீடு குடுங்கன்னு கேட்டதுக்கு, நீங்க ஊருக்குள்ளயா இருக்கிறீங்க? வெளிலதான இருக்கீங்க தர முடியாதுனு சொல்லிட்டாங்க. எங்களுக்கும் வீடு வேணும்னு தகராறு பண்ணோம். உடனே பறையருங்க எங்கள அடிக்க வந்தாங்க. அந்தப் பிரச்சனைல ஊரவிட்டு ஓடி வந்து, இதோ இப்ப வரைக்கும் அந்த ஊரு பக்கமே போகல" என்கிறார் கமுதி சுப்பையா.

'புத்த களம்' என்ற அமைப்பின் கீழ் புதிரை வண்ணார்களை ஒன்று திரட்டும் பணியில் பல ஆண்டுகளாக ஈடுபட்டு வரும் இவர்,

"தலித்துகளுக்கு எல்லா உரிமையும் சாதி சான்றிதழ் அடிப்படையிலதான் குடுக்குறாங்க. விதியேனு இந்தத் தொழில பார்க்காம, படிச்சு முன்னேறணும்னு நினைக்கிறவங்களுக்கு சாதிச் சான்றிதழை கொடுக்கணுமா இல்லையா? நாங்க வண்ணார் இல்லேன்னா யாருனு சொல்லுங்க? பொன்னு பொருளோட நாங்க மாட மாளிகைலயா குடியிருக்கோம்? நாள் பூரா உழைச்சுட்டு, உழைப்புக்கேத்த கூலி கிடைக்காம, அம்மா தாயேனு பிச்சை மாதிரி கஞ்சி வாங்கிக் குடிக்கிறவங்க லட்சக்கணக்குல பணத்தைக் கட்டி தனியார் பள்ளிக்கூடத்துலயா படிக்க வைக்க முடியும்? அரசுப் பள்ளியில சாதிச் சான்றிதழ் கேக்குறாங்க. ஒரு தடவை ரெண்டு தடவை முயற்சி பண்ணிட்டு மறுபடியும் வெளுக்குற தொழிலுக்கே போயிடுறவங்க அதிகம்" என்கிறார்கள்.

"பள்ளர், பறையர், அருந்ததியர்னு இவங்க மட்டும்தான் தலித்துகளா? இடஒதுக்கீட்டுல ஆரம்பிச்சு கிடைக்கிற உரிமைகள் எல்லாத்தையும் அவங்களே பிரிச்சுக்குறாங்க. மீதமுள்ள உதிரி சாதிகள் என்ன செய்றது? ஆதிக்க சாதிகள் செய்றது மாதிரி எங்களை ஒடுக்கி, உழைப்பை உறிஞ்சுறது மட்டுமில்லாம, எங்களோட உரிமைகளையும் சூறையாடுறாங்க. சமூக விடுதலையில் ஜனநாயகத்தை மீட்டெடுக்கும் பணியில் எங்களையும் இணைச்சுக்கங்க என்பதுதான் எங்களோட ஒரே கோரிக்கை. அப்படி ஒண்ணு சேர்ந்துட்டா, நீங்க எங்களுக்காகவும் நாங்க உங்களுக்காகவும் இருப்போம். அப்போ நம்ம அணி இன்னும் வலுவானதா இருக்கும்" என்கிறார் கமுதி சுப்பையா.

அவர் சொல்வது போல எந்த தலித் அமைப்புகளும் கட்சிகளும் புதிரை வண்ணார்களைத் திரட்டுவதில் ஈடுபட்டதாகத் தெரியவில்லை. சங்கரன்கோயில் அருகில் உள்ள துரைசாமிபுரத்தில் இருந்து திருத்தங்கலுக்கு திருமணம் முடித்து வந்திருக்கும் சந்தனமாரி, "நாங்க இப்போ வெளுக்குற தொழில் செய்றதில்லங்க. அதனால யாரு வீட்டுக்கும் சோறு வாங்கப் போறதில்லை. சட்டியைத் தூக்கிட்டு ஒவ்வொரு வீட்லயும் போய் அம்மா வண்ணாத்தி வந்துருக்கேன் கஞ்சி ஊத்துங்கன்னு நிக்கும்போது அவமானமா இருக்குது. "ஒழுங்கா வெளுக்கத் தெரியாது, கஞ்சிக்கு மட்டும் வந்துருவீங்களே"ன்னு பேசுவாங்க. கஞ்சி வாங்க போக மாட்டேன்னு அடம் பிடிச்சாலும் அப்புறம் பசி வந்ததும் என்ன செய்யுறது? நாங்க செய்யற வேலைக்கு கூலி கிடைக்காது. வீட்ல சமைக்கிறதுக்கு சாமானோ, பொருளோ இருக்காது. அவங்க

நஞ்சதோ, நொஞ்சதோ எதப் போட்டாலும் திங்கணும். இந்த ஊருக்கு வந்ததுக்கு அப்புறம்தான் வீட்டுல சமைக்கிறோம்" என்கிறார் நிம்மதியாக.

உடுத்துவதற்கு ஓர் ஆடையும் சோறு வாங்க வைத்திருக்கும் ஒரு சில பாத்திரங்களும் தவிர எதுவும் சொந்தமில்லாத புதிரை வண்ணார்கள் திருத்தங்கலில் தாங்களே பணம் சேர்த்து சமூகக் கூடம் கட்டியிருக்கிறார்கள். திருமணம், திருவிழா, கூட்டங்கள் மாதிரியான நிகழ்வுகளுக்கு இது பயன்படுகிறது. ஆனால், அதற்கும் பல சோதனைகள் வந்தது என்கிறார் புதிரை வண்ணார் முன்னேற்ற சங்கத்தின் தலைவரான ஓய்வு பெற்ற ஆசிரியர் முத்து. "புதிரை வண்ணார்னா எல்லோரும் கேவலமா பேசுறாங்க. 'புதிர' என்றால் 'பூர்வீகம்'னு தமிழ் அகராதி சொல்லுது. 'வண்ணான்' என்றால் வண்ணம் தீட்டுபவர், வண்ணக் கலைஞர். அந்தக் காலத்தில் துணிகளுக்கு வண்ணம் தீட்டும் வேலையைத் தான் நாங்கள் பார்த்துக் கொண்டிருந்தோம். சாதி வந்த பின் அழுக்குத் துணியையும் முட்டுத் துணியையும் துவைப்பது எங்களுக்கு விதிக்கப்பட்டது. சவரத் தொழில், பிணம் கழுவுதல் போன்றவை எங்கள் மீது திணிக்கப்பட்ட தொழில்கள். "வண்ணான் கழுதை பொதி சுமக்கும்" என பாடப் புத்தகங்களே ஜாதியை போதிக்குது. பள்ளிக்கூடத்துல பசங்க கிண்டல் பண்ணுவாங்க. உங்க வீட்டு சோறு மட்டும் ஏன் கலர் கலரா இருக்குனு கேப்பாங்க. நாங்க யாரு கூடவும் சேர மாட்டோம்" என்கிறார் வேதனையாக.

அத்தனை அடக்குமுறைகளையும் கடந்து படித்து ஆசிரியர் பணியில் சேர்ந்ததோடு, குழந்தைகளைத் தேடித் தேடி பள்ளியில் சேர்த்துக் கொண்டிருக்கிறார் முத்து. "படிப்பு ஓரளவுக்கு கவுரவமா வாழ வைக்குதுங்கறதால, எங்க சமூகப் பிள்ளைகளுக்குப் போராடி சாதிச் சான்றிதழ் வாங்கி படிக்க வச்சுட்டு இருக்கோம். ஆனா சாதியை உதறிட்டு வெளியே வர கல்வி மட்டும் போதாதுங்கறதுதான் என்னோட அனுபவம். எந்த சமூக அறிவும் இல்லாத அன்றைக்கு ஒதுக்கப்பட்டோம். ஓரளவு விழிப்புணர்வு அடைஞ்ச பிறகு, இன்றைக்கும் ஒடுக்கப்படுறோம். அவங்க சரியில்ல, இவங்க சரியில்லன்னு சொல்றத விட்டுட்டு ஜாதியை அழிக்க எல்லாருமே பாடுபடணும்" என்கிறார்.

அவரவர் ஊரில் நடந்த வன்கொடுமைகளை சகிக்க மாட்டாமல் திருத்தங்கலில் வந்து குடியேறியபோதும் சாதி தன்னிலிருந்து புதிரை

வண்ணார்களை விடுவித்து விடவில்லை. சாதி சான்றிதழ், இரட்டை டம்ளர், இழி தொழில் என எல்லாமே இங்கும் இருக்கிறது. தலித் மக்கள் கல்வியறிவு பெற்றால் சாதி ஒழிந்துவிடும் என்றால் இந்நேரத்துக்கு அது ஓரளவுக்கு ஒழிந்திருக்க வேண்டும். அரசியல் அதிகாரம், தலித் விடுதலைக்கு வழிவகுக்கும் என்றால் இந்நேரத்துக்கு வகுத்திருக்க வேண்டும். இடஒதுக்கீட்டாலும் புரட்சி மலர்ந்துவிடவில்லை. சட்டத்தால் சாதியைப் புதிதாக ஆக்கவும் முடியாது, அழிக்கவும் முடியாது என்பதே உண்மை. இடஒதுக்கீடு தலித் விடுதலைக்கு ஓரளவுக்கு வலு சேர்க்கலாம்; ஒரு சில உரிமைகளைக் கைப்பற்ற வழிவகுக்கலாம். ஆனால், சாதியை முற்றிலுமாக ஒழித்துவிடுமா என்றால் இல்லை என்பதே ஆணித்தரமான ஒரே பதில்.

நமது போராட்டங்களும் கவனமும் உழைப்பும் இந்த உரிமைகளைப் பெறுவதிலேயே செலவிடப்படுகின்றன. ஆனால், தலித் மக்களின் அத்தனைப் பிரச்சனைகளுக்கும் காரணம், இந்து சமூக அமைப்பு தான் என்ற புரிதல் இங்கு இன்றளவும் வளர்த்தெடுக்கப்படவில்லை. அம்பேத்கரோடும் பெரியாரோடும் அந்தப் பிரச்சாரம் முற்றுப் பெற்று விட்டது. சில ஆதாயங்களுக்காக நாம் செய்து கொள்ளும் சமரசங்கள், இந்து அமைப்பை இன்னும் ஆழமாகவும் நீளமாகவும் வளர வழி செய்து கொண்டிருக்கின்றன. தனக்கு விடுதலை வேண்டும் என்று நினைக்கிற ஒவ்வொருவரும் செய்ய வேண்டிய முதல் கடமை, இந்து சமூக அமைப்பையும் அதன் வெளிப்பாடுகளையும் எதிர்ப்பதுதான். இந்து மதத்தை விட்டு வெளியேற வேண்டும் என்பதற்குப் பொருள் சான்றிதழ்களில் இந்து என்கிற இடத்தை, பவுத்த, கிறித்துவர், முஸ்லிம் என்று நிரப்புவது மட்டும் அல்ல; இந்து மதம் நம் வாழ்க்கையோடு, உணர்வோடு, நம்பிக்கைகளோடு இரண்டறக் கலந்திருக்கிறது. மனதளவில், சிந்தனையளவில் நாம் அதிலிருந்து பளிச்சென விடுபட்டாக வேண்டும். அப்போதுதான் சாதியின் அடித்தளம் ஆட்டம் காணும்.

திருத்தங்கலில் ஒன்று சேர்ந்திருக்கும் புதிரை வண்ணார்களின் பிரச்சனைகள் மட்டுமல்ல; ஒட்டுமொத்த தலித் மக்களின் பிரச்சனைகளும் போராட்டங்களும் வெறும் சாதிச் சான்றிதழுக்காகவும் வீட்டு மனைப் பட்டாவுக்குமாக திசை திருப்பப்படுகின்றன. தலித் மக்களின் கல்விக்கும் பொருளாதாரத்துக்கும் ஓரளவு கவுரவமான வாழ்வுக்கும்

இடஒதுக்கீடு வழி செய்கிறது. ஆனால், ஒட்டுமொத்த சமூக அங்கீகாரத்தையும் சுயமரியாதையையும் அது கொடுத்து விடாது.

உண்மையில் தலித் மக்களின் போராட்டங்கள் ஜனநாயகத்துக்கானவை. இந்த சமூகத்தை, மனிதர்களைப் பண்படுத்தும் பணியில் தலித் மக்கள் இரண்டாயிரம் ஆண்டுகளாக ஈடுபட்டிருக்கிறார்கள். "நான் அடிமை இல்லை" என்ற போர்க் குரல் "யாரும் யாருக்கும் அடிமையில்லை" என்ற சமத்துவக் கொள்கையையே வலியுறுத்துகிறது. இந்த சமூகத்தில் சமத்துவத்தை மலரச் செய்வதற்காகவே அவர்கள் வன்கொடுமைகளை சந்திக்கிறார்கள்; செத்து மடிகிறார்கள். ஓர் அடிமையின் அடிப்படைக் கோரிக்கை என்னவாக இருக்கும்? அடிமைத்தனத்திலிருந்து விடுபடுவதுதானே! நீங்கள் கோடி ரூபாய் கொடுத்தாலும் சுதந்திரத்திற்கும் சுயமரியாதைக்கும் அது ஈடாகுமா?

இனவெறி, பெண்ணடிமைத்தனம், முதலாளித்துவம், ஏகாதிபத்தியம் என உலகின் எந்த அடிமைத்தனத்தை விடவும் வலுவானது, கொடுமையானது ஜாதியம். காரணம், அதில் மேற்குறிப்பிடப்பட்ட எல்லா பாகுபாடுகளுமே உள்ளடங்கி விடுகின்றன என்பதே உண்மை. சாதி இனப் பிரச்சனைதான்; சாதி பெண்களின் பிரச்சனைதான்; சாதி ஏழைகளின் பிரச்சனைதான். ஆனால் இனவெறியோ, பெண்ணடிமைத்தனமோ, ஏழைகளின் பிரச்சனையோ சாதிக் கொடுமையாக இருக்க வேண்டிய அவசியமில்லை. ஏற்றத் தாழ்வை உயிர் மூச்சாகக் கொண்டுள்ள சாதியத்தை நிலைநிறுத்தும் கோட்பாட்டை அழித்தொழித்து, ஜனநாயகத்தை முன்மொழிந்து இம்மக்களை மானமும் அறிவும் உள்ள சமத்துவமிக்க மக்களாக மாற்றும் வரலாற்றுக் கடமையில் தலித்துகள் ஈடுபட்டிருக்கின்றனர். புதிரை வண்ணார்களின் போராட்டமும் அதற்கானதே! ●

— செப்டம்பர் 2007

# 31

## பதுக்கப்படும் நிதி;
## பறிபோகும் நீதி

கடந்த இருபத்தைந்து ஆண்டுகளில் இந்தத் திட்டம் சரியாக நடைமுறைப் படுத்தப்படாததால் தலித் மக்களுக்கு ஏற்பட்டிருக்கும் இழப்பு மட்டுமே 3 லட்சத்து 75 ஆயிரம் கோடி ரூபாய். 2007 - 2008ஆம் ஆண்டுகளுக்கான திட்டத்தில் மட்டும் தலித் மக்களுக்கான இழப்பு 20 ஆயிரத்து 280 கோடி ரூபாய்!

**பணமும்** பதவியும் கல்வியும் இருந்துவிட்டால் அத்தனை துயரங்களிலிருந்தும் ஒடுக்குமுறைகளிலிருந்தும் மீண்டு விடலாம் என்று நம்புகிறவர்கள் இங்கு அதிகம். ஆனால், பணமும் பதவியும் கல்வியும் புகழும் அதிகாரமும் பெற்றிருந்த இந்தியக் குடியரசுத் தலைவர் டாக்டர் கே. ஆர். நாராயணன் அவரது மறைவுக்குப் பிறகும் கீழ்ஜாதிக்காரர்தானே! "நீ நாட்டுக்கே ராஜாவா இருந்தா என்ன... எங்களுக்கு கீழ்ஜாதிக்காரன்தான், தீண்டத்தகாதவன்தான்" என்ற இந்து சமூகத்தின் கொக்கரிப்பு, ஜாதி இங்கு என்னவாக இருக்கிறது என்பதை ஆழமாகப் புரிய வைக்கிறது. ஒருவருடைய பணமோ, புகழோ, பதவியோ, அதிகாரமோ அவருடைய ஜாதியை ஒருபோதும் மாற்றிவிடாது என்ற உண்மை இங்கு கோருவது ஒன்றைத்தான். அது சமூக மாற்றம். அப்படியானால் பொருளாதார முன்னேற்றம் தலித் மக்களைப் பதுங்கு குழிகளிலிருந்தும் படுகுழியிலிருந்தும் தூக்கிவிடாதா?

தீண்டாமையை எதிர்ப்பதற்கும் உரிமைகள் நசுக்கப்படும்போது போராடுவதற்கும் அப்படிப் போராடும்போது, வெளியேறு என்ற துரத்தல்களை எதிர்த்து முன்னேறுவதற்கும் சுயமரியாதையை விட்டுக் கொடுக்காமல் இருப்பதற்கும் வயிற்றுப் பசிக்காக அநீதியுடன் சமரசம் செய்து கொள்ளாமல் இருப்பதற்கும் கல்வியும் காசும் மிக மிக அவசியம். பொருளாதாரம் ஒரு வலுவான மனோபாவத்தை தலித் மக்களுக்கு கொடுக்கக்கூடும். தாழ்வு மனப்பான்மையில் துவண்டு போன மனதை அது மீட்டெடுக்கும். அது சரி, "அப்பனும் ஆத்தாவும் பாட்டனும் பூட்டனும் சொத்தா சேர்த்து வச்சிருக்காங்க, எங்க போறது பொருளாதாரத்துக்கு?" என்ற கேள்விக்கான பதிலாக இந்தக் கட்டுரை அமையக்கூடும்.

சமூக, பொருளாதார, கல்விரீதியாக இந்தியாவில் அதிகம் ஒடுக்கப்படுபவர்கள் தலித் மக்களே. சமூகத்தின் பல்வேறு தளங்களில் நியாயமாகக் கிடைக்க வேண்டிய உதவிகளும் நிவாரணங்களும் போய்ச் சேருவதற்கே பல முட்டுக் கட்டைகள் இருக்கும் நிலையில் அவர்களுடைய மேம்பாட்டுக்காக உருவாக்கப்பட்டதுதான் சிறப்பு உட் கூறுத் திட்டம். அதன் மூலம் தலித் மக்களுக்கு முறையாக வழங்கப்பட வேண்டிய பெரும் தொகையான நிதி, அதற்காகச் செலவிடப்படாமலோ வேறு திட்டங்களுக்குத் திருப்பி விடப்பட்டோ வீணாகிறது! நாட்டின் ஒரு பிரிவு மக்கள் இன்னொரு பிரிவினரைச் சுரண்டுவதும் மோசமாக நடத்துவதும் அநீதி. ஆனால், எல்லோரையும் சரிசமமாக நடத்துவோம் என்று அரசியல் சட்டத்தின் மூலம் சூளுரைக்கும் ஓர் அரசாங்கமே, அந்நாட்டு மக்கள் தொகையில் 25 கோடி வகிக்கும் தலித் மற்றும் பழங்குடி மக்களை அவர்களுடைய உரிமைகளைப் பறித்து ஏமாற்றும் கொடுமையை என்னவென்று சொல்வது? மக்கள் தொகையில் அய்ந்தில் ஒரு பங்கு வகிக்கும் இம்மக்களை இந்திய அரசும் மாநில அரசுகளும் அதிகார வர்க்கமும் ஏமாற்றுவது அப்படித்தான்.

கிட்டத்தட்ட 28 ஆண்டுகளுக்கு முன் “தலித் மக்களை முன்னேற்றுவோம்” என்கிற கொள்கை முழக்கத்துடன் ஆரவாரமாக அறிவிக்கப்பட்ட சிறப்பு உட் கூறுத் திட்டம் நேர்மையுடனும் ஊழலற்றும் சரியான முறையில் நிறைவேற்றப்பட்டிருந்தால் இன்று தலித் மக்களின் வாழ்க்கையில் மிகப் பெரிய மாற்றமும் முன்னேற்றமும் ஏற்பட்டிருக்கும். ஆனால், அரசியல் தரப்பிலும் அதிகார வர்க்கத் தரப்பிலும் தலித் மக்கள் மீது காட்டப்படும் பாரபட்சமான, சாதி வெறி பிடித்த புறக்கணித்தலால் அந்தத் திட்டம் இன்று திசையறியா திட்டமாக கேட்பாரற்றுக் கிடக்கிறது.

அண்மையில் ‘பட்டியல் சாதியினர் துணைத் திட்டம் (Schedule Caste Sub Plan)’ என்று பெயர் மாற்றம் செய்யப்பட்ட இந்தத் திட்டத்தில் முதலில் அறிவிக்கப்பட்டது என்னவென்றால், மத்திய அரசும் மாநில அரசும் தத்தம் தலித் மக்கள் தொகைக்கு ஏற்ப தங்களின் பல்வேறு துறைகளுக்கு அளிக்கப்படும் நிதியிலிருந்து - ஒரு குறிப்பிட்ட சதவிகித நிதியை - பட்டியல் சாதி மக்களின் மேம்பாட்டுத் திட்டமான சிறப்பு உட்கூறுத் திட்டத்துக்கு ஒதுக்க வேண்டும் என்பதே. தலித் மக்களின் மேம்பாட்டுக்கு உண்மையிலேயே பெருமளவுக்கு உதவி செய்து, அவர்களின்

வாழ்க்கைத் தரத்தை உயர்த்தக் கூடிய இந்தத் திட்டம் உறுதியளித்தபடி நடைமுறைப் படுத்தப்பட்டிருந்தால் தலித் மக்களின் பொருளாதார நிலை கண்டிப்பாக சீரடைந்திருக்கும். ஆனால், அறிவிக்கப்பட்டபடி இத்திட்டத்துக்கு நிதியும் குவியவில்லை; அங்கொன்றும் இங்கொன்றுமாகக் கிடைத்த நிதியும் தலித் மக்களுக்குப் போய்ச் சேராமல் வேறு எங்கெங்கோ சென்று காணாமல் கரைந்து விட்டது.

"இன்று தலித் மக்கள் எப்படியெல்லாமோ போராடி பொறியியல், மருத்துவம், சட்டம், சிவில் சர்வீஸ் போன்ற பல துறைகளில் கால் பதித்து வந்தாலும் சிறப்பு உட்கூறுத் திட்டம் மட்டும் சரியாக நிறைவேற்றப்பட்டிருந்தால் அவர்களின் பொருளாதார, சமூக நிலை இன்னும் பத்து மடங்கு சிறப்பாக உயர்ந்திருக்கும்" என்கிறார் கிருத்துதாஸ் காந்தி.

சிறப்பு உட்கூறுத் திட்டத்தின்படி நிதி சரிவரப் போய்ச் சேர்ந்திருந்தால் கல்வி அறிவு மட்டும் உயர்ந்திருக்கும் என்பதல்ல; கல்வி உதவித்தொகை, பெல்லோஷிப் போன்றவையும் அதிகமாகக் கிடைத்திருக்கும். அது மட்டுமின்றி, தொழில் உரிமையாளர்களாக தலித் மக்கள் வெகுவாக உயர்ந்திருப்பார்கள். அரசாங்க தொழில் துறைகளில் தலித் மக்களுக்கு 'கான்ட்ராக்ட்' வாய்ப்புகள் கிடைத்திருக்கும். தலித் மக்களாலேயே உருவாக்கி நடத்தப்படும் கல்விச் சாலைகளும் பெரும் தொழிற்சாலைகளும் உருவாகியிருக்கும். அரசாங்கத்தின் முக்கியத் துறைகளிலிருந்து நேரடியான பங்கு இத்திட்டத்தின் மூலம் கிடைக்கும் என்பதால் பொருளாதார வளர்ச்சிக்கான அந்த முக்கியத் துறைகளிலும் தலித் மக்களுக்கான பங்களிப்பு அதிகமாகி, அவர்களின் பொருளாதார நிலை மேம்பட்டிருக்கும்.

இதெல்லாம் நடந்திருந்தால் அது ஜனநாயகம். ஆனால், இங்கு எளியோரை வலியோர் ஏறி மிதிக்கும் இந்த நாட்டில் ஜனநாயகமென்பது ஒரு பெருங்கனவு. அவ்வளவே!

1965, 1971 ஆகிய இரண்டு ஆண்டுகளிலும் பாகிஸ்தானுக்கும் இந்தியாவுக்கும் இடையே நடைபெற்ற போர்களால் நாடு கடுமையான பொருளாதாரப் பின்னடைவைச் சந்தித்திருந்தது. விலைவாசி ஏற்றமும் பண வீக்கமும் இந்தியாவை மூச்சுத் திணற வைத்தன. நாடே தடுமாறிய நிலையில் சமூகத்தின் அடி மட்டத்தில் வைத்து ஒடுக்கப்பட்டிருந்த தலித் மக்களின் அவல நிலையை

எளிதாக ஊகிக்க முடியும். அப்போது பொருளாதார நெருக்கடியில் மிக மோசமாகப் பாதிக்கப்பட்ட தலித் மக்களுக்காக 1979ஆம் ஆண்டு சிறப்பு உட்கூறுத் திட்டம் பரிந்துரைக்கப் பட்டது.

1977ஆம் ஆண்டு பீகார் மாநிலத்தில் பெல்சி என்கிற இடத்தில் சாதி இந்துக்களால் 11 தலித் விவசாயத் தொழிலாளர்கள் உயிரோடு எரிக்கப்பட்ட சம்பவம், தலித் மக்கள் மீதான தொடர் வன்முறையை நாடு முழுக்கத் தொடங்கி வைத்தது. தலித் மக்கள் மீது வன்முறையை ஏவ 'ரன்வீர் சேனா' போன்ற கொலைகாரப் படைகளும் உருவாக்கப்பட்டன. நாடெங்கும் தலித் மக்கள் மீது ஏவப்பட்ட வன்முறையின் வீரியம் அடைத்துக் கிடந்த அரசின் காதுகளில் மெதுவாக விழுந்து 'வேறு வழியின்றி' தலித் மக்களுக்கான குழு ஒன்று 1978இல் உருவானது. தலித் மக்கள் மேம்பாட்டுக்கான திட்ட வரைவுகளை உருவாக்கும் இந்தக் குழுதான் சிறப்பு உட்கூறுத் திட்ட யோசனையை வெளியிட்டது. தொடக்கத்தில் எல்லாம் நன்றாகவே இருந்தது. ஆனால், அது நடைமுறைப்படுத்தப்படாமல் புறக்கணிக்கப் பட்டது. தலித் மக்களின் வாழ்வுரிமையைப் பாதுகாக்கும் அந்தத் திட்டத்தின் விதி முறைகள் எங்குமே சரியாக நடைமுறைப்படுத்தப் படவில்லை. வாக்குறுதிகள் எதுவும் நிறைவேற்றப்படவில்லை.

ஆறாவது திட்டக் குழுவின் அறிக்கையே "சிறப்பு உட்கூறுத் திட்டத்தின் படி தலித் மக்களுக்குப் போய்ச் சேர வேண்டிய நிதி அவர்களைச் சென்றடையவில்லை. பிற்படுத்தப்பட்ட மக்களுக்கான திட்டங்களுக்கு அதன் பெரும் பகுதி போய்ச் சேர்ந்து விட்டதாக" ஒப்புதல் வாக்குமூலம் கொடுத்தது. தலித் மக்களுக்காக உருவாக்கப்பட்ட சிறப்பு உட்கூறுத் திட்ட விதிகளின்படி, அரசாங்கத் துறைகளிலிருந்தும் மத்திய, மாநில நிதிப் பங்கீடுகளிலிருந்தும் வர வேண்டிய நிதி வரவில்லை என்பதே உண்மை. ஆறாவது அய்ந்தாண்டுத் திட்டக் காலத்தில் இதைப் பற்றி ஆராய்ந்து சிறப்பு உட்கூறுத் திட்ட லட்சியங்களை நடைமுறைப்படுத்த அப்போதைய பிரதமர் இந்திரா காந்தியால் 'ஸ்பெஷல் சென்ட்ரல் அசிஸ்டென்ஸ்' என்கிற குழு உருவாக்கப்பட்டது. ஆனால், பல மாநிலங்களிலிருந்தும் சரியான ஒத்துழைப்பு வரவில்லை. இந்தியாவிலுள்ள 19 மாநிலங்களிலிருந்து (தலித் மக்கள் கணிசமாக வசிக்கும்) இந்தத் திட்டத்திற்கு தங்களுடைய நிதிப் பங்களிப்பு பற்றி இன்று வரை கணக்கு காட்டப்படவில்லை.

கடந்த இருபத்தைந்து ஆண்டுகளில் இந்தத் திட்டம் சரியாக நடைமுறைப்படுத்தப்படாததால் தலித் மக்களுக்கு ஏற்பட்டிருக்கும் இழப்பு மட்டுமே 3 லட்சத்து 75 ஆயிரம் கோடி ரூபாய். 2007 - 2008ஆம் ஆண்டுகளுக்கான ஆண்டுத் திட்டத்தில் மட்டும் தலித் மக்களுக்கான இழப்பு 20 ஆயிரத்து 280 கோடி ரூபாய். இன்றைக்கும் தமிழ்நாட்டில் ஓராண்டுக்கான தலித் மாணவ, மாணவிகளுக்கான 20,000 பொறியியல் இடங்கள் காலியாகவே இருக்கின்றன. காரணம், குறைந்த பட்ச கட்டணமே தாங்க முடியாத அளவுக்கு இருப்பதுதான். தலித் மாணவர்களுக்கான கல்வி உதவித் தொகை கிடைப்பது பிரச்சனையாக இருப்பதும் மற்றொரு காரணம்.

எடுத்துக்காட்டாக, ஒவ்வொரு ஆண்டும் பட்ஜெட்டில் தலித் மேம்பாட்டுத் திட்டங்களுக்கு அரசாங்கம் ஒதுக்க வேண்டிய 16 சதவிகித நிதி, 2007-2008க்கான நிதி ரூபாய் 32 ஆயிரத்து 816 கோடிகள். ஆனால், ஒதுக்கப்பட்டுள்ளதோ 12 ஆயிரத்து 535 கோடிகள்தான். பொருளாதார நிபுணர் எம். தங்கராஜ், "சிறப்பு உட்கூறுத் திட்டம் தலித் மக்களின் ஏழ்மையை, வாழ்க்கை நிலையைப் போக்குவதற்காகக் கொண்டு வரப்பட்ட அற்புதமான திட்டம். ஆனால், சாதிக்காழ்ப்புணர்ச்சி கொண்ட அரசாங்க அதிகாரிகளால் அதற்கு முட்டுக்கட்டைப் போடப்பட்டிருக்கிறது. இந்தத் திட்டமும் தலித் மக்களுக்கு எதிரான வன்கொடுமைகள் தடுப்புச் சட்டமும் சரியாக நடைமுறைப்படுத்தப் பட்டிருந்தால் தீண்டாமையும் தலித் மக்களின் வறுமையும் எப்போதோ ஒழிந்து போயிருக்கும்" என்கிறார்.

மொத்த மக்கள் தொகையில் கால் பங்கு இருக்கக் கூடிய தலித் மக்களின் பெரும்பான்மைத் தொழில் விவசாயம்தான் என்று புள்ளிவிவரங்கள் தெரிவிக்கின்றன. ஆனால் நிலமின்மை, தீண்டாமை, குறைந்த கூலி, வன்கொடுமை என்று எல்லா ஒடுக்குமுறைகளையும் அனுபவித்து உயிர் வாழ்ந்து கொண் டிருக்கும் தலித் மக்களின் மேம்பாட்டுக்காகச் செயல்பட வேண்டிய அரசுத்துறைகள் என்று எட்டு துறைகளைச் சொல்லலாம்: காவல் துறை, நீதித்துறை, ஊரக வளர்ச்சித் துறை, மருத்துவத் துறை, கல்வித் துறை, வருவாய்த் துறை, வேளாண் துறை, பொதுப்பணித் துறை.

முக்கியமான இந்த எட்டுத் துறைகளில் பட்டியல் சாதியினரின் பங்கு, ஒதுக்கீட்டின் படி அமைந்திருக்கிறதா என்றால் இல்லை. தமிழ்நாட்டைப் பொருத்தவரை, 12 லட்சம் உள்ள அரசுப் பணியாளர்களில் 90 சதவிகிதத்தினர் இந்தத் துறைகளிலேயே பணியாற்றுகின்றனர். ஆனால், இவற்றில் எதிலும் பணியாளர்

பட்டியல் முறையாக வெளியிடப்படுவதில்லை. மூன்றாண்டுகளுக்கு ஒருமுறை அப்பட்டியல் வெளியிடப்படவேண்டும் என்பது விதிமுறையாக இருப்பினும் அவை வெளியிடப்படவில்லை. காரணம், அது வெளியானால் குட்டு வெளிப்பட்டு விடும் என்பதே. பொதுவாகச் சொல்ல வேண்டுமென்றால் இந்த எட்டு துறைகளிலும் தலித் மக்கள் இரண்டு லட்சம் பேர் இருக்க வேண்டும். ஆனால், இவர்களின் எண்ணிக்கை ஒரு லட்சத்துக்கும் குறைவாகவே இருக்கிறது. அப்படியானால் ஒரு லட்சம் தலித் மக்கள் இதில் மட்டும் புறக்கணிக்கப் பட்டிருக்கிறார்கள். கல்வித் துறையில் 500 விரிவுரையாளர் பதவிகள் பட்டியல் சாதியினருக்காக அறிவிக்கப்பட்டும் கடந்த 10 ஆண்டுகளாக இன்னும் வழங்கப்படவே இல்லை.

வருவாய்த்துறையை எடுத்துக் கொண்டால் மாவட்ட வருவாய்த் துறை அதிகாரி, வட்டாட்சியர், துணை வட்டாட்சியர், வருவாய் ஆய்வாளர், கிராம நிர்வாக அதிகாரி ஆகிய பணியிடங்களில் தலித் மக்கள் 10 சதவிகிதத்துக்கும் குறைவாகவே உள்ளனர், வட்டாட்சியர் பதவிகளில் 5 சதவிகிதத்துக்கும் குறைவாகவே உள்ளனர். மதுரை மாவட்டத்தில் மட்டும் 700க்கும் மேற்பட்டோர் பணிபுரியும் வருவாய்த் துறையில் பட்டியல் சாதியினரின் எண்ணிக்கை வெறும் 39 தான். ஊரக வளர்ச்சித் துறையின் முக்கியப் பதவிகளில் பட்டியல் சாதியினரின் பங்கு 3 சதவிகிதத்திற்கும் குறைவே!

2.82 லட்சம் பணியாளர்களைக் கொண்ட சத்துணவுத் துறையில் பட்டியல் சாதியினருக்கு வழங்கப்பட வேண்டிய 19 சதவிகிதப் பங்கு வழங்கப்படவில்லை. மக்கள் நலத்துறையிலோ உதவி மருத்துவர் பணியிடங்களில் மட்டும் 120 பதவிகள் வழங்கப்படவில்லை. இந்த முக்கியமான எட்டுத் துறைகளிலும் தலித் மக்களின் பங்கு குறைவாக இருப்பது மட்டுமல்ல, அவர்களுக்கெல்லாம் ஒரு சங்க அமைப்பு கூட இல்லை. அதற்கான விழிப்புணர்வும் தலித் மக்களிடம் இல்லை. பார்ப்பனர்களும் ஆதிக்க சாதியினரும் தன் சாதிக்காரர்களை முடிந்த வரைக்கும் உள்ளே இழுத்துப் போடுவதில் காட்டும் முனைப்பை தலித் மக்கள் காட்டுவதில்லை (சங்க அமைப்புக்கான அங்கீகாரத்தை அளிக்காமல் இருப்பதிலும் கூட தீண்டாமை உணர்வு நிலவி வருவது உண்மை).

தமிழ்நாட்டில் ஒவ்வொரு ஆண்டும் சுமார் 70 ஆயிரம் தலித் மாணவ, மாணவிகள் +2 தேர்வுகளில் தேர்ச்சி பெறுகின்றனர். ஆனால், பொறியியல் கல்லூரிகளிலோ 5 ஆயிரம் இடங்களுக்கும் குறைவாகவே அவர்களுக்கு வாய்ப்பு கிடைக்கிறது. இதற்கு

முக்கியமான காரணம், கல்வி உதவித் தொகை அவர்களுக்குக் கிடைக்காததே. தமிழ்நாட்டில் சிறப்பு உட்கூறுத் திட்டத்தின் படி வரவேண்டிய 2 ஆயிரம் கோடி ரூபாய்க்குப் பதிலாக 400 கோடிக்கும் கீழாகவும் மய்ய அரசின் பங்காக வரவேண்டிய 40 ஆயிரம் கோடி ரூபாயில் கால் பங்குக்கும் கீழாகவும்தான் ஆண்டு திட்ட நிதியில் ஒதுக்கப்படுகிறது. இதைத் தட்டிக் கேட்கவோ வழக்குப் போடவோ யாருமில்லை. இது, தலித் மக்களுக்கு அரசாங்கம் செய்து வரும் பச்சைத் துரோகம். அரசுப் பணிகளில் பிற்படுத்தப்பட்டோரின் ஒதுக்கீட்டு அளவான 50 சதவிகிதத்தைத் தாண்டி 90 சதவிகிதம் வரை அவர்கள் பெற்றுள்ளனர். இந்த அளவானது பட்டியல் சாதியினருக்கான 19 சதவிகிதத்திலும் அவர்கள் ஊடுருவி இருப்பதையே காட்டுகிறது.

எங்கே, எப்படி, எதனால், யாரால் இதைப் போன்ற விதி மீறல்கள் நிகழ்கின்றன? உச்ச நீதிமன்றம் பிற்படுத்தப்பட்ட மக்களுக்கு 50 சதவிகிதத்திற்கு மேல் ஒதுக்கீடு கொடுக்கக் கூடாது என்று உத்தரவிடும்போது, தமிழக அரசு வரிந்து கட்டிக் கொண்டு "50 என்ன நாங்கள் 69 சதவிகிதம் தருவோம்" என்று அறிவிக்கிறது. ஆனால், தலித் மக்களுக்கான இட ஒதுக்கீட்டை 18லிருந்து 19 சதவிகிதமாக உயர்த்துங்கள் என்று கேட்டால் அதற்கு பதிலில்லை. பட்டியல் சாதியினரில் ஆண்டுக்கு இரண்டு லட்சம் பேர்களை கல்லூரிப் பட்டப் படிப்பு படிக்க வைப்பதற்கு 2 ஆயிரம் கோடி ரூபாய்தான் தேவை. ஆனால், இம்மக்களுக்கு பட்ஜெட்டில் போதிய ஒரு பங்கு நிதி கூட ஒதுக்கப்படுவதில்லை என்பதே நிதர்சனம்.

சிறப்பு உட்கூறுத் திட்டம் என்பது, பட்டியல் சாதி மக்கள் பிறரிடம் கையேந்தும் திட்டமோ கோரிக்கை வைக்கும் திட்டமோ அல்ல. அது உழைக்கும் மக்களின் தன்மான உரிமைக் குரல். அந்த உரிமைக்காகப் பட்டியல் சாதியினர் ஒன்றிணைந்து போராட வேண்டும். "திட்டம் கிடக்கட்டும் ஒரு புறம், அதை நடை முறைப்படுத்த வேண்டியது நாம் தானே? அவர்களுக்கு ஏதும் கொடுக்க வேண்டியதில்லை. அவர்களுக்காகப் போராடவும் யாருமில்லை. அப்புறம் யார் கேள்வி கேட்பது?" என்கிற சாதி இந்து ஆணவ மனப்பான்மை அரசியல் கட்சிகளிடமும் அதிகார வர்க்கத்திடமும் நீக்கமற நிறைந்திருப்பதால்தான் தலித் மக்களுக்கு தாகம் தீர்க்க வந்த பெருமழையாக இருக்க வேண்டிய சிறப்பு உட்கூறுத் திட்டம் இன்று வரை கானல் நீராகவே இருக்கிறது.

புறக்கணிக்கப்படுதலும் சுரண்டப்படுதலும் இழிவுபடுத்தப் படுதலும் வெவ்வேறானவை அல்ல. இம்மூன்றும் ஒன்றோடொன்று பிணைக்கப்பட்டே கூரிய ஆயுதமாக ஒடுக்கப்பட்ட மக்கள் மீது ஆதிக்கவாதிகளால் தொடர்ந்து ஏவப்படுகிறது. சாதியைக் கொண்டாடுகிறவர்களே எங்கும் நிரம்பியிருக்கிறார்கள். சாதிப் பாகுபாட்டை ஆதரிக்காதவர்கள் கூட அதை அழிக்கும் வழியாக முன்மொழிவது இட ஒதுக்கீடு போன்ற உரிமைகளை ரத்து செய்ய வேண்டுமென்ற அற்பமான தீர்வைதான். சாதி சான்றிதழ்களும் தலித் மக்களுக்கு வழங்கப்படும் குறைந்தபட்ச நலத்திட்டங்களும் சாதியை செழித்தோங்கச் செய்வதாக வாதிடும்போது, அறிவின்மை சமத்துவக் கொள்கைக்கு குழி பறித்துக் கொண்டிருக்கிறது.

இன்று அய்.அய்.டி. போன்ற உயர் கல்வி நிறுவனங்கள் இட ஒதுக்கீட்டுக்கு எதிரான போராட்டத்தில் ஈடுபடுவதற்கும் தலித் மாணவர்களுக்கு வழங்கப்படும் கல்வி உதவித் தொகையை நிறுத்த அரசே முன்மொழிந்ததற்கும் பின்னால் இருக்கும் சதி மிக மிக வலுவானது. இப்படித்தான் ஒவ்வொரு உரிமையும் பறிபோய் கொண்டிருக்கின்றன. ஆனால், நாம் மிக மந்தமாகவே இதற்கெல்லாம் எதிர்வினை ஆற்றியிருக்கிறோம். நம் பதற்றம் எதிராளிகளின் ஆத்திரத்துக்கு முன் ஒன்றுமேயில்லை. எத்தகைய உரிமை மீறல் நடந்தாலும் வெறும் நாட்கணக்கில் மட்டுமே நீடிக்கிறது நம் கோபம். ஆதிக்கவாதிகள் ஒவ்வொரு ஒடுக்குமுறைக்குப் பின்னும் தன்னிச்சையாக அடுத்ததற்கு தயாராவது போல நாமும் தயாராகிறோம். அநீதிகளை ஏற்றுக்கொள்ள பழகியிருக்கும் நமது அடிமை மனம், அநீதிகளை எதிர்க்கத் தேவையான வலுவைப் பெறவில்லை.

நாம் மேலே பார்த்தபடி ஒரு காசு இல்லை ரெண்டு காசு இல்லை, ஆண்டுதோறும் தலித் மக்களுக்கு வந்து சேர வேண்டிய தொகை சுமார் அய்ம்பதாயிரம் கோடி ரூபாய். சாதி இந்துக்கள் அவர்களுக்கு சேர வேண்டிய உரிமைகளை வெகுவாக அனுபவித்து வருவதோடு, தலித் மக்களின் பங்கையும் மற்ற திட்டங்களுக்கு மடை திருப்பி அனுபவிக்கிறார்கள். தலித் அரசியல்வாதிகளும் அதிகாரிகளும் சமூகப் போராளிகளும் எழுத்தாளர்களும், பத்திரிகையாளர்களும் விழிப்போடு இருந்தும் இந்தக் கொள்ளையை ஏன் தடுத்து நிறுத்த முற்படவில்லை?

நமக்கான பொருளாதார வளத்தை நாம் விழிப்புணர்வுப் பிரச்சாரத்தின் மூலமும் போராட்டத்தின் மூலமுமே மீட்டெடுக்க முடியும். வேறு வழியில்லை!

நம் வளங்களும் அறிவும் உடலுழைப்பும் சூறையாடப்பட்டுதான் இன்று ஆதிக்க சாதியினரும் ஆட்சியாளர்களும் செழித்தோங்கி இருக்கிறார்கள். ஒரு நாடு தன் மக்களுக்கு செய்ய கடமைப்பட்டிருக்கிற நியாயமான உரிமைகளையே நாம் கோருகிறோம். இட ஒதுக்கீடோ, வெறும் பணியிடங்களோ உதவித் தொகை அல்ல; அது உரிமை. இந்நாட்டை ஆள்வதில் நமக்கான பங்கு. அது இந்த நாட்டு குடிமக்கள் என்ற இருத்தலுக்கான ஆதாரம் அது. இதெல்லாம் அவசியமில்லை என்று ஒவ்வொரு உரிமையையும் நாம் புறக்கணிப்பது, நம் வாழ்வுரிமையையும் சுயமரியாதையையும் அலட்சியப்படுத்துவதற்கு சமம்.

பொருளாதார மேம்பாடு, ஒடுக்கப்பட்ட ஒருவருடைய வாழ்வில் என்ன மாதிரியான மாற்றங்களைக் கொண்டு வரும் என்பதை ஆராய்ந்தே அம்பேத்கர் இந்திய அரசமைப்புச் சட்டத்தை உருவாக்கி, அதில் தலித் மக்கள் மேம்பாட்டுக்கான நலத்திட்டங்களை வகுத்தார். அதைவிட அதிகமான நலத்திட்டங்களையும் உரிமைகளையும் ஒடுக்கப்பட்ட மக்களுக்கு வழங்கும் நிலையில்தான் இன்னும் இந்த ஜாதி நாடு இருக்கிறதே ஒழிய, நமக்கு ஏற்கனவே வழங்கப்பட்ட உரிமைகளைத் திரும்பப் பெறும் தகுதி அதற்கு துளியளவும் இல்லை.

“இப்போதெல்லாம் பார்ப்பன ஆதிக்கம் எங்கேயிருக்கிறது? அவர்களும் இன்றைய சூழலில் தலித்துகளைப் போலத்தானே வாழ்ந்து கொண்டிருக்கிறார்கள்” என்ற நச்சுப் பிரச்சாரத்தைக் கிளப்புகிறவர்கள் செய்ய வேண்டிய காரியமொன்றிருக்கிறது. அது அதிகாரத்திலும் பதவியிலும் பொறுப்பிலும் இரும்பாலான இருக்கையைப் போட்டு திடமாக அமர்ந்திருக்கும் ஒவ்வொரு பார்ப்பனரையும் சாதி இந்துவையும் எழுப்பிவிட்டுப் பாருங்கள். அவர்கள் காலடியில் நம் உரிமைகளும் நமக்கு நியாயமாக வந்து சேர வேண்டிய அத்தனை நலன்களும் நசுங்கிக் கொண்டிருக்கும். அதை மீட்டெடுப்பதைத் தவிர, தலித் மக்களுக்கு வேறொரு கடமை இல்லை.

●

– பிப்ரவரி 2008

# 32
# உத்தப்புரம்:
# உடைக்க முடியாத ஜாதி!

இடிக்கப்பட்ட 15 அடி சுவரைப் பற்றிப் பேச நமக்கு எதுவுமில்லை. ஏனென்றால் "எங்கே சாதி இந்துக்களுக்கு வலிக்கப்போகிறதோ" எனப் பார்த்து பதமாக உடைக்கப்பட்ட சுவர் அது. உடைக்கப்படாத சுவர் பற்றியும் பேச நமக்கு எதுவுமில்லை. ஏனெனில் அது இருந்தாலும் இல்லையென்றாலும் தலித் மக்களின் நிலைமை ஒன்றும் மாறிவிடப் போவதில்லை.

**உத்தப்புரம்** செல்லும் வழியெங்கும் ஊருக்கு ஊர் இருக்கும் முத்துராமலிங்கத் தேவர் சிலை அந்தப் பகுதியில் சாதியின் இருப்பையும் ஆதிக்கத்தையும் புரிய வைக்கிறது. எத்தனையோ சாதிய வன்கொடுமைகளையும் அடக்குமுறைகளையும் நாள்தோறும் சந்திக்கும் அலுப்பும் சோர்வும் வேதனையும் பொதுவாகவே அங்கு தலித் மக்களிடம் அப்பியிருக்கிறது. பள்ளிக்கூடம், பால்வாடி, தண்ணீர் தொட்டி, கோயில், கிணறு என இரண்டிரண்டாக இருக்கும் எல்லாமும் வேற்றுமையில் ஒற்றுமை காணும் இந்தியாவின் ஜனநாயகத்தைப் பார்த்து சவால் விடுகின்றன.

சுவர் தகர்த்து திறக்கப்பட்ட புதுப்பாதையில் காலடி எடுத்து வைக்கும் போது, பிடுங்கப்பட்டு புதிதாக கட்டப்பட்ட பல்லில் படக்கென்று பரவும் கூச்சம் போல் உடல் குறுகுறுக்கிறது. இது என்னுடைய நாடு, ஊர் என்ற உரிமையை விட என்னை அடிமைப்படுத்திய, அடிமைப்படுத்தும் மனிதர்கள் வாழும் மண் என்ற விரக்தியால் உண்டான குறுகுறுப்பு. சுவரை இடிக்க வேண்டும் என்று வந்தவர்கள், சுவரை இடிக்கக் கூடாதென்று வந்தவர்கள், வேடிக்கை பார்த்து நின்றவர்கள் என எல்லோரும் பார்த்துக் கொண்டிருக்க வீடுகளைத் துறந்து மலையடிவாரத்துக்கு விரைந்தனர் ஆதிக்க சாதியினர். ஆம், இம்முறையும் தலித்துகளின் சமத்துவப் போராட்டத்திற்கு எதிராக கோபித்துக் கொண்டு மலையேறியது ஜாதி!

ஜாதி - இந்த சமூகத்தில் இரண்டாயிரம் ஆண்டுகளுக்கும் மேலாக இருக்கிறதுதான். நாகரிகத்தின் அத்தனைப் பரிமாணங்களையும் வரித்துக் கொண்டு மெருகேறி மெருகேறி வளர்ந்து வந்திருக்கிறது. அதன் அழியாத்தன்மையைக் கட்டிக்

காக்க இந்த சமூகத்தில் பிறக்கும் ஒவ்வொருவரும் உழைத்திருக்கிறார்கள். தன் மனதிலும் மூளையிலும் அணுக்களிலும் சாதியற்றவர்களை இங்கு கண்டறிவது அரிது. உணவு வேண்டாம், உடை வேண்டாம், சாதி மட்டும் போதும் என்றிருக்கிறவர்கள் இங்கு அதிகம். உண்மை என்னவென்றால் சாதி இருந்தால் எல்லாமும் தேடி வரும். உத்தப்புரம் அதற்கு 'சிறந்த' எடுத்துக் காட்டு.

சாதி ஆதிக்கத்துக்கு சிறு பங்கம் உண்டாவதையும் பொறுக்கமாட்டாமல் மலையடிவாரத்துக்கு இடம் பெயர்ந்த பிள்ளைமார்களுக்கு உண்டாக்கப்பட்ட அனுதாப அலை இதற்கு முன் வேறெந்த நிகழ்வுக்காவது உண்டாகியிருக்குமா என்பது சந்தேகமே. ஊடகங்கள் வழக்கம் போல தங்கள் சாதி ஆதரவு நிலைப்பாட்டை பளிச்செனக் காட்டின. அண்மையில் பரபரப்பான ஒகேனக்கல் குடிநீர் திட்டப் பிரச்சனைக்காகக்கூட ஒன்று சேராத அரசியல் கட்சிகள் 'பாவப்பட்ட' பிள்ளைமார்களுக்கு கட்சி சார்பில் நிதியுதவி அளித்து உதவியிருக்கின்றன (முற்பகல் செய்யின் பிற்பகல் தேர்தலில் செமத்தியாக விளையும்).

ஏ.சி.சண்முகம், சேதுராமன் மாதிரியான 'மனிதாபிமானிகள்' மக்கள் வீடுகளை துறந்திருப்பது கண்டு பொறுக்கமாட்டாமல் ஆதரவுக் கரம் நீட்டியிருக்கிறார்கள். இது தவிர, உத்தப்புரத்தைச் சுற்றியிருக்கும் பதினெட்டுப் பட்டி சாதி இந்துக்களும் பணமும், அரிசி, பருப்பு மாதிரியான பொருட்களையும் கொடுத்திருக்கிறார்கள். குடும்ப அட்டைகளையும் வாக்காளர் அட்டைகளையும் திருப்பி அளிக்கப் போவதாக மிரட்டியதன் விளைவு, உத்தப்புரம் பிள்ளைமார்களுக்கு நல்ல வசூல். சுனாமி, நிலநடுக்கம் போன்ற இயற்கைப் பேரழிவுகளில் பாதிக்கப்பட்டவர்களுக்குகூட இவ்வளவு விரைவாக, இவ்வளவு அதிகமாக பொருளாதார உதவியும் தார்மீக ஆதரவும் என்றாவது கிடைத்திருக்கிறதா?

நாங்கள் இந்நாட்டு குடிமக்கள் இல்லை என வலியுறுத்தி குடும்ப அட்டைகளைத் திருப்பி ஒப்படைக்கும் நிலைப்பாட்டை தலித் மக்களும் பல்வேறு அடக்குமுறைகளின் போது எடுத்திருக்கிறார்கள். ஆனால், அப்போதெல்லாம் என்ன நடந்தது? அவர்களின் குரல்கள் நசுக்கப்பட்டதும் கோரிக்கைகள் புறக்கணிக்கப்பட்டதும் கண்கூடு. அப்படியொரு போராட்டம் நடந்ததற்கான எந்த அறிகுறியையும் ஊடகங்கள் கசியவிடாது. உலகக் காதுகளுக்கு கேட்காத தலித்

மக்களின் உரிமைக் குரல்கள் இன்னும் சேரிகளில் எதிரொலித்துக் கொண்டுதானிருக்கின்றன. கண்டதேவி தேரோட்டத்தில் வடம் பிடிக்க விடாமல் ஊர் எல்லைக்குள்ளேயே அனுமதிக்கப்படாத தலித் மக்கள் குடும்ப அட்டைகளை, அடையாள அட்டைகளை திருப்பி ஒப்படைக்கும் முழக்கத்தோடுதான் போராட்டம் நடத்தினார்கள். ஒவ்வொரு ஆண்டு ஆனி மாதமும் கேட்கும் தலித் மக்களின் போராட்டக் குரல்களை முழுமையாகப் புறக்கணிக்கும் இந்த ஊடகங்களும் அரசியல் கட்சிகளும் இன்று பிள்ளைமார்களுக்காக இவ்வளவு பதற்ற மடைந்திருப்பது வேறெதைக் காட்டுகிறது சாதி ஆதரவைத் தவிர!

சாதி வன்முறையும் அடக்குமுறையும் வன்கொடுமைகளும் நடந்து கொண்டிருக்கும் மற்ற ஊர்களுக்கும் உத்தப்புரத்திற்கும் ஒரு வேறுபாடு உண்டு. ஆதிக்க சாதியினர் அடங்கா சினங்கொண்டு தலித் மக்களை ஊரைவிட்டு விரட்டியடிப்பதே எல்லா இடங்களிலும் நடக்கும் வழக்கம். ஆனால் உத்தப்புரத்தில் பிள்ளைமார்கள் தாங்களே விரும்பி ஊரைவிட்டு வெளியேறினார்கள். தலித் மக்கள் அவர்களை மிரட்டவில்லை, மல்லுக்கு நிற்கவில்லை, கெட்ட வார்த்தைகளில் திட்டவில்லை, அவர்கள் உண்ணும் உணவில் மண்ணள்ளிப் போடவில்லை. தங்கள் போக்குவரத்துக்குப் பெரும் இடைஞ்சலாகவும் தங்கள் ஊரை துண்டுபடுத்தியிருக்கும் அந்த 600 அடி சுவரைத் தகர்க்குமாறு வைத்த கோரிக்கைதான் பிள்ளைமார்களை ஊரைவிட்டே விரட்டியது.

ஊரைச் சுற்றி முழுக்க முழுக்க பிள்ளைமார்களுக்கு நிலங்கள் இருக்கின்றன என்றாலும் தாங்கள் தங்குவதற்கு ஏற்ற இடமாக அவர்கள் தேர்ந்தெடுத்தது தாழையூத்து மலையடிவாரத்தில் இருக்கும் தலித் மக்களின் விவசாய நிலங்களை. அந்த காட்டுப் பகுதிகளை சீர்படுத்தி விவசாய நிலமாக மாற்ற தலித் மக்கள் எவ்வளவு உழைத்திருப்பார்கள். ஊருக்குள் போகாமல் அங்கேயே எட்டுக்கு எட்டு அளவில் குடிசை அமைத்து மழையென்றும் வெயிலென்றும் பாராமல் அங்கேயே உண்டு உறங்கி பிழைத்து வந்தவர்களை, அவர்களது நிலங்களை விட்டு விரட்டியடித்தனர் பிள்ளைமார்கள். அவர்கள் தங்கியிருந்த எட்டு நாட்களிலும் தலித் மக்கள் தங்கள் நிலங்களுக்கும் வீட்டிற்கும் திரும்ப முடியவில்லை. பயிர்களை சேதம் செய்து, மரங்களை வெட்டியெறிந்ததோடு ஆடு, மாடுகளை வெட்டிக்கொன்று, காவல் நாய்களை குடிசையோடு

எரித்து, பொருட்களை சிதைத்துப் பெரும் சேதத்தை உண்டாக்கினர். பிள்ளைமார்கள் பட்டினி கிடப்பதாகவும் மருத்துவ வசதிகள் இன்றி மலையடிவாரத்தில் சிரமப்படுவதாகவும் பொய்களை வாசித்த ஊடகங்கள், அங்கும் தலித் மக்கள் பாதிக்கப்பட்டது குறித்து கண்டுகொள்ளவே இல்லை.

“மனுசன மனுசன் மதிக்காத இந்த நாட்டுல பொறந்ததுக்காக வெட்கப்படுறேங்க. நியாயப்படி எங்களை ஒதுக்கி வச்சு சுவரக்கட்டுனதுக்காக நாங்க தான் கோவிச்சுட்டுப் போயிருக்கணும். ஆனா எங்கள தேடி யாரு வந்து உதவியிருக்கப் போறாங்க. அப்படியே பட்டினி கெடந்து புள்ள குட்டிகளோட சாகவேண்டியது தான். பண பலமில்லை. ஆள் பலமுமில்ல. அவுங்க மலையடிவாரத்துக்குப் போனதுக்காக பதினெட்டுப்பட்டிலயும் இருக்கிற அவங்க சாதிக்காரங்க தேடி வந்து கூட நிக்கிறாங்க. நம்ம மக்கள் யாரும் எங்களுக்கு ஆதரவா வரலியே! அவ்வளவு ஏங்க தலித் தலைவருங்ககூட வரல! அப்புறம் என்னத்தப் பண்றது? கம்யூனிஸ்ட் கட்சிக்காரங்கதான் வந்து இப்போ எங்களுக்கு தெம்பு குடுத்திருக்காங்க. இல்லேன்னா எங்க நிலைமை இந்தளவுக்குக்கூட தெரியாமப் போயிருக்கும்” - உத்தப்புரத்தைச் சேர்ந்த ராமரின் ஆதங்கம் இது.

தலித் மக்களிடமிருந்து தங்களுக்கு பாதுகாப்பு வேண்டும்; அதனால் அந்த சுவரை இடிக்கக்கூடாது என்று சூளுரைக்கும் ஆதிக்க சாதியினரின் பொய்யை அரசும் ஊடகங்களும் சமூகமும் நம்புகின்றன; அல்லது நம்புவது போல் நடிக்கின்றன. தலித் மக்களிடமிருந்து பாதுகாப்பைப் பெறும் நிலையிலா இந்த சாதிய சமூகத்தில் ஆதிக்க சாதியினர் இருக்கிறார்கள்? ஜனநாயகத்தின் நான்கு தூண்களும் சாதியைப் பாதுகாக்க எவ்வளவு சிரத்தையெடுத்துக் கொள்கின்றன. இந்தியாவின் ஏதோவொரு மூலையில் இருக்கும் குக்கிராமம் தொடங்கி நாடாளுமன்றம் வரை சாதியின் சுவடுகள் படிந்திருக்கின்றன. இவ்விரண்டு எல்லைகளையும் இணைக்கும் வலுவான தொடர்பாக சாதி இருக்கிறது. சாதியை எதிர்க்கிறவர்களே எப்போதும் உயிரிழப்புகளையும் பொருட்சேதங்களையும் வன்கொடுமைகளையும் சந்திக்கிறார்கள். இந்நிலையில் உத்தப்புரம் பிள்ளைமார்கள் தங்களுக்கு தலித் மக்களிடமிருந்து பாதுகாப்பு வேண்டுமென்று கேட்டிருப்பதில் துளியேனும் நியாயம் இருக்கிறதா?

உத்தப்புரம் தலித் மக்கள் பங்குனி திருவிழாவின் போது குல தெய்வமான கருப்பசாமியை வழிபடுவதற்கு முன் சாமியாடிப் போய் தங்கள் முன்னோர்கள் நட்டு வளர்த்த அரசமரத்தைச் சுற்றி வருவது வழக்கம். இந்த அரசமரம் பிள்ளைமார்களின் குலதெய்வக் கோயிலுக்கு அருகில் இருப்பதால் தலித் மக்கள் அங்கு வரக்கூடாது என எதிர்ப்பு தெரிவித்ததோடு தகராறு செய்தது, கல்லெறிந்து காயப்படுத்துவது போன்ற செயல்களில் பிள்ளைமார்கள் ஈடுபட்டனர். சாமி கும்பிடக் கூட தங்கள் பகுதிப் பக்கமே வரக்கூடாது என்று எதிர்ப்புக் காட்டும் பிள்ளைமார்களின் சாதி ஆதிக்க மனோபாவம் வேறென்ன இடையூறுகளையும் இன்னல்களையும் தலித் மக்களுக்கு கொடுத்திருக்கும் என்பது ஊகிக்கக்கூடியதே! பிற ஊர்களில் உள்ள எல்லா அடக்குமுறைகளும் உத்தப்புரத்திலும் உண்டு. இங்குள்ள தலித் மக்களுக்கு கொஞ்சம் நிலங்கள் இருந்ததால் அவர்கள் பிள்ளைமார்களை சார்ந்திருக்க வேண்டிய அவசியமில்லாமல் போனதும் பதற்றம் எப்போதும் நிலவுவதற்கு காரணமாக இருந்தது.

இந்தச் சூழலில்தான் 1989இல் பங்குனி திருவிழாவை முன்னிட்டு கலவரம் மூண்டது. பிள்ளைமார்கள் சாமியாடிப் போனவர்கள் மேல் கல்லெறிந்து தலையை உடைத்து கலவரத்தைத் தொடங்கி வைத்தனர். அன்றிலிருந்து தினமும் இரவு நேரத்தில் பிரச்சனை உருவாக்க அவர்கள் தவறவில்லை. தங்கள் வன்மத்தை எப்படியாவது காட்ட நினைத்த சாதி இந்துக்கள், நாகமுத்து என்ற இடைத்தரகரை அடித்துப் பொசுக்கி, பிணத்தை மறைத்து விடுகிறார்கள். இந்த செய்தி வெளியே தெரிந்து தலித் மக்கள் எச்சரிக்கை கொள்வதற்கு முன்பாகவே பக்கத்து ஊரான எழுமலையிலிருந்து பேருந்தில் வந்த தலித்துகள் இருவரை வெட்டிக் கொல்கின்றனர். பதற்றமடைந்த தலித் மக்கள் கோபத்தில் ஒரு பிள்ளைமாரை வெட்டுகின்றனர். தலித் மக்கள் வெட்டப்படும் போது வராத போலிஸ், அவர்கள் ஆயுதத்தை எடுத்தவுடன் வந்ததும் வராததுமாக துப்பாக்கிச் சூடு நடத்தியதில் மூன்று தலித்துகள் கொல்லப்பட்டனர். பரவலாக தலித் மக்கள் கைது செய்யப்பட்டதோடு காவல் நிலையத்திலும் துன்புறுத்தப்பட்டனர்.

கைதானது போக மீதமுள்ள மக்கள் அருகருகே உள்ள வேறு ஊர்களில் தஞ்சமடைய, இங்கு அவர்களின் வாழ்வாதாரமான நிலங்கள் காய்ந்து பொருளாதாரம் நிலை குலைந்தது. பிள்ளைமார்கள்

ஊரிலிருந்து ஒரு கிலோ மீட்டர் தூரத்திலிருக்கும் மலையடிவாரத்தில் போய் உட்கார்ந்ததற்கு இவ்வளவு உச்சுக் கொட்டும் இந்த சமூகமும் அரசும் ஊடகங்களும் அன்று தலித் மக்கள் எல்லாவற்றையும் துறந்து எங்கு போகிறோமென்ற தகவல்கூட இல்லாமல் ஓடி ஒளிந்த போது அந்த விஷயத்தை முற்றிலுமாகப் புறக்கணித்தன.

இந்த நிலையில்தான் உத்தப்புர ஒப்பந்தம் கையெழுத்தானது. பதினெட்டுப்பட்டி சாதி இந்துக்களும் எழுமலையில் ஒன்று கூடினர்; உத்தப்புரத்திலுள்ள திரை அரங்கிற்கு வலுக்கட்டாயமாக தூக்கி வரப்பட்டார்கள் அய்ந்து தலித் மக்கள். முழுக்க முழுக்க தங்களுக்கு எதிரான அந்த ஒப்பந்தத்தில் கையெழுத்துப் போடும்படி தலித் மக்கள் மிரட்டப்பட்டனர். அரச மரத்தின் மீது தலித்துகள் உரிமை கொண்டாடக் கூடாதென்பதும் பொதுப் பாதையில் சாமியாடி வரக்கூடாதென்பதும் அரச மரத்துக்கு தடுப்புச் சுவர் எழுப்ப வேண்டும் என்பதும் பிள்ளைமார்களின் பிணம் தலித் மக்களின் வசிப்பிடம் வழியாகவே போக வேண்டும் என்பதும் உள்ளிட்ட பல அடக்குமுறைகளும் ஒப்பந்தமாகின. பஞ்சாயத்தார்களாக வந்த 23 பேர்களில் ஒருவர் மட்டுமே தலித். அதன் பின்னர் தான் தலித் மக்களை விலக்கி வைத்து சுவர் கட்டப்பட்டது. இந்த சுவர் தலித் மக்களின் பயன்பாட்டுக்கான மூன்று பொதுப் பாதைகளை மறித்து எழுப்பப்பட்டது. தீண்டாமையின் எல்லா வடிவங்களும் உத்தப்புரத்தில் மீண்டும் புத்துயிர் பெற்றன. முழுக்க முழுக்க தலித் மக்களை மிரட்டி எழுதி வாங்கப்பட்ட இந்த ஒப்பந்தத்தைக் காட்டித்தான் சுவரை இடிக்க எதிர்ப்பு தெரிவித்துக் கொண்டிருக்கிறார்கள் பிள்ளைமார்கள்.

அரசும் பயந்து தயங்கி சில கற்களை நோகாமல் உருவியெடுத்து ஒரு பாதையை திறந்து விட்டிருக்கிறது. முதலமைச்சரும் ‘பாகுபாடும் வேண்டாம், பாதுகாப்பும் வேண்டும்’ என்று சொல்லியிருக்கிறார். ஓர் அநீதி நடக்கும் போது நீங்கள் நடுநிலை வகிக்க முற்பட்டால் அது அநீதிக்கு ஆதரவளிப்பதற்கு சமம். இங்கு பெரும்பாலான அறிவுஜீவிகளும் சமூகப் போராளிகளும் பகுத்தறிவாளர்களும் அப்படித்தான் சாதிக்கு ஆதரவளித்துக் கொண்டிருக்கிறார்கள். இவ்வளவு நடந்தும் சாதி ஆதிக்கத்துக்கு எதிராக வலுவான ஓர் அறிக்கையைக் கூட நம்மால் பார்க்க முடியவில்லை. அப்புறம் எங்கிருந்து போராட்டம் வெடிப்பது?

“யார்கிட்டயிருந்து யாருக்குப் பாதுகாப்பு வேண்டுமாம்? அந்த கலவரம் நடந்தப்போ என் மகனுக்கு 18 வயது, ஆடு மேய்க்கப்

போனவன புடுச்சுட்டுப் போயி ஸ்டேசன்ல போட்டு அடிச்சே கைவிரலை உடைச்சானுங்க. கோயிலுக்குள்ள இழுத்துட்டுப்போயி அடிக்கிறது... தெருவுல நடந்து போனா "பள்ளக் கழுத வருதுனு" காறி எச்சி துப்புறதுனு எங்கள கொஞ்ச அவமானமா பண்ணியிருக்காங்க? ஊருக்குள்ள எங்கள வரவிடாம பண்ணதோட கொஞ்ச நஞ்ச அடியா வாங்கியிருப்போம். போலிசும் அரசாங்கமும் அவுங்களுக்கு ஆதரவாதான் நடந்துகிட்டாங்க. எங்க பக்கம் தான் உசுருபோச்சு, நாங்கதான் அஞ்சி ஊரவிட்டு ஓடுனோம். ஊர்வழி போக பாதை இல்லாம நாங்கதான் கஷ்டப்படுறோம். இதுல அவங்களுக்கு என்ன பாதுகாப்பு வேணுமாம்?" - கோபமும் வேதனையுமாக கேட்கிறார் வீரம்மா.

கீழ்வெண்மணி முதல் மேலவளவு வரை, முதுகுளத்தூர் முதல் மாஞ்சோலை வரை, சங்கனாங்குளம் முதல் கொடியங்குளம் வரை, உஞ்சனை முதல் திண்ணியம் வரை, சென்னகரம்பட்டி முதல் பாப்பாப்பட்டி வரை, காளப்பட்டி முதல் கீரிப்பட்டி வரை எங்கும் விரவி வேரூன்றியிருப்பதுதான் உத்தப்புரத்தில் சுவராக எழுந்து நிற்கிறது. செங்கல்லும் சிமெண்டும் சேர்த்துக் கட்டப்பட்ட வெறும் சுவராக இருந்திருந்தால் இந்த 19 ஆண்டுகளில் அது தானாகவேனும் இடிந்து விழுந்திருக்கக்கூடும். ஆனால் பதினெட்டுப்பட்டி சாதி இந்துக்களும் சேர்ந்து நட்ட ஜாதி என்னும் அடிக்கல்லை அடித்தளமாகக் கொண்டிருப்பதால் இன்று வரை அது நிற்கிறது சிறு பிளவுமின்றி. சுவரிலிருந்து ஒரு கல் அகற்றப்பட்டாலும் ஜாதியும் ஆதிக்கமும் அகற்றப்படுவதாகவே சாதி இந்துக்கள் பதறுகின்றனர். எடுக்கப்பட்ட 16 உடைகற்களும் இந்தியா என்னும் சாதி ஆதிக்க தேசத்தில் யாரை எங்கெல்லாம் காயப்படுத்தி இருக்கும், அடங்கா கொந்தளிப்புகளை எவர் எவரின் அடிமனதில் தூண்டிவிட்டிருக்கும் என்பது நம் புரிதலுக்கு உட்பட்டதுதான். பத்து மாதங்களுக்கு முன்பு தொடங்கப்பட்ட மார்க்சிஸ்ட் கம்யூனிஸ்ட் கட்சியின் தீண்டாமை ஒழிப்பு இயக்கம், பல்வேறு கிராமங்களில் நடத்திய ஆய்வில் 47 விதமான தீண்டாமையின் வடிவங்களைக் கண்டறிந்தது. உத்தப்புரம் சுவரும் வெளிச்சத்துக்கு வந்தது அதன் தொடர்ச்சியாகவே.

சாதி ஒழிப்புக்கும் தீண்டாமை ஒழிப்புக்கும் உள்ள வேறுபாட்டை சமூகம் புரிந்து கொள்ள வேண்டும். தீண்டாமையை ஒழித்தாலும் சாதி இருக்கும். காரணம் சாதியின் ஒரு கூறுதான் தீண்டாமை.

தேசத்தந்தையாக இருந்தும் காந்தி தலித் மக்களின் எதிரியாக ஆனதற்குக் காரணம், அவர் சாதிக்கு எதிராக எப்பொழுதுமே குரல் கொடுக்காதது தான். அவரும் வசதியாக தீண்டாமையை மட்டுமே எதிர்த்தார். இப்போதும் அந்தத் தவறுதான் நடக்கிறது. பாகுபாடற்ற ஒரு சமூகத்தை உருவாக்க சாதியை வலுவாக நாம் எதிர்த்தாக வேண்டியிருக்கிறது. அந்த விடுதலைப் போராட்டத்தின் முக்கியக் கூறுகளாக பகுத்தறிவுப் பரவலாக்கமும் இந்து மத எதிர்ப்பும் இருக்க வேண்டும்.

தலித் மக்கள் பொதுவாக எல்லாவிதமான ஒடுக்குமுறைகளையும் சகித்துக் கொள்கிறார்கள். காரணம் இதுதான் வழக்கம், விதி என்பதை அவர்களும் நம்புகின்றனர்; நம்ப வைக்கப் பட்டிருக்கின்றனர். சுவர் கட்டப்பட்ட இந்த 19 ஆண்டுகளில் ஒரு நாள் கூட இது நம்மை தனிமைப்படுத்தியிருக்கும் அவமானச் சின்னம் என்பதை உத்தப்புரம் தலித் மக்கள் உணராததே இதற்கு சான்று. எதுக்கு பிரச்சனை என்று காலப்போக்கில் அவர்களும் ஒதுக்கப்பட்டிருப்பதை ஏற்கத் தொடங்கிவிட்டார்கள். தங்கள் வாழ்வின் உரிமைகளையும் உணர்வுகளையும் நசுக்கும் எல்லா ஒடுக்குமுறைகளும் சகித்துக் கொள்ளும் தலித் மக்கள் கிளர்ந்தெழுவது ஒரேயொரு விஷயத்துக்காகத்தான். அது தங்களது வழிபாட்டு உரிமை. சமூக அங்கீகாரம், கல்வி, பொருளாதாரம் இப்படி எதை விடவும் மிக மேன்மையானதாக வழிபாட்டு உரிமையை அவர்கள் மதிக்கிறார்கள்.

மற்றபடி...

இடிக்கப்பட்ட 15 அடி சுவரைப் பற்றிப் பேச நமக்கு எதுவுமில்லை. ஏனென்றால் 'எங்கே சாதி இந்துக்களுக்கு வலிக்கப்போகிறதோ' எனப் பார்த்து பதமாக உடைக்கப்பட்ட சுவர் அது. உடைக்கப்படாத சுவர் பற்றியும் பேச நமக்கு எதுவுமில்லை. ஏனெனில் அது இருந்தாலும் இல்லையென்றாலும் தலித் மக்களின் நிலைமை ஒன்றும் மாறிவிடப் போவதில்லை. சாதிப் பெயரால் சாடியபடி எச்சில் துப்புவதும் கல்லெறிவதும் பொதுவென்று ஏதுமில்லாமல் தனித்துவிடப்படுவதும் வன்மமும் கொலைவெறியும் இருக்கத்தான் போகிறது. உத்தப்புரத்தின் பக்கம் கவனத்தைத் திருப்பியிருக்கும் எல்லோரிடமும் நாம் கேட்கும் கேள்வி... நீங்கள் சுவர் உடைக்கப்படுவதை விரும்புகிறீர்களா? சாதி தகர்த்தெறியப்படுவதை விரும்புகிறீர்களா? ஏனென்றால் சுவரை

இடிப்பதில் உங்கள் கவனமும் முயற்சியும் உழைப்பும் இருந்தால் சுவர் உடைந்துவிடும். ஆனால் சாதி அப்படியே இருக்கும். அதே கவனமும் முயற்சியும் உழைப்பும் சாதியை தகர்ப்பதில் இருந்தால் இந்த சுவரென்னா? நாடு முழுக்க ஒவ்வொரு கிராமத்தையும் நகரத்தையும் ஊராகவும் சேரியாகவும் பிரித்து வைத்திருக்கும் - கண்ணுக்குத் தெரியாத - எத்தனையோ சுவர்கள் தாமாகவே உடையும் அவரவரின் மனசாட்சி இந்த கேள்விக்கான பதிலை கண்டறியட்டும்... •

*1989 கலவரம் குறித்த தகவல்கள் உதவி:* **செல்வராஜ்**

*- மே 2008*

# 33

## மாஞ்சோலை:
## அடிமை வாழ்வுக்கெதிரான
## நூற்றாண்டுப் போர்

சட்டப் பேரவைகளையும் நாடாளுமன்றத்தையும் வெறுமனே தலித் மக்களைக் கொண்டு நிரப்புவதால் மட்டும் அடிமைத்தனம் அழிந்து விடாது. இந்த சமூகத்தை நேர்படுத்த விரும்புவோர் பணியாற்ற வேண்டிய இடம் அது மட்டும் அல்ல; மதங்களின் வேர்களும் ஜாதியின் கிளைகளும் இந்த சமூகம் முழுவதும் பரவிக் கிடக்கின்றன. வெறும் வசனங்கள் பேசி அவற்றை அழித்துவிட முடியாது.

## பத்தாண்டுகளுக்கு முன்பு...

ஆழ்ந்த நம்பிக்கையோடும் ஆவேச முழக்கங்களோடும் படையெடுத்து வருகிறது ஒரு மக்கள் கூட்டம். அவர்கள் நடையில் புதியதொரு வேகம். உடலில் புதிய தெம்பு. அதுவொரு போராட்டப் பேரணிதான் எனினும் ஒன்றுபட்டிருப்பதனால் உண்டாகும் பலனை எல்லோரும் உணர்ந்திருந்ததால் ஒரு கொண்டாட்டத்தைப் போலவே அதன் தொடக்கம் இருந்தது. போக்குவரத்து இடைஞ்சல் என பொது மக்களும் அமைதியை சீர்குலைப்பதாக அரசும் போராட்டத்தின் நோக்கத்தை திசை திருப்பும் முயற்சியில் ஈடுபட்டன. குரல் கொடுக்கும் களமிறங்கி நியாயம் கேட்கும் தலைவனின் பின்னால் அணிவகுப்பது எத்தனை மகிழ்ச்சியானது. அவர்கள் பசியை மறந்திருந்தார்கள். தூக்கத்தைத் துறந்திருந்தார்கள்! கைக்குழந்தைகளை கக்கத்தில் இடுக்கிக் கொண்டு, மாதவிலக்கு இன்னல்களைப் பொறுத்துக் கொண்டு பெண்கள் நீண்ட தூரம் நடந்து வந்திருந்தார்கள். இத்தனைக்கும் திரண்டிருந்தவர்களில் பெரும்பாலானோர் தங்கள் சொந்தப் பிரச்சனைக்காகவோ, தேவைக்காகவோ வரவில்லை. எங்கோ மலை மேல் தேயிலை பறிக்கும் சக மனிதனின் உரிமைகளை மீட்டெடுப்பதே அவர்களின் நோக்கமாக இருந்தது. தங்கள் சமூக வாழ்வின் மிக உன்னதமான நாளாக அது இருக்கும் என மக்கள் எதிர்பார்த்திருக்கக் கூடும். ஆனால், நம்பிக்கையையும் மகிழ்ச்சியையும் ஒற்றுமையுணர்வையும் தகர்த்தெறிந்த மிக மிக துயரமான நாளாக அந்நாள் மாறிப் போனது.

1999 சூலை 23 அன்று பேரணியில் நடத்தப்பட்ட தடியடிக்கும் வீசப்பட்ட கண்ணீர் புகை குண்டுகளுக்கும் பயந்து உயிர் தப்பிக்க

ஓடிய மக்கள், காவல் துறையால் தாமிரபரணி ஆற்றுப் பக்கமாக குறி வைத்து தள்ளப்பட்டனர். ஆற்றில் விழுந்தவர்களையும் விடாது பாய்ந்து அடித்தது போலிஸ். நீரில் மூழ்கடிக்கப்பட்டும் அடித்தும் 17 பேர் படுகொலை செய்யப்பட்டனர். செத்துப் போனவர்களுக்கு இது பத்தாம் ஆண்டு நினைவு நாள். எல்லா காயங்களையும் வடுக்களாக காலம் மாற்றிவிடுகிறது. ஆனால் சில, எப்போதும் ரத்தம் கசியும் நினைவுகளாகவே தங்கிவிடுகின்றன. பேரிழப்புகளையும் பெருந்துயர்களையும் கடந்து மாஞ்சோலை எப்படி இருக்கிறது?

"ஒரு நாளா ரெண்டு நாளா, நூறு வருஷம் ஓடிப் போச்சு. அஞ்சாறு தலைமுறையா இந்தக் காட்டுலதான் கெடக்கோம். எங்க வாழ்க்கைய எழுதணும்னா உங்க பேனாவ நீங்க கண்ணீர்லதான் நெரப்பணும்" - இருதய மேரி சொல்வது உண்மைதான்! மேற்குத் தொடர்ச்சி மலையில் மாஞ்சோலை மக்களின் வாழ்க்கை ஒரு நூற்றாண்டுக்கு முன்பிருந்து தொடங்குகிறது. அப்போதெல்லாம் நிலங்கள் பெருமளவில் ஜமீன்தார்கள் வசம் இருந்தன. மாஞ்சோலைப் பகுதியின் சுமார் 8,500 ஏக்கரை 1929இல் 'பாம்பே பர்மா டிரேடிங்' நிறுவனம் குத்தகைக்கு எடுத்தபோது அது சிங்கம்பட்டி ஜமீனுக்கு சொந்தமாக இருந்தது. எப்போதும் குளிரும் எப்போதாவது வெயிலும் அவ்வப்போது மழையும் கலந்த மாஞ்சோலையின் தட்பவெப்பம் பணம் கொட்டும் பெரும் பயிர்களை விளைவிக்க ஏதுவாக இருந்தது. 99 ஆண்டுகள் குத்தகைக்கு நிலம் கைமாறியபோது மனிதர்கள் வாழத் தகுதியற்றதாக மாஞ்சோலை இருந்தது. காட்டைச் செப்பனிட்டு விவசாய நிலமாக மாற்ற இந்நிறுவனத்திற்குப் பெருமளவில் ஆட்கள் தேவைப்பட்டனர்.

சமவெளியில் புல்லும் புதருமாக இருக்கும் நிலத்தைப் பதமாக்கி, விவசாயத்துக்கு நேர்படுத்துவதற்கே பெரும் உடலுழைப்பும் மன உறுதியும் தேவைப்படுகையில் சிந்தித்துப் பாருங்கள், ஒரு காட்டை சீர்படுத்துவதற்கு எவ்வளவு பாடுபட வேண்டும். அதிலும் வசதி வாய்ப்புகள் எதுவுமற்ற அந்நாட்களில் பெரிய பெரிய மரங்களை வேரோடு பிடுங்குவதும் பெரும் பாறைகளைப் பெயர்த்தெடுப்பதும் எத்தனை பெரிய சவாலாக இருந்திருக்கும்! விஷச் செடிகளும் பாம்புகளும் பூச்சிகளும் விலங்குகளும் மண்டிக் கிடக்கும். கால் வைக்கிற இடமெல்லாம் அட்டை அப்பும். உணவு, உறைவிடம், மின்சாரம், போக்குவரத்து என உயிர் வாழ்வதற்கான எந்த

அடிப்படையும் இல்லாத இந்த மலைப் பகுதிக்கு இவ்வளவு கடுமையான வேலையை ஏற்க நெல்லையைச் சுற்றியுள்ள கிராமங்களிலிருந்து தனியாளாகவும், குடும்பம் குடும்பமாகவும் வந்து சேர்ந்தனர் தலித் மக்கள்.

ஏன்?

"ஒட்டப்பிடாரம், மானூர், உக்கிரக்கோட்டை, அழகிய பாண்டியபுரம், சீதக்குறிச்சி, அருளாட்சி, வல்லநாடு இப்படி நெறைய ஊர்கள்ல இருந்து சனங்க நெறைய பேரு வந்தாங்க. இந்த ஊருகள்ல ஜாதி ஆதிக்கம் நெறைய உண்டு. அடிமை வாழ்க்கைன்னா அப்படியொரு அடிமை வாழ்க்கை. அய்யா சாமினு கும்பிடு போடணும். இந்த ஊர்கள்ல எங்களுக்கு நெலமுமில்ல, வேலையும் இல்ல. பசியிலயும் அடிமைத்தனத்துலயும் கஷ்டப்பட்டுக் கெடந்தோம். அப்போதான் மலை மேல வேலைவாய்ப்பிருக்கு ன்னாங்க. அதோட மலையில் நாயுடு இல்ல, கள்ளர் இல்ல, நாடார், கோனார்னு நம்மள அடிமைப்படுத்துகிற வேற எந்த ஜாதிக்காரங்களும் இல்ல. நாம மட்டுந்தான் இருக்கப் போறோம்னு சொன்னாங்க. தங்குறதுக்கு வீடும் கூலியும் குடுத்துடுவாங்கன்னு சொன்னதும் சனமெல்லாம் மேல கிளம்பிட்டுது" என்று சொல்லும் இம்மானுவேலின் பூர்வீகம், மணியாச்சிக்கு அருகில் உள்ள அய்வரன்பட்டி.

மலையின் புவியியல் தன்மை மற்றும் தட்பவெப்பம் பற்றி எந்த முன்னறிவிப்பும் இல்லாமல் இப்படி கிளம்பி வந்தவர்கள் அடர் காட்டைப் பார்த்ததும் அரண்டு போனார்கள். திரும்பிப் போய்விடலாம் என்று நினைக்காதோரும் முயலாதோரும் இல்லை. ஆனால், நடுத்தீவில் மாட்டிக் கொண்ட நிலைதான். மேலே வேலைக்காக வந்தவர்கள் அவ்வளவு எளிதாக அதை மறுத்து கீழே போய் விட முடியாது. எங்கு திரும்பினாலும் மரங்களும் பூச்சிகளும் விலங்குகளும் நிறைந்திருந்தன. இவற்றோடு பழக்கப்படாத குளிர், நச நசவென்று மழை. தப்பித்தல் அவ்வளவு எளிதல்ல. சாலை என்ன, பாதை கூட கிடையாது. இரவாகிவிட்டால் வீடுகளில் எரியும் சிம்னி விளக்கையும் வானத்தில் உலா வரும் நிலாவையும் தவிர சின்ன ஒளியைக் கூட பார்க்க முடியாது. கொடுமைகளைத் தாங்க முடியாமல் சிம்னி விளக்கு துணையோடு இரவோடு இரவாக காட்டு வழியாகவே தப்பித்துப் போனவர்களும் உண்டு. ஆனால் அப்படிப் போனவர்கள் மீண்டும் மலைக்குத் திரும்ப

வேண்டியிருந்தது. காரணம், சமவெளியில் காட்டு விலங்குகளையும் விஷப் பூச்சிகளையும் விட இரண்டு மிகமோசமான கொடுமைகள் இருந்தன: அவை சாதியும் வறுமையும். இவ்விரண்டும் கீழே வந்தவர்களை மீண்டும் மேலே துரத்தின.

“சுத்திலும் இருக்கிற தேயிலைக் காட்டைப் பாருங்க. எவ்ளோ அழகாயிருக்கு! இதுக்காக நாங்க பட்ட கஷ்டங்கள கணக்குல வைக்க முடியாது. ஆரம்பத்துல இங்க தேயிலை பயிரிடல; கொய்னா மரந்தான். இந்த மரத்தோட பட்டை மருந்துக்கு பயன்படும். நல்ல விலைக்குப் போகும். அதோட ஏலக்காயும் காப்பிக் கொட்டையும் பயிரிட்டோம். பயிர் செய்றதுன்னா அது சாதாரண காரியமில்ல. காடு அப்போ தாருமாறா கிடந்தது. காட்டு மரங்கள வெட்டி சாச்சு, பாறைகளை உருட்டி நிலத்தை சமமாக்கணும். உடம்பு முழுக்க அட்டைப்பூச்சி அப்பி ரத்தத்த உறிஞ்சும். எல்லாத்தையும் பிடுங்கி எறிஞ்சுட்டாக் கூட, உடம்புல எப்பவும் ரெண்டு மூணு அட்டைப்பூச்சி இருந்துட்டே இருக்கும். முதல்ல அருவருப்பா இருந்துச்சு, பயமா இருந்துச்சு. போகப் போக எல்லாமே பழகிப்போச்சு” என்கிறார் இம்மானுவேல்.

இவ்வளவு இன்னல்களையும் சமாளித்து இந்த மக்கள் பார்த்த வேலைக்கு கொடுக்கப்பட்ட கூலி, ஆண்களுக்கு ஒரு நாளைக்கு இரண்டரை அணா; பெண்களுக்கு ஓர் அணா. பத்துக்குப் பத்து அளவிலான கூரை வீடுகளில் அய்ந்தாறு குடும்பங்கள் சேர்ந்திருக்க வேண்டும். வேலைக்குப் போக வேண்டியது; ஆங்காங்கே அடுப்பு மூட்டி சமைக்க வேண்டியது; அங்கேயே அப்படியே படுத்து உறங்க வேண்டியது. இப்படியே ஆண்டுகள் உருண்டோடின. “நமக்கு வாய்த்த அடிமைகள் மிகவும் திறமைசாலிகள்” என நிறுவனம் கிடு கிடுவென வளர்ந்தது. இது தவிர ஈட்டி, தேக்கு, சுருளி, சந்தனம், காட்டு மா போன்ற மரங்களை உள்குத்தகைக்கு விட்டு நல்ல லாபம் பார்த்தது இந்நிறுவனம். சொற்ப கூலிக்காக நிலங்களை செப்பனிடுவதையும் விதைப்பதையும் அறுவடை செய்து கொடுப்பதையும் ஒரு கடமையைப் போல செய்து கொண்டிருந்தனர் மக்கள்.

இதற்கிடையில் இந்தியா விடுதலையடைந்தது. நாட்டின் விடுதலை மாஞ்சோலை தொழிலாளர்களை துயர வாழ்விலிருந்து விடுவிக்கவில்லை. வெள்ளையர்களிடமிருந்து விடுதலை என்பது ஒரு செய்தி என்ற அளவில் கூட இம்மக்களை அந்நேரத்தில்

பாதிக்கவில்லை. இன்னும் சொல்லப்போனால் சுதந்திரத்துக்குப் பிறகு தான் தங்கள் வாழ்க்கை மிக மோசமாகிப் போனதாகவே சொல்கிறார்கள். 1948இல் 'எஸ்டேட் ஒழிப்புச் சட்டம்' நடைமுறைக்கு வந்தது. இதன் அடிப்படையில் ஜமீன்தார் உரிமை நீக்கப்பட்டது. எஸ்டேட் தமிழக அரசின் கைக்கு மாறியது. பாம்பே பர்மா நிறுவனத்தின் உரிமமும் இதோடு ரத்தாகியிருக்க வேண்டும் என்றாலும் தமிழக அரசு சில விதிகளைத் தளர்த்தி நிறுவனத்தை இயங்கச் செய்தது. 1950களில்தான் மாஞ்சோலையில் தேயிலை பயிரிடப்படுகிறது. அதுவரை வளர்த்த மரங்களை வெட்டிச் சாய்த்து மீண்டும் நிலத்தை சீர்படுத்தும் பணியை செய்தனர் மக்கள்.

மாஞ்சோலை - காக்காச்சு; மணிமுத்தாறு; ஊத்து - குதிரை வெட்டி என மாஞ்சோலை மூன்று எஸ்டேட்டுகளாகப் பிரிக்கப்பட்டு, தலா 323 ஏக்கர் நிலப்பரப்பில் தேயிலை விதைக்கப்பட்டது. இவ்வளவு பெரிய நிலப்பரப்பில் வேலை செய்வதற்குப் பெருமளவில் ஆட்கள் தேவைப்பட்டனர். இதனால் மீண்டும் கிராமங்களிலிருந்து மக்களை கொண்டு வரவேண்டி வந்தது. கங்காணிகள் என்று அழைக்கப்படும் 'சூப்பர்வைசர்'கள் இந்தப் பொறுப்பை ஏற்று சம வெளியிலிருந்து சொந்த பந்தங்களை தேயிலைத் தோட்டத் தொழிலுக்கு அழைத்து வந்தனர். கங்காணிகளுக்கு இதற்கு கமிஷன் உண்டு. இதனால் அவர்களுக்குள் பெரும் போட்டியே நிலவியது. பெருமளவில் மக்கள் மாஞ்சோலைக்கு வந்தது இந்த காலகட்டத்தில்தான்.

"மாஞ்சோலைக்கு நான் 1948இல் வந்தேன். எங்க ஊரு கண்டாக்குமாடன். தெக்குப்பட்டியில இருந்து நெறைய பேர கங்காணிகள் மலைக்குக் கூட்டி வந்தாங்க. ஊர்ல ஆடுகள் மேய்க்கிற வேலைய பாத்துட்டிருந்தேன். இங்க நல்ல கூலியும் சொந்தமா வீடும் குடுப்பாங்கன்னு சொன்னாங்க. ஆனா 58ல எனக்கு கூலி 6 அணா. மலையில் வாழ்றது ரொம்ப கடுசான விசயம். இந்த குளிர சமாளிக்க அதிகாலையில வேலைக்குப் போகணும். மலைச் சரிவுல தேயிலைப் பறிக்க எறங்குறப்பெல்லாம் உயிர கையில புடிச்சுக்கணும்" என்று சொல்லும் ஞானம்மாவின் வயது 70.

இன்று மாஞ்சோலையில் இருக்கும் எல்லா வளங்களையும் வசதிகளையும் உருவாக்கியது இந்த மக்களே! வாகனங்கள் வந்து போகும் சாலைகளையும் வசிக்க வீடுகளையும் குடி தண்ணீர், மின்சார இணைப்புகளையும் இப்படி நிறுவனத்தாருக்கும்

தங்களுக்கும் தேவையான அடிப்படைத் தேவைகள் அனைத்தையும் தலித் மக்களே உருவாக்கினர். 1952இல் தொழிற்சாலைக்கு ஜெனரேட்டர் வந்துவிட்டது என்றாலும் மின்சாரம் மக்கள் பயன்பாட்டுக்கு கொண்டு வரப்பட்டது 1970களில்தான். தொடக்கப் பள்ளிக் கூடமும் சின்னதாக ஒரு மருத்துவமனையும் ஒரேயொரு பேருந்து மட்டும் வந்து போகுமளவிற்கு நிலைமை மாறியது. ஓட்டு வீடுகள் ஆஸ்பெஸ்டாஸ் கூரைகளாக மாறின. கும்பல் கும்பலாக குடும்பம் நடத்திய நிலைமை மாறி குடும்பத்துக்கு ஒரு வீடு என வழங்கப்படுகிறது. இந்த வீடுகள் நிறுவனங்களுக்கு சொந்தமானவை. மக்களுக்குத் தேவையான உணவுப் பொருட்கள், மற்ற இன்றியமையாத பொருட்கள் எல்லாமே கீழிருந்துதான் வந்தாக வேண்டுமென்பதால் நிறுவனமே மளிகைக் கடை நடத்தியது. அரிசி, பயறு வகைகள், கோதுமை மாவு, கப்பைக் கிழங்கு, கருப்பட்டி போன்றவை இங்கு கிடைக்கும். வாரம் ஒரு முறை காசு கொடுத்து இங்கே வாங்கிக் கொள்ள வேண்டியதுதான். தவிர, வீட்டுக்குத் தேவையான காய்கறிகளை மக்கள் வீட்டு முன்பு இருக்கும் நிலத்தில் அவர்களே பயிரிட்டு பயன்படுத்தி வந்தனர். 1970களில் இருந்த 5.5 ரூபாய் கூலியில் காசு மிச்சம் பிடிக்க முடிந்தவர்கள் ஆடு, மாடு, கோழிகளை வளர்த்தனர். காலப்போக்கில் சிலர் டீக்கடைகள், சின்னதாக மளிகைக் கடைகளும் கூட நடத்தினர்.

இவையெல்லாம் தேயிலைத் தோட்டத் தொழிலாளர்களின் வாழ்வில் நிகழ்ந்த சின்னச் சின்ன மாற்றங்களே தவிர வளர்ச்சியல்ல. மக்களுக்கு மிக மிக அடிப்படையான தேவைகளை நிறைவு செய்வதன் மூலம் அவர்கள் வெளியேறி போய்விடாமலிருக்கவும் நாகரிக வளர்ச்சியில் கல்வி, வேலைவாய்ப்பு என சிதறிவிடாமல் இருக்கவும் இந்த மாற்றங்களை ஓர் ஆயுதமாகப் பயன்படுத்தியது நிறுவனம். இதனால் தொடக்கப் பள்ளிப் படிப்பை முடிக்கும் குழந்தைகள் அதைக் கடந்து போகவில்லை. அரை ரேட்டுக்கு தேயிலை பறிக்கப் பழகி அப்படியே முழு நேரத் தொழிலாளியானார்கள். இதனால்தான் தலைமுறைகளைக் கடந்து அடிமை வாழ்க்கை தொடர் கதையானது.

நாடு விடுதலையடைந்து சுமார் கால் நூற்றாண்டுக்குப் பின்னர் தான் பாம்பே பர்மா நிறுவனத்தின் நிர்வாகம் வெள்ளையர்களிட மிருந்து கைமாறியது. ஆனால் அதன் பின்னர் நிலைமை இன்னும் மோசமடையவே செய்தது.

“ஆக்கிச் சாப்பிடுவதற்காக கூலி மட்டுந்தான் நிறுவனம் குடுக்குது. மத்தபடி எந்த உரிமையும் எங்களுக்கில்ல. குழந்தைகள படிக்க வைக்கிறதுக்கு நிர்வாகம் எந்த உதவியும் செய்றதில்ல. சாப்பாட்டுக்கு தவிர எந்த செலவும் செய்யாமதான் குழந்தைகளைப் படிக்க வைக்கிறோம். நிறுவன மருத்துவமனையில் முதலுதவி மட்டுந்தான் பண்ணிக்கிட முடியும். மத்ததுக்கெல்லாம் கீழதான் ஓடணும். ஆத்திர அவசரத்துக்குப் போறதுக்கு போக்குவரத்தும் சரியில்ல. ஒரு ஆம்புலன்ஸ் இருக்கு. அதுவும் பேருக்குதான். 18 வயது வரைக்குந்தான் இலவச ட்ரீட்மெண்ட். நிறுவனம் எங்களுக்காக என்ன செஞ்சாலும் அத சம்பளத்துல பிடிச்சுக்கும். மூணு பஸ்ல ஒண்ணு ரிப்பேரானாக் கூட கஷ்டந்தான். இங்கே பாத்தா தண்ணி கஷ்டம் இல்லாத மாதிரி தெரியும். ஆனா நிறுவனத்திற்கு ஒரு நீச்சல் குளம் இருக்கு. அது நெறஞ்சா தான் எங்களுக்கு தண்ணி விடுவாங்க. அதுவும் குறிப்பிட்ட நேரம்தான். அதுக்குள்ள எல்லா வேலையையும் முடிச்சுக்கணும்” என்கின்றனர் மக்கள்.

இதற்கிடையில் க்ரூப் காங்கிரஸ், அய்.என்.டி.யு.சி., ஏ.என்.டி. யு.சி., சி.அய்.டி.யு., தி.மு.க., அ.தி.மு.க. யூனியன்கள் ஒவ்வொன்றாகத் தோன்றின. “ரொம்ப கொடுமையான வாழ்க்கைங்க. அப்போல்லாம் மாசத்துல 30 நாளும் வேலை பாக்கணும். எஸ்டேட்டுக்குள்ள யாரும் வர முடியாது. இங்க இருந்து யாரும் போகவும் முடியாது. வாட்சர் வச்சு பிடிச்சிருக்காங்க. ராஜாஜி முதலமைச்சரா இருந்தப்போ அந்தந்த ஜாதிக்காரங்க அந்தந்த வேலையத்தான் பாக்கணும்னு குலக்கல்வித் திட்டம் கொண்டு வந்தாருல்ல! அப்போ பள்ளிக்கூடத்துலயே தோட்டம் வச்சுட்டாங்க. பிள்ளைங்க பாதி நேரம் படிச்சு மீதி நேரம் தோட்ட வேலையப் பாத்துச்சுங்க. அந்த அளவுக்கு கெடுபிடி. 1951 இல்தான் முதல் யூனியன் வந்துச்சு. அகில இந்திய தேசிய தொழிற்சங்க காங்கிரஸ் யூனியன் தொடங்கினப்போ ஒரே தகராறு. பாளையம்கோட்டைய சேர்ந்த குமரகுருங்கறவர்தான் முதல் முதல்ல எஸ்டேட் கேட்டை உடைச்சு உள்ள வந்தார். அப்போ பெரிய சண்டை நடந்தது. யூனியன் வர்றது நிர்வாகத்துக்குப் பிடிக்கல. தொழிலாளர் வீடுகள்ல சாராயப் பாக்கெட்டை நிர்வாகமே பதுக்கி வச்சு போலிசை அனுப்பி கைது பண்ண வச்சது. குமரகுருதான் இது ஜனநாயக நாடு, யூனியன் ஆரம்பிக்க தொழிலாளர்களுக்கு உரிமையிருக்குன்னு வாதாடி கொண்டு வந்தார். அதுக்கப்புறம்

ஒவ்வொரு யூனியனா வந்துடுச்சு" என்கிறார் ஜேம்ஸ்.

விடுதலைக்குப் பிறகு ஏறக்குறைய ஒவ்வொரு பத்தாண்டுகளில் ஒரு முக்கியமான வேலை நிறுத்தத்தை தொழிலாளர்கள் நடத்தி அதில் வெற்றியும் கண்டிருக்கின்றன. முதல் யூனியன் தொடங்கும்போது ஏற்பட்ட தகராறுதான் தொழிலாளர்களுக்கும் நிர்வாகத்துக்குமான முதல் நேரடி மோதல். அதன் பின்னர் 1968 இல் நடந்ததை 'இட்லி ஸ்டிரைக்' என்று குறிப்பிடுகிறார்கள். தொழிற்சாலையில் மொத்தம் மூன்று ஷிப்டுகள். இரவு 12 மணி முதல் காலை 8 மணி வரை வேலை பார்க்கிறவர்களுக்கு நிர்வாகத்தில் காலை உணவாக இட்லி வழங்கப்படுகிறது. அதிகாலை 5 மணி முதல் மதியம் 2 மணி ஷிப்டுக்குப் போகிறவர்களுக்கு காலை உணவு கிடையாது. அந்த ஷிப்டில் வேலை செய்கிறவர்கள் பட்டினியோடு வேலை பார்க்கும் நிலையை மாற்றி, அவர்களுக்கும் காலை உணவு கொடுக்க மக்கள் கோரிக்கை வைத்தனர். ஒரு வாரம் வேலை நிறுத்தம் நடந்த பிறகு நிர்வாகம் ஏற்றுக் கொண்டது.

1978 இல் தேயிலைக் கொழுந்து கிள்ளி போடுவதற்கு தொழிலாளர்கள் ட்ராலி போன்ற வண்டியை பயன்படுத்த வேண்டும் என நிர்வாகம் வற்புறுத்தியதை தொழிலாளர்கள் எதிர்த்தனர். மலையின் மேடு பள்ளங்களில் இந்த வண்டியை இழுத்துக் கொண்டு தேயிலை பறிப்பது கடினமான வேலை. அதனால் மாட்டோம் என மக்கள் மறுக்க, மூன்று பேரை நிர்வாகம் பணி நீக்கம் செய்தது. இதைக் கண்டித்து மக்கள் வேலை நிறுத்தம் செய்தனர். காலையில் எழுந்து நிறுவனத்தின் முன்பாக முழக்கம் போடுவது; வேலை நேரத்துக்கு தோட்டத்துக்குப் போய்விடுவது என ஆறு மாதங்கள் இந்த வேலை நிறுத்தம் நீடித்தது. அதன் பிறகு பேச்சு வார்த்தை நடத்தப்பட்டு பணி நீக்கம் செய்யப்பட்டவர்கள் சேர்க்கப்பட்டார்கள். வண்டி திட்டமும் கைவிடப்பட்டது.

1988 இல் நடந்தது 'டைம் ஸ்டிரைக்.' சரியாக காலை 7.30 மணிக்கு எல்லோரும் அவரவருக்கு ஒதுக்கப்பட்ட பீல்டில் நிற்க வேண்டும். பீல்டுகள் சில தூரமாகவும் சில பக்கமாகவும் இருக்கும் என்பதால் காலை 7.30க்கு எல்லோரும் 'மஸ்டர்' என்றழைக்கப்படும் பொது இடத்தில் கூடி பிறகு பீல்டுக்கு போவதாக மக்கள் கோரிக்கை வைத்தனர். இது நிராகரிக்கப்பட்டது. தாமதமாகப் போனவர்கள் பணி நீக்கம் செய்யப்பட, வேலை செய்து கொண்டிருந்த

தொழிலாளர்கள் அப்படியே கீழே இறங்கிவிட்டனர். இந்தப் போராட்டம் 32 நாட்கள் நீடித்தது. தாசில்தார், சப் கலெக்டர், காவல் துறையினர் முன்னிலையில் யூனியன் தலைவர்களோடு பேச்சுவார்த்தை நடந்தது. இதிலும் தொழிலாளர்களே வெற்றி பெற்றனர். அதன் பிறகு எட்டு மணிக்கு கூட மக்கள் வேலைக்குப் போயிருக்கிறார்கள்.

இதுவரை நடந்த அத்தனைப் போராட்டங்களிலும் வேலையும் பார்த்துக் கொண்டு வேலை நிறுத்தமும் செய்து மக்கள் தங்களின் குறைந்தபட்ச உரிமைகளைத் தக்க வைத்துக் கொண்டிருந்தனர். வேலை நேரம் காலை 7.30 முதல் மாலை 4 மணி வரை என நிர்ணயிக்கப்பட்டிருந்தது. இதில் போராட்டக் காலத்தில் தொழிலாளர்கள் ஆறு மணிக்கெல்லாம் பொது இடத்தில் கூடி முழக்கம் போட்டு விட்டு பின் பணிக்குப் போய்விடுவதை வழக்கமாகக் கொண்டிருந்தனர். காரணம், ஒரு நாள் கூலி இல்லையென்றாலும் அது அவர்களின் அன்றாட வாழ்வைப் பெரிதும் பாதிக்கும். உழைப்புக்கேற்ற கூலி கிடைக்கவில்லையே என்ற உள்ளக் குமுறல் மாஞ்சோலைத் தொழிலாளர்களுக்கு தொடக்கம் முதலே இருந்தது என்றாலும் வேலையைப் புறக்கணித்துவிட்டு ஒரு முழுமையான போராட்டத்தை நடத்த மக்கள் அதுவரை துணியாததன் காரணம் இதுவே.

ஆனால், அடுத்த பத்தாவது ஆண்டில் இந்த நிலைமை மாறியது. மாஞ்சோலை மக்கள் தங்கள் வாழ்வின் மிகத் துயரமான திருப்புமுனையாக இந்த தருணத்தைத்தான் குறிப்பிடுகிறார்கள். 1998இல் தேர்தல் பிரச்சாரத்துக்காக முதன் முதலாக மாஞ்சோலைக்குள் நுழைகிறது புதிய தமிழகம். அதுவரை எவ்வளவோ கட்சிகளும் யூனியன்களும் இருந்தும் கூட, மாஞ்சோலை மக்கள் புதிய தமிழகத்தின் பால் பெரிதும் ஈர்க்கப்பட்டனர். “அது என்னவோ கடவுளே எங்கள காப்பாத்த வந்த மாதிரிதான் நாங்க நம்புனோம்” என்கிறார்கள். டாக்டர் கிருஷ்ணசாமியின் மேல் மக்களுக்கு உண்டான ஈர்ப்பும் நம்பிக்கையும் மிகக்குறுகிய காலத்தில் கவனிக்கத்தக்க வடிவங்களை எடுத்தது. 1998இல் நடந்த நாடாளுமன்றத் தேர்தலில் டாக்டர் கிருஷ்ணசாமி தென்காசி தொகுதியில் போட்டியிட்டார். தேர்தல் பிரச்சாரத்துக்கு அந்தப் பகுதி முழுக்க சுற்றியவர் மாஞ்சோலைக்கு ஓட்டு கேட்டு வந்தபோது டேனியல், அன்புநேசன் என்ற தொழிலாளர்கள் தாங்கள் சஸ்பெண்டு செய்யப்பட்டிருப்பதாகவும் தங்களை

மீண்டும் பணியில் சேர்க்க நிர்வாகத்திடம் பேசுமாறும் கோரிக்கை வைக்கின்றனர். தேர்தல் முடிந்தவுடன் வருவதாக வாக்குக் கொடுத்துவிட்டுப் போகிறார் கிருஷ்ணசாமி.

அதன்படி தேர்தலை முடித்து வரவும் செய்கிறார். நிர்வாகத்தை சந்திக்க டாக்டர் அனுமதி கேட்க அது மறுக்கப்படுகிறது. "உங்களுக்குத்தான் யூனியன் இருக்குல்ல. யூனியன் மூலமா வாங்க" என்று நிர்வாகம் தீர்மானமாகச் சொல்லவும் அது புதிய தமிழகத்தின் மத்தியில் பெரிய சலசலப்பை உண்டாக்குகிறது. அந்த சலசலப்பு அப்படியே பரவி மக்களையும் தொற்றுகிறது. இதனால் மாஞ்சோலையில் யூனியன் அமைக்க உத்வேகம் கொள்கிறது புதிய தமிழகம். "நாளொன்றுக்கு 150 ரூபாய் கூலியும் ஒன்றரை ஏக்கர் நிலமும் வாங்கித் தருவேன்" என்ற டாக்டரின் முழக்கம் மக்களைப் பெரிதும் ஈர்த்தது. தங்களைக் காக்க ஒரு தலைவர் இருக்கிறார் என்ற நம்பிக்கை மக்களிடம் போர்க் குணத்தைத் தோற்றுவித்தது. வீட்டுக்கு வீடு டாக்டரின் படம். மக்களின் மூளையிலும் உணர்வுகளிலும் புதிய மாற்றங்கள். அவர்கள் அந்நேரத்தில் எதற்கும் தயாராக இருந்தனர். சொற்பக் கூலிக்கு இப்படி மாரடிக்கிறோமே! இத்தனை தலைமுறையா உழைச்சுக் கொட்டியும் ஒரு காணி நிலம் சொந்தமா இல்லியே! என்ற மன அழுத்தம் டாக்டர் கிருஷ்ணசாமியின் உதவியால் வெடித்தெழுந்தது. இதனால் எல்லா யூனியன்களையும் கலைத்து விட்டு, புதிய தமிழகத்தில் ஒட்டுமொத்த மக்களும் இணைந்தனர்.

நம்பாதவர்கள் இழைக்கும் துரோகத்தையும் உண்டாக்கும் வலியையும் விட, நம்பியவர்கள் கொடுக்கும் காயத்துக்கு வீரியம் அதிகம் என்பதை மாஞ்சோலை மக்கள் அப்போது உணரவில்லை.

மாஞ்சோலை மக்களின் வாழ்க்கையிலிருந்து அமைதி வெகு வேகமாக விலகத் தொடங்கிய காலகட்டம் அது. இத்தனை ஆண்டு கால அடிமை வாழ்வில் ஏதோ அற்புதம் நிகழப்போவதாக அவர்கள் உறுதியாக நம்பினர். நுனிவரை வெளிவந்துவிட்ட பாறையை முழுமையாகப் பெயர்த்தெடுக்க, கடைசிச் சொட்டு ஆற்றலையும் ஒன்று திரட்டி உந்தித் தள்ளுவது போல, மாஞ்சோலை மக்கள் எல்லாவற்றையும் பணயம் வைத்துப் போராட்டத்தை நடத்தத் தயாரானார்கள். நிர்வாகம் மட்டுமல்ல, இந்த சமூகம் மொத்தமுமே தொழிலாளர்களிடம் இத்தனை வேகத்தையும் மன உறுதியையும் முன்னெப்போதும் கண்டிருக்குமா என்று

தெரியவில்லை. பேரணியாகப் போய் ஆட்சியரைப் பார்த்து மனு கொடுப்பது, கூட்டம் போடுவது, முழக்கங்களை எழுப்புவது என அடுத்தடுத்து மாஞ்சோலை மக்கள் எல்லாவற்றுக்கும் துணிந்தனர்.

உரிமைப் போரில் வெற்றி பெறும் வெறி அவர்களை முழுமையாக ஆக்கிரமித்திருந்தது. அதற்கு ஒரே காரணம், டாக்டர் கிருஷ்ணசாமி. எந்தக் கேள்விகளுமின்றி மாஞ்சோலை மக்கள் டாக்டர் கிருஷ்ணசாமியை தங்களின் ஒரே தலைவராக ஏற்றுக்கொண்டதற்குப் பின்னால் வலுவான உளவியல் காரணங்கள் இருந்தன. தங்கள் சமூகத்தைச் சேர்ந்தவர், டாக்டர் படிப்பு படித்தவர், நிச்சயம் தங்கள் பிரச்சனைகளைப் புரிந்து கொள்வார், சுயநலமின்றிப் போராடுவார், மிக முக்கியமாக இறுதிவரை கூட நிற்பார் என்று மக்கள் கணித்திருக்கிறார்கள். இந்த உணர்வுகளை அந்த மக்களேதான் இப்போது வேதனையோடு பகிர்ந்து கொள்கிறார்கள்.

1998 சூலை மாதத்தின் இறுதியில் டாக்டர் கிருஷ்ணசாமி மாஞ்சோலை மக்களை சந்தித்தார். 25 அம்சக் கோரிக்கைகளை வலியுறுத்தி, அவை உடனே நிறைவேற்றப்படவில்லையெனில் மக்களோடு சேர்ந்து போராடப் போவதாக அறிவித்தார். இதைத்தொடர்ந்து அம்பாசமுத்திரம் வட்டாட்சியர் அலுவலகத்தில் பேச்சு வார்த்தை நடந்து அது தோல்வியடைந்தது. அடுத்து, மாவட்ட ஆட்சித் தலைவர் பங்கேற்ற பேச்சு வார்த்தையிலும் தீர்வு காணப்படவில்லை. எனவே, தொழிலாளர்கள் 20.8.1998 அன்று தங்கள் வேலை நிறுத்தத்தை தொடங்கினர். போராட்டத்தின் போக்கு வேலை நிறுத்தத்திற்குப் பிறகு மெல்ல திசை மாறத் தொடங்கியது. அதன் பிறகு நடந்த பேச்சு வார்த்தைகளில் மக்கள் பணிக்கு திரும்புவது குறித்துதான் விவாதிக்கப்பட்டதே ஒழிய, அவர்கள் எதற்காக இந்தப் போராட்டத்தைத் தொடங்கினார்களோ, அது குறித்த விஷயங்கள் இரண்டாம் நிலைக்குத் தள்ளப்பட்டன. பத்து நாட்களுக்கும் மேலாக தொழிலாளர்கள் பணிக்குத் திரும்பாததால் நிர்வாகம் நிறுவனத்தை 'லாக் அவுட்' செய்தது. அதோடு வெளித் தொழிலாளர்களைக் கொண்டு வேலையைத் தொடங்கவும் மாஞ்சோலை தொழிலாளர்கள் கொதித்தெழுந்தனர்.

தேயிலை கொண்டு போகும் லாரியை மறித்து விடிய விடிய போராட்டம் செய்தனர். உடனே பட்டாலியன் போலிஸ் களமிறங்குகிறது. அது கண்ணுக்குப் பட்ட, கைக்கு சிக்கிய மக்களையெல்லாம் அடித்து நொறுக்க, வீடுகளை விட்டு தேயிலைக்

காடுகளில் பாறைகளுக்குப் பின்னால் பதுங்கினர் மக்கள். நூற்றுக்கணக்கான போலிஸ் குவிந்திருந்ததால் பதுங்கியவர்களால் வீடு திரும்ப முடியவில்லை. மலை வழியும் அடர் காட்டு வழியும் இறங்கி தப்பித்துப் போனவர்களும் உண்டு. பாறைகளுக்குப் பின்னால் பசியும் பட்டினியுமாக பதுங்கி இருந்து வீடு திரும்பியவர்களும் உண்டு.

"போர் நடக்குற மாதிரி இருந்துச்சு. ஆம்பள, பொம்பள, குழந்தைகள்னு யாரும் வீடு தங்க முடியல. 250 போலிஸ் இருக்கும்; 16 போலிஸ் வண்டி. ஒரு வாரம் எஸ்டேட்ட சுத்தி வந்தாங்க. கண்ணுல பட்ட, கைக்கு சிக்குன 127 பேர கைது பண்ணி இழுத்துட்டுப் போயிட்டாங்க, 98 ஆகஸ்ட் மாசம் ஆரம்பிச்ச போராட்டம் மாசக் கணக்குல இழுத்துட்டே போகுது. வேலைக்குப் போக முடியல. கீழே காலவாசல், கல்லுடைக்கிறதுனு வேற வேற வேலைக்குப் போக ஆரம்பிச்சோம். ஆரம்பத்துல அரிசியும் பணமும் புதிய தமிழகம் குடுத்ததால முழுசா போராட்டத்துல இறங்குனோம். ஆனா நிர்வாகம் பிடி குடுக்கவே இல்ல. ஆளாளுக்கு பேச்சு வார்த்தை நடத்தினாங்க. மதுரையில, மெட்ராசுல கூட்டம் போட்டாங்க. எங்களுக்கு நல்ல சேதி கிடைக்கல. மலையில் பெரும்பாலும் தலித்துங்கதான். அதுவரைக்கும் நடந்த எல்லா போராட்டத்தையும் ஒற்றுமையா போராடி ஒரு சில உரிமைகளையாவது வாங்குனோம். ஆனா புதிய தமிழகம் வந்ததுக்கு அப்புறம் ஊரே ரெண்டாகிப் போச்சு" என்கிறார் இருதய மேரி.

150 ரூபாய் கூலி உயர்வு என்ற கனவுக் கொடியைப் பிடித்துக்கொண்டு அதை ஏற்றிவிட பிடிவாதமாக முயன்றார் டாக்டர் கிருஷ்ணசாமி. இன்னொரு பக்கம் நிர்வாகம் சிறிது கூட இறங்கி வரவில்லை. எந்த கோரிக்கைக்கும் செவி மடுக்காமல் செப்டம்பர் இறுதியில் நிறுவனத்தைத் திறந்தது. பிள்ளைகளின் படிப்பையும் பசியையும் கருத்தில் கொண்டு தோட்டத் தொழிலாளர்கள் சிலர் வேறு வழியின்றி பணிக்குத் திரும்பினர். இப்படி வேலைக்கு முன்கூட்டியே போனவர்களை புதிய தமிழகத்துக்கு எதிரானவர்களாகப் பார்க்கும் நிலை உருவானது. அதன் பிறகு புதிய தமிழகத்திடமிருந்தே அச்சுறுத்தல்களை சந்திக்க வேண்டியிருந்ததாக சொல்கின்றனர் மக்கள். நிலைமையை சமாளிப்பதற்காக மக்களே அமைதிக்குழு ஒன்றைத் தொடங்கினர்.

எனினும் நிர்வாகத்திடமும் படிய முடியாமல் புதிய தமிழகத்தோடும் இணைய முடியாமல் மக்கள் தவிக்கத் தொடங்கினர்.

இதற்கிடையில் திருச்சி சிறையில் அடைக்கப்பட்ட 127 பேரை பற்றி கவலைப்பட ஆளில்லாத நிலையில் வழக்குரைஞர் அமல்ராஜ் நெல்லையைச் சேர்ந்த வழக்குரைஞர் குழு ஒன்றை உருவாக்கி, கைதானவர்களை வெளியில் கொண்டுவரும் முயற்சியில் ஈடுபட்டார்.

"127 பேர் கைதானதுமே போராட்டத்தின் வீரியம் குறைந்துவிட்டது. இவ்வளவு பேருக்கு யார் ஜாமின் கொடுப்பார்கள்? சொந்த பெயிலில் எல்லோரையும் கொண்டுவர படாத பாடுபட்டோம். 40 நாட்கள் கழித்து வெளியில் வந்த மக்கள், இனி போராட்டத்துக்குப் போவதில்லை என்ற முடிவுக்கு வந்தனர். இதற்கிடையில் தேயிலைத் தோட்ட மேற்பார்வையாளரான அந்தோணி முத்து என்பவர் நிர்வாகத்திற்கு ஆதரவாக இருந்தார் என்பதற்காக கொலை செய்யப்படுகிறார். டாக்டர் மீது வழக்குப் பதிவாகிறது. மாஞ்சோலை மக்கள் இயல்பிலேயே ரொம்ப சாதுவானவர்கள். அதிகபட்சம் ஓரிடத்தில் நின்று முழக்கமிட்டுத்தான் அவர்களுக்குப் பழக்கம். கலவரம், வன்முறை என எதுவுமே பழக்கமில்லை என்பதால் இந்தக் கொலை ஒரு பயத்தை உண்டு பண்ணியது. புதிய தமிழகத்துக்கு ஒத்துழைப்புக் கொடுப்பதை மெதுவாக நிறுத்தத் தொடங்கினார்கள். பேச்சு வார்த்தைகள் ஒருபுறம் தீவிரமாக நடந்து கொண்டிருக்க, பாதிக்கும் மேற்பட்ட தொழிலாளர்கள் பணிக்குத் திரும்பிவிட்டனர். அவர்களுக்கு வேறு வழியில்லை. கூலி உயர்வுக்கு நிர்வாகம் இறங்கி வரவில்லை. அதைத் தவிர்த்துப் போடப்பட்ட ஒப்பந்தங்களுக்கு புதிய தமிழகம் ஒத்துழைக்கவில்லை. இந்த இருவருக்கும் நடுவில் சிக்கிக்கொண்டு மூச்சுத்திணறுவது போல ஆனது தொழிலாளர்களின் நிலை" என்கிறார் அமல்ராஜ்.

தொழிலாளர்கள் தங்களளவிலேயே ஒரு முடிவெடுத்துப் பணிக்குத் திரும்பிக் கொண்டிருந்த நிலையில் நிர்வாகம் 700 தற்காலிகப் பணியாளர்களுக்கு, ஏன் அவர்களைப் பணி நீக்கம் செய்யக்கூடாது என காரணம் கேட்டு நோட்டீஸ் அனுப்பியது. இதனால் தொழிலாளர்கள் மீண்டும் கொதித்தெழுந்தனர். பணிக்குத் திரும்பிய நிரந்தரப் பணியாளர்கள் மீண்டும் வேலை நிறுத்தத்தில் ஈடுபட்டனர். 30.4.1999 அன்று போடப்பட்ட

ஒப்பந்தத்தை ஒட்டி புதிய தமிழகம் சார்பாக மாஞ்சோலை பிரச்சனையில் தீவிரமாக ஈடுபட்டு வந்த சிவராஜேந்திரன் உட்பட சிலர் கட்சியை விட்டு வெளியேறினார்கள்.

"நிலைமை ரொம்ப மோசமாகப் போய்க் கொண்டிருந்தது. மக்கள் பழைய வாழ்க்கைக்கு திரும்பும் மனநிலைக்கு வந்துவிட்டார்கள். ஆனால் புலி வாலைப் பிடித்த கதையாக, விடவும் முடியாமல் ஓடவும் முடியாமல் திணறினார்கள். இந்த சூழ்நிலையில்தான் மிக முக்கியமான அந்த ஒப்பந்தம் கையெழுத்தானது. தொழிலாளர்களுக்கு ஆதரவாக பல விஷயங்கள் ஏற்றுக்கொள்ளப்பட்டு நிர்வாகம் கையெழுத்துப் போட்டது. வேலை நேரம் எட்டு மணி நேரம் என்றும் பணி மறுக்கப்பட்ட தற்காலிகத் தொழிலாளர்கள் 3.5.99 அன்று பணிக்கு அழைத்துக் கொள்ளப்படுவார்கள் என்றும் வேலை நிறுத்தத்தில் ஈடுபட்ட தொழிலாளர்கள் மீதான ஒழுங்கு நடவடிக்கையை தொழிலாளர் இணை ஆணையர் முன்னிலைக்கு விடவும் தொழிலாளர்கள் யாரும் இயல்பு நிலையில் பணிபுரியவில்லையென்றால் அதை விசாரித்து நடவடிக்கை எடுக்கும் உரிமை திருநெல்வேலி துணை ஆணையருக்கே உண்டு என்றும் ஒப்பந்தம் முழுக்க முழுக்க தொழிலாளர்களுக்கு ஆதரவாக கையெழுத்தானது. இதில் மக்களும் முழு திருப்தியடைந்தார்கள். கூலி உயர்வுக்காகத்தான் இந்தப் போராட்டம் தொடங்கியது என்றாலும் அது சாத்தியமில்லை என்பதை மக்கள் புரிந்து கொண்டு, மற்ற பிரச்சனைகளுக்கு தீர்வு கண்டு பணிக்கு திரும்பிவிட முனைப்பு கொண்டனர். இதனால் இந்த ஒப்பந்தம் அவர்களின் மன பாரத்தைக் குறைத்தது.

"ஒப்பந்தத்தில் கையெழுத்துப் போடுவதற்கு முன் ஒவ்வொரு வார்த்தையையும் சென்னையில் இருந்த டாக்டர் கிருஷ்ணசாமிக்கு தொலைபேசி மூலம் வாசித்து அவர் சம்மதத்தைப் பெற்றோம். மக்கள் பணிக்குத் திரும்பினார்கள். ஆனால் நிர்வாகத்துக்கு இந்த ஒப்பந்தத்தில் உடன்பாடில்லை. தொழிலாளர்கள் மீது நடவடிக்கை எடுக்கும் உரிமையை தொழிலாளர் ஆணையத்திடம் விடுவதை அதனால் ஏற்றுக்கொள்ள முடியவில்லை. இப்படியொரு ஒப்பந்தத்திற்கு சம்மதித்து கையெழுத்திட்டதற்காக, குரூப் மேனேஜர் சி. கே. ஜெயராமனை உடனே சஸ்பெண்ட் செய்தது நிர்வாகம். மக்கள் மே 1 அன்று கொடியேற்றி, 3 ஆம் தேதி வேலைக்குப் போய்விட்டார்கள். நான்கைந்து நாட்களில் கிருஷ்ணசாமி மாஞ்சோலைக்கு வரும்போது, மக்கள் அவரைச்

சுற்றி நின்று பிரச்சனை சுமூகமாக முடிந்துவிட்டதாக சொல்கிறார்கள். அதைத் தொடர்ந்து நடந்த பத்திரிகையாளர் சந்திப்பில் நிருபர்கள், "மாஞ்சோலையை வெச்சுத்தான் அரசியல் பண்ணீங்க. பிரச்சனை முடிஞ்சு போச்சு. இப்போ என்ன பண்ணப் போறீங்க?" என்று கேட்க, கிருஷ்ணசாமி, "யாரு சொன்னா பிரச்சனை முடிஞ்சு போச்சுன்னு. எங்க ஆட்களை மிரட்டி ஒப்பந்தத்துல கையெழுத்து வாங்கிட்டாங்க. ஒப்பந்தத்தை ஏத்துக்க முடியாது. அதனால நான் ரத்து பண்றேன்"ன்னு சொல்லிட்டார்.

"இதைத்தான் நிர்வாகம் எதிர்பார்த்தது. ஒப்பந்தம் ரத்தானவுடன் இதுதான் சாக்கு என்று உடனே கம்பெனியை லாக் அவுட் செய்தது. மக்களுக்கு மீண்டும் சோதனைக் காலம் தொடங்கியது. மாஞ்சோலை பிரச்சனையில் டாக்டர் மக்களுக்காகப் போராடுகிறார் என்று தெரிந்து, தலித் பண்பாட்டு இயக்கம் என்ற எனது அமைப்பை கலைத்துவிட்டு, கட்சியில் இணைந்து பணியாற்றினேன். ஆனால் என்னை மிரட்டி கையெழுத்து வாங்கியதாகச் சொல்லவும் அவமானத்திலும் கோபத்திலும் அப்போதே கட்சியைவிட்டு வெளியேறிவிட்டேன்.

"டாக்டர் கிருஷ்ணசாமிக்கு மாஞ்சோலை பிரச்சனையை சட்டென முடிக்க விருப்பமில்லை. அவர் அரசியல் நடத்துவதற்காக அப்பாவி மக்களின் நம்பிக்கையையும் வாழ்வையும் பணயம் வைத்தார். அன்று அந்த ஒப்பந்தத்தை ஏற்றுக் கொண்டிருந்தால் தாமிரபரணி படுகொலைகள் நடந்திருக்க வாய்ப்பேயில்லை. படுகொலை செய்யப்பட்டவர்கள் தங்களுக்கு அரசு கொடுத்த இழப்பீட்டுத் தொகையை வாங்கவில்லை; பிணங்களை பெற்றுக்கொள்ளவில்லை. அரசேதான் அவர்களை கொண்டுபோய் எங்கெங்கோ புதைத்தது. உயிரைக் கொடுத்தும் கடைசிவரை மக்கள் அவரோடு இருந்தார்கள். ஆனால் டாக்டர் கிருஷ்ணசாமி அடுத்த ஆறு மாதங்களிலேயே தி.மு.க. வோடு கூட்டு வைத்து, பத்து எம். எல். ஏ. சீட் வாங்கி மக்களின் நம்பிக்கையை முழுமையாக சிதைத்தார்" என்கிறார் வழக்குரைஞர் சிவராஜேந்திரன்.

இதற்கிடையில் சூன் மாதம் பாளையங்கோட்டை அய்கிரவுண்டில் புதிய தமிழகம் ஒரு கூட்டம் கூட்டியது. இதில் தேயிலை தோட்டத் தொழிலாளர்கள் கலந்து கொண்டனர். நிறுவனத்தை திறக்கச் சொல்லி மாவட்ட ஆட்சியர் அலுவலகத்தில் மனு கொடுக்க விரைந்தபோது சுமார் எண்ணூறு பேரை கைது

செய்கிறது காவல் துறை. பெண்களும் குழந்தைகளும் விடுவிக்கப்பட்டு, 451 ஆண்கள் திருச்சி சிறையில் அடைக்கப்படுகிறார்கள். இதை கண்டித்தும் கைது செய்யப்பட்டவர்களை விடுவிக்கக் கோரியும் அடுத்த நாளே சுமார் 300 பேர் மீண்டும் மாவட்ட ஆட்சியர் அலுவலகம் முன்பு போராட்டம் நடத்துகிறார்கள். இதில் இருநூறுக்கும் மேற்பட்டோர் பெண்கள். இம்முறை 198 பெண்களும் 4 ஆண்களும் கைது செய்யப்பட்டு திருச்சி சிறையில் தள்ளப்படுகின்றனர்.

இவ்வளவு நடந்தும் இழந்தும் தங்கள் வாழ்நிலையில் சின்ன மாற்றம் கூட நிகழாததால் எஞ்சிய மாஞ்சோலை மக்கள் விரக்தியில் அமைதியானார்கள். இதற்கிடையில் அந்தோணிமுத்து கொலை வழக்கும் நடந்து கொண்டிருந்தது. இந்த இரண்டு நிர்பந்தங்களையும் புதிய தமிழகம் எதிர் கொள்ள வேண்டியிருந்தது. இந்தப் பின்னணியில்தான் மிகப் பெரிய பேரணி திட்டமிடப்பட்டது. மக்களை மீண்டும் கிளர்ந்தெழச்செய்யும் உத்தியாக இந்தப் பேரணி அமையும் என டாக்டர் கிருஷ்ணசாமி எதிர்பார்த்திருக்கக்கூடும். மக்கள் நம்பிக்கையற்றுப் போனதால் அவரது கணிப்பு பொய்த்தது. தொழிலாளர்களில் பெரும்பாலானோர் சிறையில் கிடந்ததும் ஒரு காரணம். அதோடு பேரணி நடந்தது சூலை மாதம் என்பதால் பிள்ளைகளைப் பள்ளியில் சேர்க்கவும் பள்ளிக் கட்டணத்துக்கு பணம் சேர்க்கவும் அவர்கள் அப்போது அல்லாடிக் கொண்டிருந்தனர். ஆனால் கொடியங்குளம் கலவரம், தென்மாவட்டக் கலவரங்களைத் தொடர்ந்து டாக்டர் கிருஷ்ணசாமியை தலித் மக்கள் பெரிதும் நம்பத் தொடங்கியிருந்தனர். இதனால் கிராமங்களிலிருந்து இந்தப் பேரணிக்கு ஆயிரக்கணக்கான தலித் மக்கள் திரண்டு வந்தனர்.

புதிய தமிழகத்தின் பின்னால் மக்கள் தன்னெழுச்சியாகத் திரண்டதும் மக்களால் புதிய தமிழகத்துக்கு கிடைத்த அங்கீகாரமும் அந்த நேரத்தில் தி.மு.க., அ. தி.மு.க. போன்ற முக்கிய கட்சிகளுக்கு எரிச்சலையும் ஒருவித அச்சத்தையும் உண்டாக்கி இருக்க வேண்டும். தலித் வாக்குகளைப் பிரிக்கும் எதிரியாக டாக்டர் கிருஷ்ணசாமியை கருத வேண்டிய கட்டாயம் நிச்சயமாக அவற்றுக்கு இருந்தது. மூவாயிரம் பேரைத் திரட்டிக் கொண்டுவரும் ஒரு தலைவரை முடக்க அதிகாரம் கைவசம் இருக்கும் அரசு வேறென்ன செய்துவிட முடியும், கலவரத்தைத் தூண்டுவதைத்

தவிர. அதுதான் நடந்தது.

மனுவை கொடுக்க மாவட்ட ஆட்சியர் அலுவலகத்திற்குள் நுழைய முற்பட்டபோது தடுத்து நிறுத்தப்பட்டனர். இவ்வளவு மக்கள் தேடி வந்தும் அவர்களை சந்திக்க ஆட்சியர் வெளியே வரவில்லை. தலைவர்கள் வந்த ஜீப்பை மட்டும் உள்ளே அனுமதிக்குமாறு கூட்டத்தினர் கேட்டுக்கொண்டனர். அனுமதி மறுக்கப்பட பதற்றம் மெதுவாகப் பரவுகிறது. எந்தவித காரணமோ அறிவிப்போ இல்லாமல் காவல் துறை பாய்ந்து மக்கள் மேல் தடியடி நடத்தியது. மாவட்ட ஆட்சியர் அலுவலகம் கொக்கிரகுளம் சாலையில் உள்ள தாமிரபரணி ஆற்றின் கரையில் இருப்பதால் கூட்டத்தினர் பெரும்பாலும் ஆற்றுப்பாலத்தின் மீதும் ஆற்றை ஒட்டியுமே நின்று கொண்டிருந்தனர். சுற்றிலும் நெருக்கமாக காவலுக்கு நின்றிருந்த மக்களை போலிஸ்காரர்கள் திடீரென அடிக்கத் தொடங்கியதும் அவர்கள் செய்வதறியாது சிதறி ஓடத் தொடங்கினர்.

வேறு வழியேயில்லை. மக்கள் ஆற்றில்தான் இறங்கியாக வேண்டும். ஆற்றின் போக்கையும் ஆழத்தையும் அறியாதவர்கள் காவல் துறையின் தடியடிக்கு பயந்து ஆற்றுக்குள் இறங்கி ஓட, விழுந்தவர்களையும் விடாமல் அடித்தது காவல் துறை. காவல் துறை திட்டமிட்டு நடத்திய இந்தக் கலவரத்தில் பதினேழு பேர் பலியானார்கள். இந்தப் படுகொலை நாட்டையே உலுக்கியது. காவல் துறையின் அத்துமீறலுக்கான ஆதாரமாக புகைப்படங்களும் வீடியோ காட்சிகளும் வாக்குமூலங்களும் இருந்தபோதும் உண்மை திசை திருப்பப்பட்டது.

அரசு அமைக்கும் கமிஷனின் அறிக்கைகள் எப்பொழுதும் அரசின் நியாயங்களையே தீர்வுகளாக முன்மொழியும். இந்தப் பிரச்சனைக்கு நீதிபதி மோகனின் பரிந்துரைகள், இந்திய ஜனநாயகத்தை ஆட்டங்காணச் செய்வதாக அமைந்தது. அடித்தட்டு மக்கள் தங்கள் உரிமைகளைப் பெறும் ஜனநாயக வழிகளான ஊர்வலத்தையும் பேரணியையும் தடை செய்யப் பரிந்துரை செய்தது.

கிடைத்த வீடியோ காட்சிகளைக் கொண்டு பாதிக்கப்பட்ட மக்களின் வாக்குமூலங்களை வைத்தும் 'ஒரு நதியின் மரணம்' என்ற ஆவணப்படத்தை எடுத்தார் 'காஞ்சனை' ஆர். ஆர். சீனிவாசன். இதற்காக அவர் தேடப்படும் குற்றவாளியானார். ஜெயா

தொலைக்காட்சி கலவரக் காட்சிகளை திரும்பத் திரும்ப காட்டிக் கொண்டிருந்தது. ஆனால் இந்த பரபரப்புகள் அனைத்தும் நடந்தது மாஞ்சோலைக்கு வெளியே. தேயிலைத் தொழிலாளர்கள் இது எதிலும் கலந்து கொள்ளாமல் தங்கள் அடிமை வாழ்வுக்குத் திரும்பி அமைதியாகத் தேயிலை கொழுந்துகளை பறிக்கத் தொடங்கியதை யாருமே கண்டு கொள்ளவில்லை. இதன் பின்னர் கைது செய்யப்பட்ட அனைவரும் திருச்சி மத்திய சிறையில் இருந்து விடுவிக்கப்பட்டனர்.

இதற்கிடையில் தங்களுக்கு எதிராகப் போராடிய மக்கள் பகுதி பகுதியாக மீண்டும் பணிக்கு திரும்ப நேர்ந்ததும் நிர்வாகத்திற்கு தெம்பு உண்டானது. முதலாளியிடம் வேலை பார்க்கலாம். ஆனால் எதிரியிடம் வேலை செய்வது எத்தனை கொடுமை. ஆம், நிர்வாகம் அதன் தொழிலாளர்களை எதிரிகளாகவே நடத்தத் தொடங்கியது. ஆர்ப்பாட்டங்கள் அடங்கிய இந்த பத்தாண்டுகளில் தொழிலாளர்கள் நுணுக்கமான கெடுபிடிகளையும் அவமானங்களையும் சந்தித்து விதியை நொந்தபடி காலத்தை நகர்த்திக் கொண்டிருக்கின்றனர். தங்களுக்கான சின்னச்சின்ன உரிமைகளைக் கூட இனி அவர்களால் பெற முடியாது என்ற அவநம்பிக்கையில் அவ்வளவுநாள் வாழ்ந்து தாங்கல் பண்படுத்திய இடத்தைவிட்டு கொஞ்சம் கொஞ்சமாக வெளியேறிக் கொண்டிருக்கிறார்கள்.

"இப்படி பாதி வழியில் திரும்பி நடக்க வேண்டுமானால் எதற்காக இவ்வளவு தூரத்திற்கு கொண்டு வரவேண்டும். மக்கள் புதிய தமிழகத்தை நம்பினர். ஆனால், அது மக்களோடு கடைசி வரை நிற்கவில்லை. எந்த கோரிக்கைகளும் நிறைவேறாமல் திரும்பி வேலைக்குப் போகிற முடிவு உருவானது. முன்பு இருந்ததைவிட எஸ்டேட்டில் இப்போது ஏகப்பட்ட கெடுபிடிகள். ஆடு மாடு வளர்க்கக் கூடாது. டிஷ் ஆண்டனா கூடாது என எதற்கெடுத்தாலும் மெமோ. நிர்வாகம் எங்களை கண்காணித்துக் கொண்டே இருக்கிறது. 150 மாடுகள் இருந்தன. இப்போது எஸ்டேட்டுக்கு ஒரு மாடுதான். 7.30 மணிக்கு சரியாக பீல்டில் நிற்க வேண்டும். ஒரு நாளைக்கு 30 கிலோ தேயிலை பறித்து வந்தார்கள். அதுவே முடியாமல் இருந்தது. தற்போது 45 கிலோ பறித்தாக வேண்டும். ஏக்கர் கணக்கில் சொல்ல வேண்டுமானால் ஒரு ஆளுக்கு இரண்டு ஏக்கர். இல்லையென்றால் சம்பளத்தில் பிடித்தம் விழும். மூவாயிரம் பேர் வேலை பார்த்த இடம் இது. இப்போது ஆட்களே இல்ல.

என்னோடு படித்து விளையாடின என் வயது பையன்கள் எஸ்டேட்டில் இல்லை. எங்கே போனார்கள் என்றே தெரியவில்லை” என்று வேதனையோடு சொல்கிறார் வழக்குரைஞர் ராபர்ட்.

மதுரை தலித் ஆதார மய்யத்தைச் சேர்ந்த அன்புசெல்வம், “மாஞ்சோலை துயரத்தில் புதிய தமிழகத்தை குறை சொல்ல முடியாது. இது முழுக்க முழுக்க அரசாங்கத்தின் தவறு” என்கிறார். “ஓர் அரசியல் கட்சியால் என்ன செய்ய முடியுமோ அதைத்தான் புதிய தமிழகம் செய்தது. 1997-98 கொடியங்குளம் கலவரத்துக்குப் பின் டாக்டர் கிருஷ்ணசாமி முழுக்க முழுக்க தென் மாவட்டங்களில் கவனம் செலுத்துகிறார். 2002 இல் நடந்த புதிய தமிழகம் மாநில மாநாட்டில் எந்தவிதமான நில உச்சவரம்பு சட்டத்தை அடிப்படையாகக் கொண்டும் நிலத்தை முதலாளிகளுக்கு கொடுக்கக் கூடாது எனவும் குத்தகை ஒப்பந்தத்தைப் புதுப்பிக்கக் கூடாதெனவும் டாக்டர் கோரிக்கை வைத்தார். ஆங்கிலேயர் ஆட்சியின் போது போடப்பட்ட ஒப்பந்தமாக இருந்ததால், 45 ஆண்டுகளில் ஒப்பந்தத்தை முறித்து வெளியே போக வேண்டும். ஆனால் எஸ்டேட் ஆட்களுக்கு இது பொருந்தவில்லை. முதலாளித்துவத்தை எதிர்க்கப் போராடும் கம்யூனிஸ்டுகள் எப்போதும் பெருந்தோட்டப் பண்ணைகளை எதிர்ப்பதில்லை. மாஞ்சோலை மட்டுமல்ல, தெற்காசியா முழுக்க இருக்கும் தேயிலைத் தோட்டத் தொழிலாளர்களின் வாழ்க்கை சொல்ல முடியாத துயரங்களில்தான் கழிகிறது.

“அரசு எப்போதும் வருமானம் வருகிற துறைகள், நிலங்கள், ஆறுகளை தனியாரிடம் ஒப்படைத்துவிட்டு வருமானம் வராத தரிசு நிலம், உப்பளம், கருவேலம், காட்டாமணக்கு போன்றவற்றை கட்டிக்கொண்டு மாரடிக்கிறது. இதுதான் முதலாளித்துவத்தின் பிடி இறுகுவதற்கான முக்கியக் காரணம். இதற்கு மாற்று, நிலங்களைப் பங்கிட்டுக் கொடுப்பதுதான். வால்பாறையில் தேயிலைத் தோட்டத் தொழிலாளர்கள் ‘பாண்டியன் கூட்டுறவு சொசைட்டி’ மூலம் தொழிலை அவர்களே நிர்வகிக்கிறார்கள். அதே போல மாஞ்சோலையிலும் மக்களுக்கு ஆளுக்கு அய்ந்து ஏக்கர் நிலங்களைப் பங்கிட்டுக் கொடுத்து கூட்டுறவு சொசைட்டி அமைத்துக் கொடுக்க வேண்டும். கறவை மாடுகளையும் கொடுக்க வேண்டும்.

“மாஞ்சோலை மட்டுமல்ல, ஒட்டுமொத்த தேயிலை தோட்டத்

தொழிலையும் தேசியமயப்படுத்தி, தெற்காசிய நாடுகளுக்கான கூட்டு சட்டம் கொண்டு வரணும். மாஞ்சோலையில் இவ்வளவு நடந்திருக்கு. கம்பெனி வரிகட்டவில்லை, இரண்டு மூன்று கொலைகள் வேறு நடந்துவிட்டது. மக்கள் இவ்வளவு துயரங்களை எதிர்கொண்டுவிட்டார்கள். இந்த காரணங்களுக்காகவே அரசு ஒப்பந்தத்தை ரத்து செய்து நிர்வாகத்தை கையிலெடுக்கலாம். ஆனால், இதையெல்லாம் செய்தால் அது மக்கள் நல அரசாகிவிடுமே. மாஞ்சோலை மக்கள் தற்போது சிதறுண்டு கிடக்கிறார்கள். நிறைய குழந்தைகள் கல்வி வாய்ப்பை இழந்து மீண்டும் ஏதோவொரு அடிமை வேலைக்குப் போய்க் கொண்டிருக்கிறார்கள்" என்கிறார் அன்பு செல்வம்.

சொந்த பூமியில் வாழ அனுமதிக்காத இடப்பெயர்ச்சிதான் மக்களை அகதியாக்குகிறது எனில், மாஞ்சோலை மக்களும் அகதிகள்தான். ஒரு நூற்றாண்டாக இங்குதான் உழைத்துக் கொண்டிருக்கிறார்கள் என்றாலும் ஒரு துண்டு நிலத்தைக் கூட இவர்கள் சொந்தம் கொண்டாட முடியாது. நிறுவனத்தின் குத்தகை ஒப்பந்தம் 2029இல் முடிவடைகிறது. இந்த மலையை வாழ்விடமாகவும் விவசாய பூமியாகவும் வியாபாரத் தளமாகவும் மாற்றிய வாரிசுகள் அதுவரை இருப்பார்களா என்பது சந்தேகம்தான்.

அரசியல் அதிகாரம் என்னும் மந்திரத்தால் மாங்காயைப் பறித்துவிட முயலும் யாருக்கும் மாஞ்சோலை ஒரு வேதனையான எடுத்துக்காட்டு. தலித் மக்களின் உரிமைகளை வென்றெடுப்போம் என்று முழங்கி, சமூக விடுதலைக்கான, சாதி ஒழிப்புக்கானப் போராட்டங்களைப் புறக்கணித்து தேர்தல் அரசியலுக்கு வரும் தலைவர்கள் மக்களின் பிரச்சனைகளுக்குத் தீர்வு காண்பதில் சமரசப் போக்கையே கடைப்பிடிக்கின்றனர். மாஞ்சோலை மக்களுக்கு இழைத்த துரோகத்தின் மூலம் புதிய தமிழகம் ஏற்படுத்தியிருக்கும் கறையை அழிக்கவே முடியாது. மாஞ்சோலையின் அடுத்த தலைமுறை இனி எந்த தலித் கட்சிகள் மீதும் நம்பிக்கை கொள்ள முடியாத அளவுக்கு அச்சத்தை உண்டாக்கிவிட்டது புதிய தமிழகம்.

தலித் அரசியலின் புதிய எழுச்சியாக கிருஷ்ணசாமியையும் அந்த காலகட்டத்தையும் கொண்டாடியவர்கள், அதன் பின்னர் நடந்த அரசியல் மாற்றங்களைப் பார்த்து வாயடைத்துப் போனார்கள். துரோகத்தையும் மெத்தனத்தையும் ஊழலையும்

சமரசங்களையுமே தேர்தல் அரசியல் மய்யக் கருவாகக் கொண்டிருக்கிறது என்பதற்கு இங்குள்ள எந்த அரசியல் கட்சியும் விதிவிலக்கல்ல. சட்டப் பேரவைகளையும் நாடாளுமன்றத்தையும் வெறுமனே தலித் மக்களை கொண்டு நிரப்புவதால் மட்டும் அடிமைத்தனம் அழிந்து விடாது. இந்த சமூகத்தை நேர்படுத்த விரும்புவோர் பணியாற்ற வேண்டிய இடம் அது மட்டும் அல்ல; மதங்களின் வேர்களும் ஜாதியின் கிளைகளும் இந்த சமூகம் முழுவதும் பரவிக் கிடக்கின்றன. வெறும் வசனங்கள் பேசி அவற்றை அழித்துவிட முடியாது.

அதிகாரத்தைக் கைப்பற்றுவதிலும் கூட்டணியை மாற்றுவதிலுமே இன்றைய அரசியல் தலைவர்களின் ஆற்றல் விரயமாகிறது. இதற்கு மக்களின் நம்பிக்கையையும் உணர்வையும் வாழ்வையும் உயிரையும் விலை பேசுகிறார்கள். சமத்துவத்தை மலரச் செய்வதே சமூக விடுதலையின் அடித்தளம் என்பதை வசதியாக மறந்து போகிறார்கள். அரசியல் அதிகாரத்தை நோக்கிய டாக்டர் கிருஷ்ணசாமியின் தொடக்கமும் புதிய தமிழகத்தின் முடிவும் தலித் இயக்கங்களுக்கும் கட்சிகளுக்கும் ஒரு வரலாற்றுப் பாடம். ●

— சூலை, ஆகஸ்ட் 2008

■34

# கற்றது ஜாதி!

இன்று பிற்படுத்தப்பட்டோர் அனுபவிக்கும் சட்ட ரீதியான எல்லா உரிமைகளையும் உருவாக்கிக் கொடுத்தவர் அம்பேத்கர் என்ற உண்மையை எடுத்துச் சொல்ல ஆளில்லை. இந்த சமூகத்தில் இருந்து சாதி வேரோடு அழிய வேண்டுமானால் அம்பேத்கரின் கருத்துகளை முழு வீச்சில் பரப்பியாக வேண்டும்.

**வன்முறை** நமக்குப் பழக்கப்பட்டதுதான். மக்களை ஆளும் அரசு, அரசை எதிர்க்கும் புரட்சியாளர்கள், புரட்சியை விரும்பாத மதவாதிகள், மதவாதிகளை அண்டிப் பிழைக்கும் அரசியல்வாதிகள், அரசியல்வாதிகளைப் பின் தொடரும் ஊடகங்கள், ஊடகங்களை நம்பும் மக்கள்...

என நாம் எல்லோருமே வன்முறையைப் பார்த்தும் பழகியும் எதிர்பார்த்தும் உருவாக்கியுமே காலத்தை நகர்த்துகிறோம். பெரும்பான்மையினர் சிறுபான்மையினர் மீதும்; ஆதிக்க சாதியினர் தலித் மக்கள் மீதும்; ஆண்கள் பெண்கள் மீதும்; பெரியவர்கள் குழந்தைகள் மீதும் செலுத்தும் அதிகாரம் வன்முறையின் வடிவத்திலேயே அன்றாடம் நிகழ்த்தப்படுகிறது. இங்கு வன்முறைக்கு யாரும் விதிவிலக்கல்லர். வன்முறைக்கும் அடக்குமுறைக்கும் எதிர்வினையாற்ற விழைகிறவர்களும் தங்களுக்கான ஆயுதமாக அவற்றையே கையிலெடுப்பதால் காணச் சகிக்காத அவலங்களை நாள்தோறும் கண்டு கொண்டே இருக்கிறோம். இங்கு மனிதரை எவரும் சக மனிதராகக் கருதவில்லை. இந்த ஜாதி, இந்த மதம், இந்தப் பாலினம், இந்த நிறம், இந்த வயது, இந்தத் தெரு, இந்த ஊர், இந்த நாடு என்று ஒருவரையொருவர் பாகுபடுத்துவதில்தான் எத்தனை வரையறைகள்? வீடு தொடங்கி நாடாளுமன்றம் வரை இந்த வரையறைகளின் மூர்க்கம் முழு வீச்சோடு செயலில் இருக்கிறது. இதற்கு மாணவர்கள் மட்டும் விதிவிலக்காகி விடுவார்களா என்ன?

சென்னையில் உள்ள டாக்டர் அம்பேத்கர் அரசு சட்டக் கல்லூரி, நூறு வயதைக் கடந்து சில ஆண்டுகள் ஆகிவிட்டன. பலப் பல சட்ட மேதைகளை உருவாக்கிய இந்தக் கல்லூரியில் பயில்கிறவர்களில் மற்ற எந்தத் தொழில் படிப்பு கல்லூரிகளை

விடவும் தலித் மாணவர்களின் எண்ணிக்கை அதிகம். குறிப்பாக, கெல்லீசில் அமைந்துள்ள இச்சட்டக் கல்லூரியின் விடுதி பெரும்பாலும் தலித் மாணவர்களால்தான் நிறைந்திருக்கிறது. இதற்கு மிகக் குறிப்பான உளவியல் மற்றும் சமூகக் காரணங்கள் இருக்கின்றன: 1. டாக்டர் அம்பேத்கர் சட்டம் பயின்றவர் என்பது உளவியல் காரணம் 2. இன்னும் தனியார் மயமாகாத ஒரே தொழில் படிப்பு சட்டம் மட்டுமே! சட்டக் கல்லூரியும் தனியார் கைக்குப் போனால் தலித் மாணவர்களுக்கு அதுவும் எட்டாக் கனியாகிவிடும். பிற்படுத்தப்பட்ட / மிகவும் பிற்படுத்தப்பட்ட மாணவர்களின் எண்ணிக்கை இங்கு மிகவும் குறைவு என்றாலும் இது பொது விடுதிதான். அரசு உதவித் தொகையை நம்பி கல்வி கற்க வேண்டிய அவசியம் தலித் மாணவர்களுக்கே பெரும்பாலும் இருக்கிறது என்பதால் உணவுக்கும் உறைவிடத்திற்கும் போக்குவரத்திற்கும் செலவழிக்க வழியற்ற தலித் மாணவர்களுக்கு இந்த சட்டக் கல்லூரி விடுதியே தஞ்சம். 2008 - 2009 கல்வி ஆண்டில் விடுதியில் உள்ள தலித் மாணவர்களின் எண்ணிக்கை 149; பிற்படுத்தப்பட்ட மாணவர்களின் எண்ணிக்கை வெறும் 7.

டாக்டர் அம்பேத்கர் சட்டக்கல்லூரியில் 12.11.2008 அன்று இரு சாதி மாணவர்களுக்கு இடையில் நடைபெற்ற வன்முறை, பிற்படுத்தப்பட்ட மாணவர்கள் வெறும் ஏழு பேர்தான் என்ற நிலையில் எப்படி சாத்தியமாயிற்று? எண்ணிக்கையில் இவ்வளவு குறைவாக இருக்கிறவர்கள் இந்த அளவுக்குத் துணிவார்களா என்று நாம் யோசிக்கலாம். தேவர்களுக்கும் தலித் மாணவர்களுக்குமான மோதல் மட்டுமல்ல; பள்ளர் - பறையர் தாக்குதல்கள், சீனியர் - ஜூனியர் அடிதடிகள், விடுதி மாணவர்களுக்கும் - விடுதியில் இல்லாத மாணவர்களுக்கும் இடையே சண்டைகள் என டாக்டர் அம்பேத்கர் சட்டக் கல்லூரியும் விடுதியும் பல தீவிரமான மோதல்களை தொடர்ச்சியாகக் கண்டு வந்திருக்கிறது. இங்கு நடைபெற்ற வன்முறைகளை விசாரிக்கும் பொருட்டு, இதுவரை நான்கு விசாரணை ஆணையங்களை தமிழக அரசு அமைத்திருக்கிறது. 1968 இல் நீதியரசர் சோமசுந்தரம் ஆணையம், 1981இல் நீதியரசர் காதர் ஆணையம், 2001இல் நீதியரசர் பக்தவச்சலம் ஆணையம், தற்போது நீதியரசர் பி. சண்முகம் ஆணையம். ஆனாலும் சட்டக் கல்லூரியில் நடைபெறும் வன்முறைகளைக் கட்டுப்படுத்த அரசால் முடியவில்லை. அறிக்கைகளை வாங்கி அடுக்கி வைப்பதோடு கடமை முடிந்ததென அது இருந்து விடுகிறது.

சட்டக் கல்லூரி மாணவர்களிடையே மேலோங்கி நிற்கும் பாகுபாடு, பிரிவுணர்ச்சி மற்றும் பழியுணர்ச்சியின் வேர் எது என்று ஆராய்ந்தால் அது கல்லூரி வளாகத்திற்கு மிக அருகிலேயே இருக்கும் நீதிமன்றத்தைச் சென்றடையும். சாதி ரீதியாகப் பிரிந்து செயல்படுவதை வழக்குரைஞர்கள் வழக்கமாகக் கொண்டிருக்கிறார்கள். சட்டத்தைக் காக்க வேண்டிய இவர்கள் எந்த வன்முறைக்கும் அப்பாற்பட்டவர்கள் அல்லர் என்பதைப் பல குற்றங்கள் நமக்கு நிரூபித்திருக்கின்றன. மேலும் அரசியலோடு தொடர்புடையவர்களாகவும் இவர்கள் தங்களை அடையாளப்படுத்திக் கொள்ள விழைகிறார்கள். சட்டக் கல்லூரி மாணவர்கள், ஓர் அரசியல் கட்சியின் மாணவர் அணிச் செயலாளருக்கு இருக்கும் துடிப்போடும் மிதப்போடும் வலம் வருவதன் உளவியல் பின்னணி இதுதான். டாக்டர் அம்பேத்கர் சட்டக்கல்லூரி எப்போதுமே பதற்றமான சூழலில் இருப்பதற்கு அடிநாதமாக இப்படியொரு பின்னணி இருந்தாலும் கடந்த பத்தாண்டுகளாக மட்டுமே உற்று நோக்கும்படியாக மூன்று முக்கியமான வன்முறைகள் இங்கு நிகழ்த்தப்பட்டிருக்கின்றன.

இதில் முதலாவதாகக் குறிப்பிட வேண்டியது, 2001இல் காவல் துறை மாணவர்கள் மீது நடத்திய கொலை வெறித் தாக்குதல். இதற்கும் வலுவான சாதியப் பின்னணி உள்ளது என்ற போதிலும் அது சட்டக் கல்லூரி விடுதி மாணவர்களுக்கும் காவல் துறைக்குமான பொதுவான மோதலாகவே திசை திருப்பப்பட்டது. விடுதிக்கு அருகில் இருந்த கணேஷ் செட்டிநாடு ஓட்டல் ஊழியர்களுக்கும் விடுதி மாணவர்கள் இருவருக்கும் ஏற்பட்ட சாதாரணக் கைகலப்பு, காவல் துறை தலையீட்டால் மிகப் பெரிய வன்முறையாக மாறியது. விடுதிக்குள் காவலர்கள் அத்துமீறி நுழைந்து மாணவர்களைக் கடுமையாகத் தாக்கினர்.

மோட்சம் திரையரங்கில் படம் பார்த்துவிட்டு வந்த பொது மக்கள்தான் மாணவர்களோடு சண்டையில் ஈடுபட்டதாக காவல் துறை பதிலளித்தாலும் அதில் உண்மையில்லை. காவல் துறையோடு சேர்ந்து மாணவர்களை அன்று தாக்கியவர்கள், காவலர்கள் அழைத்து வந்த 'ரவுடி'களே என்று சட்டக் கல்லூரி மாணவர்கள் மட்டுமல்லர்; ஆசிரியர்களும் நம்புகிறார்கள். காவல் துறைக்கு சட்டக் கல்லூரி மாணவர்கள் மீது குறிப்பாக விடுதியில் இருக்கும் தலித் மாணவர்கள் மீதிருந்த வெறுப்புணர்ச்சியே இந்த மோதலின்

கரு என அவர்கள் குறிப்பிடுகிறார்கள். விடுதி முழுவதும் சூறையாடப்பட்டு, 35 மாணவர்கள் கைது செய்யப்பட்டு சிறையில் அடைக்கப்பட்டனர். மாணவர்களைத் தாக்கிய இந்தப் 'பொது மக்களை' கைது செய்ய வாய்ப்பிருந்தும் அதைச் செய்ய காவலர்கள் தவறியதாக நீதியரசர் பக்தவச்சலம் விசாரணை ஆணையம் தனது அறிக்கையில் குறிப்பிட்டிருந்த போதிலும் அந்தப் பொது மக்கள் யாராக இருக்கக்கூடும் என்ற முக்கியமான செய்தியை மட்டும் ஆணையம் விசாரிக்கவில்லை. இறுதியாக, காவல் துறை மீது எந்தத் தவறுமில்லை என்றே அறிக்கை குறிப்பிட்டது.

இதற்கு அடுத்ததாக, 2005-2006இல் தலித் மற்றும் முக்குலத்தோர் மாணவர்களுக்கிடையே மோதல் நடந்தது. அந்த கல்வியாண்டில் விடுதியில் தலித் மாணவர்களின் எண்ணிக்கை 93; பிற்படுத்தப்பட்ட / மிகவும் பிற்படுத்தப்பட்ட மாணவர்களின் எண்ணிக்கை 67. முதன் முறையாக விடுதியில் பிற்படுத்தப்பட்ட / மிகவும் பிற்படுத்தப்பட்ட மாணவர்களின் எண்ணிக்கை அப்போதுதான் இந்தளவு அதிகரிக்கப்பட்டது. அதற்கு காரணமாக இருந்தவர் அப்போதைய விடுதிக் காப்பாளராக இருந்த பேராசிரியர் வின்சென்ட் காமராஜ். மாணவர்கள் மத்தியில் இவருக்கு நல்ல பெயர் இருந்ததாலும் மாணவர்களை வழி நடத்துவதிலும் சமாதானப்படுத்துவதிலும் நடுநிலையாக செயல்பட்டதாலும் அவர் விடுதிக் காப்பாளராக நியமிக்கப்பட்டார். அவர் பொறுப்பேற்ற அந்த ஆண்டில் விடுதியில் குறிப்பிடும்படியாக வன்முறை நிகழ்வு ஏதும் ஏற்படவில்லை. உணவு மேற்பார்வை, சுற்றுச்சூழல் பாதுகாப்பு, வெளியாட்கள் விடுதிக்கு வராமல் கண்காணிக்க ஒரு மேற்பார்வைக் குழு என குழுக்களை உருவாக்கி மாணவர்களை அதில் ஈடுபடுத்தினார்.

அந்த ஆண்டு மே மாதத்தில் அவர் 15 நாட்கள் விடுமுறைக்காக வெளியூர் சென்றிருந்த நேரத்தில் முக்குலத்தோர் இயக்கத்தைச் சேர்ந்த ஒருவர், முக்குலத்தோர் மாணவர்களுக்கு மட்டும் 'கராத்தே' சொல்லிக் கொடுப்பதற்காக விடுதிக்குள் நுழைந்திருக்கிறார். மற்ற மாணவர்களும் கராத்தே கற்றுக் கொள்ள விரும்பிய போதிலும் அவர்களுக்கு அனுமதி மறுக்கப்பட்டது. இதனால் சிறிய அளவில் சலசலப்பு ஏற்பட, இச்செய்தி வின்சென்ட் காமராஜிடம் தெரிவிக்கப்பட்டது; அவர் அதைக் கண்டித்திருக்கிறார். தேவர் மாணவர்கள் இதனால் அதிருப்தியடைந்தனர். இரவு குடித்துவிட்டு

வந்து தலித் மாணவர்களிடம் தகராறு செய்ய, 11 மணிக்கு தொடங்கி 2 மணி வரை சண்டை நடந்திருக்கிறது. இதில் 25 பிற்படுத்தப்பட்ட மாணவர்களும் 10 தலித் மாணவர்களும் காயமடைந்தனர். வன்முறையில் ஈடுபட்ட மாணவர்கள் இடைநீக்கம் செய்யப்பட்டனர். வழக்குகள் கிடப்பில் போடப்பட்டன. மாணவர்கள் ஒத்துழைக்காததால் இன்று வரை அந்த விசாரணை நிலுவையில் உள்ளது.

இந்தத் தகராறின் விளைவாக பிற்படுத்தப்பட்ட மாணவர்கள் அதற்கடுத்த ஆண்டு விடுதியில் சேர முன் வரவில்லை. தலித் மாணவர்களே அதிகளவில் சேர்க்கப்பட்டிருக்கிறார்கள். இதனால் பிற்படுத்தப்பட்ட மாணவர்களுக்கு தலித் மாணவர்கள் மீது வெறுப்பு கூடியது. 'முக்குலத்தோர் மாணவர் பேரவை' உருவானதன் பின்னணி இதுதான். விடுதியில் தலித் மாணவர்கள் ஒன்றிணைந்து இருப்பதால் கல்லூரியில் முக்குலத்தோர் மாணவர்களை ஒன்றிணைக்கும் பணி நடந்தது. பிற பிற்படுத்தப்பட்டோரும் முக்குலத்தோர் மாணவர்களுக்கு உறுதுணையாக இருந்தனர். புதிதாக வரும் மாணவர்களிலும் தங்கள் சாதிக்காரர்களை அடையாளம் கண்டு ஒன்று சேர்க்கும் பணியை முக்குலத்தோர் மாணவர் பேரவையினர் செய்தனர். கல்லூரிக்குள் எந்த ஒரு சாதி சங்கத்திற்கும் அனுமதியில்லை என்ற போதிலும் கல்லூரி நிர்வாகத்தால் இதைத் தட்டிக் கேட்க முடியவில்லை. காரணம், இந்தப் பேரவையின் வேர் கல்லூரிக்கு வெளியே மிகவும் பலம் பொருந்தியவர்கள் இருக்கும் இடத்தில் நிலை கொண்டிருந்தது. தேவர் குரு பூஜையைக் கொண்டாடும் போது தலித் மாணவர்களை கோபப்படுத்தும் வகையில் கூச்சலிடுவதும் வம்பிழுப்பதும் தொடர்ந்தது.

சென்ற ஆண்டு பிப்ரவரி இறுதியில் தலித் மாணவர்களைத் தாக்கும் நோக்கத்தோடு வந்த முக்குலத்தோர் மாணவர்களுக்கு தலைமையேற்ற பாரதி கண்ணன் (நவம்பர் 12 வன்முறை நிகழ்வில் கத்தியோடு ஓடி வந்தவர்) ஆயுதங்களோடு தலித் மாணவர்களை அடிக்க முற்பட்டார். இதனால் ஏற்பட்ட தகராறில் காவல் துறை அவரிடமிருந்து சுமார் 10 ஆயுதங்களை கைப்பற்றியது. இதைக் கண்டித்து தலித் மாணவர்கள் ஆர்ப்பாட்டத்தில் ஈடுபட்டனர். பாரதி கண்ணன் மீது பி. சி. ஆர். வழக்குப் பதிவு செய்யப்பட்டது என்ற போதிலும் அவர் முன் ஜாமினில் வெளியே வந்துவிட்டார்.

நவம்பர் 12 அன்று நடைபெற்ற வன்முறை நிகழ்வுக்கு அடிபோட்டது அக்டோபர் 30 தேவர் குருபூஜை. முக்குலத்தோர் மாணவர் பேரவை தொடங்கப்பட்டதிலிருந்து குரு பூஜையை தேவர் மாணவர்கள் கோலாகலமாகக் கொண்டாடி வருகிறார்கள். போஸ்டர் ஒட்டுவது, துண்டறிக்கை வெளியிடுவது, கோஷம் போடுவது, முளைப்பாரி கொண்டு போவது என கல்லூரிக்குள்ளும் குருபூஜை சடங்குகளைப் பின்பற்றியிருக்கிறார்கள் மாணவர்கள். முத்துராமலிங்கத் தேவருக்கு இருக்கும் 'தேசியத் தலைவர்' பிம்பம், கல்லூரி நிர்வாகத்தை இதைத் தடுக்க விடாமல் செய்திருப்பது கடும் கண்டனத்திற்குரியது. கல்லூரியின் சார்பாக டாக்டர் அம்பேத்கர் பிறந்த நாள் மட்டுமே கொண்டாடப்படுவது வழக்கம். அதற்குக் காரணம் இந்தக் கல்லூரி அவர் பெயரில் இருப்பது மட்டுமல்ல; அவர்கள் பயிலும் அரசமைப்புச் சட்டத்தை எழுதியவர் என்பதுதான். ஆனால் இந்த அடிப்படை உண்மையைக் கூட ஏற்கவும் நம்பவும் அங்கீகரிக்கவும் முக்குலத்தோர் மாணவர்களால் முடியவில்லை. தேவர் குரு பூஜையை கொண்டாட வெளியிலிருந்து சாதி சங்கங்களும் அரசியல் கட்சிகளும் ஊக்குவித்தன.

குரு பூஜையன்று அடிக்கப்பட்ட சுவரொட்டியில், "எக்குலமும் வாழணும், தேவர்கள் மட்டும் ஆளணும்" என்ற வாசகம் இருந்தது. அதோடு டாக்டர் அம்பேத்கர் சட்டக் கல்லூரி மாணவர்கள் என்பதற்கு பதிலாக, "சென்னை அரசு சட்டக்கல்லூரி மாணவர்கள்" என்று குறிப்பிடப்பட்டிருந்தது. கல்லூரியின் பெயரையே மாற்றிக் குறிப்பிட்டதாலும் அம்பேத்கர் பெயரை வேண்டுமென்றே நீக்கியதாலும் கோபமடைந்த தலித் மாணவர்கள், முக்குலத்தோர் மாணவர்களை தட்டிக் கேட்டிருக்கிறார்கள். இதற்கு முக்குலத்தோர் மாணவர்கள் டாக்டர் அம்பேத்கரை ஒருமையில் குறிப்பிட்டு, "அவன் எங்களுக்கு என்னடா செஞ்சான், அவன் பேரை நாங்க எதுக்கு போடணும்" என்று கூற, தலித் மாணவர்கள் "அப்படீன்னா எதுக்கு இங்க படிக்கிறீங்க, வேற நாட்டுக்குப் போங்க" என்று கோபமாக பதிலளித்தனர். இதைத் தொடர்ந்த சண்டையில் தலித் மாணவர் ஒருவரின் தலையை முக்குலத்தோர் மாணவர்கள் உடைத்திருக்கிறார்கள். இரண்டாம் மற்றும் மூன்றாம் ஆண்டு மாணவர்களுக்கு தேர்வு நேரம் என்பதால் நான்காம் ஆண்டு மாணவர்கள் கல்லூரி முதல்வரான சிறீதேவை சந்தித்து சுவரொட்டியின் வாசகங்கள் பற்றி முறையிட்டிருக்கிறார்கள். அதற்கு முதல்வர், "இதெல்லாம் தப்பு; போஸ்டரை உடனே

கிழிச்சிடுங்க" என்று சொல்ல, தலித் மாணவர்கள் போஸ்டர்களை கிழித்திருக்கிறார்கள்.

இதனால் தலித் மாணவர்களை அடித்தே தீருவது என பாரதி கண்ணன் தலைமையிலான சில முக்குலத்தோர் மாணவர்கள் ஆயுதங்களோடு சுற்றுவதாக தகவல் வந்து கொண்டிருந்தது. இதனால் நவம்பர் 5 அன்று நடந்த தேர்வை தலித் மாணவர்கள் புறக்கணித்திருக்கிறார்கள். அடுத்த இரண்டு நாட்களில் தலித் மாணவர்கள் தாக்கப்பட்டிருக்கிறார்கள். இந்த நிலையில்தான் முக்குலத்தோர் மாணவர்கள் மீண்டும் தங்களை தாக்குவதற்குள் நாம் அவர்களைத் தாக்கிவிட வேண்டும் என்று தலித் மாணவர்கள் விடுதியில் பேசி முடிவெடுத்திருக்கிறார்கள். மூன்று நாட்களாக பாரதி கண்ணன் உள்ளிட்டோரை தலித் மாணவர்கள் தேடியிருக்கிறார்கள். அவர்கள் அகப்படவில்லை. இந்நிலையில், நவம்பர் 12 அன்று தேர்வு எழுத வரும் தலித் மாணவர்களைத் தாக்குவதற்கு பாரதி கண்ணன் உள்ளிட்டோர் திட்டமிட்டிருப்பதாகத் தகவல் கிடைக்க, தலித் மாணவர்கள் சுமார் 40 - 50 பேர் தேர்வு எழுதும் மாணவர்களைப் பாதுகாக்க உருட்டுக் கட்டைகளோடு கிளம்பி வந்து கல்லூரிக்குள் காத்திருந்தனர்.

கல்லூரிக்குள் மாணவர்கள் பதற்றமாகத் திரிவதாகத் தகவல் வரவே, காவல் துறையும் பத்திரிகை / தொலைக்காட்சி செய்தியாளர்களும் அங்கு குவிந்தனர். இந்நிலையில் தேர்வு எழுதிக் கொண்டிருந்த மாணவர்கள் சிலர் கல்லூரியின் முன்னாள் மாணவரான வழக்குரைஞர் ரஜினிகாந்திற்கு தகவல் தெரிவிக்க அவர் விஞ்ஞானி கோபால் என்பவருடன் விரைந்து வந்திருக்கிறார். அவர் தலித் மாணவர்களுடன் பேசிக் கொண்டிருந்த நேரத்தில் பாரதி கண்ணனும் ஆறுமுகமும் பைக்கில் வந்து இறங்கிய வேகத்தில் பாரதி கண்ணன் கடுமையான வார்த்தைகளால் திட்டியபடி கத்தியோடு பாய்ந்து ஓடி வந்திருக்கிறார். தலித் மாணவர்கள் சுதாரித்து சிதறி ஓடுவதற்குள் சித்திரைச் செல்வன் என்ற நான்காம் ஆண்டு மாணவரின் காதிலும் தலையிலும் வெட்டு விழுந்தது. "ஓங்களக் கொல்லாம விடமாட்டேன்டா" என்று பாரதி கண்ணன் மிக மூர்க்கமாக ஓடி வந்ததைப் பார்த்து தலித் மாணவர்கள் பின் வாங்கியதால் அது அவருக்கு இன்னும் கூடுதல் வெறியை ஊட்டியது. அய்ம்பதுக்கும் மேற்பட்டோர் திரண்டிருக்கிறார்கள். பிடிபட்டால் என்னாவோம் என்று யோசிக்க முடியாத அளவுக்கு வன்முறை வெறி அவர் மூளையை மழுங்கடித்திருந்தது.

திரைப்படங்களில் வரும் கதாநாயகனைப் போல தனியாளாக அத்தனை பேரையும் அடித்து நொறுக்கிவிடலாம் என்ற கணிப்பு அடுத்த சில நிமிடங்களிலேயே பொய்த்தது. தலித் மாணவர்கள் கும்பலாகத் தாக்கியதில் பாரதி கண்ணனின் கத்தி கீழே விழுந்தது. கல்லூரியின் நுழைவாயிலருகே அவர் வந்துவிட்ட போதிலும் தப்பித்துச் செல்வதற்கு அதிக வாய்ப்புகள் இருந்த நிலையிலும் அவர் "வாங்கடா வாங்கடா" என்று வெறியோடு கத்திக் கொண்டிருந்தார். பாரதி கண்ணனோடு வந்த ஆறுமுகத்தையும் தேர்வு எழுத வந்திருந்த அய்யாத்துரையையும் (ஏற்கனவே தலித் மாணவர்களைத் தாக்கியவர்) தலித் மாணவர்கள் அடித்துத் துவைத்தனர். பாரதி கண்ணனும் ஆறுமுகமும் செயலிழந்து கீழே கிடந்த நிலையிலும் அவர்களை தலித் மாணவர்கள் தொடர்ந்து தாக்கினர். பாரதி கண்ணன் கத்தியோடு பாய்ந்து வந்தபோது அவர் கண்களிலும் உடலசைவிலும் இருந்த வெறி முற்றிலுமாக தலித் மாணவர்களிடம் இடம் மாறியது.

கல்லூரியின் வாசலில் நின்றிருந்த காவலர்கள் எந்த சலனமும் இல்லாமல் ஏதோ திரைப்படக் காட்சியைப் பார்ப்பது போல வேடிக்கை பார்த்தது மன்னிக்க முடியாத குற்றம். அவர்கள் உள்ளே நுழைந்து மிகச் சிறிய அளவிலான தடியடி நடத்தியிருந்தால் கூட இத்தகைய கொடுமையான காட்சிகளை சமூகம் பார்க்காமல் தப்பித்திருக்கும். 2001இல் காவல் துறை இதே சட்டக் கல்லூரிக்குள் அத்துமீறி நுழைந்தபோது அவ்வாறு நுழையலாமா என்று ஒரு வினா எழுப்பப்பட்டது. இதற்கான பதில் நீதிபதி பக்தவச்சலம் கமிஷன் அறிக்கையில் கொடுக்கப்பட்டுள்ளது. கேரள உயர் நீதிமன்றத்தின் தீர்ப்பான, "சட்ட விரோத கும்பலை கலைப்பதற்காக காவல் துறையினர் அவர்களுக்கு அளிக்கப்பட்டிருக்கிற அதிகாரத்தைப் பயன்படுத்துகிறபோது அவர்கள் கல்லூரியின் முதல்வர் அல்லது பள்ளியின் தலைமையாசிரியர் போன்ற கல்வி நிறுவனங்களின் தலைமையிடமிருந்து முன் அனுமதி பெற வேண்டிய அவசியமில்லை" (கேரள சட்ட அறிக்கை 1971; பக்கம்: 376) என்பதை மேற்கோள் காட்டியே காவல் துறையினர் மீது தவறு இல்லை என்று ஆணையம் அவர்களை விடுவித்தது. அதனால் கல்லூரி முதல்வரின் அனுமதிக்காகக் காத்திருந்தோம் என்ற காவல் துறையின் பதிலில் துளியும் நியாயமில்லை. அதோடு கல்லூரி முதல்வர் எழுத்துப்பூர்வமான புகாரை அளித்ததாகக் கூறுகிறபோது காவல் துறை அதை மறுப்பதன் பின்னணி புரியவில்லை.

காவல் துறைக்கும் சட்டக் கல்லூரி மாணவர்கள் மீது வெறுப்புணர்ச்சி எப்போதுமே இருக்கிறது என்பதைப் பல

மாணவர்களும் வழக்குரைஞர்களும் கல்லூரிப் பேராசிரியர்களும் உறுதிப்படுத்துகின்றனர். அதனால் மாணவர்களைத் தாக்குவதற்கு கிடைத்த வாய்ப்பை அவர்கள் நழுவவிடுவார்களா என்பது அய்யமே!

வன்முறையை முதலில் தொடங்கியவர்கள் யார் என்று ஆளாளுக்குப் பட்டிமன்றம் நடத்துகிறார்கள். பாரதி கண்ணன் கத்தியோடு பாய்ந்ததாலேயே தலித் மாணவர்கள் அவரை திருப்பித் தாக்கினார்கள் என்று ஒருசாரார் நியாயப்படுத்த முயல்கிறார்கள். கத்தியோடு பாய்ந்த பாரதி கண்ணன் 'இனச் சிங்க'மாக மற்றொரு சாரரால் சித்தரிக்கப்படுகிறார். மனிதரை மனிதர் தாக்கும் உரிமை மீறலை யார் யாருக்கு இழைத்தாலும் அது குற்றமே. இன்று இந்த வன்முறையைப் பார்த்துக் கொண்டிருக்கும் முதலாமாண்டு மாணவர்கள், சீனியர்களாகும் போது பதில் சொல்லக் காத்திருப்பார்கள். அதுவரை வன்மம் அவர்கள் மனதில் ஊறிக் கொண்டிருக்கும். வெறும் பதிலடி கொடுப்பதற்கு மட்டுமே வன்முறை உதவும். அது பிரச்சனைக்கான உண்மையான தீர்வை எப்போதுமே அளிப்பதில்லை. வெறும் வன்முறையால் ஆக்கப்பூர்வமாக ஏதாவது விளைந்ததா என்று பார்த்தால் உலக அளவில் கூட நமக்கு எடுத்துக்காட்டுகள் இல்லை. இந்த சமூகமும் மக்களும் பிளவுபட்டிருப்பதைத்தான் அரசியல்வாதிகளும் ஆதிக்கவாதிகளும் விரும்புகின்றனர். இதுபோன்ற வன்முறைகள் மூலம் நாம் அவர்களுக்கு மகிழ்ச்சியை ஊட்டிக் கொண்டிருக்கிறோம்.

இதுபோன்ற வன்முறைகள் நிகழும் போதெல்லாம் எங்கே போகிறது மாணவர் சமுதாயம் என்று எல்லோருமே கேள்வி எழுப்புகிறார்கள். ஓர் உண்மையை நாம் புரிந்து கொள்ள வேண்டும். இந்த சமுதாயம் எங்கே இழுத்துச் செல்கிறதோ, அங்கேதான் மாணவர்களும் சென்று சேர்கிறார்கள். இப் பிரச்சனை டாக்டர் அம்பேத்கர் சட்டக் கல்லூரிக்கு மட்டும் உரித்தானதல்ல. திருநெல்வேலி மற்றும் பாளையங்கோட்டையில் உள்ள இரண்டு ஆண்கள் கல்லூரிகளுக்கிடையே இதை விட மோசமான வன்முறைத் தாக்குதல்கள் அடிக்கடி நடந்தேறுகின்றன. சென்னையில் சில ஆண்கள் கல்லூரிகளுக்கிடையே தேங்கிக்கிடக்கும் வன்மம் ஊரறிந்ததே! அவ்வளவு ஏன் சட்டக் கல்லூரி மோதலைத் தொடர்ந்து கொடூர நோய் கிருமியை விடவும் வேகமாக வன்முறை பரவி, தமிழகத்தின் பல சட்டக் கல்லூரி மாணவர்கள் தாக்குதலில் ஈடுபட்டனர். மாணவர்களிடம் சாதிய உணர்வும் கும்பல் மனப்பான்மையும் மேலோங்கி இருப்பதற்கு

இந்த சாதிய சமூகமும் கும்பல் கலாச்சாரத்தை மட்டுமே நம்பி ஆட்சி நடத்தும் அரசியல்வாதிகளுமே முக்கியக் காரணம்.

சாதிய மேலாதிக்கம் எங்குதான் இல்லை? மிக அண்மையில் உத்தப்புரத்தில் தலித் மக்கள் ஆதிக்க சாதியினராலும் காவல் துறையாலும் தாக்குதலுக்கு உள்ளானார்கள். எந்த அரசியல் கட்சியும் வாய் திறக்கவில்லை. சட்டக் கல்லூரி மாணவர்களின் மோதலைப் பார்த்து அதிர்ச்சியடைந்ததாகக் கூறும் எல்லோரும் தாங்கள் சாதியற்றவர்கள் தானா என்ற கேள்வியை எழுப்பிப் பாருங்கள். தன் மகன் தாக்கப்பட்டதற்காகக் கதறி அழும் பெற்றோர், அவர் தாக்குதலில் ஈடுபட்டதற்காக வருத்தப்படவும் அவமானப்படவும் வேண்டும். முக்குலத்தோர் மாணவர் தாக்கப்பட்டதை அரசியல் கட்சிகள் வெளிப்படையாகவே கண்டிக்கின்றன; குறிப்பாக அ.தி.மு.க. பாதிக்கப்பட்ட மாணவர்களைப் பார்க்கப் போகும் அரசியல் தலைவர்களும் அமைச்சர்களும் பாரதி கண்ணனையும் ஆறுமுகத்தையும் அய்யாத் துரையையும் நலன் விசாரித்துவிட்டு சித்திரைச் செல்வனை புறக்கணிக்கிறார்கள். பாரதி கண்ணனுக்கு இப்போதே அ.தி.மு.க. வில் பதவி தயாராகி இருக்கும். எதிர்கால அரசியல்வாதிகளை இவர்களே வளர்த்தெடுக்கிறார்கள். பாரதி கண்ணன் தன் சமூக மாணவர்களுக்கு ஒரு தவறான முன்னுதாரணமாக எல்லோராலும் நிறுத்தப்படுகிறார்.

இந்தியாவைப் பொருத்தவரை கல்வி நிறுவனங்கள் சாதியப் பாகுபாட்டின் மய்யங்களாகவே இருக்கின்றன. நம் கற்பனைக்கும் எட்டாத அனைத்து வசதிகளும் கொண்ட கல்வி நிறுவனங்களில் பார்ப்பனர்களும்; எந்த அடிப்படை வசதியுமற்ற பள்ளி / கல்லூரிகளில் தலித் மற்றும் பிற்படுத்தப்பட்டோரும் நிறைந்திருக்கிறார்கள். டாக்டர் அம்பேத்கர் சட்டக் கல்லூரியில் 55 ஆசிரியர் பணியிடங்கள் நிரப்பப்படாமல் இருக்கின்றன. ஆசிரியர் பற்றாக்குறையால் பெரும்பாலும் வகுப்பு நேரத்தில் மாணவர்கள் சும்மாவே இருக்கிறார்கள். வழி நடத்த வேண்டாம்; பாடம் நடத்தக் கூட ஆசிரியர் இல்லாத நிலையில் மாணவர்கள் கட்டுப்பாடற்ற நிலைக்குத் தள்ளப்படுகிறார்கள். சாதி சங்கத்தினரும் அரசியல்வாதிகளும் ரவுடிகளும் மாணவர்களைத் தேடி வந்து ஆக்கிரமிக்கிறார்கள். விடுதியில் 24 மணி நேரமும் இருக்கிற மாதிரியான காப்பாளர் இல்லை. வகுப்பெடுக்கும் பேராசிரியர்தான் காப்பாளராக நியமிக்கப்படுகிறார். இது குறித்து பக்தவச்சலம் ஆணையத்தின் பரிந்துரைகளை நடைமுறைப்படுத்தவே அரசுக்கு

நேரமில்லை. அதற்குள் அடுத்த வன்முறை நடந்து ஆணையம் நியமிக்கப்பட்டுவிட்டது. விசாரணையும் அறிக்கையுமே பாக்கி.

நாமெல்லாரும் நிகழ்வுகளுக்கு எதிராக மட்டுமே குரல் கொடுத்துக் கொண்டிருக்கிறோம். இங்கு நிலவும் சாதியக் கட்டமைப்பைப் பற்றிய புரிதல் எவருக்கும் இல்லை. டாக்டர் அம்பேத்கர் என்ற மாமனிதர் இந்த சமூகத்திற்கு ஆற்றியிருக்கும் பெருந்தொண்டைப் புரிந்து கொண்டவர்களும் அதை எடுத்துச் சொல்கிறவர்களும் எண்ணிக்கையில் மிகக் குறைவாக இருக்கிறார்கள். அவர் தலித் மக்களின் தலைவர் என்ற அளவில் சுருக்கப்பட்ட சூழ்ச்சியின் விளைவே குருபூஜையன்று முக்குலத்தோர் மாணவர்கள் எழுப்பிய "அம்பேத்கர் எங்களுக்கு என்ன செய்தார்" என்ற கேள்வி. இந்திய அரசமைப்பை உருவாக்கியவர் என்ற அடிப்படைச் செய்தி கூட தெரியாதவர்கள் இங்கு அதிகம் (சட்டக் கல்லூரி வன்முறை தொடர்பான உண்மையறியும் குழு ஒன்றின் பத்திரிகையாளர் சந்திப்பில் தமிழகத்தின் முன்னணி நாளிதழின் செய்தியாளர், "அம்பேத்கர் என்பது ஜாதிப் பேர். அவர் பேரை எதுக்கு கல்லூரிக்கு வெச்சிருக்காங்க. பேரை மாத்திட்டா பிரச்சனை முடிவுக்கு வந்துவிடும்" என்றார் துளியும் கூச்சமின்றி).

இன்று பிற்படுத்தப்பட்டோர் அனுபவிக்கும் சட்ட ரீதியான எல்லா உரிமைகளையும் உருவாக்கிக் கொடுத்தவர் அம்பேத்கர் என்ற உண்மையை எடுத்துச் சொல்ல ஆளில்லை. அம்பேத்கரை ஏற்றுக் கொள்ள பிற்படுத்தப்பட்டோர் எப்படி தயாராக இல்லையோ, அதே போல அவரை எல்லோருக்குமானவராக விட்டுக் கொடுக்க தலித் மக்களும் தயாராக இல்லை என்றே தோன்றுகிறது. இந்த சமூகத்திலிருந்து சாதி வேரோடு அழிய வேண்டுமானால் அம்பேத்கரின் கருத்துகளை முழு வீச்சில் பரப்பியாக வேண்டும். இந்த விஷயத்திலும் பார்ப்பனர்களின் சாமர்த்தியத்தை எடுத்துக்காட்டாகக் கொள்ளலாம். ஆகாத போகாத ஆட்களையெல்லாம் அவர்கள் 'பெரிய தலைவர்'களாக, 'தியாகி'களாக எல்லோருக்குமானவர்களாக எப்படித் தூக்கிப் பிடிக்கிறார்கள்! சட்டக் கல்லூரிக்கு அம்பேத்கரின் பெயர் சூட்டப்பட்டிருப்பதையே எதிர்க்கும் இந்த சமூகம், எவ்வளவு கீழ்த்தரமான சாதிய மேலாதிக்கத்தில் திளைத்துக் கொண்டிருக்கிறது என்பதற்கான எச்சரிக்கை இது என்பதை உணர்ந்து அரசும் சமூக ஆர்வலர்களும் அம்பேத்கரின் கருத்துகளை இந்த சமூகத்துக்கு கொண்டு சேர்ப்பதில் ஒன்றிணைய வேண்டும்.

தலித் மாணவர்களுக்கு எதிராக ஊடகங்கள் செய்தியையும்

காட்சிகளையும் திரித்தும் மறைத்தும் வெளியிடுவதாகக் குற்றம் சாட்டப்படுகிறது. தலித் மக்கள் மீதான வன்கொடுமைகள் பற்றிய செய்திகளை அவை முன்னுரிமை கொடுத்து வெளியிடுவதில்லை. அப்படியே வெளியிட்டாலும் திரித்து எழுதி வெளியிடுவதே ஊடகங்களின் கொள்கையாக எப்போதும் இருக்கிறது. ஆகவே இது புதிதல்ல. இன்று செய்தி மற்றும் தொலைக்காட்சி ஊடகங்கள் பெருமளவிலான வியாபார மய்யமாக மாறிவிட்டன. பரபரப்பான செய்திகள் மட்டுமே அவர்களுக்குத் தீனி. எதைக் காட்டுவது, எதை மறைப்பது, எதை எழுதுவது, எதைப் புறக்கணிப்பது என்ற அடிப்படையான அறிவும் பத்திரிகை அறமும் இதனால் மீறப்படுகிறது.

பாரதி கண்ணன் கத்தியோடு பாய்ந்து வந்ததை இரண்டாம் நாளில் இருந்து தொலைக்காட்சிகள் காட்டவில்லை. தலித் மாணவர்கள் பாரதி கண்ணனையும் ஆறுமுகத்தையும் தடிகளால் அடித்ததை மட்டுமே காட்டினார்கள். முக்குலத்தோர் மாணவரையோ தலித் மாணவரையோ ஒரு யானை தூக்கிப் போட்டு மிதித்திருந்தாலும் அதை அவர்கள் நாள் முழுவதும் காட்டிக் கொண்டு தான் இருந்திருப்பார்கள். 24 மணி நேரமும் திருப்பிய அத்தனை சேனல்களிலும் கொடுமையான இந்த வன்முறைக் காட்சிகளை எந்தத் தணிக்கையுமின்றி சேனல்கள் ஒளிபரப்பின. இது குழந்தைகள் மனநிலையை பாதிக்காதா? மாணவர்களிடம் மேலும் வன்முறை உணர்வைத் தூண்டாதா என்று அக்கறைப்படவெல்லாம் அவர்களுக்கு ஏது நேரம்? ஊடகங்களின் இந்த பொறுப்பற்றத்தனத்தை எதிர்க்காமல் பாரதி கண்ணன் கத்தியோடு பாய்ந்ததையும் காட்ட வேண்டுமென்று நாம் எதிர்பார்க்கிறோம். நம் பலவீனம் அதுதான் அதைத் தான் ஊடகங்கள் விற்றுப் பிழைக்கின்றன.

தன் சாதியை உயர்த்திப் பிடிக்கவும் கொண்டாடவும் வளர்த்தெடுக்கவுமே எல்லோரும் விழைகிறார்கள். உன் சாதிக்கு என் சாதி தாழ்ந்ததில்லை என்று நிரூபிக்கவே உழைக்கிறார்கள். மாறாக, சாதி என்ற ஒன்று பார்ப்பனர்களைத் தவிர மற்ற எல்லோரையுமே இழிவான நிலையில்தான் வைத்திருக்கிறது என்று புரிந்து கொள்ள மறுக்கிறார்கள். எல்லா சாதிகளையுமே ஆதிக்க சாதி ஆக்கிவிடும் முயற்சியும் போராட்டமுமே இங்கு நடந்து கொண்டிருக்கிறது. சாதியை அழிக்கவும் சாதியற்றவர்களாகவும் யாருக்கும் துணிவில்லை. சாதி தரும் கும்பல் மனப்பான்மையை ஒற்றுமையுணர்வு என்று நம்பி இந்த சமூகம் ஏமாந்து கொண்டிருக்கிறது. ஒற்றுமையுணர்வு என்பது மதம், இனம், மொழி,

சாதி, பாலினம் கடந்த ஒன்றாகவே இருக்க முடியும். அது இல்லாமல் மதம் தேடி, சாதி தேடி கூட்டு வைத்துக் கொள்வதும் கும்பல் சேர்ப்பதும் நிரந்தரப் பிரிவினையை உண்டாக்கி மனிதரை மனிதர் கொல்லும் அவலம் தொடர்வதற்கு வழி வகுக்கும்.

சட்டக்கல்லூரி மாணவர்களின் சாதி வன்முறைச் செயலைக் கண்டு கவலைப்பட்ட அரசுக்கும் அதிர்ச்சியுற்ற பொது மக்களுக்கும் கண்டித்த சமூக அமைப்புகளுக்கும் என்ன தகுதி இருக்கிறது என்று புரியவில்லை. சாதிக்கும் வன்முறைக்கும் எதிராக ஒரு நிலையான வலுவான போராட்டத்தை எங்காவது யாராவது நடத்திக் கொண்டிருக்கிறார்களா? அரசுக்கு ஏதாவது உறுதியான செயல் குறிப்பு இருக்கிறதா? பொது மக்கள் யாரும் தங்கள் பிள்ளைகளுக்கு சாதி உணர்வை ஊட்டுவதில்லையா? சமூக அமைப்புகள் இது போன்ற வன்முறை நிகழ்வுகள் நடக்கும் போது மட்டுமல்லாமல் சாதியை அழித்தொழிக்கவும் மக்களை சமத்துவமிக்கவர்களாக மாற்றவும் தங்கள் அன்றாட அட்டவணைகளில் ஏதாவது செயல் திட்டம் வைத்திருக்கிறார்களா? பிறகெப்படி இது மாதிரியான வன்முறைகளைக் கட்டுப்படுத்த முடியும்?

எந்த சமூகப் புரட்சியும் வன்முறையால் மலர்ந்ததில்லை. தனி மனித சுதந்திரத்தையும் மனித உரிமைகளையும் வன்முறை ஒரு போதும் மதிப்பதில்லை. வன்முறை என்ற ஆயுதத்தைக் கையில் எடுப்பவர் யாராக இருந்தாலும் அது அடக்கப்பட்டவர்களாகவே இருந்தாலும் அவர்கள் மனித இனத்துக்கு மிகப் பெரிய துரோகத்தையும் சமூக விடுதலையின் முக்கியக் கூறான சமத்துவத்திற்கு தீராத பங்கத்தையும் உண்டாக்குகிறார்கள். மிக முக்கியமாக, இந்த சமூகத்தின் தற்போதைய தேவை சிந்தனை மாற்றம். அதை நிச்சயம் வன்முறையால் உருவாக்க முடியாது. ●

– நவம்பர் 2008

35

# சேரிகள் இந்தியாவின் இழிமுகமா?

நம் கால்களுக்கடியில் கைகளுக்கு அருகில் தலைக்கு மேலே வெகு அருகே நடந்தேறும் அநீதிகள் கூட, நம் உணர்வுகளை சுண்டுவதில்லையே ஏன்? காரணம், நாம் கண்களை மூடிக் கொண்டிருக்கிறோம். பலர் விரும்பி, சிலர் அறியாமையில், சிலர் விருப்பமின்றி!

**சேரி** வாழ்வின் துயரங்கள் அது பற்றிய எந்த உணர்வும் இல்லாதோரின் கற்பனைக்கும் அப்பாற்பட்டவை. சாக்கடையும் கழிவுகளும் கூடியிருக்கும் குடிசைப் பகுதிகள்... மூக்கை மூடியபடியும் முகத்தைத் திருப்பியபடியும் கடந்து போக வேண்டிய கணத் துயரம் நமக்கு.

பெருந்துன்பத்தில்தான் மனிதர்கள் ஆகச்சிறந்த பக்குவத்தை அடைகிறார்கள் என்பதும் வலியின் எல்லையைக் கண்டவர்களை வேதனைகள் ஒன்றும் செய்வதில்லை என்பதும் தீப்பற்றி எரியும்போது தன் அடுப்புக்கான நெருப்பை சேமிக்க நினைப்பதுமே சேரி வாழ்வின் எதார்த்தம். நம்பிக்கை தொலையும் நேரத்தில் பிறந்து, துயர் பெருகும் பொழுதுகளில் வாழ்ந்து, உண்மை அழியும் கணத்தில் மரிப்பது. இது, இந்தியச் சேரிகளில் வாழ நிர்பந்திக்கப்பட்டவர்களின் சுருக்கமான சுயசரிதை. இந்த சுயசரிதையை மிக நேர்த்தியாகப் பதிவு செய்திருக்கிறது 'ஸ்லம்டாக் மில்லினர்' *(Slumdog Millianaire)* திரைப்படம். பிரிட்டிஷ் இயக்குநர் டேனிபோயல் இயக்கத்தில் இந்தியும் ஆங்கிலமும் கலந்த இருமொழி படமாக வெளிவந்திருக்கிறது.

திரைப்பட விழாக்களில் கவனத்தை ஈர்த்து, பெரிதளவில் பாராட்டுகளைப் பெற்ற 'ஸ்லம்டாக் மில்லினர்' அய்ந்து 'கிரிட்டிக் சாய்ஸ்' விருதுகளையும் நான்கு 'கோல்டன் க்ளோப்' விருதுகளையும் வென்றிருக்கிறது. பத்து ஆஸ்கர் விருதுகளுக்கு பரிந்துரைக்கப்பட்டிருக்கும் நிலையில் பல்வேறு நிலைகளிலிருந்தும் வாழ்த்துகளும் விமர்சனங்களும் விரைகின்றன. ஏ. ஆர். ரகுமானின் பின்னணி இசை இந்தப் படத்திற்கும் திரைக்கதை அமைப்பிற்கும் செய்ய வேண்டிய நியாயத்தை முழுமையாக செய்திருக்கிறது. 'கோல்டன் க்ளோப்' விருதுகளோடு சேர்ந்து ஆஸ்கரையும் வெல்ல

ரகுமானின் நேர்மையான இசை 'ஸ்லம்டாக் மில்லினருக்கு' பெரிதும் உதவியிருக்கிறது. திரைக்கதையின் உண்மையையும் உன்னதத்தையும் சீர்கெடாமல் பாதுகாக்கும் ஏ.ஆர்.ரகுமான் கொண்டாடப்பட வேண்டியவர்தான்! ஆனால் ரகுமானை வாழ்த்துவதோடு இத் திரைப்படத்திற்கு நாம் செய்யும் மரியாதை முடிந்துவிடக் கூடாது.

'ஸ்லம்டாக் மில்லினர்' தாங்கியிருக்கும் கதைக்களம் இந்தியாவின் ஜனநாயக முகத்தில் விழுந்திருக்கும் அழுத்தமான அறை.

ஜமால், சலீம் இருவரும் சகோதரர்கள். மும்பையின் மிகப் பெரிய சேரியான தாராவியைச் சேர்ந்தவர்கள். விமான ஓடுதளத்தில் பிற சிறுவர்களோடு விளையாடுவது அவர்களின் விருப்பமான பொழுதுபோக்கு. ஓடுதளத்தில் விளையாடும் சிறுவர்களை விரட்டுவதும் பிடிப்பதும் அடித்துத் துவைப்பதும் "தெருநாய்களே" என்று வசைபாடுவதும் போலிஸ்காரர்களின் பெருவேலையாக இருக்கிறது. சாக்கடைக் கழிவுகளோடு இண்டு இடுக்கில் நெருக்கடியாக வாழ நேர்ந்திருந்தாலும் சேரியின் சிறுவர்கள் மிக மகிழ்ச்சியாக எல்லாவற்றையும் (போலிஸ்காரர்கள் துரத்துவது உட்பட) சவாலாக ஏற்று வாழ்கிறார்கள். ஆனால் அவர்களின் மன உறுதியை சோதிப்பது போல, மேலும் மேலும் துயரங்களும் இடர்களும் அவர்கள் வழியில் வந்தபடியே இருக்கின்றன. ஒருநாள் சேரியை நோக்கிப் பாய்ந்து வரும் இந்துத்துவவாதிகள் ஜமால் மற்றும் சலீம் முன்பே தாயை அடித்துக் கொல்கிறார்கள். தொடரும் கலவரத்திற்கு அஞ்சியும் தப்பித்து ஓடுங்கள் என்ற தாயின் குரலுக்குப் பணிந்தும் இருவரும் உயிர் பிழைக்க ஓடுகிறார்கள்.

இந்த ஓட்டத்தில் இவர்களோடு இணைகிறாள் லதிகா என்ற சிறுமி. சலீம் அவளைச் சேர்த்துக் கொள்ள மறுக்கிறான். ஆனால் ஜமால் தனக்கு மிகவும் பிடித்த 'த த்ரீ மஸ்கிட்டர்ஸ்' என்ற கதையை குறிப்பிட்டு அதில் வரும் ஏதோஸ், பார்தோஸ் நாம் என்றும் அவளை மூன்றாவது மஸ்கிட்டராக சேர்த்துக் கொள்ளலாம் என்றும் கூறுகிறான் (மூன்றாவது மஸ்கிட்டரின் பெயர் அவனுக்கு நினைவில் இல்லை). ஆனால் சலீம் அதற்கு சம்மதிக்கவில்லை. இனிமேல் குடும்பத்துக்கு தானே மூத்தவன் என்றும் தான் சொல்கிறபடி கேட்டு நடக்க வேண்டுமென்றும் ஜமாலை எச்சரிக்கிறான். ஆனால், அவன் பேச்சை மீறி ஜமால் லதிகாவை தங்களோடு இருக்க வைக்கிறான். மூவரும் பரந்து விரிந்த குப்பை மேடுகளில் படுத்துறங்கி குப்பை பொறுக்குகிறார்கள். அந்த

இடத்தில் தன் கூட்டாளிகளோடு வரும் மமன், மூவருக்கும் குளிர்பானம் கொடுத்து தன்னோடு அழைத்துச் செல்கிறான். மமன் அழைத்துச் செல்லும் இடத்தில் இவர்களைப் போலவே நிறைய குழந்தைகள் இருப்பதைக் கண்டு, தங்களுக்கு நல் வாழ்க்கை கிடைத்து விட்டதாக மகிழ்ச்சியில் துள்ளிக் குதிக்கிறார்கள்.

சிறுவர்களின் குரல் வளத்தை சோதிக்கும் மமன், நன்றாகப் பாடினால் நன்றாக சம்பாதிக்கலாம் என்று சொல்லி பயிற்சி எடுக்கச் சொல்கிறான். ஜமாலின் குரல் நன்றாக இருப்பதால் பாதி பயிற்சி எடுத்தாலே போதும் என்று கூறுகிறான். இதனால் உற்சாகமடையும் ஜமால், நேரம் கிடைக்கும் போதெல்லாம் பாடிக் கொண்டேயிருக்கிறான். ஜமாலுக்கு நேர்மாறாக இருக்கிறான் சலீம். முரட்டுத்தனமாக நடந்து பதிலுக்கு பதில் பேசி யாரையும் தாக்குவதற்கு தயாராக இருப்பதால் அவனைத் தன்னோடு வைத்துக் கொள்கிறான் மமன்.

வாகனங்கள் விரையத் தொடங்கும் பகல் பொழுதில் மும்பையின் சாலைகளைப் பிச்சைப் பாத்திரங்களோடு நிறைக்கிறார்கள், மமன் பயிற்சியளித்த எண்ணற்ற சிறுவர்கள். நெளிந்த பாத்திரத்தை குலுக்கியபடி வாகனக் கதவுகளைத் தட்டிப் பிச்சை கேட்கும் சிறுவர்கள் தொழில் நேர்த்தியோடு அதைச் செய்கிறார்கள். சலீம் எப்போதும் லதிகாவோடு சண்டை போடுகிறான். மமனுக்கு உதவியாளனாக இருக்கும் செருக்கில் அவளை ஓயாமல் மிரட்டுகிறான்.

ஓர் இரவில் மறைமுகமான இடத்தில் மமனோடு இருக்கிறான் சலீம். அங்கு ஒரு சிறுவனை பாடச் சொல்லிக் கேட்கிறான் மமன். சிறுவன் நன்றாகப் பாடுவதைக் கேட்டு நீ தேறிவிட்டாய் என்று சொல்லி தனது உதவியாளரைப் பார்க்கிறான். அவன் சட்டெனத் துணியில் மயக்க மருந்தைக் கொட்டி சிறுவன் முகத்தில் பொத்தி அவனை மயக்கமடையச் செய்கிறான். தயாராக இருக்கும் வேறொருவன் மயங்கிய நிலையில் இருக்கும் சிறுவனின் கண்களைப் பழுக்க காய்ச்சிய கரண்டியால் தோண்டி எடுக்கிறான். இதைப் பார்த்து சலீம் உறைந்து நிற்க, மமன் அவனிடம் ஜமாலை அழைத்து வருமாறு கூறுகிறான். நீ என்னை மாதிரி ஆகி நிறைய சம்பாதிக்க வேண்டாமா என்று ஆசை காட்டுகிறான்.

சலீம் ஜமாலை அழைத்து வருகிறான். மமனிடம் ஜமால் சிறப்பாகப் பாடி முடிக்க, சலீமிடம் மயக்க மருந்தை எடுக்கச் சொல்லி சைகை செய்கிறான். ஆனால் சலீம் பாட்டிலை எடுத்து

மமனின் முகத்தில் வீசியெறிந்துவிட்டு ஜமாலை இழுத்துக் கொண்டு தப்பியோடுகிறான். லதிகாவும் இந்த ஓட்டத்தில் சேர்ந்து கொள்ள மமன் தன் கூட்டாளிகளோடு விடாமல் துரத்துகிறான். தண்டவாளத்தில் விரையும் ரயிலைப் பிடிக்க ஓடும் சிறுவர்கள் ரயிலில் ஏறிவிடுகிறார்கள். ஆனால் லதிகா பின்தங்குகிறாள். அவளைப் பிடித்துச் செல்கிறான் மமன். தன் உற்றத் தோழியான லதிகாவைப் பிரிந்த சோகத்தில் துடிக்கிறான் ஜமால்.

பசிக்கும் வயிறு அவர்களை மீண்டும் எதார்த்த வாழ்க்கைக்குத் திருப்புகிறது. பல்வேறு வேலைகளைச் செய்கிறார்கள். ரயிலிலேயே பொருட்களை விற்கிறார்கள். திருடவும் ஏமாற்றவும் கற்றுக் கொள்கிறார்கள். தாஜ்மகாலில் சுற்றுலா வழிகாட்டியென பொய் சொல்லி வெளிநாட்டுப் பயணிகளைத் தன் திறமையான பேச்சால் வசப்படுத்தி சம்பாதிக்கிறான் ஜமால். வாசலில் கிடக்கும் பயணிகளின் காலணிகளைத் திருடி விற்கிறான் சலீம். காலம் சற்றே கடந்திருந்தாலும் ஜமாலால் லதிகாவை மறக்க முடியவில்லை. மீண்டும் மும்பை திரும்பி அவளைக் கண்டுபிடிக்க விரும்புகிறான். மமனால் கண் பறிக்கப்பட்ட சிறுவன் லதிகா இருக்கும் இடத்தைச் சொல்கிறான். ஜமாலும் சலீமும் அங்கு விரைகிறார்கள். அதுவொரு சிவப்பு விளக்குப் பகுதி. நடனமாடிக் கொண்டிருக்கும் லதிகாவை அவர்கள் சந்திக்கும் நேரத்தில் அங்கு வரும் மமன் மூவரையும் பிடிக்க முயல, சலீம் துப்பாக்கியால் அவனை சுட்டுக் கொல்கிறான். பின் மூவரும் தப்பித்துச் செல்கிறார்கள்.

துப்பாக்கி வைத்திருக்கும் சலீம், ஜமாலை அடித்து விரட்டி லதிகாவை தன்னோடு வைத்துக் கொள்கிறான். ஜமாலைக் காப்பாற்றும் பொருட்டு லதிகாவும் அதற்கு சம்மதிக்கிறாள். மமனின் எதிரியான ஜாவேதின் அணியில் சேர்ந்து தாதாவாகிறான் சலீம். ஜமால் ஒரு கால்சென்டரில் தேநீர் வாங்கி வரும் வேலையாளாகச் சேர்கிறான். இருவரும் பருவ வயதை எய்தியிருக்கிறார்கள்.

இயல்பாகவே திறமைசாலியாக இருக்கும் ஜமாலை தன் வேலையைக் கவனித்துக் கொள்ளச் சொல்லி அமர்த்திவிட்டுச் செல்கிறார் கால்சென்டர் பணியாளர் ஒருவர். இதைப் பயன்படுத்தி கம்ப்யூட்டர் டேட்டாபேசில் சலீம், லதிகாவைத் தேடுகிறான் ஜமால். பின்னர் ஆன் லைனில் கிடைக்கும் சலீம் தன்னோடு வந்துவிடும்படி ஜமாலை அழைக்கிறான். லதிகாவை மீட்கும் பொருட்டு அங்கு செல்லும் ஜமால், அவள் இப்போது ஜாவேதின்

கட்டுப்பாட்டில் இருப்பதை அறிகிறான். தினமும் மாலை 5 மணிக்கு சத்ரபதி ரயில் நிலையத்தில் காத்திருப்பேன் என்று லதிகாவிடம் சொல்லி வெளியேறுகிறான் ஜமால். ஜாவேத் தன் வீட்டை மாற்றிவிடுவதால் மறுபடியும் லதிகாவைத் தொலைக்கிறான்.

இந்நிலையில்தான் ஜமாலுக்கு 'யார் கோடீஸ்வரராவது' ('கோன் பனேகா குரோர்பதி') என்ற நிகழ்ச்சியில் பங்கேற்க வாய்ப்பு கிடைக்கிறது. எல்லா கேள்விகளுக்கும் மிகச் சரியாக பதில் சொல்லி முன்னேறுகிறான் ஜமால். கேட்கப்படும் கேள்விகளுக்கான விடைகளை தன் கடந்த காலத்தில் இருந்தும், கடந்து வந்த கசப்பான வாழ்விலிருந்தும் கண்டறிகிறான். ஆனால் நிகழ்ச்சியை நடத்தும் பிரேம் குமாருக்கு ஜமால் (டீ விற்கும் பையன்) அத்தனை விடைகளும் தெரிந்திருப்பது வியப்பையும் அதிர்ச்சியையும் அளிக்கிறது. ஜமால் ஏதோ ஏமாற்று வேலை செய்வதாக போலிஸில் புகார் கொடுக்கிறான். கடைசிக் கேள்விக்கு பதில் சொன்னால் இரண்டு கோடியை வெல்லலாம் என்ற நிலையில் ஜமாலை கைது செய்து அடித்துத் துவைத்து விசாரணை செய்கிறது போலிஸ். அவனுக்குப் பின்னால் பெரிய கும்பல் இயங்குவதாக சந்தேகப்பட்டு துன்புறுத்தப்படுகிறான். இந்த நிலையில் விசாரணை அதிகாரிக்கு ஒவ்வொரு கேள்விக்கும் விடை தெரிந்த சூழலை விளக்குவதன் மூலம் தன் வாழ்க்கையை விவரிக்கிறான் ஜமால்.

எடுத்துக்காட்டாக, நூறு டாலர் கரன்சியில் இருக்கும் புகைப்படம் யாருடையது என்ற கேள்வி கேட்கப்படும்போது, ஜமாலின் நினைவுகள் பின்னோக்கிச் சென்று லதிகாவைத் தேடி மும்பைக்கு வரும் காட்சி விரிகிறது. லதிகா இருக்கும் இடத்தைச் சொல்லும் கண் பறிக்கப்பட்ட சிறுவனுக்கு ஒரு சுற்றுலா பயணி தனக்குக் கொடுத்த நூறு டாலரைக் கொடுக்க, அதைத் தொட்டுப் பார்த்து ஆச்சரியப்படும் சிறுவன், இதிலிருக்கும் படம் யாருடையது தெரியுமா என்று கேட்கிறான். ஜமாலுக்கு தெரியவில்லை. பெஞ்சமின் ப்ராங்க்ளின் என்று சொல்லி புன்னகைக்கிறான் சிறுவன். ஜமாலை சந்தேகப்பட்டு மிதிக்கும் போலிஸ், ஆயிரம் ரூபாய் நோட்டில் இருக்கும் புகைப்படம் யாருடையது என்று கேட்க, அதற்கான விடை அவனுக்கு தெரியவில்லை. தான் இதுவரை ஆயிரம் ரூபாயைப் பார்த்ததில்லை என்றும் நிகழ்ச்சியில் அந்தக் கேள்வி கேட்கப்பட்டிருந்தால் தனக்கு விடை தெரிந்திருக்காது என்றும் கூறுகிறான் ஜமால்.

இப்படியாக ஒவ்வொரு கேள்விக்குமான பதிலை அளிக்க முடிந்த கதையை ஜமால் விளக்க, அவன் தரப்பு நியாயங்களைப்

புரிந்து கொண்டு அவனை விடுவிக்கிறது போலிஸ். கடைசி கேள்விக்கு பதில் சொல்ல நிகழ்ச்சிக்கு வரும் ஜமாலிடம் கேட்கப்படும் கேள்வி, 'த த்ரீ மஸ்கிட்டர்ஸ்' கதையில் வரும் மூன்றாவது மஸ்கீட்டரின் பெயர் என்ன? விடை தெரியாத ஜமால் போன் செய்து கேட்கும் 'லைப் லைனை' பயன்படுத்துகிறான். இதற்கிடையில் ஜமாலின் சாதனையை பரபரப்பான செய்தியாக தொலைக்காட்சிகள் வாசிக்கின்றன. இதை லதிகா பார்க்கிறாள். சலீம் தன் கார் சாவியையும் செல்போனையும் கொடுத்து லதிகாவை தப்பித்துப் போகச் சொல்கிறான். விடையைக் கேட்க சலீமுக்கு போன் செய்யும் ஜமால், லதிகாவின் குரலைக் கேட்டு அதிர்ச்சியடைகிறான். அவள் தான் பாதுகாப்பாக இருப்பதாகக் கூறுகிறாள். அவளுக்கும் விடை தெரியவில்லை. 'லைன்' துண்டிக்கப்படுகிறது. ஜமால் தானாகவே யூகித்து 'அராமிஸ்' என்று பதில் சொல்லி இரண்டு கோடியை வெல்கிறான். லதிகா அவனுக்காக ரயில் நிலையத்தில் காத்திருக்கிறாள். இருவரும் இணைகிறார்கள். சலீம், ஜாவேதைக் கொன்று தற்கொலை செய்து கொள்கிறான்.

விகாஸ் ஸ்வரூப் என்ற இந்தியரால் எழுதப்பட்ட 'க்யூ அண்ட் ஏ' என்ற நாவல்தான் 'ஸ்லம்டாக் மில்லினராக' திரை வடிவம் பெற்றிருக்கிறது. கடந்த காலத்திற்கும் நிகழ் காலத்திற்கும் முன்னும் பின்னுமாக குழப்பமின்றி நகரும் திரைக்கதையை எழுதியவர் சிமன் ப்யூபாய்.

தெருவோரக் குழந்தைகளின் உளவியலையும் சேரி வாழ்வின் உண்மைகளையும் எதார்த்தமாக காட்சியமைக்கும் பொருட்டு, சிமன் மூன்று முறை இந்தியாவிற்குப் பயணம் செய்து ஆய்வு செய்திருக்கிறார்.

'ஸ்லம் டாக்'கில் வரும் தெருவோரக் குழந்தைகளிடம் நாம் காணக் கிடைக்கிற நகைச்சுவை உணர்வு, வாழ்க்கை எப்படி புரட்டிப் போட்டாலும் வாழப் பழகிக் கொள்கிற பக்குவம், எல்லா சூழலிலும் மகிழ்ச்சியை விட்டுக் கொடுக்காத குழந்தைமை எல்லாம் சேர்ந்து படத்திற்கு புதிய நிறத்தைக் கொடுக்கின்றன.

சேரிப் பகுதிக்குப் படப்பிடிப்பிற்காக வரும் அமிதாப் பச்சனை பார்க்கத் துடிக்கும் சிறுவன் ஜமால், மலக்கழிவுகளில் மூழ்கி வரும் காட்சி மனதைப் பிசைந்தாலும் அது கழிவுகளுக்கு அருகிலேயே வாழ்கிற ஒரு சிறுவன், அதைத் தன் வாழ்வின் ஒரு பகுதியாகவே ஏற்றுக் கொள்வது உண்மை அல்லவா? தலித்துகளையும்

சிறுபான்மையினரையும் எந்த ஆதாரமும் இன்றி கைது செய்து விசாரணை என்ற பெயரில் துன்புறுத்த முடிகிற அதிகார வர்க்க ஆணவத்தை மிக இயல்பாக, எந்த பிரச்சாரத்தன்மையும் இல்லாமல் மனதால் அதை நிச்சயம் உணர முடிகிற வகையில் பதிவு செய்திருக்கிறது இத் திரைப்படம்.

இந்தியாவை எப்போதும் இழிவாகப் பார்க்கும் வெள்ளையர்களின் மனோநிலையிலேயே இந்தப் படம் உருவாகியிருப்பதாகவும், 'ஸ்லம்டாக் மில்லினர்' இந்தியாவை உலக அரங்கில் கேவலப்படுத்திவிட்டதாகவும் விமர்சனங்கள் வருகின்றன. வெள்ளையர்களை விடுங்கள் சேரியையும் தலித் மக்களையும் சிறுபான்மையினரையும் ஆதிக்கசாதி இந்தியர்கள் என்ன நல்ல பார்வையா பார்க்கிறார்கள்? சேரியும் மதக்கலவரத்தில் பெற்றோரை இழக்கும் பிள்ளைகளும் விழி பிடுங்கப்பட்ட சிறுவர்களும் பாலியல் தொழிலாளியாக்கப்படும் சிறுமிகளும் இந்தியாவின் எதார்த்தமில்லையா? அதை எதிர்கொள்ளும் துணிச்சலற்றவர்களின் கூவல்கள்தான் இதுபோன்ற விமர்சனங்கள்.

உலக அளவில் முக்கியத்துவம் பெற்ற படங்கள் பெரும்பாலும் மக்கள் பிரச்னைகளையும் துயரங்களையும் மிக நேர்த்தியாகப் பதிவு செய்தவையே. இந்து மதத்தால் பழிவாங்கப்பட்ட தலித் மக்கள் மற்றும் சிறுபான்மையினரின் நிலையை இந்தியர் ஒருவரால் உண்மையான உள்ளத்தோடு திரைப்படமாகப் பதிவு செய்ய முடியுமா என்ற வலுவான அய்யத்தை நாம் எழுப்பலாம். ஏனென்றால் திரைப்படம் என்ற வெகுமக்கள் ஊடகம் முழுக்க முழுக்க ஆதிக்க சாதியினரின் கைகளில் சீர்கெட்டுக் கிடக்கிறது. உலக திரைப்பட அரங்கில் இதுவரையும் இந்தியாவை பிரதிபலித்த இந்தி திரைப்படங்கள் மேட்டுக்குடி வாழ்வின் கொண்டாட்டங்களை மட்டுமே இந்திய வாழ்வாக முன்னிறுத்தின. பன்முகத்தன்மையை கொண்ட இந்தியாவிலிருந்து வரும் படைப்புகள் பல்வேறு பண்பாடுகளையும் எதிரொலிக்க வேண்டியது அவசியம். அடித்தட்டு மக்களின் வாழ்வை, துயரை இந்தியாவின் இழி முகமாகக் கருதி மறைக்கப் பார்க்கும் ஆதிக்க சாதி சாமர்த்தியத்தை தகர்த்திருக்கிறது 'ஸ்லம்டாக் மில்லினர்.'

இத்தனை ஆழமான சமூகப் பிரச்சனையை பரபரப்புக் குறையாமல் இழுத்தடிக்காமல் வன்முறையின் கொடூரத்தை ரசிக்கக் கொடுக்காமல் மிக முக்கியமாக எத்தனை அழுத்தினாலும் மடிந்து விடாத மானுடத்தின் உணர்வெழுச்சியை உணர நமக்கு

வாய்ப்பளித்த 'ஸ்லம்டாக் மில்லினர்' குழுவை நாம் பாராட்டியே ஆக வேண்டும். இயக்கம் இசை, திரைக்கதை, ஒளிப்பதிவு, எடிட்டிங், நடிப்பு என எதிலும் குறை வைக்கவில்லை. குறிப்பாக வசனம். அப்படியொன்றும் ஆகச் சிறந்த வார்த்தைக் கோர்வையெல்லாம் இல்லை. ஆனால் அது எங்கே வருகிறது என்று தெரியாத அளவிற்கு மிகக் குறைவாக இடம் பெற்று, காட்சிகளையும் சூழலையும் பேச அனுமதித்திருக்கிறது.

காணச் சகியாத எதையும் நாம் பார்க்க விரும்புவதில்லை. கண்களை மூடிக் கொள்வதாலேயே அநீதிகளிலிருந்து தப்பித்துவிட்டதாக நாம் நம்புகிறோம். ஆனாலும் நம் சகிப்புத்தன்மைக்கு அப்பாற்பட்ட அநீதிகள் உலகெங்கும் நிகழ்ந்து கொண்டுதானிருக்கின்றன. எங்கோ நடப்பது பற்றி நமக்கென்ன கவலை? நம் உணர்வுகளின் மனிதத்தன்மையின் வீரியம் அத்தனை வலுமிக்கதல்ல. ஆனால், நம் கால்களுக்கடியில் கைகளுக்கு அருகில், தலைக்கு மேலே வெகு அருகே நடந்தேறுபவை கூட, நம் உணர்வுகளை சுண்டுவதில்லையே ஏன்? காரணம், நாம் கண்களை மூடிக் கொண்டிருக்கிறோம். பலர் விரும்பி, சிலர் அறியாமையில், சிலர் விருப்பமின்றி! கண்களை திறந்திருக்கும் வேறு சிலருக்கு அநீதிகள் குறித்து ஆயிரம் கருத்துகள், கருத்து வேற்றுமைகள்!

அநீதியை பண்பாட்டு அழகியலோடு பார்க்கப் பழகிப் போன துணிவு நம்முடையது. இந்தியாவில் சாதியும் அதை உருவாக்கிய இந்து மதத்தையும் தவிர, இதற்கான சரியான எடுத்துக்காட்டு வேறெதுவும் உண்டா?

'சாதிக் கொடுமையும் இனப்பாகுபாடுதான்' என்று அங்கீகரிக்கக் கோரி உலக மனித உரிமை அரங்குகளை நாம் தட்டிக் கொண்டிருக்கிறோம். உள்நாட்டிலேயே தீர்த்துக் கொள்ள வேண்டிய சாதாரண பிரச்சனை சாதி என்கிறது இந்திய அரசு. எல்லையைக் கடந்து உலக மக்களின் காதுகளை எட்டிவிடாமல் தடுத்து நிறுத்தப்படும் பாதிக்கப்பட்ட மக்களின் குரல்கள் இது போன்ற ஆக்கங்கள் மூலம்தான் உலக வெளியை அடைய முடியும். ●

– சனவரி 2009

36

குழந்தைப் போராளி:

# ஆண்களுக்கான கண்ணாடி

நாம் எத்தனைதான் நியாயங்களைக் கற்பித்துக் கொண்டாலும் சண்டையும் போரும் வன்மமும் குழந்தைகளுக்கானது அல்ல. அந்த சுமை குழந்தைகளால் சுமக்கக் கூடியதுமல்ல. போர் மற்றும் வன்முறையின் தன்மையைப் புரிந்துகொள்ள முடியாத யாரும் அதற்கு பயிற்றுவிக்கப்படவோ பழக்கப்படுத்தப்படவோ கூடாது.

**அதிகாரமற்ற** ஓர் உலகை கற்பனை செய்து பாருங்கள்.

கடலும் மலைகளும் வனமும் சூழ்ந்து, கோடான கோடி மனிதர்கள் வாழும் இவ்வுலகில் அதிகாரம் எனும் வேட்டை நடைபெறாத இடம் எதுவெனத் தேடுங்கள்!

அதிகாரமற்ற உலகு எப்படிப்பட்டதாக இருக்குமென நினைத்துப் பார்ப்பது, நமக்கு முடியாத செயலாகப் போகலாம். காரணம், அப்படிப்பட்டதொரு வாழ்க்கைச் சூழலுக்குப் பழக்கமற்றவர்கள் நாம். நீங்கள் ஒரு தாழ்த்தப்பட்டவராகவோ, பெண்ணாகவோ இருப்பீர்களானால் இந்தக் கருத்தின் வலிமை புரியக் கூடும்.

உயர எழும்பி நின்று கையில் கோலை ஏந்தி, "நானே வலியவன்; சகல அதிகாரமும் படைத்தவன்" என முதலில் கூவிய ஆணின் அதிகாரக் குரல் இவ்வுலகம் முழுவதும் எதிரொலியாக எந்நேரமும் ஒலித்துக் கொண்டே இருக்கிறது. கூடவே அடக்கப்பட்டவர்களின் ஓலமும் குரல்வளை நசுக்கப்பட்ட நிலையிலும் விடாது கேட்கிறது. இதுவொரு போர். அதிகாரத்திற்கும் விடுதலைக்குமான ஓயாத போர். அதிகாரத்தின் குரல் தடித்ததாகவும் ஒற்றைத் தன்மையுடையதாகவும் இருக்கிறது. அதற்கு மாறாக, விடுதலையின் ஓலம் கூரியதாகவும் பன்மைத்தன்மை கொண்டதாகவும் கிளர்ந்தெழுகிறது.

அதிகாரம் என்பது அதிக சுவையுடையதாக இருப்பதால் ஆண்கள் அதை எப்போதுமே களிப்புற மேய்ந்து கொண்டேயிருக்கிறார்கள். இந்த மேய்ச்சல் அவர்களுக்கு அலுப்பூட்டாத விளையாட்டு. உலகில் யார் எந்த மூலையில் இந்த விளையாட்டைத் தொடங்கினாலும் நடத்தினாலும் எட்டுத் திக்கிலிருந்தும் பாய்ந்து பெருக்கெடுத்து வரும் அதிகார ஆதரவு, விளையாட்டின் வீரியத்தைப் பன்மடங்கு பெருக்குகிறது. ஆக,

ஜெயராணி 367

ஒடுக்கப்பட்டவர்களுக்கு மட்டுமே இது விடுதலையை இலக்காகக் கொண்ட போர். போரை விளையாட்டாகப் பார்க்கிறவர்களுக்கு வெற்றியே குறி. வெற்றிக்கும் விடுதலைக்குமான வேறுபாடு புரியாதவர்கள் இடையில் நின்று கைதட்டுகிறார்கள் தலையில் விழும் பிணங்களைப் பொருட்படுத்தாமல்...

உகாண்டாவில் பிறந்து இன்றைய தேதியில் டென்மார்க்கில் அகதியாக வாழும் சைனா கெய்ரெற்சி, வலி மிகுதியோடு நினைவடுக்குகளைக் கிளறி ஞாபகத்திலிருக்கும் முதல் நிகழ்விலிருந்து தன் வாழ்வை மிக உக்கிரமாகப் பதிவு செய்திருக்கிறார், 'குழந்தைப் போராளி' என்ற வாழ்க்கை வரலாற்று நூலில். சில கணங்கள் மறக்கக் கூடாததாக நம்மில் தேங்கிவிடும் இல்லையா? சில நிகழ்வுகள் கடக்க முடியாததாக நம்மைத் தேக்கிவிடும் அல்லவா! முன்னூறு பக்கங்களில் அடங்கிய சைனா என்ற இளம் பெண்ணின் வாழ்க்கை, அப்படியொரு நிகழ்வாகவும் கணமாகவும் வாசிக்கிற யார் மனதிலும் காலத்திற்கும் அழியாமல் தேங்கிப் போகும். இனி, கொடுமையான பொழுதுகளை, துன்பியல் அனுபவங்களை, சகிக்க முடியாத அநீதிகளை சந்திக்க நேரும் போதெல்லாம் சைனாவின் வாழ்வு நினைவில் பாய்ந்து வலிமையோடு எதையாவது உணர்த்தும் என்பது உறுதி.

நல்ல உடல் வலிமையும் ஆரோக்கியமும் கொண்ட கறுப்பினத்தவர்கள் சராசரியாக நூறு வயது வரை வாழ்வார்கள் என்று வைத்துக் கொண்டாலும் தன் ஆயுட்காலத்தின் கால் பகுதி வாழ்வை சைனா கடந்திருக்கும் விதத்தை மனிதநேயம் கொண்ட எவரும் வெறுத்தே தீர வேண்டும். மனிதருக்கு வாழ்நாளில் மிக எளிதான ஒன்றாக இருப்பது குழந்தைப் பருவமே! ஆனால் பெருகும் சமூக அநீதிகள், குழந்தைகளிடமிருந்து குழந்தைமையையும் இனிமைகளையும் பறித்து வீசி எறிகின்றன. குடும்ப வன்முறைகளும் சமூக வன்மங்களும் பேரலையைப் போல மூர்க்கமாகத் தாக்குவதால் அடைக்கலங்களைத் தொலைத்து, அல்லாடி சிதையும் குழந்தை மனம் வாழ்ந்தே தீர வேண்டிய கட்டாயத்திற்காக எந்த எல்லை வரை சென்று, எத்தகைய கொடுமைகளையெல்லாம் சகித்துக் கொள்கிறது என்பதை சைனா தன் வீரியமிக்க வார்த்தைகளால் எடுத்துரைக்கிறார்.

பெண் குழந்தைகளைப் பெற்றுப் போடுவதை குற்றமாகக் கருதும் தந்தைக்குப் பிறந்தது சைனாவின் முதல் துயரம். பெண்ணைப் பெற்றதற்காக வீட்டிலிருந்து விரட்டப்படும் சைனாவின் தாய், அதிகாரமும் ஆணவமும் நிறைந்த கணவனிடம் மகளை விடுவதன்

மூலம் அந்த சிறுமிக்கு நியாயமாக கிடைக்க வேண்டிய குழந்தைப் பருவ மகிழ்ச்சிகளையும் அமைதியான நல்வாழ்வையும் புதைத்துவிட்டுச் செல்கிறார். முதலில் பாட்டியிடமும் அடுத்தடுத்த மாற்றாந்தாய்களிடமும் வளரும் சைனா தான் யார் என்பதையும் தன் வயது, பாலினம் என்ன என்பதையும் பற்றி எந்தப் புரிதலும் இல்லாமலே வளர்கிறார். அவருடைய கேள்விகளுக்கு பதில் தரவோ, அய்யங்களைத் தீர்க்கவோ, அன்பு செலுத்தவோ வாழ்வின் வழியில் யாருமே வரவில்லை. பண்ணை வீட்டில் ஒரு நாய்க்குட்டியைப் போலவோ, பூனையைப் போலவோ அச்சிறுமி திரிந்து கொண்டிருக்கிறாள். தெரிந்தோ தெரியாமலோ இழைக்கும் சிறுசிறு தவறுகளுக்காக மூர்க்கமாகத் தாக்கப்படும் கொடூரத்தை சைனா ஒவ்வொரு கட்டத்திலும் அனுபவிக்கிறார்.

சைனாவிடம் மட்டுமின்றி தன்னுடைய பிற பெண் குழந்தைகளிடமும் மனைவிகளிடமும் தன் வேலையாட்களிடமும் சைனாவின் தந்தை அதிகாரத்தோடு எதிரியைப் போல நடந்து கொள்கிறார். "ஆணுக்கும் பெண்ணுக்குமான உறவில் பலம் பொருந்தியவர்களின் சட்டங்களே செல்லுபடியாகும்" என்று சைனாவே குறிப்பிடுவது போல ஆண் தன்னைச் சார்ந்த பெண்ணையும் பெண் தன்னைச் சார்ந்த ஆணையும் எப்போதும் வன்மம் தீர்த்துக் கொள்வதும்; ஆணும் பெண்ணும் சேர்ந்து பலவீனமானவர்களாக தங்களை அண்டியிருக்கும் குழந்தைகளிடம் வெறுப்பையும் கோபத்தையும் விதைக்கின்றவர்களாகவுமே இருக்கிறார்கள்.

இப்படியொரு சகிக்க முடியாத அடிமைச் சூழலில் வளரும் குழந்தைகள், குறிப்பாக பெண்கள் ஒவ்வொருவராக வீட்டை விட்டு ஓடுகிறார்கள். சிலர் திரும்பி வருவதும் குழந்தை மீண்டும் ஓடுவதுமாக இருக்கிறார்கள். காதலனோடு சென்று திரும்பி வரும் சகோதரி ஒருவரை தந்தை அடித்து நொறுக்கும் கொடுமையைத் தாங்க முடியாமல், "இனி இங்கு வராதே" என்று சைனா கூறுவதும், "அது முடியாது; பெண்களுக்கு செல்வதற்கு இடமில்லை என்று தெரிந்தால் ஆண்களுக்கு அதுவே பலம்" என அவருடைய சகோதரி குறிப்பிடுவதும் - இப்படி நூல் முழுவதும் பெண்களுக்கும் குழந்தைகளுக்கும் எதிரான சமூக உண்மைகளை உரக்க உரைக்கிறார் சைனா.

ஒரு நாள் சைனாவும் வீட்டை விட்டு வெளியேறும் சூழல் உருவாகிறது. தந்தையின் அடி உதைக்கும் வெறுப்பைக் கக்கும்

பார்வைக்கும் அஞ்சி, தாயைக் கண்டுபிடிக்கும் எண்ணத்தோடு வீட்டை விட்டு வெளியேறுகிறார். தாயைக் கண்டுபிடித்த போதும் திடீரென சந்திக்கும் புதிய நபரோடு பழகத் தடுமாறும் நிலையே சைனாவுக்கு உண்டாகிறது. அதனால் அங்கிருந்தும் ஓடி வருகிறார். இப்படி உறவுகளிடமிருந்து விலகி ஓடியோடி, அந்த ஓட்டத்தின் முடிவில் அவர் வந்து சேரும் இடம் ராணுவமாக இருக்கிறது.

எந்தக் கேள்விகளுமின்றியே மந்தையில் ஓர் ஆட்டைப் போல சைனா ராணுவ அணியில் இணைக்கப்படுகிறார். அங்கு சைனாவைப் போலவே பத்து வயது கூட ஆகாத சிறுவர்களும் சிறுமிகளும் கையில் ஆயுதமேந்தி கண்களில் இன்னதென்று கணிக்க முடியாத தீர்க்கத்தோடு திரிகிறார்கள். அதிகாரிகளின் மந்திரச் சொல்லுக்கு கட்டுப்பட்டு உயிரை எடுக்கவும் இழக்கவும் எந்நிலையிலும் தயாராக இருக்கிறார்கள். ராணுவத்தில் சேர்ந்த இரண்டொரு நாட்களிலேயே எந்தப் பயிற்சியும் இல்லாத நிலையிலும் சைனா போர் முனைக்கு அனுப்பப்படுகிறார்.

பெரியவர்கள் எதைக் கற்பிக்கிறார்களோ அதையே குழந்தைகள் கற்றுக் கொள்கிறார்கள். அன்பைக் கொடுத்தால் அன்பையும் வன்முறையைப் பழக்கினால் வன்முறையையும் குழந்தைகள் எந்தக் கேள்விகளுமின்றி ஏற்றுக் கொள்கிறார்கள். பல்வேறு காரணங்களுக்காக வீட்டை விட்டு வெளியேறும் / துரத்தப்படும் குழந்தைகளுக்குப் போராளிகளாவதில் எந்த சிரமமும் இருப்பதில்லை. வீடுகளில் தங்கள் உறவுகளிடம் வளர்த்துக் கொண்ட கொடூரங்களை போராளியாகும் போது 'கைகாட்டப்படும்' எதிரிகள் மீது செலுத்துவதில் குழந்தைகளுக்கு எந்தத் தடையும் ஏற்படுவதில்லை.

மனதில் அடைந்து கிடக்கும் வன்மங்களை கொலைகளின் மூலமாகவும் சித்ரவதைகளின் மூலமாகவும் குழந்தைப் போராளிகள் தீர்த்துக் கொள்ள முடியும். கொலைகளும் சித்ரவதைகளும் பெரியவர்களைப் போலவே குழந்தைகளுக்கும் விளையாட்டாக கற்பிக்கப்படுகிறது. எவ்வளவு கொலைகள் செய்கிறோமோ அவ்வளவு வேகமாக தங்களின் தகுதியும் தளபதிகளிடம் நன்மதிப்பும் கூடும் என்பதால் - குழந்தைப் போராளிகள் மிக நேர்த்தியாகவும் புதிய உற்சாகத்தோடும் - கொலைகளில் ஈடுபடுவதாக சைனா குறிப்பிடுகிறார்.

குழந்தைப் போராளிகள் உருவாகும் முறையையும் அவர்கள் வளர்த்தெடுக்கப்படும் வழிகளையும் நூலில் படிக்கும்போது எழும்

உணர்வுகளைக் கட்டுப்படுத்த முடியவில்லை. ராணுவத் தலைவரான முசேவெனியின் விடுதலை உரைகளைக் கேட்டு நரம்புகள் முறுக்கேறி போருக்குப் போகும் குழந்தைகள் நிலை குறித்து சைனா மிக நுணுக்கமான பல தகவல்களையும் கேள்விகளையும் முன் வைக்கிறார். சாதாரணக் குழந்தைகளைப் போல மணலில் விளையாடியபடியே எதிரிகள் மீது தாக்குதல் நடத்துவதற்கு ராணுவத்தினர் குழந்தைப் போராளிகளை கேடயம் போலப் பயன்படுத்துகிறார்கள். இதனால் ராணுவத்தினரின் உயிர்ச் சேதம் பெரிதளவில் தடுக்கப்படுகிறது. ஆனால், குழந்தைகள் கொத்துக் கொத்தாக செத்து விழுவது குறித்த எந்த சலனத்தையும் ராணுவத்தினரிடையே ஏற்படுத்துவதில்லை.

தேர்ந்த போராளியாக முன்னேறினாலும் சைனாவிற்குள் பொங்கி வழியும் மனிதநேயம் ஒவ்வொரு கட்டத்திலும் எதிரே நின்று கேள்வி எழுப்புகிறது. இதனால் சைனா எந்த நிலையிலும் வரம்புகளை மீறத் துணியவில்லை. இதுதான் விடுதலையா என்ற கேள்வியும் விடுதலையை இப்படித்தானா அடைய வேண்டுமென்ற வினாவும் அவரைத் துளைத்தெடுக்கின்றன. பிடிபட்ட ராணுவத்தினர் மீது செலுத்தப்படும் சித்ரவதைகள் மனித மாண்புக்கு துளியும் தொடர்பற்று இருப்பது கண்டு, "தன் அதிகாரத்திற்கு கீழ்ப்பட்டோரை துன்புறுத்துவது தான் மனிதனுக்கு எல்லாவற்றையும் விட அதிக இன்பத்தைக் கொடுக்கும்" என விரக்தியோடு கூறுகிறார் சைனா.

எத்தனையோ முறை தப்பிப் போக நினைத்தும் வேறு போக்கிடம் இல்லாததால் சைனாவின் வாழ்வு ராணுவத்திலேயே கழிகிறது. ராணுவ வீராங்கனையாகத் தெருவில் நடந்து போகும்போது பொது மக்கள் கொடுக்கும் மதிப்பும் மரியாதையும் ஒரு சாதாரண பெண்ணாக இருந்தால் கிடைக்காது. மீண்டும் தான் பழைய கொடுமைகளை அனுபவிக்க நேரிடும் என்ற அச்சம், சைனாவை ராணுவ முகாம்களில் கட்டிப் போடுகிறது. உயிர் வாழ்தல் என்பது சாதாரண செய்தியல்ல. திரும்புகிற இடமெல்லாம் உயிர் வேட்டை நடக்கிற இது போன்ற சூழலில் தாக்குப் பிடிப்பது சாகசம்தான். சைனா தன் திறமையான போர் சாகசங்களால் எதிரிகளிடமிருந்து உயிரைப் பாதுகாத்துக் கொள்ள முடிகிறது. ஆனால் ராணுவ அதிகாரிகளால் வன்புணர்ச்சி செய்யப்படுவதும் அதற்கு சம்மதிக்காத சூழல்களில் சூழ்ச்சிகளுக்கு ஆளாகி கடுமையான தண்டனைகளை அனுபவிக்க நேர்வதும் ஒரு பெண் என்ற முறையில் சைனாவுக்கு கிடைத்த கூடுதல் துயரங்கள்.

ஜெயராணி

பெண் போராளிகளின் குழந்தைகள் பெரும்பாலும் தகப்பன் பெயர் தெரியாதவர்களாகவே பிறப்பதையும் எந்த ராணுவ வீரனும் “இது தன் குழந்தை”யென பொறுப்பேற்கத் துணிவதில்லை என்பதையும் சைனா வேதனையோடு பதிவு செய்கிறார். எங்கே இருந்தால் என்ன? எத்தனை சாகசங்களைப் புரிகிறவர்களாக இருந்தால்தான் என்ன? விடுதலையை உருவாக்குகிறவர்களே ஆனாலும் ஒரு பெண்ணை அவள் ஒப்புதலின்றி தொடக்கூடாது என்ற நாகரிகத்தை மட்டும் ஆண்கள் கற்றுக் கொள்வதில்லை.

ராணுவத்தில் யாரும் யார் மீதான ஆதரவையும் வெறுப்பையும் வெளிப்படையாகக் காட்டிவிட முடியாது. இன்று பொறுப்பிலிருக்கும் ஓர் அதிகாரி எந்நேரமும் சூழ்ச்சிக்கு இரையாகி கைது செய்யப்பட்டு சாகடிக்கப்படலாம். அப்போது அந்த அதிகாரியை சார்ந்திருந்த எல்லோருமே வலையில் விழ வேண்டியிருக்கும். வலியும் அயர்ச்சியும் மிகுந்த பல போராட்டங்களுக்குப் பின் சைனா விழுவது இந்த வலையில்தான். கசிலிங்கி என்ற அதிகாரியின் கீழ் வேலை பார்த்து வந்தார் சைனா. கசிலிங்கி இன்று ராணுவ எதிரியாக்கப்பட்டதால் சைனாவிற்கும் அந்தப் பட்டம் வந்து சேர்கிறது. விடுதலை என்ற ஒற்றைச் சொல்லுக்குக் கட்டுப்பட்டு உயிரைப் பொருட்படுத்தாமல் போராடியதற்காக சைனாவிற்கும் கடைசியில் விலை வைக்கப்படுகிறது.

விடுதலையை இலக்காக நிர்ணயித்த முசேவெனி ஆட்சிப் பீடத்தில் அமர்ந்துவிட்ட போதும் அவர் உருவாக்கிவிட்ட எண்ணற்ற குழந்தைப் போராளிகளின் வாழ்விலோ சமூகத்திலோ எந்த மாற்றத்தையும் சைனாவால் காண முடியவில்லை. உண்மையில் கைகளுக்குக் கிடைக்காத, அனுபவிக்க வாய்க்காத ‘விடுதலை’ சைனாவை தலைமறைவு வாழ்க்கைக்கு தள்ளியது ஒன்றுதான் மிச்சம். இதற்கிடையில் வன்முறையும் வன்புணர்ச்சியுமாகக் தொடரும் போராளி வாழ்வில் சைனாவுக்கு இரண்டு குழந்தைகள் பிறக்கின்றன. ஒன்று டிராகோ என்ற ராணுவ வீரனின் மீதான அவளின் காதலுக்கு கிடைத்த பரிசு. இன்னொரு குழந்தைக்கு தந்தை யாரெனத் தெரியாது. ஆனால், உயிருக்கு அஞ்சிய இந்த ஓட்டத்தில் குழந்தைகளை இணைத்துக் கொள்ள முடியாமல் ஒன்றை காதலனின் மனைவியிடமும் இன்னொன்றை தோழியிடமும் விட்டுவிடுகிறார்.

ஒரு திரைப்படத்தின் இறுதிக் காட்சியைப் போல, சைனா உகாண்டா உளவுப் படையினரால் கடத்தப்படுகிறார். அதற்குப்

பிறகு தனக்கு இழைக்கப்படும் கொடுமைகளை சொல்லவோ எழுதவோ அவர் விரும்பவில்லை. அவமானத்தின் காலமாக சைனா அதைக் குறிப்பிடும் போதே அந்தக் கொடுமைகள் எப்படிப்பட்டவையாக இருந்திருக்கும் என்று உணர முடிகிறது. சில மாதங்கள் நீடித்த உளவுப் படையினரின் துன்புறுத்தல்கள், சைனாவின் உருவத்தையும் உள்ளத்தையும் சிதைத்திருந்தன. வதை முகாமிலிருந்து வாகனத்தில் எங்கோ அழைத்துச் செல்லப்படும் வழியில் சைனா வாகன நெருக்கடி நிறைந்த சாலையில் விழுந்து ஓடித் தப்பிக்கிறார். உள்நாட்டு அலுவல்கள் அமைச்சகத்தில் இருக்கும் பெண் அதிகாரி ஒருவரின் வழிகாட்டுதல்படி அகதிகளுக்கான சர்வதேச உயர் மட்ட ஆணையத்திடம் தஞ்சம் புகுவதோடு அவரின் ஓட்டம் முடிவுக்கு வருகிறது.

கடுமையாக மனநிலை பாதிக்கப்பட்ட சைனா தீவிரமான கவுன்சலிங் மற்றும் சிகிச்சையால் ஓரளவுக்குத் தேறிய நிலையில் டென்மார்க்கில் தற்பொழுது அகதியாக வாழ்கிறார். நம் எல்லோரையும் போல சைனா விரும்பியது ஓர் அமைதியான, துரத்தல்களற்ற நல்வாழ்வைதான். அதைப் பெற அவர் தன் வாழ்வின் 25 ஆண்டுகளைக் தொலைக்க வேண்டியிருந்தது. வன்முறையற்ற வாழ்வை வாழ சைனா கொடுத்திருக்கும் விலை மிக மிக அதிகம்.

நாம் எத்தனைதான் நியாயங்களைக் கற்பித்துக் கொண்டாலும் சண்டையும் போரும் வன்மமும் குழந்தைகளுக்கானது அல்ல. அந்த சுமை குழந்தைகளால் சுமக்கக் கூடியதுமல்ல. போர் மற்றும் வன்முறையின் தன்மையைப் புரிந்து கொள்ள முடியாத யாரும் அதற்கு பயிற்றுவிக்கப்படவோ பழக்கப்படுத்தப்படவோ கூடாது. மணல் வீடுகளைக் கட்டுகிற வயதில் வெடிகுண்டுகளை இயக்கப் பழக்குவது அநீதியின் உச்சமேயன்றி வேறில்லை. தசைகள் இறுகியிராத பிஞ்சுக் கைகளிலும் தோள்களிலும் சுமக்க முடியாத ஆயுதங்களை ஏந்தும் காட்சி நினைக்கவே ஒவ்வாததாக இருக்கிறது.

சைனா குறிப்பிடுவது போலவும் அனுபவித்தது போலவும் போராளிக் குழந்தைகள் கடுமையான மனச் சிதைவுக்கு ஆளாவது நிச்சயம். விடுதலையை அடைந்த பிறகு மனநிலை பாதிக்கப்பட்ட சின்னஞ்சிறுப் போராளிகள், சமூகத்தின் ஆரோக்கியத்திற்குப் பெரும் சவாலாக இருப்பார்கள் என்பதில் அய்யமில்லை. இன்று மீட்கப்பட்டு விட்டாலும் சைனாவின் நினைவுகளும் கனவுகளும் எத்தனைக் கொடியவையாக இருக்கும் என்பது கணிக்கக் கூடியதே!

சைனாவை போன்ற ஒரு குழந்தை தன் வாழ்வில் எப்போதுமே அன்பை அனுபவிக்காமல் செத்துப் போவதை விடவும் அநீதி வேறெதுவும் இவ்வுலகில் உண்டா?

இந்நூலில் இரண்டு முக்கியமான கடிதங்கள் இருக்கின்றன. ஒன்று சைனாவின் சகோதரி ஹெலன் தன் தந்தைக்கு எழுதியது:

"அப்பா, நீ எனக்குத் தந்த குழந்தைப் பருவம் மகிழ்ச்சியற்றது. அதற்கான தண்டனையை நீ பெறுவாய்... உலகில் இலக்கின்றி நான் அலையப் போகிறேன். அன்பே காட்டாத நீ என்னை உனது ரத்தமும் சதையுமெனச் சொல்கிறாய்... நான் துயரத்துடன்தான் மரிப்பேன். நீ இறக்கும் போது கூட உன் குற்றங்களை ஒருமுறையேனும் கேள்விக்குள்ளாக்காமலேயே இறப்பாய். நீ எனக்களித்த வலியினை நீயும் உன் வாழ்வில் கட்டாயம் அனுபவிப்பாய்"

இன்னொன்று சைனா முசேவெனிக்கு எழுதியது:

"மேதகு முசேவெனி! ... என்னைக் கண்ணாடியில் பார்க்கும்போது, அங்கே உன் முகம்தான் எனக்கு தெரிகிறது... நீ என் கைகளில் திணித்த புதிய வாழ்க்கையும் ஒளிரும் எதிர்காலமும் அளிப்பதாக நீ வாக்குக் கொடுத்த அந்தக் குழந்தைகளை உனக்கு ஞாபகமிருக்கிறதா? ... களங்களிலும் காடுகளிலும் மாண்டு போன குழந்தைகளின் எண்ணிக்கையாவது உனக்குத் தெரியுமா? தங்களது குழந்தைகளைத் தேடி அலையும் பெற்றோருக்கு நீ என்ன பதிலைச் சொல்லப் போகிறாய்?"

இரண்டு கடிதங்களும் வஞ்சிக்கப்பட்ட இரண்டு பெண்களால் ஆண்களுக்கு எழுதப்பட்டவை. ஒன்று தந்தைக்கும் இன்னொன்று தலைவனுக்கும் எழுதப்பட்டிருந்தாலும் இரண்டின் சாராம்சமும் ஒன்றையே வலியுறுத்துகின்றன. களவாடப்பட்ட தங்கள் வாழ்வைக் கோரும் வார்த்தைகள் அவை.

குடும்பமும் சமூகமும் குழந்தைகளுக்கு - குறிப்பாக பெண் குழந்தைகளுக்கு - இழைக்கும் துரோகத்தை 'குழந்தைப் போராளி' எந்தத் தடையுமின்றி எடுத்துரைக்கிறது. எங்கோ ஆப்பிரிக்கக் கண்டத்தில் சைனாவுக்கு இழைக்கப்பட்ட துரோகம் உலகம் முழுக்க மொழி, இனம், நிறம் என்ற பாகுபாடுகளைக் கடந்து எல்லா பெண்களும் அனுபவிப்பதுதான். குடும்பம், சமூக வன்முறைகள் இந்தியப் பெண்களுக்கு அன்றாட நிகழ்வு. இந்த நூலை ஒவ்வொரு பெண்ணும் வாசிக்க வேண்டும். ஆண்களுக்கு இந்த நூல் ஒரு கண்ணாடியைப் போல அமையலாம்.

தீராத மனச் சிக்கலிலும் துயரங்களிலும் சைனாவால் அத்தனை வலிமையான மொழியில் தேர்ந்த இலக்கியப் படைப்பாக 'குழந்தைப் போராளி'யை உருவாக்க முடிந்தது, வியப்பிற்கும் பாராட்டிற்கும் உரியது. இவ்வுலகிற்கு அவர் ஆற்றியிருக்கும் பெருந்தொண்டாகவே இதை நாம் கொண்டாட வேண்டும். சைனாவின் மொழி ஆளுமை அவரது வேதனைகளிலிருந்து பிறந்தது. "பார்வை கொல்லுமாயின் அப்பா எரிந்து சாம்பலாகியிருப்பார்" என்பது போன்ற வாக்கியங்கள், வெகு காலத்திற்கு உள்ளத்தில் கிடந்து அழுத்தும். அதிகார வெறி கொண்ட எவருடைய கண்களை சந்திக்கும் போதும் அந்த வரி நினைவிற்கு வந்து உசுப்பேற்றும்.

இச்சமூக அமைப்பில் வன்முறை எனும் சுமை திணிக்கப்பட்ட ஒவ்வொரு பெண்ணும் தன் வாழ்வை எழுதியாக வேண்டிய தேவை இருக்கிறது. நாளை வலி மிகுந்த வாழ்வைப் பதிவு செய்ய விரும்பும் யாருக்கும் சைனாவின் 'குழந்தைப் போராளி' ஓர் ஈடற்ற உந்துதலாக இருந்து ஆட்டி வைத்துக் கொண்டிருக்கும்... உறங்க விடாமல்! ●

 – பிப்ரவரி 2009

# 37

## ஊடக பயங்கரவாதம்

இந்தியாவில் காவல் துறை மாதிரிதான் பத்திரிகைத் துறையும். சீருடை ஒன்றை வைத்தே காரியங்களை சாதிப்பதைப் போல 'பிரஸ்' என்ற அடைமொழியை வைத்துக் கொண்டு தொடர்ந்து உரிமை மீறல்களில் ஈடுபடுவதும் பத்திரிகை நெறிகளை அவமதிப்பதும் நடக்கிறது.

**மிகவும்** அருவருப்பான மனநிலையோடுதான் இக்கட்டுரையை எழுதத் தொடங்குகிறேன். தமிழில் வெகுமக்கள் ஊடகங்கள் இருக்கிற இருப்பைப் பார்த்து, ஒரு பத்திரிகையாளராக அருவருப்பைத் தவிர வேறெந்த உணர்வை அடைந்துவிட முடியும்? உரிமை மீறல்கள் சாதிய மேலாதிக்கம், வக்கிர சிந்தனைகள் மற்றும் வன்ம உணர்வின் மொத்த உருவாக தமிழில் (ஆங்கிலத்திலும்தான்) வெகுமக்கள் ஊடகங்கள் இயங்கி வருகின்றன! இதில் எதுவும் எதற்கும் சளைத்ததில்லை! பத்திரிகை, காட்சி ஊடகங்கள், திரைத்துறை இப்படி எதுவும் வன்மங்களுக்கு விதிவிலக்கல்ல. வர்த்தக உத்தி என்பதைக் கடந்து இவற்றுக்கு தனிப்பட்ட முறையில் நிறைய நோக்கங்களும் விருப்பு வெறுப்புகளும் இருக்கின்றன! வர்த்தக உத்தியோடு வக்கிர புத்தியும் இணையும்போது எவையெல்லாம் செய்தியாகும் / காட்சியாகும் என்பதற்கு நாள்தோறும் பல சான்றுகளை நாம் குறிப்பிட முடியும். என்றாலும் இந்த அருவருப்பு மனநிலைக்குத் தள்ளிய மூன்று முக்கியமான செய்திகளை முதன்மையாகப் பட்டியலிட விரும்புகிறேன்.

1. தற்பொழுது வெளிவந்து கொண்டிருக்கும் 'ஹமாம் சோப்' விளம்பரம் எத்தனை பேரின் பார்வையை எட்டியது, கவனத்தை ஈர்த்தது, சுரணையைக் கிளறியது என்று தெரியவில்லை. ஒரு பார்ப்பனக் குடும்பம் அது. சிறுமியின் கைகளில் தடிப்பு தடிப்பாக சொறி வந்துவிட, இது எதனால் இருக்கும் என்று சிறுமியின் தாய் யோசிக்கிறார். ஆளாளுக்கு ஒரு காரணத்தை ஊகிக்கிறார்கள். வீட்டின் பணிப்பெண், "தெரு நாயோடு விளையாடினா சொறி வரத்தான் செய்யும்" என்கிறார். கேரம் விளையாடிக் கொண்டிருக்கும் மாமனாரும் மாமியாரும் ஆளுக்கு ஒரு காரணத்தைச் சொல்கிறார்கள். "ஹமாம் இருக்க வீட்டுல இந்த சந்தேகமெல்லாம் ஏங்க" என்று முடிகிறது விளம்பரம். இதில் அந்த மாமனார்

சொல்லும் காரணம்தான் அப்பட்டமான சாதிய வக்கிரத்தை வெளிப்படுத்துகிறது.

கேரம் காயினை இழுத்து அடித்தபடி அவர் இப்படிச் சொல்கிறார்: "ஆட்டோவுல அந்தக் குழந்தைங்களோட ஒட்டிண்டு போறாளே, அதான்." இதைச் சொல்லும்போது அவர் கண்களிலும் உடல்மொழியிலும் வெளிப்படும் வன்மம் ஆண்டாண்டுக் காலமாக பார்ப்பனர்களிடம் நாம் பார்த்ததுதான்.

"அந்தக் குழந்தைகள்" என்று அவர் குறிப்பிடுவது யாரை?

எய்ட்ஸால் பாதிக்கப்பட்ட குழந்தைகளையா? தொழு நோயாளிகளையா? இவைகூட தொற்று நோயில்லையே! பொத்தாம் பொதுவாக அந்தக் குழந்தைகள் என்று குறிப்பிடுவது மற்ற எல்லாக் குழந்தைகளையும்தானே. அப்படியானால் அந்த ஒரு சிறுமியைத் தவிர மற்ற குழந்தைகளும் சொறியோடு சுத்தமற்றவர்களாக இருக்கிறார்கள் என்றுதானே அர்த்தப்படுகிறது? ஆட்டோவில் மற்ற குழந்தைகளோடு சேர்ந்து போவது, தெருவில் சொறிநாயோடு விளையாடுவதற்கு சமமா என்ன? இதைவிடவும் நிர்வாணமாக சாதிய வக்கிரத்தை வேறெப்படி வெளிப்படுத்த முடியும்?

ஒரு சோப்பை உயர்த்திப் பிடிப்பதற்காக இவர்கள் இழிவுபடுத்த நினைப்பது யாரை? விளம்பரக் களம் ஒரு பார்ப்பன வீடு என்பதால் காலங்காலமாகத் தொடரும் தீண்டாமையின் அடிப்படையில் இவர்கள் குறிப்பிடுவது தலித் குழந்தைகளையே என்று வைத்துக் கொள்ளலாம் தானே! எந்தத் தணிக்கையுமின்றி இந்த விளம்பரம் நாள்தோறும் பல நூறு முறை ஒளிபரப்பாகிக் கொண்டிருக்கிறது. நம் சுயமரியாதையை கொஞ்சம்கூட அது சுண்டவில்லை. கிராமத்தின் தேநீர்க் கடைகளில் இருக்கும் பேதத்தை கவனிக்கும் நாம், நகரங்களில் சாதியின் நவீன வடிவங்களைச் சற்றும் பொருட்படுத்துவதில்லை. ஏறக்குறைய இரண்டு மூன்று மாதங்களாக வெளிவந்து கொண்டிருக்கும் இந்த விளம்பரத்தை எதிர்த்து ஒற்றைக் குரல்கூட ஒலிக்காதது, சாதி எதிர்ப்பாளர்கள் எங்கே ஒளிந்து கொண்டிருக்கிறார்கள் என்ற தேடலை உருவாக்கி விட்டிருக்கிறது.

பொதுவாகவே சோப்பு விளம்பரங்களும் அழகு சாதனப் பொருட்களுக்கான விளம்பரங்களும் பெண்களை - குறிப்பாக கறுப்பான பெண்களை (இப்போது கறுப்பான ஆண்களும் குறிவைக்கப்பட்டிருக்கிறார்கள்) - இழிவுபடுத்தும் வகையிலேயே உருவாக்கப்படுகின்றன. கறுப்பு என்பது ஓர் இனத்தின் நிறம். அதை

அழிக்கவோ மாற்றவோ முற்படுவது இன அழிப்பில் ஈடுபடுவதற்கும் நிறவெறியைத் தூண்டுவதற்கும் சமமானது. கறுப்பானவர்களைத் தனிமைப்படுத்தும் முயற்சி. அதனால்தான் இந்த விளம்பரங்கள் எந்தத் தணிக்கையும் இன்றி வெளிவந்து கொண்டிருக்கின்றன. "என் நிறத்தை இழிவென்று சொல்வதற்கும் அதை மாற்ற முயல்வதற்கும் நீ யார்?" என்று இதுவரை யாரும் கேள்வி எழுப்பியதாகத் தெரியவில்லை. கறுப்பாக இருப்பதை கேவலமாக சித்தரித்து, "நிறம் வெண்மையாக இந்த சோப் போட்டு குளியுங்கள், இந்த கிரீமை பூசுங்கள்" என்று நாள்தோறும் விளம்பரங்கள் வெளிவந்து கொண்டே இருக்கின்றன. விற்பனைக்காக எதை வேண்டுமானாலும் சொல்லி விற்கலாமா?

வியாபாரம் ஒன்றே குறிக்கோள் என்று இந்த விளம்பரங்களை நாம் புறந்தள்ளிவிட முடியாது. இவை காலங்காலமாக இந்த சமூகத்தில் ஊறிப் போயிருக்கும் அடிமைக் கருத்தியல்களை நவீனத்தோடு இணைத்து வளர்த்தெடுக்கும் வேலையைத் தொடர்ந்து செய்கின்றன. பார்ப்பன மனோபாவத்தோடு, பார்ப்பனர்களை முன்வைத்து, அவர்களாலேயே, அவர்களைக் கொண்டுதான் பெரும்பாலும் எல்லா விளம்பரங்களுமே வெளிவருகின்றன. பார்ப்பன வாழ்வியலையும் சாதிய மேலாதிக்கத்தையும் மட்டுமே இவை மறைமுகமாகவும் நேரடியாகவும் உயர்த்திப் பிடிக்கின்றன. குறிப்பாக, குளியல் சோப் உள்ளிட்ட அழகு சாதனப் பொருட்களை பரிந்துரை செய்பவர்கள் பெரும்பாலும் 'அவா பாஷை' பேசும் பார்ப்பனர்களே! சுத்தமும் அழகும் பார்ப்பனர்களின் உடைமை என்ற புழுத்துப்போன ஆதிக்கக் கருத்தியலை இன்று பல விளம்பரங்கள் முன்னிறுத்துகின்றன.

இந்தியாவில் பாகுபாடு என்பது சாதியின் பெயரால் உருவாக்கப்பட்டிருக்கிறது. மேற்கத்திய நாடுகளைப் போல நிறத்தினால் அல்ல. அதனால் சாதிப் பெயர் சொல்லித் திட்டினாலோ கேலி செய்தாலோ அது வன்கொடுமை. ஆனால், தாழ்த்தப்பட்ட மக்களின் நிறத்தை இழிவுபடுத்தினால் அது சாதாரணம். ஆரியர்களின் ஆதிக்கம் வெள்ளை மோகத்திற்கான முதல் விதையைத் தூவியது. வெள்ளையர்களின் வருகை அந்த விதைக்கு நீர் பாய்ச்சியது. தங்கள் ஆதிக்கத்தை நிலை நிறுத்துவதற்காக வெள்ளையை உயர்த்திப் பிடிக்கவும் கறுப்பைத் தாழ்த்தவும் செய்தது அவர்கள்தான்! இருள், அமாவாசை, துக்கம், இழப்பு, ஆகாத காரியம், அபசகுனம், அமங்கலம், மரணம் ஆகியவற்றை கறுப்போடும்; பகல், பவுர்ணமி, மகிழ்ச்சி, நிறைவு, லாபம், நல்ல

நிகழ்வுகள், பிறப்பு இவற்றை வெண்மையோடும் ஒப்பிட்டு கறுப்பின் மீதான வெறுப்பை மத நம்பிக்கையோடு தொடர்புபடுத்தி தீவிரப்படுத்தியதும் இவர்கள்தான். மதத்தைக் கடந்து ஆரியர்களையும் ஆங்கிலேயர்களையும் ஒன்றிணைய வைத்தது அவர்களின் நிறமும் அதனால் உண்டான ஆதிக்க புத்தியுமே.

சாதி வன்மத்தைப் போலவே கறுப்பின் மீதான வெறுப்பு, காலங்கள் கடந்து பல வடிவங்களை எடுத்துக் கொண்டே இருக்கிறது. நாகரிகத்தின் அடையாளமாக வெண்மையே இங்கு முன்னிறுத்தப்படுகிறது. கறுப்பாக இருந்தால் சாதிக்க முடியாது. கறுப்பானவர்களுக்கு மரியாதை கிடைக்காது. கறுப்பு என்றாலே புறக்கணிப்புதான் என்றெல்லாம் ஒரு கருத்தியலை உருவாக்கி, சமூகத்தின் மூளையில் அது ஆழப் பதியவும் வைக்கப்பட்டிருக்கிறது. இதனால் கறுப்பாக இருந்தாலும் களையாக இருப்பதாகச் சொல்லத் தொடங்கினோம் நாம். 'இருந்தாலும்' என்ற இந்த இழிவு கறுப்பின் மீது நிரந்தரமாக்கப்பட்டுவிட்டது. கறுப்புக்கும் அழகிற்கும் தொடர்பே இல்லை என்பதை உறுதிப்படுத்தத்தான் களையாக இருக்கிறார்கள் என்ற ஆறுதல் பரிசு! காலங்காலமாக இந்த ஆறுதல் பரிசோடுதான் கறுப்பானவர்கள்,தாழ்த்தப்பட்டவர்கள் கைவிடப்பட்டிருக்கிறார்கள்.

சாதி மற்றும் நிறத்தின் அடிப்படையில் இந்தியர்களின் மூளையில் பரவிக் கிடக்கும் இந்த அடிமைக் கருத்தியலை மிக வேகமாக வரித்துக் கொண்டதும் வியாபாரத்திற்கான உத்தியாக மாற்றியதும் அழகு சாதனப் பொருட்களை உற்பத்தி செய்யும் நிறுவனங்கள்தான். கறுப்பாகப் பிறப்பதும் இருப்பதும் பெருங்குற்றமென்றும் தங்கள் பொருட்களை தடவினால் அந்த அவலத்திலிருந்து தப்பிவிடலாம் என்றும் கூவியபடி நாள்தோறும் எண்ணற்ற வகைகளை சந்தையில் இவை இறக்குகின்றன. நிறத்தை மட்டுமே குறிவைத்து தாக்கிக் கொண்டிருந்தவர்கள், ஹமாம் சோப் விளம்பரத்தின் மூலம் வெளிப்படையான சாதிப் பாகுபாட்டைத் தொடங்கி வைத்திருக்கிறார்கள். இதை முடிவுக்குக் கொண்டு வர வேண்டிய கட்டாயத்தை நாம் உணர்ந்தாக வேண்டும்.

2. இந்த ஆண்டு தீபாவளியின் ஊடகக் கதாநாயகன் கமல்ஹாசன். காரணம், அவரே தயாரித்து நடித்த 'உன்னைப் போல் ஒருவன்' திரைப்படம். இதன் மூலம் இந்தியில் வெளிவந்த 'வெட்னஸ்டே' திரைப்படம். மொத்தமே நான்கைந்து முக்கிய கதாபாத்திரங்களை மட்டுமே வைத்து தயாரிக்கப்பட்டிருந்தாலும்

வழக்கமான தமிழ் திரைப்படத்திற்குரிய பகட்டு வேலைகளும் பேண்டஸியும் இல்லை என்பதால் இந்தத் திரைப்படம் சொல்லும் செய்தி நேரடியாக எந்த இடர்ப்பாடுகளுமின்றி சமூகத்துக்கு சொல்லப்பட்டிருக்கிறது. பொதுமக்களின் பிரதிநிதியாகத் தன்னை அறிமுகப்படுத்திக் கொள்ளும் கமல்ஹாசன், குறிப்பிட்ட நான்கு தீவிரவாதிகளை விடுவிக்க வேண்டும் என்ற கட்டளைக் கோரிக்கையோடு, நகரத்தின் பல்வேறு பகுதிகளில் சக்திவாய்ந்த வெடிகுண்டுகளை வைத்துவிட்டு காத்திருக்கிறார். ஆனால், உண்மையில் தீவிரவாதிகளை விடுவிக்கச் சொல்வது அவர்களைக் காப்பாற்றுவதற்காக அல்ல; பொதுமக்களின் பிரதிநிதியான கமல்ஹாசனே தன் திட்டப்படி அவர்களை கொல்வதற்கு!

இந்து மதத்தையோ இஸ்லாத்தையோ குறிப்பிட்டு குறை சொல்லிவிடக் கூடாது என்பதற்காக மெனக்கெட்டிருப்பது தெரிந்தாலும் அது வெறும் மேல்பூச்சு வேலைதான். திரைப்படம் தொடங்குவதிலிருந்து கடைசி வரை, "முஸ்லிம்களே தீவிரவாதிகள், அவர்களை எதிர் தீவிரவாதச் செயலால் மட்டுமே அழிக்க முடியும்" என்ற உணர்வை உருவாக்கிக் கொண்டே இருக்கிறது. கொல்வதற்கு கமல் தேர்ந்தெடுக்கும் நான்கு தீவிரவாதிகளில் மூன்று பேர் முஸ்லிம்கள். ஒருவர் மட்டும் இந்து. ஆனால், இவர் வெடிகுண்டுகளை வீசி பொது மக்களை கொல்பவரல்ல; பணம் கொடுத்தால் யாரைக் கொல்லவும் வெடிகுண்டுகளை சப்ளை செய்பவர். தீவிரவாதிகள் சதவிகித அடிப்படையில் மூன்று முஸ்லிம்களுக்கு ஓர் இந்து என்று கணக்கிடப்பட்டிருப்பது எதனால் என்று சொல்லப்படவில்லை. ஆனால் "இந்த நால்வரையும் சீட்டுக் குலுக்கிப் போட்டே தேர்ந்தெடுத்தேன்" என்று ஓரிடத்திலும் "வெறும் முஸ்லிம்களாக மட்டுமே அமைந்துவிடக் கூடாது என்பதால்தான் ஓர் இந்துவையும் சேர்த்துக் கொண்டேன்" என்று வேறொரு இடத்திலும் முரண்பாடாக சொல்கிறார் கமல். வெடிகுண்டு வியாபாரியான இந்து கதாபாத்திரம் பார்ப்பதற்கு பரிதாபமானவராக, நகைச்சுவை கதாபாத்திரத்தைப் போல வெகுளியானவராக, ஒரு சுத்தமான வியாபாரியாக மட்டுமே உருவாக்கப்பட்டிருக்கிறது. ஆனால், முஸ்லிம் கதாபாத்திரங்கள் கண்களில் குரூரத்தோடும் வெறியோடும் வன்மத்தை சுமந்து கொண்டு பழி தீர்க்கக் காத்திருப்பவர்களைப் போல சித்தரிக்கப்பட்டிருக்கிறார்கள்.

முஸ்லிம் தீவிரவாதக் கதாபாத்திரங்களில் ஒருவர், பெஸ்ட் பேக்கரி கலவரத்தை விவரித்து அதில் எரித்துக் கொல்லப்பட்ட தன் குடும்பத்தைப் பற்றி சொல்கிறார். எரித்து வீசப்பட்ட தன்

மகனின் சடலத்தைப் பார்த்துத்தான் பழிவாங்கும் உணர்ச்சியோடு தான் தீவிரவாதியானதாகக் குறிப்பிடுகிறார். ஒரு தீவிரவாதி தான் தீவிரவாதியானதுக்குக் காரணம், தீவிரவாதமும் மதவெறியுமே என்கிறார். இவருக்காவது நேரடியான பாதிப்புகளும் கொடுமையான அனுபவங்களும் இருந்திருக்கின்றன. ஆனால் தன்னை ஒரு 'காமன்மேன்' என்று சொல்லிக் கொள்ளும் கமல்ஹாசன், இந்த தீவிரவாதிகளைக் கொல்வதற்கான காரணமாகச் சொல்லும் பண்பாட்டுச் செய்தி மிக மிக ஆபத்தானது.

அதிநவீனமாகத் தீட்டப்பட்ட திட்டத்தின்படி நால்வரையும் கொன்றுவிட்டு, ஒரு 'காமன்மேனாக' காய்கறிக் கூடையோடு அவர் கிளம்பிச் செல்வதற்கு முன், தீவிரவாதத்திற்கு தீவிரவாதமே தீர்வு என்று அறிவுறுத்துகிறார். ஒரு சாதாரண மனிதனைக் கதாநாயகனாகக் காட்ட முற்பட்டு அவன் வாயிலாக இந்த திரைப்படம் மக்களுக்கு சொல்லும் செய்தியும் ஒரு தீவிரவாதியை வில்லனாக உருவகப்படுத்தி, தன் அனுபவத்தில் அவர் இந்த சமூகத்திற்கு சொல்வதும் ஒன்றுதான். அந்த அடிப்படையில் பார்த்தால் இங்கு கதாநாயகனான 'காமன்மேனும்' வில்லன்தான்; தீவிரவாதிதான்; உயிரோடு இருக்கத் தகுதியற்றவன்தான்.

முஸ்லிம்களுக்கு எதிரான படமாக வந்துவிடக் கூடாது என்பதற்காக குஜராத் கலவரம் பற்றியெல்லாம் உருக்கமாக, கண்ணீரை வரவழைத்துக் கொண்டு கமல் பேசுவதைக் கேட்க சகிக்கவில்லை. அந்தக் கண்ணீரிலோ உருக்கத்திலோ துளியும் உண்மையை உணர முடியவில்லை. கடைசி வரை கமல்ஹாசன் கதாபாத்திரம் எந்த மதத்தைச் சார்ந்தது என்று குறிப்பிடப்படவே இல்லை. முஸ்லிம்களுக்காகப் பரிந்து பேசிக் கொண்டே முஸ்லிம்களை பொறுக்கியெடுத்துக் கொல்லும் அந்த செயலில் தெரிந்தது பார்ப்பனக் கள்ளத்தனம் மட்டுமே. சட்டப்படியான மரண தண்டனையே மனித உரிமை மீறல் என்று வலியுறுத்திக் கொண்டிருக்கும் நிலையில், ஒரு சாதாரண மனிதன் தொழிற்நுட்ப உதவியோடு தன்னிச்சையாக கொலைகள் செய்வது மனித உரிமை மீறலின் உச்சம். இந்த திரைப்படத்தில் வலியுறுத்தும் நீதியின் அடிப்படையில் முதலில் கொலை செய்யப்பட வேண்டியது கமல்ஹாசன் கதாபாத்திரம்தான். தீவிரவாதத்தைக் கொண்டாடும் இந்த திரைப்படத்தை ஆகச் சிறந்ததாக எல்லா பத்திரிகைகளும் காட்சி ஊடகங்களும் கொண்டாடின. கமலை ஓர் அறிவாளியாகவும் சமூக அக்கறை கொண்டவராகவும் புகழ்ந்து தள்ளின. 'ஹேராம்' படத்தில் கண்ணுக்கு கண் எப்படித் தீர்வாகும் என்று கேட்ட அதே

கமல்ஹாசன்தான் 'உன்னைப் போல் ஒருவனில்' கண்ணுக்கு கண்ணைக் கேட்கிறார்!

தீவிரவாதத்துக்கு தீவிரவாதத்தால் பதில் சொல்லிக் கொண்டிருந்தால் வன்முறைக்கு வன்முறையால் விடிவு வரும் என்று நம்பிக் கொண்டிருந்தால் மாறி மாறி மனிதர்கள் சாவதைத் தவிர வேறொன்றும் நடக்கப் போவதில்லை. குறிப்பிட்ட மதத்தினரின் இனத்தின் உரிமைகள் பறிக்கப்படும்போது மட்டுமே தீவிரவாதம் உருவாகிறது. பறித்த உரிமைகளை முறையாகத் திருப்பித் தருவது ஒன்றே தீவிரவாதத்திற்கான முடிவேயன்றி, மாறி மாறி உயிரை எடுப்பதல்ல.

3. அண்மையில் நடிகை புவனேஸ்வரி பாலியல் வழக்கில் கைது செய்யப்பட, அதைத் தொடர்ந்து ஊடகங்கள் நடந்து கொண்ட விதத்தை நினைத்தால் எரிச்சலும் கோபமுமே மிஞ்சுகிறது. புவனேஸ்வரி கைது செய்யப்பட்டதும் அவர் பாலியல் தொழில் செய்யும் மற்ற நடிகைகள் பற்றி காவல் துறையிடம் வாக்குமூலம் கொடுத்திருப்பதாக செய்தி வெளியானது. உடனே இது குறித்து ஆய்வுக் கட்டுரை ஒன்றை வெளியிட நினைத்த 'தினமலர்' ரொம்பவும் மெனக்கெட்டு ஒரு கட்டுரையைத் தயார் செய்தது! எந்தெந்த நடிகைகள் பாலியல் தொழிலில் ஈடுபட்டிருக்கிறார்கள்? யார் யாருக்கு எவ்வளவு விலை? என்று கண்டுபிடித்து (இந்த சமூகத்துக்கு இந்த பத்திரிகைகள் எவ்வளவு தொண்டாற்ற வேண்டியிருக்கிறது பாருங்கள்) தொடர்புடையவர்களின் புகைப்படங்களுடன் விலைப்பட்டியலை வெளியிட்டது. இப்பட்டியலில் இடம் பிடித்த நடிகைகளில் பலரும் திருமணமானவர்கள். குழந்தைகள் உடையவர்கள். மிக முக்கியமாக, கணவரைப் பிரிந்து வாழ்கிறவர்கள்.

இது உண்மையாகவே ஒரு புலனாய்வுக் கட்டுரையாக இருந்திருக்குமானால் அந்த ஆய்வை மேற்கொண்ட விதத்தையும் அதற்கான ஆதாரங்களையும் குறிப்பிட்டிருக்க வேண்டும். அப்படி எதுவும் தேவைப்படாமலே சினிமா பத்திரிகையாளர்களின் 'கிசுகிசு' தகவல்களை வைத்துக் கொண்டு நேரில் கண்டவர்களைப் போலவே எழுதப்பட்டிருந்த அந்தக் கட்டுரை வெளிவந்ததும் தொடர்புடைய நடிகைகளின் நிம்மதி மொத்தமாகப் பறிபோனது. கொதித்தெழுந்த நடிகைகள் நடிகர் சங்கத்தில் முறையிட, நடிகர் சங்கம் இப்பிரச்சனையை மிக தீவிரமாக எடுத்துக் கொண்டது. கண்டனக் கூட்டம் நடத்தி தமிழக முதல்வரிடம் புகார் செய்து,

‘ப்ரஸ் கவுன்சிலுக்கு’ மனு அனுப்பி, நடிகர் நடிகைகள் தங்கள் கோபத்தை வெளிப்படுத்தினார்.

பெண் உரிமைகளை, தனி மனித சுதந்திரத்தை, சுயமரியாதையோடு வாழ்வதற்கான உரிமையை, பத்திரிகை நெறிகளை ‘தினமலரின்’ இந்த ஒரே கட்டுரை நசுக்கிவிட்டது. நடிகைகளையும் பாலியல் தொழிலையும் வைத்து பத்திரிகைகள் தொடர்ந்து பிழைப்பு நாடகத்தை நடத்துவதால், சில செய்திகளை நாம் விவாதித்தாக வேண்டியிருக்கிறது. ஒரு பெண் முழு நேர பாலியல் தொழிலாளியாக இருந்தாலும் கூட, அவருடைய பெயரையோ புகைப்படத்தையோ வெளியிடும் உரிமை பத்திரிகைகளுக்கு இல்லை. அவருக்கு கிடைக்க வேண்டியது சட்டத்தின் அடிப்படையிலான தண்டனை மட்டுமே. ஆனால், காவல் துறையின் உதவியோடு பத்திரிகைகள் தொடர்ந்து சமூக ரீதியிலான தண்டனையை பாலியல் தொழிலாளிகளுக்கு வழங்கிக் கொண்டிருக்கின்றன.

புகைப்படங்களுடன் வெளிவரும் செய்திகள் ஆதாரமானவை என்று தட்டையாக ஒரு நம்பிக்கையை வளர்த்துக் கொண்டிருப்பதால் காவல் துறையை நச்சரித்து (அல்லது காவல் துறையின் விருப்பத்திற்கேற்ப) குற்றவாளியின் புகைப்படத்தை எப்படியாவது வாங்கி விடுகிறார்கள். நீதிமன்றத்தில் விசாரணை நடைபெறுகின்ற நிலையிலேயே தீர்ப்பு வழங்கப்படும் முன்பே கைது செய்யப்பட்டவரை குற்றவாளி என இந்த சமூகத்துக்கு அடையாளப்படுத்துகின்றன ஊடகங்கள். அதிலும் குற்றம் சாட்டப்பட்டவர் பெண்ணாக இருந்தால் நிலைமை இன்னும் மோசம்.

நடிகர் நடிகைகளின் அந்தரங்கங்களை எழுதவும் வெளியிட விருப்பப்படும் இவர்கள் அனைவரும் மஞ்சள் பத்திரிகைகளைப் படித்து வளர்ந்தவர்கள் என்பதற்கு அவர்களின் எழுத்தும் வக்கிரமான கற்பனையுமே சாட்சி. இன்றைய பத்திரிகையாளர்களில் பலரிடம் இந்தத் தகுதி மட்டுமே நிறைந்திருக்கிறது. வியாபாரத்தைப் பெருக்க நினைக்கும் பத்திரிகைகளுக்கும் அதுதான் தேவைப்படுகிறது. பத்திரிகை அறம் குறித்தோ, நெறிகள் பற்றியோ, மனித உரிமைகளைப் பேண வேண்டியதில் ஊடகங்களின் பங்கு பற்றியோ இம்மியளவு கூட இவற்றுக்கு அக்கறை இல்லை.

பாலியல் தொழில் செய்ததாக கைது செய்யப்படும் பெண்களின் புகைப்படங்களை வெளியிடக்கூடாது என்ற விதி இருக்கும்போது ‘தினமலர்’ நாளிதழ் எந்த தைரியத்தில் அடிப்படையே இல்லாமல்

நடிகைகளின் புகைப்படங்களோடு அந்த செய்தியை வெளியிட்டிருக்கக்கூடும். நடிகைகள் கொதித்தெழுவார்கள் என்றோ போராட்டத்தில் இறங்குவார்கள் என்றோ 'தினமலர்' நாளிதழுக்கு தெரியாதா என்ன? தெரியும். பாலியல் தொழில் செய்யும் நடிகைகளின் முகத்திரையைக் கிழித்து இந்த சமூகத்தை அவர்களிடமிருந்து காக்க வேண்டும் என்ற அக்கறையா 'தினமலருக்கு'? நிச்சயமாக இல்லை. விற்பனை மோகமும் வக்கிரத்தின் வேகமும் மட்டுமே தினமலரின் இந்த கட்டுரைக்குக் காரணம். ஆணாதிக்கச் சிந்தனை மட்டுமே இவ்வளவு கீழ்த்தரமாக செயலாற்றத் தூண்டுகிறது.

நடிகைகளின் புகைப்படங்களை வைத்து ஒரு பக்கம் பிழைப்பு நடத்தியும் இன்னொரு பக்கம் அவர்களின் அந்தரங்கங்களை கிசுகிசுக்களாகவும் வெளிப்படையான கட்டுரைகளாகவும் எழுதியும் அவர்களைக் கேவலப்படுத்துகிறார்கள். உணர்வுகளும் சுயமரியாதையும் மனிதராகப் பிறந்த எல்லோருக்குமே சமமானது. எல்லோருக்குமே அந்தரங்கங்கள் உண்டு. அது தனி மனித சுதந்திர வரையறைக்குட்பட்டது. இன்னொருவரின் சுதந்திரத்தையும் மரியாதையையும் பாதிக்கும் வரை அதற்குள் நுழையும் உரிமை யாருக்கும் இல்லை. விபச்சாரம் செய்கிறார்கள் என்று புகைப்படத்தோடு வெளிவந்த செய்தியைப் பார்த்து நடிகைகள் என்ன மாதிரியான அவமானத்திற்கு ஆளாவார்கள் என்றோ, அவர்களின் குழந்தைகள் என்ன மாதிரியான உளவியல் சிக்கல்களுக்கு உள்ளாவார்கள் என்றோ பரபரப்பு வெறியர்களுக்கு அக்கறை இல்லை.

நடிகைகள் பற்றி இழி செய்தி வெளிவந்து அது இவ்வளவு பரபரப்புகளை அடைந்த போதும் நடிகைகளுக்கு ஆதரவாக எந்தப் பெண்கள் அமைப்போ, பொதுவுடைமை இயக்கங்களோ, மனித உரிமை அமைப்புகளோ சிறு சலனமுமின்றி அமைதி காத்தனர். சிறு அளவிலான கண்டனத்தைக் கூட அவர்கள் வெளிப்படுத்தவில்லை. நம் சமூகத்தில் பெண்கள் அமைப்புகள் தங்கள் மூச்சை நிறுத்தி வெகுநாட்களாயிற்று என்பதை கண்கூடாகப் பார்க்கவும் உணரவும் முடிந்தது. நடிகைகளையும் பாலியல் தொழிலாளர்களையும் மூன்றாம்தர குடிமக்களாக நினைத்து, இதுவரை அவர்களுக்கு ஏற்பட்ட எந்த வகையான இன்னல்களுக்கும் பெண்கள் அமைப்புகள் குரல் கொடுத்ததாக நினைவில் இல்லை. தங்களின் அழுத்தமான அமைதியின் மூலம் 'தினமலர்' நாளிதழின் உரிமை மீறலுக்கு இவை துணை போயிருக்கின்றன.

அதே நேரத்தில் நடிகர் நடிகைகளின் போராட்டத்தைத் தொடர்ந்து 'தினமலர்' செய்தி ஆசிரியர் கைது செய்யப்பட, தவறு செய்தவர்கள் தண்டனையை அனுபவித்துதானே தீர வேண்டுமென பத்திரிகை உலகம் அமைதியாக இருக்குமென்றுதான் நியாயத்தை மதிக்கிறவர்கள் நினைத்திருப்பார்கள். ஆனால், கைதைத் தொடர்ந்து பல்வேறு பத்திரிகையை சேர்ந்தவர்களும் பத்திரிகை அமைப்புகளும் ஆர்ப்பாட்டத்தில் குதித்தனர். பத்திரிகை சுதந்திரம் பறிபோவதாக இவர்கள் முழங்கியதைக் கேட்க சகிக்கவில்லை. ஒரு கொலையாளி கொலை செய்வதற்கான உரிமையைக் கோருவதைப் போல இருந்தது, பத்திரிகையாளர்களின் போராட்டம்.

இதில் மேலும் அதிர்ச்சியளிக்கக்கூடிய செய்தி என்னவென்றால் உண்மையாகவே பத்திரிகை சுதந்திரம்தான் பறிபோகிறதோ என்ற பதற்றத்தோடு பத்திரிகையாளர்களின் போராட்டத்திற்கு கை கொடுக்க வந்தவர்களின் பட்டியல்தான். பொதுவுடைமைவாதிகளும் சில மனித உரிமை ஆர்வலர்களும் பத்திரிகையாளர்களோடு போராட்டத்தில் பங்கேற்றது ஆழமான அவநம்பிக்கைகளை விதைத்திருக்கிறது. தராதரமில்லாமல் அடிப்படை ஆதாரங்கள் இல்லாமல் பிறரின் உரிமைகளையும் நிம்மதியையும் பாதிக்கிற வகையில் எதை வேண்டுமானாலும் இவர்கள் எழுதலாம், வெளியிடலாம். அதைக் கண்டித்தால், அதன் மீது சட்டப்பூர்வமான நடவடிக்கை எடுக்கப்பட்டால் பத்திரிகை சுதந்திரத்துக்கு எதிரான செயல் என கிளம்பிவிடுகிறார்கள். எழுத விரும்புவதை எல்லாம் எழுதிவிடுவதுதான் இவர்கள் எதிர்நோக்கும் பத்திரிகை சுதந்திரமா?

பேசவும் எழுதவும் முடிகிறவர்கள் அந்த ஒரே காரணத்திற்காக பத்திரிகையாளர்களாகப் பணியில் அமர்த்தப்படுகிறார்கள். சமூகத்தைப் பற்றிய பார்வை, புரிதல், அக்கறை எதுவும் பத்திரிகையாளர்களுக்கு கிஞ்சித்தும் இருப்பதில்லை. எந்தத் துறையாக இருந்தாலும் அதற்குரிய தகுதியென ஒன்று உண்டு. ஆனால், இங்கு பத்திரிகையாளர்களுக்கு மட்டும் அப்படி எதுவும் தேவைப்படுவதில்லை. இதனால் ஒரு சராசரி மனிதனுக்குரிய எல்லா விருப்பு வெறுப்புகளோடும் வக்கிர சிந்தனைகளோடும் ஆதிக்க மனோபாவத்தோடும்தான் பத்திரிகையாளர்கள் என்று மார்தட்டிக் கொள்கிறவர்கள் வலம் வருகிறார்கள். சாதிய மேலாதிக்கமும் மதப் பாகுபாடுகளும் ஆணாதிக்கச் சிந்தனைகளும் அவர்கள் எழுதும் ஒவ்வொரு செய்தியிலும் எப்படியேனும் வெளிப்படுவது இந்த காரணத்தினால்தான்.

'தினமலரு'க்கு ஆதரவாகக் களத்தில் இறங்கிய பத்திரிகைகளில் முழுவீச்சோடு செயல்பட்டது 'நக்கீரன்'. கொள்கை அடிப்படையில் 'தினமலரோ'டு முரண்படும் 'நக்கீரன்', நடிகைகள் விஷயத்தில் கைகோர்த்ததன் காரணம் மிக எளிமையானது. நடிகைகளின் அந்தரங்கம் பற்றிய அதீத கற்பனை வளம் கொண்ட பத்திரிகையாளர்கள் 'நக்கீரனி'ல் அதிகம். கொச்சைப்படுத்தி எழுதுவதில் 'தினமலரை' மிஞ்சிய சிஷ்யன் 'நக்கீரன்'. 'தினமலரி'ல் குறிப்பிட்ட அந்த செய்தி வெளியான பின்னர் நடந்த ஒவ்வொரு நிகழ்வையும் மிகக் கூர்மையாக கண்காணித்து, பரபரப்பான செய்தியாக வாசகர் முன் சமர்ப்பிக்க வேண்டிய மாபெரும் பொறுப்பை தாமாகவே ஏற்றுக் கொண்ட 'நக்கீரன்', அதன் பின்னர் வெளியிட்ட செய்திகளை வாசிப்பதற்கு தனி மனோதிடம் தேவைப்பட்டது. நடிகர் நடிகைகள் கண்டனக் கூட்டத்தில் எவ்வளவு ஆபாசமாகப் பேசினார்கள் என்று அதையும் அப்படியே வெளியிட்டது. நடிகர், நடிகைகளுக்கு எதிர்வினையாற்றுவதற்கு என்ன தகுதி இருக்கிறது என்பதுதான் 'நக்கீரனின்' கேள்வி. 'தினமலரை' எதிர்த்து களமிறங்கியவர்கள், நாளை தன்னையும் எதிர்த்துப் போராடுவார்கள் என்ற அச்சத்தை நக்கீரனின் ஒவ்வொரு கட்டுரையிலும் பார்க்க முடிந்தது.

நடிப்புத் தொழிலில் ஈடுபடும் பெண்கள் ஒழுக்கமாக இருக்க மாட்டார்கள் என்று முடிவு செய்வதற்கும் ஒழுக்கத்தோடு இருந்தாக வேண்டும் என்று எதிர்பார்ப்பதற்கும் இவர்கள் யார்? பண்பாட்டுக் காவலர் பதவியையும் கற்பொழுக்கத்தை காக்க வேண்டிய கடமையையும் பத்திரிகையாளர்களுக்கு இந்த சமூகமோ சட்டமோ வழங்கியிருக்கிறதா என்ன?!

பத்திரிகையும் சினிமாவும் முழுக்க முழுக்க பொழுதுபோக்கு விஷயங்களாகிவிட்ட நிலையில் வணிக நோக்கத்திற்காக பத்திரிகையாளர்களும் திரைத்துறையினரும் ஒருவரையொருவர் சார்ந்தே இயங்கி வருகிறார்கள். பணத்தைப் பெற்றுக் கொண்டு ஆபாசப் படங்களை முதன்மைப்படுத்தும் பத்திரிகைகளும் ஒரு வகையில் பாலியல் தொழிலே செய்கிறார்கள். லஞ்சத்தை 'கவர்' என்று குறிப்பிடும் வழக்கமே வெகுமக்கள் ஊடகங்களால் உருவாக்கப்பட்டதுதான். கவர் வாங்காத பத்திரிகையாளர்கள் இந்தத் துறையில் இருக்கவே தகுதியற்றவர்களைப் போல நடத்தப்படும் சூழலும் நிலவி வருகிறது. இந்த செய்தி ஊழலை கண்டிக்கவோ, தடுக்கவோ யார் சார்பிலும் எந்த நடவடிக்கையுமே எடுக்கப்படவில்லை.

திரைத்துறையினர் பத்திரிகையாளர்களுக்கு பணம் கொடுப்பது வழக்கம். விளம்பரத்துக்காக செய்தியாளர்களை கைக்குள் வைத்துக் கொள்வது ஒன்றே அவர்களின் நோக்கம். திரைத்துறையினருக்கும் செய்தியாளருக்குமான இந்த பந்தம் முழுக்க முழுக்க வியாபார அடிப்படையிலானது. சினிமா செய்திகள் இல்லையென்றால் அது வணிக ரீதியில் வெற்றி பெற வாய்ப்பேயில்லை என்ற நிலையை உருவாக்கியதும் வாசகர் மனநிலையை வெறும் பொழுதுபோக்கு விஷயங்களில் மட்டுமே ஈடுபடுத்தியதும் வணிக ஊடகங்கள் இந்த சமூகத்துக்கு இழைத்த துரோகம். சினிமாவிற்கும் பத்திரிகைக்கும் உள்ள இந்தத் தொடர்பைவிட மிக ஆபத்தானது காவல் துறைக்கும் பத்திரிகைகளுக்கும் உள்ள பந்தம்.

காவல் துறைக்கும் பத்திரிகையாளர்களுக்கும் இருக்கும் கள்ள உறவு, தாழ்த்தப்பட்ட மற்றும் சிறுபான்மையின மக்களின் வாழ்வியலில் மிகக் கொடுமையான பாதிப்புகளை உண்டாக்கியிருப்பதற்கு, பல கைதுகளையும் செய்திகளையும் நாம் எடுத்துக்காட்டாகக் குறிப்பிட முடியும்.

இந்தியாவில் காவல் துறை மாதிரிதான் பத்திரிகைத் துறையும் சீருடை ஒன்றை வைத்தே காரியங்களை சாதிப்பதைப் போல 'பிரஸ்' என்ற அடைமொழியை வைத்துக் கொண்டு தொடர்ந்து உரிமை மீறல்களில் ஈடுபடுவதும் பத்திரிகை நெறிகளை அவமதிப்பதும் நடக்கிறது. இன்னும் சொல்லப்போனால் காவல் துறையோடு கைகோர்த்துக் கொண்டு உண்மைக்குப் புறம்பான செய்திகள் வெளியிடுவதை பத்திரிகைகள் வழக்கமாக வைத்திருக்கின்றன. குறிப்பாக, தலித் மக்கள் பற்றியும் சிறுபான்மையினர் குறித்தும் காவல் துறை என்ன சொன்னாலும் அது எந்த ஆய்வும் தணிக்கையுமின்றி அப்படியே அச்சுக்குப் போகிறது. காவல் துறையின் தகவல்களை வைத்துக் கொண்டு செய்தியை வெளியிடும் ஊடகங்களுக்கு அது அன்றைய நாளின் அவசரச் செய்தி. அவ்வளவுதான். காவல் துறையினுடைய தகவல்களின் அடிப்படையில் ஒருவரை குற்றவாளியாக்கும் பத்திரிகைகள், பின்னர் குற்றமற்றவர் என்று அவர் நிரூபிக்கப்படும்போது அதைக் கண்டுகொள்வதே இல்லை. சாதி, மதக் கலவரங்களில், பயங்கரவாதச் செயல்களில் கைது செய்யப்பட்டு பொய் வழக்குகளில் பிணைக்கப்பட்டு வாழ்வைத் தொலைத்த தலித் மக்கள் மற்றும் சிறுபான்மையினர்களின் துயரக் கதைகளே இதற்குச் சான்று.

வெகுமக்கள் ஊடகங்கள் திரைத் துறையினருடன் கொண்டிருக்கும் உறவு, சமூகப் பிரச்சனைகளை முதன்மைப்படுத்துவதைத் தடுக்கிறது என்றால் காவல் துறையோடு துணை போவதன் மூலம் தலித் மற்றும் சிறுபான்மையின மக்களுக்கு எதிரான செய்தி வன்முறைகளில் ஈடுபடுவது தொடர்கிறது. ஓர் அரசு தன் சொந்த மக்கள் மீதே நிகழ்த்தும் வன்முறையும் பாகுபாடும் அரச பயங்கரவாதம் என்றால் ஊடகங்கள் அரசோடு கைகோத்துக் கொண்டு வெளியிடும் பாரபட்சமான செய்திகள் ஊடக பயங்கரவாதமின்றி வேறில்லை.

"சோப் தயாரிக்கும் தொழிற்சாலையைப் போல்தான் இந்தியாவில் பத்திரிகைகளின் நிலை. வணிக நோக்கத்தைவிட பெரிய பொறுப்பென்று அவற்றுக்கு ஏதுமில்லை. அரசியல் கதாநாயகர்களை துதி பாடுவதும் கொண்டாடுவதும்தான் அவற்றின் முதன்மை வேலையாக இருக்கிறது" என அம்பேத்கர் வருத்தத்தோடு சுட்டிக் காட்டி பல ஆண்டுகளாகிவிட்டன. ஆனால், ஊடகங்களின் நிலை இம்மியளவும் மாறியபாடில்லை. எல்லா சமூக அவலங்கள் பெருகுவதற்கும் இந்த ஊடகங்கள் தம்மால் ஆன பங்கை மிகச் சிறப்பாக செய்து கொண்டிருக்கின்றன. பார்ப்பனர்கள் மற்றும் இந்து மத வெறியர்களின் கைகளில் ஊடகங்கள் இயங்குகிற வரை, சாதி, மதப் பாகுபாட்டை அவை வளர்த்துக் கொண்டுதானிருக்கப் போகின்றன. வலுவான மாற்று ஊடகங்கள் உருவாக்கப்படாத வரை, இந்த ஊடக பயங்கரவாதம் ஒரு போதும் முடிவுக்கு வரப்போவதில்லை. ஜனநாயகத்தின் நான்காவது தூண் துரு பிடித்ததாகவே இருப்பதை வேதனையோடு வேடிக்கை பார்க்க வேண்டியதுதான்! இந்தியாவைப் பொருத்தவரை ஜனநாயகம் என்பதே சிதிலமடைந்த ஒரு கட்டடத்தைப் போல நிலைகுலைந்த நிலையில் இருக்கையில் அதன் தூண்கள் மட்டும் துருபிடிக்காமல் அப்படியே இருக்குமா என்ன? ●

– அக்டோபர் 2009

■38

# 33 சதவிகித மோசடி

சாதிக்குள்ளே நிற வேற்றுமை இருக்கிறது; வர்க்க ஏற்றத் தாழ்வுகள் புதைந்திருக்கின்றன; பாலியல் கொடுமைகளும் சுரண்டல்களும் சாதியின் முக்கிய அங்கம்; தீண்டாமையும் வன்கொடுமையும் மூடக் கருத்தியல்களும் சாதியின் கூறுகள். ஆணாதிக்கத்தை விடவும் பன்மடங்கு வலிமைமிக்க பாகுபாடு ஒன்று இந்த சமூகத்தில் நீடித்து நிலைத்திருக்கிறது என்றால் அது சாதி மட்டும்தான்.

மறுப்பதற்கில்லை. மிக நிச்சயமாக இது பெண்களுக்கெதிரான சமூகம்! வரதட்சணைக் கொடுமை, குடும்ப வன்முறை, பாலியல் வன்கொடுமை, சீண்டல்கள் என எல்லாவற்றையும் சந்தித்தும் கடந்துமே இங்கு பெண்கள் வாழ வேண்டியிருக்கிறது. பிறப்பு முதல் இறப்பு வரை பல்வேறு அளவுகோல்களால் பெண் அடக்குமுறைக்கு ஆளாகிறாள்.

மதமும் அதைச் சார்ந்த நம்பிக்கைகளும் பண்பாட்டுக் கூறுகளாக அழுத்த, ஒரு நிரந்தர சிறைக்குள் பெண் இனமே அடைக்கப்பட்டிருக்கிறது. அதன் சாவி இன்றும் ஆண்களின் கைகளில்தான் இருக்கிறது. நான்கு சுவர்களைவிட்டு வெறியேறக்கூடாது, இருட்டியபின் வெளியே போகக்கூடாது, பூமி பார்த்து நடக்காதவள் பெண்ணல்ல என்பன போன்ற கருத்தியல்கள் பெண்களை முடமாக்கி விட்டிருக்கின்றன. எழுதப் படிக்கத் தெரிகிற அளவுக்கு கல்வியறிவு பெற்றால் போதும் என்றுதான் இன்றும் ஆணாதிக்க மனோபாவம் நினைக்கிறது.

தலை நிமிர்ந்து நடக்கும் பெண் குடும்பத்திற்கு அடங்காதவள் என்றும் தன் கருத்தை எடுத்துரைக்கிறவர்கள் அடங்காப்பிடாரிகள் என்றும் முத்திரை குத்தப்பட்டு ஒடுக்கப்படுகின்றனர். வரதட்சணை கொடுக்க வேண்டியது மணமகளின் கடமை என்பதும் மனைவியை அடிப்பது கணவனின் உரிமை என்பதும் சுதந்திரம் என்பதை ஆண்கள் கொடுத்து பெண்கள் பெற வேண்டியது என்பதும் இங்கு எழுதப்படாத விதியாக இருக்கிறது. சரி, இவ்வளவு பாகுபாட்டையும் அனுபவிக்கின்றனர் என்பதற்காக பெண்கள் எல்லோரும் சமம் என்ற முடிவுக்கு வந்துவிட முடியுமா? பெண்களுக்குள் பாகுபாடே கிடையாதா? மத உணர்வு, ஜாதி வெறி, ஆதிக்க மனோபாவம்

இவற்றுக்கெல்லாம் அப்பாற்பட்டவர்களா பெண்கள்? சமத்துவமற்றவர்களாக வாழ்கிறோம் என்பதற்காக, எல்லோரையும் பெண் மனம் சமத்துவமாகக் கருதுகிறதா?

பதின்மூன்று ஆண்டுக்கால போராட்டங்களுக்குப் பின்னர், ஒருவழியாக மாநிலங்களவையில் அறிமுகப்படுத்தப்பட்டிருக்கும் பெண்கள் சட்ட வரைவு பற்றிய விவாதங்கள் எழும்போதெல்லாம் இந்தக் கேள்விகளும் எழாமல் இல்லை. பெண்களுக்கு அரசியல் ரீதியான அங்கீகாரத்தை அளிக்கும் இடஒதுக்கீடு சட்டவரைவை, கண்களை மூடிக்கொண்டு ஆதரித்தாக வேண்டும் என்ற கட்டாயம் இங்கு உருவாக்கப்பட்டிருக்கிறது. மக்கள் தொகையில் அய்ம்பது கோடிக்கும் மேலாக இருக்கும் பெண்களுக்கான அரசியல் பிரதிநிதித்துவம் 10 சதவிகிதம் கூட இல்லாதது வெட்கப்பட வேண்டிய விஷயம்தான். மிக நிச்சயமாகப் பெண்களுக்கு இடஒதுக்கீடு அளிக்கப்பட்டே ஆக வேண்டும்.

ஆனால், சாதிரீதியான ஒடுக்குமுறைகளும் பாகுபாடுகளும் நிறைந்த இந்திய சமூகத்தில் எல்லா சமூகத்தைச் சேர்ந்த பெண்களையும் சமமாகக் கருதி, போட்டிக் களத்திற்கு ஒரேயொரு கதவை மட்டும் திறந்துவிட்டால் கண்டிப்பாக உள்ளே நுழையப் போவது அதிகாரமும் ஆதிக்கமும் கைவரப் பெற்றவர்கள் மட்டுமே. இடஒதுக்கீடு சட்டவரைவு - பார்ப்பனர்கள், பிற்படுத்தப்பட்டவர்கள், தலித், பழங்குடியினர், சிறுபான்மையினர் என அனைத்துப் பிரிவினரையும் சேர்ந்த பெண்களுக்கும் ஒரேயொரு கதவை மட்டுமே திறந்திருக்கிறது. இந்தக் கதவின் வழி 33 சதவிகித இடஒதுக்கீட்டை 90 சதவிகிதத்திற்கும் மேல் ஆக்கிரமிக்கப் போகின்றவர்கள் பார்ப்பன மற்றும் முன்னேறிய சாதிப் பெண்களே!

நாடாளுமன்றத்தைத் தொண்ணூறு சதவிகிதம் ஆக்கிரமித்திருக்கும் ஆண் உறுப்பினர்களில் அதிகளவு இடங்களைப் பிடித்திருப்பவர்கள் சாதி இந்துக்கள்தான். மக்கள் தொகையில் நான்கு சதவிகிதமே இருக்கும் பார்ப்பனர்கள், நாடாளுமன்றத்தில் தங்கள் எண்ணிக்கையை விட பத்து மடங்கு அதிகமான இருக்கைகளைப் பிடித்திருக்கிறார்கள்! 32 சதவிகித மக்கள் தொகையைக் கொண்ட பிற்படுத்தப்பட்டோரின் எண்ணிக்கை, ஏறக்குறைய அய்ந்து சதவிகிதம் மட்டுமே. தலித்துகளும் பழங்குடியினரும் சிறுபான்மையினரும் ஏதோவொரு மூலையில் விழுந்து கிடக்கிறார்கள். இந்நிலையில் உள் ஒதுக்கீடின்றி முன்மொழியப் பட்டிருக்கும் பெண்கள் சட்டவரைவு, சாதிய அடுக்கில் மேலே

இருக்கும் சாதி இந்துப் பெண்களுக்கு மட்டுமே முழுமையாகப் பயனளிக்கப் போகிறது.

ஆனால் பெண்ணுரிமையை வலியுறுத்தும் பெண்ணியவாதிகளும் பெண்கள் சட்டவரைவிற்காகப் பரிந்து பேசும் ஆதிக்கசாதி அரசியல்வாதிகளும் கட்சிகளும் அரசமைப்புச் சட்டத்தின் அடிப்படையையே கேள்விக்குள்ளாக்கி, உள் ஒதுக்கீட்டைப் புறக்கணிக்கிறார்கள். பெண்கள் சட்டவரைவை ஆதரிப்பவர்கள் சொல்லும் தட்டையான காரணம், "முதலில் சட்டவரைவு நிறைவேறட்டும், உள்ஒதுக்கீடு என்பதெல்லாம் தானாக வந்து சேரும்" என்பதுதான். இப்போது விட்டால் எங்கிருந்து, எப்போது வந்து சேரும் என்று தெரியவில்லை. தங்களுக்கான அரசியல் உரிமைக்காக தலித், பழங்குடியினர், சிறுபான்மையினர், பிற்படுத்தப்பட்ட பெண்கள் இன்னொரு நூற்றாண்டுக்காலம் இதற்காகப் போராட்டம் நடத்த வேண்டுமா? இந்தியாவில் சாதியின் வேர் எத்தனை ஆழமானது, சாதியப் பாகுபாடுகள் எவ்வளவு வீரியமானவை என்று புரிந்து கொண்டவர்கள் ஒருபோதும் உள் ஒதுக்கீடு இல்லாத பெண்கள் சட்டவரைவை ஏற்க மாட்டார்கள்.

ஆனால் பெண்கள் அமைப்புகள், ஊடகங்கள், அரசியல் கட்சிகள், அறிவுஜீவிகள், எழுத்தாளர்கள் என எல்லா பிரிவைச் சேர்ந்த பெண்களும் இந்த சட்டவரைவுக்கு தங்களுடைய ஒருமித்த ஆதரவை அளித்திருக்கிறார்கள். இந்த சட்டவரைவு முன்மொழியப்பட்டது ஒரு வரலாற்றுச் சாதனை என்று மகிழ்கிறார்கள். உள்ஒதுக்கீட்டைப் புறக்கணிப்பதன் மூலம் இவர்கள் அனைவரும் சாதி ஆதிக்கத்திற்கும் மதப் பாகுபாட்டிற்கும் முழு ஆதரவை அளித்திருக்கிறார்கள். ஆணாதிக்கமா, சாதியப் பாகுபாடா எது வீரியமானது என்ற கேள்விக்கு ஆதிக்க சாதிப் பெண்களின் பதில் ஆணாதிக்கம் என்றே இருக்கும். உள் ஒதுக்கீடற்ற பெண்கள் சட்டவரைவை ஆதரித்திருக்கும் அத்தனை சாதி இந்து பெண்களின் தலையாயப் பிரச்சனை ஆணாதிக்கம் மட்டுமே.

சாதியால் இழிவுகளை எதிர்கொண்டு, சாதியால் தீண்டத்தகாதவர்களாகி, சாதியால் உரிமைகளை இழந்து, சாதியாலேயே வன்கொடுமைக்கு ஆளாகும் பெண்களின் வேதனை இவர்களுக்கு தூசாகவோ, துரும்பாகவோ தெரிந்ததில் வியப்பொன்றுமில்லை. ஆதிக்க சாதி பெண்களைப் பொருத்தவரை சாதிப் பாகுபாட்டை விட, மத ஆதிக்கத்தைவிட, ஆணாதிக்கமே அழிக்கப்பட வேண்டியது. பெண்ணுரிமையை வலியுறுத்தும்

பெண்கள் அமைப்புகள், இதுவரையிலும் சாதியொழிப்பை மய்யப்படுத்தாததன் காரணம் அதுதான். ஆணாதிக்கத்தை எதிர்ப்பது என்ற குடையின் கீழ் எல்லா பெண்களையும் ஒன்று திரட்டி விட முடியும் என்று நம்பி, அவை காலங்காலமாகத் தோல்வியையே சந்தித்து வருகின்றன.

பெண்கள் சமத்துவ தேவதைகள், வெகுளியான மனோபாவம் கொண்டவர்கள், சூழ்ச்சிக்கும் கொடூரங்களுக்கும் அப்பாற்பட்டவர்கள், வன்மத்தை வெறுக்கும் மெல்லிதயம் கொண்டவர்கள், பாகுபாடற்றவர்கள், ஊழல் செய்யத் தெரியாதவர்கள் என்ற கருத்து தற்பொழுது பரப்பப்படுகிறது. "பெண்ணே பெண்ணுக்கு எதிரி" என்ற கருத்தியல் எப்படி ஒரு கட்டுக்கதையாகிறதோ, அதைப் போலவே "பெண்கள் அனைவரும் ஒன்றே" என்ற முழக்கமும் ஒரு கட்டுக்கதையே! பாகுபாடுகள் நிறைந்த இந்திய நாட்டில் சாதி அழியாமல் ஒரு நாளும் பெண்கள் சமமானவர்களாக முடியாது.

ஒரு பார்ப்பனப் பெண்ணையும் தலித் பெண்ணையும் எந்த அளவுகோலில் சமமானவர்களாகக் கருத முடியும்? சாதி இந்துப் பெண்கள் தலித்துகள் மீது செலுத்தும் ஆதிக்கம், விட்டுக் கொடுக்க முடியாத அவர்களின் உரிமைகளில் ஒன்றாகவே இன்றும் பாதுகாக்கப்படுகிறது. ஆண்டாண்டுக் காலமாக வீட்டுச் சிறைக்குள் அடிமைத்தனத்தை அனுபவித்து வரும் பெண்கள், ஜாதிக் கொடுமைகளில் ஈடுபடுவார்களா என்ற கேள்வியும் சந்தேகமும் துளியும் நேர்மையற்றவை. பெண்ணியவாதிகளின் "ஒன்றே குல" முழக்கம், 33 சதவிகித இடஒதுக்கீடு பற்றிய விவாதங்கள் எழும்போதெல்லாம் மிக அழுத்தமாக வெளிப்படுகிறது.

உண்மையில் ஜாதியற்றவர்களா பெண்கள்? அண்மையில் இந்தியாவையே உலுக்கிய இரண்டு முக்கிய வன்கொடுமைகளுக்கு மூலமாக இருந்தவர்கள் பெண்களே! மனித நேயம் மற்றும் உரிமைகள் மீதான நம்பிக்கைகளைச் சிதைத்த அந்தக் கொடுமைகளுக்கு மூல காரணமும் துணை போனவர்களும் ரசிகர்களும் பெண்களே! நான்காண்டுகள் கடந்து விட்டன என்றாலும் கயர்லாஞ்சியில் நடந்தேறிய ஜாதிய வெறியாட்டத்தை இப்போது நினைத்தாலும் உள்ளம் பதறுகிறது. பையாலால் போட்மாங்கேவின் மனைவியும் குழந்தைகளும் எப்படிக் கொலை செய்யப்பட்டனர் என்பதை விவரித்து எழுதும் இந்நொடி, கைகள் நடுங்குவதைத் தவிர்க்க முடியவில்லை.

பையாலால் போட்மாங்கே குடும்பத்தினர் தலித்துகளாகப் பிறந்ததும் சொந்தமாக நிலம் வைத்து சுயமரியாதையுடன் தலை நிமிர்ந்து வாழ விரும்பியதும் கல்வியறிவு பெற முயன்றதும்தான் அவர்கள் செய்த குற்றங்கள். இந்தக் குற்றத்திற்காக அவர்கள் பெற்ற தண்டனை, கடும் துன்புறுத்தல்களுடன் கூடிய மரண தண்டனை!

போட்மாங்கேவின் நல்வாழ்வு, ஆதிக்க சாதியினரின் உறக்கத்தை நாற்தோறும் கெடுத்துக் கொண்டிருந்தது. கல்வி ஒன்றே விடுதலைக்கான திறவுகோல் என்று நம்பிய போட்மாங்கே தன் பிள்ளைகளை குறிப்பாக, தன் மகளைப் படிக்க வைத்தார். இது, ஆதிக்க சாதியினரின் கண்களை உறுத்தியது. 'போட்மாங்கே வீட்டுப் பெண்கள் ஒழுக்கமற்றவர்கள்' என்ற புரளி பரப்பப்பட்டது. சாதிய வன்மம் வெறியாக மாறுவதற்கு இந்தப் புரளிதான் ஒரு புள்ளியாக அமைந்தது. அதைச் செய்தவர்கள் அவ்வூரின் ஆதிக்க சாதி இந்துப் பெண்கள். பல நாட்கள் புகைந்து கொண்டிருந்த நெருப்பு, கயர்லாஞ்சியில் திடீரெனப் பற்றிக் கொண்டது.

ஒரு தலித் குடும்பம் இத்தனை சுதந்திரமாக வாழ்வதை ஒரு நொடியும் தாங்கிக் கொள்ள முடியாமல் 2006 செப்டம்பர் 29 அன்று போட்மாங்கேவின் குடிசைக்குள் புகுந்தனர் ஆதிக்க சாதியினர். அவர்களின் கைகளில் கூரிய ஆயுதங்கள். உள்ளே புகுந்த வேகத்தில் போட்மாங்கேவின் மனைவி சுரேகா (40), மகன்கள் ரோஷன் (21) மற்றும் சுதிர் (19) மகள் பிரியங்கா (17) ஆகியோரை நிர்வாணப்படுத்தி ஆயுதங்களால் தாக்கத் தொடங்கினர். பின்னர் நால்வரும் தெருத்தெருவாக இழுத்துச் செல்லப்பட்டனர். அப்போது வழியெங்கும் பலரும் அவர்களை அடித்துக் கொண்டே வந்தனர். ஊர்ப் பொது இடத்திற்கு இழுத்து வரப்பட்டதும் சுரேகாவும் பிரியங்காவும் ஊரில் உள்ள பல ஆண்களால் பாலியல் வல்லுறவு செய்யப்பட்டனர். அப்படியும் வெறி அடங்காத ஆதிக்க சாதியினர் தாயையும் தங்கையையும் புணரும்படி ரோஷனுக்கும் சுதிருக்கும் கட்டளை விதித்தனர். அவர்கள் மறுத்துவிடவே, இருவரது ஆண் உறுப்புகளையும் வெட்டி, உதிரம் கொட்டும் அவர்களது உடல்களை ஆகாயத்தில் தூக்கி வீசி விளையாடினர். உயிர் பிரியும் வரை அப்படியே செய்தனர்.

தரையில் விழுந்து துடித்துக்கிடந்த பெண்களின் பிறப்புறுப்புகளில் கூரிய மரக்கழிகளைச் செருகினர். நன்கு சீவப்பட்ட மூங்கில் கம்புகள் பிறப்புறுப்பில் அடித்து இறக்கப்பட்டன. அதற்கு மேல் தாங்க முடியாமல் துடிதுடித்துச் செத்தனர் நால்வரும். எல்லோரின்

உடல்களையும் ஊருக்கு வெளியே வீசிவிட்டு, சாதிச் செருக்கோடு வீடுகளுக்கு திரும்பினர் சாதி இந்துக்கள். இத்தனை கொடுமைகளும் ஆதிக்க சாதி இந்து பெண்களின் முன்னிலையில்தான் நடந்தேறின. நினைத்துப் பார்க்கவே சகியாத இந்த சாதி வெறியாட்டத்தின் பங்கேற்பாளர்களாகவும் பார்வையாளர்களாகவும் இருந்தவர்கள் ஆதிக்க சாதி இந்துப் பெண்கள்.

திருச்சி மாவட்டம் லால்குடிக்கு அருகே உள்ளது திண்ணியம். இதன் முன்னாள் பஞ்சாயத்து தலைவி ராஜலட்சுமி, தலித் தொழிலாளர்கள் மூன்று பேரை தன் தோட்டத்தில் வேலை செய்ய அழைத்தார். இம்மூவரும் வேறொரு இடத்திற்கு வேலைக்குச் சென்றனர். இதனை தனக்கு ஏற்பட்ட அவமானமாக நினைத்த ராஜலட்சுமி, தன் கணவர் சுப்பிரமணியத்திடம் முறையிட, அந்த மூவரும் இழுத்து வரப்பட்டனர். சாதிப் பெயரைச் சொல்லி இழிவாகத் திட்டியபின் ரத்தம் வரும் வரை மூவரையும் அடித்துத் துவைத்தனர். அதன் பின்னர்தான் மனித நாகரிகத்தைத் துடைத்தெறிந்த அந்த வன்கொடுமை நடந்தேறியது. ஒரு முறத்தில் மனித மலம் எடுத்து வரப்பட்டது. அடி வாங்கிய மூவரும் அதனை ஒருவருக்கொருவர் ஊட்டிவிடப் பணிக்கப்பட்டனர். இதை மறுத்து, தங்களை விட்டுவிடும்படி கெஞ்சினர் அந்தத் தொழிலாளர்கள். பழுக்கக் காய்ச்சிய கம்பியால் சூடு போடப்பட்டது. அதற்கு மேல் வலியைத் தாங்க முடியாத மூவரும் உயிருக்கு அஞ்சி, ஒருவருக்கொருவர் மலத்தை வாயில் வைத்துக் கொண்டனர். தன் கட்டளைக்குப் பணியாத தலித்துகளின் வாயில் மலத்தை திணித்த பின்னரே தனக்கு நிகழ்ந்த அவமானம் துடைக்கப்பட்டதாகப் பெருமிதம் கொண்டார், ஆதிக்க சாதி இந்துப் பெண்ணான ராஜலட்சுமி.

மனித உரிமைகளை மொத்தமாகச் சிதைத்த இந்த சாதிய அத்துமீறல்களில் பெண்களின் பங்கு ஆண்களின் பங்குக்கு சரிசமமானது. இவை எடுத்துக்காட்டுகள்தான். இதுபோல ஆதிக்க சாதிப் பெண்களிடம் தலித்துகள் படும் கொடுமைகள் அன்றாட நிகழ்வாகிப் போயிருக்கின்றன. பண்பாட்டைக் கட்டிக் காக்கும் பொறுப்பு எப்படிப் பெண்களிடம் ஒப்படைக்கப்பட்டிருக்கிறதோ, அதைப் போலவே சாதி அழிந்து விடாமல் காக்கும் பொறுப்பையும் இங்கு பெண்களே சுமக்கிறார்கள். எத்தனைதான் சமத்துவத்தைப் பேசினாலும் பெண்ணியம், பெண்ணுரிமை என்று முழங்கினாலும் ஓர் ஆதிக்க சாதிப் பெண்ணால் ஆணாதிக்கத்திற்கு எதிராக மட்டுமே போராட முடியுமே தவிர, சாதிக்கு எதிராக அல்ல. ஏனென்றால் பெண் என்பதால் திணிக்கப்பட்ட ஒடுக்குமுறைகளிலிருந்து

அவர்களுக்கு விடுதலை அளிப்பது 'உயர்சாதி' என்பதால் அளிக்கப்பட்டிருக்கும் சுதந்திரம் ஆதிக்க சுதந்திரம்தான். அதனால் ஒவ்வொரு ஆதிக்கசாதிப் பெண்ணும் வாய்க்கும் சந்தர்ப்பங்கள் அனைத்திலும் தன் சாதி ஆதிக்கத்தை ஒருவித மூர்க்கத்தோடு செயல்படுத்தவும் நிறுவவும் துடிக்கிறார்கள். அதற்கான மிகக் கொடூரமான எடுத்துக்காட்டுகள்தான் - திண்ணியமும் கயர்லாஞ்சியும்!

பெண்கள் இடஒதுக்கீட்டை எதிர்ப்பவர்கள், ஆணாதிக்க மனோபாவம் கொண்டவர்கள் என்பது போன்ற தோற்றம் இங்கு உருவாக்கப்படுகிறது. லாலு பிரசாத்தும் முலாயம் சிங்கும் சரத் யாதவும் உள் ஒதுக்கீட்டை வலியுறுத்தி, பெண்கள் சட்டவரைவிற்கு எதிராகக் குரல் கொடுப்பதால் ஆணாதிக்கவாதிகளாக சித்தரிக்கப்படுகிறார்கள். தனிப்பட்ட வாழ்க்கையில் அவர்கள் எப்படியோ தெரியாது. ஆனால், சமூகப் பிரதிநிதித்துவத்திற்காகப் போராடும் அவர்களின் குரல் வெறுமனே ஆணாதிக்கவாதிகளின் அலறலாகத் திரிக்கப்படுவது கண்டிக்கத்தக்கது. பெண்கள் சட்டவரைவை எதிர்ப்பதாலேயே லாலுவும் முலாயமும் சரத் யாதவும் ஆணாதிக்கவாதிகள் என்றால், அதை ஆதரிப்பதாலேயே காங்கிரஸ், பா.ஜ.க. உள்ளிட்ட பார்ப்பனக் கட்சி ஆண்கள் ஆதிக்கமற்ற நல்லோராகி விடுவார்களா? இத்தனை ஆண்டுகளும் இந்த சட்டவரைவை அறிமுகப்படுத்த விடாமல் கிழித்தெறிந்து ஆர்ப்பாட்டம் செய்த இவர்கள், இப்போது மட்டும் முழுமூச்சாக ஆதரிப்பதன் காரணம் என்ன?

உள் ஒதுக்கீடு இல்லாத பெண்கள் சட்டவரைவால் முழுமையாகப் பயன்பெறப் போவது அவர்கள் இனப் பெண்கள்தான் என்பதைப் புரிந்து கொண்டு விட்டனர். பிற சாதியினருக்கு உரிமையை விட்டுக் கொடுப்பதற்குப் பதிலாக, தன் சாதிப் பெண்களோடு உரிமையைப் பகிர்ந்து கொள்வதில் அவர்களுக்கு எந்தத் தடையும் இருக்காது. ஆதிக்க சாதி கட்சி ஆண்கள், தங்கள் இனப் பெண்களுக்காக ஆணாதிக்க கிரீடத்தை இறக்கி வைத்து சட்ட வரைவை ஆதரிக்கும்போது, பிற்படுத்தப்பட்ட லாலுவும் முலாயமும் அதே ஆணாதிக்கத்தைப் புறந்தள்ளி ஒடுக்கப்பட்டவர்களுக்கு உரிமை கோருவது எப்படித் தவறாகும்?

தற்பொழுது மக்களவையில் அறிமுகப்படுத்தப்பட்டிருக்கும் பெண்கள் இடஒதுக்கீடு சட்டவரைவு, மக்களவையில் நிறைவேற்றப்பட்டு சட்டமாக்கப்படுமானால் அதன் பின்னர் உள் ஒதுக்கீடு கோரி தங்களுக்கான அரசியல் உரிமைகளுக்காகப்

பார்ப்பனரல்லாத பெண்கள் தனியாகப் போராட்டம் நடத்த வேண்டுமா? அப்படியெனில், பெண்களுக்குள் எங்கே இருக்கிறது சமத்துவம்? இந்த சட்டவரைவை நிறைவேற்றச் சொல்லி இத்தனை ஆண்டுகளும் பிற்படுத்தப்பட்ட, தாழ்த்தப்பட்ட பெண்களைத் திரட்டி ஆர்ப்பாட்டம் செய்த பார்ப்பன மற்றும் முன்னேறிய சாதி பெண்கள் இட ஒதுக்கீட்டைப் பெற்ற பின்னர் உள் ஒதுக்கீட்டுக்காகப் பாடுபடுவார்களா என்ன?

இந்திய நாடாளுமன்றத்தில் சாதிவாரியாக உறுப்பினர் விவரம்:
1947 முதல் 1999 வரை

| ஆண்டு | பார்ப்பனர் | ஓ.பி.சி. | காயஸ்தா | பனியா | ராஜ்புத் | முஸ்லிம் | பழங்குடி | தலித் |
|---|---|---|---|---|---|---|---|---|
| 1952 | 28.60 | 4.39 | 8.70 | 10.00 | 10.70 | 5.30 | 5.80 | 15.60 |
| 1957 | 21.00 | 6.22 | 7.70 | 9.10 | 13.90 | 4.80 | 6.20 | 18.70 |
| 1962 | 19.30 | 9.43 | 4.20 | 7.50 | 15.10 | 3.80 | 6.60 | 18.80 |
| 1967 | 21.02 | 9.67 | 2.80 | 8.30 | 13.80 | 4.60 | 7.80 | 18.00 |
| 1971 | 28.30 | 10.10 | 2.30 | 5.50 | 13.70 | 4.60 | 7.30 | 18.30 |
| 1977 | 16.70 | 13.30 | 3.10 | 8.40 | 13.30 | 5.70 | 7.10 | 17.70 |
| 1980 | 18.20 | 13.74 | 0.90 | 4.90 | 11.60 | 11.60 | 7.60 | 18.80 |
| 1984 | 19.90 | 11.10 | 1.30 | 5.30 | 15.50 | 9.70 | 7.50 | 17.30 |
| 1989 | 12.40 | 20.90 | 2.20 | 3.10 | 15.10 | 5.80 | 7.60 | 17.80 |
| 1991 | 16.30 | 22.60 | 1.80 | 1.80 | 14.00 | 4.50 | 8.10 | 18.10 |
| 1996 | 15.50 | 24.80 | 1.80 | 1.80 | 14.00 | 3.50 | 7.50 | 18.10 |
| 1998 | 12.40 | 23.60 | 3.60 | 3.60 | 13.30 | 5.30 | 7.60 | 18.20 |
| 1999 | 11.30 | 22.20 | 0.90 | 2.70 | 10.00 | 5.00 | 7.30 | 17.80 |

இன்று போல அரசமைப்புச் சட்டத்தை எழுதும்போது அம்பேத்கர் நினைத்திருந்தால் இந்தளவுக்கு கூட பிற்படுத்தப்பட்டோரும், தலித், பழங்குடியின மற்றும் சிறுபான்மையின மக்களும் முன்னேறியிருப்பார்களா என்பது சந்தேகமே. அம்பேத்கரை தவிர அரசமைப்புச் சட்டத்தை யார் எழுதியிருந்தாலும் அதில் இட ஒதுக்கீட்டு உரிமை வழங்கப்பட்டிருக்காது. அப்புறம் பார்த்துக் கொள்ளாமல் அதெல்லாம் தானாக வந்து சேரும் என்று காலம் கடந்திருக்குமே தவிர, ஒடுக்கப்பட்டோருக்கு சிறு துரும்பு கூட கிடைத்திருக்காது. கொடுமையான சாதிய சூழலில் வாழ்க்கை நடத்துவதே

போராட்டமாக இருக்கையில் தலித் மக்கள் எங்கிருந்து போராட்டம் நடத்தி உரிமைகளை மீட்டெடுப்பது? அது சாத்தியமற்ற செயல் என்பதாலேயே அம்பேத்கர் தன் கடமையை ஏற்று பிரதிநிதித்துவமும் ஜனநாயகமும் சமத்துவமும் கொண்ட அரசமைப்புச் சட்டத்தை உருவாக்கினார். சமூகப் புரிதலும் ஈடற்ற அர்ப்பணிப்பும் எதிர்காலத்தைப் பற்றிய கணிப்பும் இருந்ததாலேயே உடல்நலக்குறைவையும் பொருட்படுத்தாமல் அவர் இந்த சமூகக் கடமையை நிறைவேற்றினார்.

ஜனநாயகமும் சமத்துவமும் நிறைந்த அரசமைப்புச் சட்டத்தைத் திருத்தம் செய்யும்போது, புதிய சட்டங்களை வரையறுக்கும்போது அதன் அடிப்படைத் தத்துவத்தின் நோக்கம் சிதையாமல் இருக்க வேண்டும். உள் ஒதுக்கீட்டைப் புறக்கணித்ததன் மூலம் அரசமைப்புச் சட்டம் இந்த சமூகத்துக்கு வழங்கிய நீதியை மொத்தமாகத் துடைத்தெறிந்து விட்டது பெண்கள் சட்டவரைவு. இந்த நிலையில் இதை ஆதரிக்கும் ஒவ்வொருவரும் சாதி, மதப் பாகுபாட்டிற்கு ஆதரவளிப்பவர்களாகின்றனர். ஆணாதிக்கத்தையும் பாலியல் தடையையும் கடக்கவே இவ்வளவு ஆண்டுகள் ஆகியிருக்கிறது எனில், சாதித் தடையை கடக்க பிறப்படுத்தப்பட்ட, தலித் மக்களுக்கு எத்தனை நூற்றாண்டுகளாகுமோ?

ஏனெனில், 33 சதவிகித உரிமையின் மூலம் நாடாளுமன்றத்திலும் சட்டப் பேரவையிலும் அமரப் போவது நிச்சயம் அதற்காகப் போராடியவர்கள் அல்லர். சாதி வன்மத்தில் ஊறியவர்களுக்கும் அதில் திளைத்தவர்களுக்குமே அந்தத் தகுதி சாத்தியப்படும். உள்ளாட்சித் துறைகளில் ஆதிக்க சாதியினரிடம் தலித் பெண்கள் படும் கொடுமைகள் கொஞ்ச நஞ்சமல்ல. அந்தப் பின்னணியில் பெண்கள் சட்டவரைவைப் பார்த்தோமானால் எந்தக் கட்சியும் ஒடுக்கப்பட்டோருக்கான பிரதிநிதித்துவத்தை ஒருபோதும் வழங்கப் போவதில்லை.

உலகின் எல்லாக் கொடுமைகளையும் துயரங்களையும் தன்னுள்ளே கொண்டிருக்கிறது சாதி. சாதியை மீறியதொரு கொடூரப் பாகுபாடு இவ்வுலகில் இல்லை. சாதிக்குள்ளே நிற வேற்றுமை இருக்கிறது; வர்க்க ஏற்றத் தாழ்வுகள் புதைந்திருக்கின்றன; பாலியல் கொடுமைகளும் சுரண்டல்களும் சாதியின் முக்கிய அங்கம்; தீண்டாமையும் வன்கொடுமையும் மூடக் கருத்தியல்களும் சாதியின் கூறுகள். ஆணாதிக்கத்தை விடவும் பன்மடங்கு வலிமைமிக்க பாகுபாடு ஒன்று இந்த சமூகத்தில் நீடித்து நிலைத்திருக்கிறது என்றால் அது சாதி மட்டும்தான்.

சாதிக்கும் அதை உருவாக்கிய இந்து மதத்திற்கும் எதிராகப் போராடாதவர்களால் ஒருபோதும் சமத்துவத்தை நிலைநிறுத்தச் செய்ய முடியாது. "சாதியை எதிர்ப்பவர்கள் அது வழங்கும் இடஒதுக்கீட்டை மட்டும் ஏன் ஏற்றுக் கொள்ள வேண்டும். பெண்கள் சட்டவரைவிலாவது அது இல்லாமல் இருக்கட்டும்" என்று சிலர் முட்டாள்தனமாக வாதிடுகின்றனர். சாதியால் காயம்பட்ட ஒடுக்கப்பட்ட சமூகத்திற்கு சாதி வேரோடு அழிக்கப்படுகிற வரை, சாதி ரீதியான இடஒதுக்கீடும் உரிமைகளும் வழங்கப்பட்டாக வேண்டும்.

தலித், பிற்படுத்தப்பட்ட, பழங்குடியின மற்றும் சிறுபான்மையினப் பெண்களைப் பொருத்தவரை 33 சதவிகிதம் என்பது ஒரு மோசடியே. ஏனெனில் இதில் அவர்களுக்கான பங்கு ஒன்றுமில்லை. இச்சமூகத்தில் மற்றுமொரு முறை சாதியின் இருப்பு வெற்றிகரமாக நிலைநிறுத்தப்பட்டிருக்கிறது. பெண்கள் எல்லோரும் ஒன்றே என்ற ஆதிக்கசாதி பெண்களின் முழக்கத்தை நம்பவோ ஏற்கவோ வேண்டுமெனில் பெண்கள் சாதியற்றவர்களாக வேண்டும். அப்படியெனில், அவர்கள் சாதியொழிப்பை மய்யப்படுத்தி, சமத்துவத்திற்காகப் பாடுபட வேண்டும். அதுவரையிலும் இந்த "ஒன்றே குல" முழக்கத்தை ஏற்பதற்கில்லை.

மதத்தையும் அது உருவாக்கிய சாதி, இன இழிவுகளையும் எதிர்க்கிறவர்கள் பகுத்தறிவை எட்டுகின்றனர். பகுத்தறிவை அடைந்தவர்களால் ஆணாதிக்கத்தை மட்டுமல்ல; வேறு எந்தவிதமான ஆதிக்கத்தையும் கடந்து விடமுடியும். ஆனால், இங்கு நிலைமை தலைகீழ். வெறுமனே ஆணாதிக்கத்தை மட்டும் எதிர்ப்பதன் மூலமே தங்களைப் பகுத்தறிவாளர்களாக முன்னிறுத்தி, இழிவுகளின் வேரான சாதியையும் மதத்தையும் இரண்டாம் பட்சமாக ஆக்கிவிட்டனர் பெண்ணியவாதிகள். இதனாலேயே ஆணாதிக்கத்தை எதிர்க்கும் அளவிற்கு மூர்க்கத்தோடு இவர்கள் சாதி, மத இழிவுகளை எதிர்ப்பதில்லை. அதன் விளைவுதான் நியாயமற்ற இந்த பெண்கள் சட்ட வரைவுக்கு அவர்கள் வழங்கும் நிபந்தனையற்ற ஆதரவு. ஒடுக்கப்பட்ட பெண்கள் ஆதிக்க சாதிப் பெண்களுக்கு எதிராகப் போராடும் வலிமையை இனியேனும் திரட்டிக் கொள்ள வேண்டும் என்பதற்கான எச்சரிக்கையே இது.

•

– மார்ச் 2010